பேரரசி நூர்ஜஹான்

மணிமுடியில் பிரகாசிக்கும் நூர்ஜகான் என்ற மாணிக்கத்தை ஆழ்ந்த மதிப்போடும், தேர்ந்த கைத்திறனோடும் துணிவாகப் பட்டை தீட்டித் தந்திருக்கிறார் ரூபிலால்.

– ஆலன் சீலி

குறிப்பிடத்தகுந்த இந்த நூல், அளவிட்டுச்சொல்ல முடியாத முக்கியத்துவம் வாய்ந்தது மட்டுமல்ல. இந்தியப் பேரரசி ஒருத்தி, பிரமிக்க வைக்கும் புகழோடும், எங்கும் ஒளி பரப்பிய வாழ்வோடும், அதன் கால கட்டத்தோடும் இதில் மறுபிறவி எடுத்திருக்கிறாள். ஒரு காவியமாய் இதை உருவாக்கியிருக்கிறார் ரூபிலால்.

– அமந்தா ஃபோர்மேன்

அற்புதமான ஒரு பெண்மணியைப் பற்றி எத்தனை விரிவான, வித்தியாசமான செய்திகள்? உண்மையிலேயே வியக்க வைக்கும் படைப்பு.

– தீபா மேத்தா

வரலாற்றின் பக்கங்களில் இடம்பெறும் மிகச் சுதந்திரமான, ஆற்றல்சால் பெண்களில் ஒருத்தி நூர். பிரிட்டிஷார் உருவாக்கி விட்டுப் போயிருக்கும் அபிப்பிராயங்களை அடியோடு புரட்டிப் போடும் வாழ்க்கை வரலாற்று நூல் இது.

– கிர்கஸ் ரெவியூஸ், ஸ்டார்டு

பேரரசி நூர்ஜஹான்
(நானூறு ஆண்டுகளுக்கு முன்பே நாட்டை ஆண்ட பெண் ஆளுமை)

ரூபிலால்

தமிழில் : அருள் சித்தார்த்

நற்றிணை பதிப்பகம்

Perarasi Nur Jahan - a Tamil Translation of the English Non-fiction / Biography - Empress - The Astonishing Reign of Nur Jahan - by Ruby Lal

Copyright © Ruby Lal 2018

First published in India in Viking by Penguin Random House India 2018

Translated into Tamil by Arul Siddharth

Tamil translation © Natrinai Pathippagam Pvt. Ltd.

First Edition: March 2020

Published by: Natrinai Pathippagam Pvt. Ltd.
No. 6/84, Mallan Ponnappan Street,
Triplicane, Chennai - 600 005.
Mobile: +91 94861 77208
natrinaipathippagam@gmail.com
www.natrinai.in

Printed at:
Sai Thendral Printers,
Chennai - 600 005.

ISBN: 978-81-944679-3-9

Price: Rs.340

The views and opinions expressed in this book are the author's own and the facts are as reported by her which have been verified to the extent possible, and the publishers are not in any way liable for the same.

ரூபிலால்

ரூபிலால் இந்தியாவில் புகழ்பெற்ற வரலாற்றாசிரியர். எமோரி பல்கலைக்கழகத்தில் பேராசிரியராக உள்ள இவர் அட்லாண்டாவிலும், டெல்லியிலும் வசிக்கிறார்.

இவரின் பிற நூல்கள்

'Domesticity and Power in the Early Mughal World.'

'Coming of Age in Nineteenth-Century India: The Girl-Child and the Art of Playfulness.'

சமர்ப்பணம்

*இந்தியாவின் பெண் மூதாதையர்களுக்கும்
பன்முகத் தன்மை வாய்ந்த
கலாச்சாரத்துக்கும்*

உள்ளடக்கம்

1.	பேரரசி – ஓர் அறிமுகம்	13
2.	வியக்கத்தக்க ஒரு பெண்	30
3.	அல் – ஹிந்த்	44
4.	தூசி படியாத குவிமாடங்களும் மாசுபடியாத மனிதனும்	53
5.	வாக் வாக் மரம்	61
6.	மங்கலக் குறியீடான கண்ணாடி	77
7.	கவலைக்குரிய சூழல்கள்	96
8.	மூடிய கதவுகளுக்கானத் திறவுகோல்	116
9.	உயர் அதிகாரம் பெறுதல்	128
10.	வியத்தலுக்குரிய காலப்பகுதி	159
11.	ஒளியை மறைக்கும் திரைகள்	180
12.	ஒளிவீசும் தோட்டம்	198
13.	சோதனை	210
14.	ஆபத்தில் இருந்து மீட்டல்	227
15.	மரண தேவதை	245
16.	1627–ற்குப் பிறகான ஒரு பின்னுரை	260
	நன்றியுரை	264
	மொழி மாற்றம், தனிவகைச் சொற்கள் மீதான குறிப்புரை	270
	முக்கிய நபர்கள் பற்றிய தகவல் கூறுகள்	272
	ஆதாரங்கள் பற்றிய குறிப்புகள்	282

வரலாற்றில் பங்கேற்றவர்கள்

முகலாய அரசர்கள்

அக்பர்	–	மூன்றாவது முகலாயப் பேரரசர், ஹுமாயூனின் புதல்வர்.
பாபர்	–	முதலாவது பேரரசர்.
தவார் பக்ஷ்	–	குஸ்ராவின் மகன், குறுகிய காலமே ஆட்சி செய்தவர். ஷாரியாரின் அரசுரிமைக் கோரிக்கையைத் தடுப்பதற்காகப் பயன்படுத்தப் பட்டவர்.
ஹுமாயூன்	–	இரண்டாம் முகலாயப் பேரரசர், பாபரின் புதல்வர்.
ஜஹாங்கீர்	–	(இளவரசர் சலீம்). நான்காவது முகலாயப் பேரரசர். நூர்ஜஹானுடன் கூட்டுத்தலைமை வகித்தவர்.
நூர்ஜஹான்	–	(மெஹருன்னிஸா) முகலாயப் பேரரசின் முதலாவது மற்றும் ஒரே பெண் ஆட்சியாளர்.
ஷாஜஹான்	–	(குர்ரம்) ஐந்தாவது முகலாயப் பேரரசர். ஜஹாங்கீரின் மகன். தந்தைக்கெதிராகக் கலகம் செய்தவர்.

குறிப்பிடத்தக்க பெண்மணிகள்

அர்ஜுமண்ட் பானு	– (மும்தாஜ் மஹல்) ஷாஜஹானின் மனைவி. இவருடைய நினைவுச் சின்னமாகவே தாஜ்மகால் கட்டப்பட்டது.
அஸ்மத் பேகம்	– நூர்ஜஹானின் தாய்.
தை திலாராம்	– நூரின் தாதிப் பெண், அந்தப்புரத்தின் முக்கிய அதிகாரி.
குல்பதன்பானு பேகம்	– பாபரின் மகள், அரசகுடும்பத்துப் பெண்களுடன் மெக்காவிற்கு புனிதப்பயணம் மேற்கொண்டவர். அவாலி ஹுமாயூன் பாத்..... என்ற நூலை எழுதியவர்.
ஹமீதே பானு பேகம்	– அக்பரின் வணக்கத்துக்குரிய தாயார்.
ஜகத்கொஸெய்ன்	– ஷாஜஹானின் தாய்.
லாட்லி பேகம்	– நூர்ஜஹான் – குலி இவர்களின் ஒரே மகள். ஷாரியரை மணந்தவள்.
ருகையா பேகம்	– அக்பரின் மக்கட்பேறற்ற மனைவி, நூர், ஜஹாங்கீர் இவர்களால் மதிக்கப்பட்ட ஆளுமை.

குறிப்பிடத்தக்க ஆண்கள்

ஆஸஃப் கான்	– கியாஸ்பெக்கின் மகன், பேரரசி நூர்ஜஹானின் சகோதரன், அர்ஜுமண்ட் – பானுவின் தந்தை, ஷாஜஹானின் விசுவாசி.
கியாஸ்பெக்	– நூரின் தந்தை. ஜஹாங்கீர் ஆட்சிக்காலத்தில் முகலாயப் பேரரசின் முதல் அமைச்சர் (வஸீர்).
ஜத்ரூப்	– வைணவத் துறவி, ஜஹாங்கீரின் ஆன்மிக வழிகாட்டி.

குஸ்ரா – ஜஹாங்கீரின் மூத்தமகன், தந்தைக்கெதிராகக் கலகம் விளைவித்தவர்.

மகபத் கான் – இளவரசர் குஸ்ராவின் கலகத்தைப் போரிட்டு அடக்கியவர். பிற்பாடு ஜஹாங்கீருக்கு எதிராக மாறியதோடு, அவரைக் கடத்தவும் செய்தவர்.

ஷாரியர் – ஜஹாங்கீரின் மகன். லாட்லியை மணம் புரிந்தவர். ஷாஜஹானை எதிர்த்தவர்.

குலி – நூரின் முதல் கணவன். ஜஹாங்கீரிடம் பணிபுரிந்தவன்.

நகல் எடுப்பவர்கள், கலைஞர்கள், வரலாற்றாளர்கள்

அப்துல் காதர் பதானி– அக்பரின் அரசவை வரலாற்றாளர்.

அப்துர் ரஹீம் கானி கானன் – கவிஞர், படைத்தளபதி. ‘பாபர் நாமா’ நூலின் மொழிபெயர்ப்பாளர். ஜஹாங்கீரின் விசுவாசி.

அப்துல் ஹாசன் – ஓவியர், ஜஹாங்கீருக்குப் பிடித்தமான உருவப்படக் கலைஞர்.

ஃபரீத் பக்காரி – ஜஹாங்கீரின் நிதித்துறை அதிகாரி.

கஃபிகான் – முகலாயப் பேரரசின் காலவரிசைப்படியான நிகழ்ச்சிப் பதிவாளர், முக்கிய இராணுவ அதிகாரி.

நிகோலாவ் மனூக்கி – ‘ஸ்டோரியா தோ மொகார்’ என்ற நூலின் ஆசிரியர், இராணுவ அதிகாரி, முறையாகப் பயிற்சி பெறாத மருத்துவர்.

முகம்மது ஹாதி – அவுரங்கசீப்பின் சமகாலத்தவர். ‘ஜஹாங்கீர் நாமா’ நூலின் நிறைவுப்பகுதிப் பங்களிப்பாளர்.

முல்லாகாமி ஷிராஸி	– கவிஞர். நூர்ஜஹானின் வாழ்க்கையைக் கொண்டாடும் கவிதைகளைப் படைத்தவர்.
முத்ஆமத் கான்	– ஜஹாங்கீரின் படைத்துறை சம்பளப் பட்டுவாடா அதிகாரி. சுயசரிதை எழுதியவர்.
சர். தாமஸ் ரோ	– முகலாய இந்தியாவிற்கான ஆங்கிலேயப் பிரதிநிதி. பேரரசர் பற்றிய விரிவான தகவல் தொகுப்பை எழுதியவர்.

1

‘பேரரசி’
ஓர் அறிமுகம்

அது *1619*ஆம் ஆண்டின் இலையுதிர்காலம். நாட்கள் மிகத் தெளிவாகவும், குளிர்ச்சியாகவும் பயணத்துக்கு உகந்ததாகவும் இருந்தன. பேரரசர் ஜஹாங்கீர் தமது பிரியத்தை முழுமையாய் பெற்ற மனைவி நூர்ஜஹானுடன் குதிரைகள் பூட்டிய வண்டியில் போய்க்கொண்டிருந்தார். நூர் அவருடைய இருபதாவது மனைவி, முகலாயப் பேரரசி. அவர்கள் சென்ற வண்டி இமயமலைத் தொடரின் அடிவாரத்தை நோக்கிச் சென்றது. பேரரசரின் பயணப் பாதையில் இருந்த மதுராபுரி, புனிதயாத்திரை செய்வோரின் விருப்பத்துக்குரிய தலம். மதுரா நகரத்து மக்கள் அவருடைய வருகையை ஆர்வமுடன் எதிர்பார்த்திருந்தனர். சில மாதங்களாகவே ஒரு புலி அந்த வட்டாரத்துக் கிராமங்களில் உள்ள மனிதர்களைத் தாக்கிவிட்டு, காட்டுக்குள் ஓடிமறைந்து கொண்டிருந்தது. அந்தப் பக்கத்து வேட்டைக்காரர்கள் கையில் சிக்காமல் தப்பித்தபடி இருந்தது. பகவான் கிருஷ்ணரோ அவருடைய பார்யை இராதையோ, இந்துக்கள் வழிபடும் மதுராபுரிக் கோயில்களில் உள்ள மற்ற தெய்வங்களோ உதவ முன்வருவதாய் தெரியவில்லை. ஆனால், பேரரசர் அந்தப் பிரச்சனையைத் தீர்த்து வைக்கக் கூடும். புலிகளைக் கொல்வது ரொம்ப காலமாகவே அரச குடும்பத்தினரின் சிறப்புரிமை யாக இருந்து வந்திருக்கிறது.

ஜஹாங்கீர் என்ற பெயருக்கு, பெர்ஸிய மொழியில் ‘உலகை வெற்றி கொள்பவர்’ என்று பொருள். இவர் முகலாயப் பேரரசர் களில் நாலாவது பேரரசர். முகலாய வம்சம் பதினாறாம் நூற்றாண் டில் படையெடுத்து வந்து இந்தியாவில் காலடி வைத்தது.

இவர்கள் ஓரிடத்தில் நிலையாக இல்லாமல் இடம்விட்டு இடம் செல்பவர்களாக இருந்தார்கள். மத்திய ஆசியாவின் செங்கிஸ்கான், தமர்லேன் மரபில் வந்தவர்கள் இவர்கள். இந்துக்களைப் பெரும் பான்மையாகக் கொண்ட இந்தியா, முந்நூறு ஆண்டுகளுக்குமேல் முகலாயர்களால் ஆளப்பட்டிருக்கிறது.

ஆர்வக் கிளர்ச்சியுற்ற பார்வையாளர் ஒருவர் குறிப்பிட்டவாறு பேரரசரின் ஊர்வலத்தில் ஆண்களும் பெண்களும் குழந்தைகளுமாய் சுமார் ஒன்றரைலட்சம் பேர் இருந்தனர். அரசவை உறுப்பினர்கள், சிப்பாய்கள், வேலையாட்கள் இவர்களுடன் பத்தாயிரம் யானைகள் இவற்றுடன் கனரகத் துப்பாக்கிப் பிரிவும் இதில் அடக்கம். அந்த ஊர்வலத்தினர் இடை நிறுத்தமாய் மதுராபுரிக்கு அருகில் தங்கினர். பணியாட்கள் நூற்றுக்கணக்கில் பிரமிப்பூட்டும் பெரிய கூடாரங் களை அமைத்தனர். அரசகுடும்பத்துப் பெண்களுக்கு தனி குடி யிருப்புப்பகுதியும் அமைக்கப்பட்டது. அது பெண்களுக்கானது என்பதன் அடையாளக் குறியாக சிவப்புத்திரைச் சீலைகள் அங்கே தொங்கவிடப்பட்டிருந்தன. நுட்பமான வேலைப்பாட்டுடன் கூடிய திரைச்சீலைகள் அவை. பயணகாலத்துக்குரிய அரசவை அமைக்கும் பணி நடைபெற்றுக் கொண்டிருந்தபொழுது, உள்ளூர் வேட்டைக் காரர்கள் குழு அங்கே வந்து புலி விவகாரமாய் ஏதாவது செய்ய வேண்டும் என்று ஜஹாங்கீரிடம் விண்ணப்பம் செய்து கொண்டனர்.

துரதிர்ஷ்டவசமாக பேரரசர் அந்தக் கடமைப் பொறுப்பை ஏற்க மறுத்துவிட்டார். தனது ஐம்பது வயதுக்குப் பிறகு தாம் வேட்டையாடுவதில்லை என்று பல ஆண்டுகளுக்கு முன்பே அவர் தீர்மானித்திருந்தார். தம்முடைய கையால் உயிர்களை இம்சிப்ப தில்லை என்று அல்லாவிடமும் சத்தியம் செய்திருந்தார் அவர். இரண்டு மாதங்களுக்கு முன்பே அவர் ஐம்பது வயதை எட்டி யிருந்தார்.

இழுப்பு நோயால் பாதிக்கப்பட்டிருந்த தமது நான்கு வயது பேரன் குணமடைய வேண்டும் என்பதற்கு நேர்த்திக் கடனாகத் தம்முடைய பழைய சங்கற்பத்தை அவர் புதுப்பித்துக் கொண்டார். தற்போதைய பயணத்தில் அந்தப் பேரனும் உடன் வந்திருந்தான். ஜஹாங்கீரைப் பொறுத்தவரை புலியைக் கொல்வதென்பது இப்போது நடவாத காரியம். அவரால் அதை எண்ணிப் பார்க்கவும் இயலாது. எனினும், தன் குடிமக்களைப் பாதுகாக்கப் பேரரசி அங்கே இருந்தார்.

அழகில் சிறந்த நூர்ஜஹான் செயல்திறன் மிக்கவருங்கூட. பெர்ஸியாவில் தங்களுக்கு ஏற்பட்ட தொடர் வேதனைகளில் இருந்து தப்பி வந்தவர்கள் என்றாலும் நூரின் பெற்றோர்கள் பெருந்தன்மை யும், உயர்குணமும் உடைய பெருங்குடிமக்களாவர். நூர்ஜஹானின் முன்னாள் கணவர் ஜஹாங்கீருக்கு எதிராகச் சதித்திட்டம் தீட்டிய வர். ஆனால், அதற்காகப் பேரரசர் நூரிடம் கடுமை காட்டி நடந்து கொள்ளவில்லை. அவர்கள் திருமணம் செய்து கொண்டபோது

நூருக்கு வயது முப்பத்தி நான்கு. முகலாய உலகில் நடுத்தர வயதை நெருங்கிக் கொண்டிருந்த பெண்மணி அவர். அவர்களின் திருமணம் நடந்தது 1611ஆம் ஆண்டில்தான். நூர்ஜஹான் – 'உலகத்தின் ஒளி' எனும் பொருள் கொண்ட இப்பெயர் அவருடைய கணவர் அவருக்குச் சூட்டியது. தம்மை அர்ப்பணிப்புள்ள ஒரு மனைவியாக மட்டுமன்றி, அறிவில் சிறந்த அரசியாகவும், ராஜதந்திரம் மிக்கவ ராகவும் அவர் மெய்ப்பித்துக் காட்டியிருந்தார், அத்துடன் அவர் குறி தவறாது சுடுவதில் வல்லவர் என்பதும் குறிப்பிடத்தக்கது. அவரு டைய துப்பாக்கி சுடும் திறன்பற்றி முன்பே கதைகதையாய் பேசப் பட்டது. சில ஆண்டுகளுக்கு முன் ஆறே முறை சுட்டு நான்கு புலி களை வீழ்த்தித் தம்முடைய கணவரையும், அரசவை உறுப்பினர் களையும் அவர் வியப்பிலாழ்த்தி இருந்தார்.

1619 அக்டோபர் 23ஆம் நாள் ஒரு யானை மீதேறி, அம்பாரியில் அமர்ந்தார் நூர்ஜஹான். அவருடைய கையில் ஒரு நீண்ட துப்பாக்கி இருந்தது. யானையைக் கையாள்கிற மாவுத்தன் அவரை மணற்பாங் கான பாதையில் காட்டை நோக்கி அழைத்துச் சென்றான். அவருடைய கணவர் ஜஹாங்கீர் தம்முடைய யானையில் அமர்ந்து அவருக்குத் துணையாக வந்தார். அரசரைப் பின்பற்றி அவருடைய அவை உறுப்பினர்கள் உள்ளிட்ட பரிவாரமும் வந்தது. சிலர் நன்கு அலங்கரிக்கப்பட்ட யானைகள் மீதும், குதிரைகள் மீதும் வந்தனர். மற்றவர்கள் பொன்னும் மணியும் கொண்டு அலங்கரிக்கப்பட்ட பல்லக்குகளில் வந்தனர். அது பட்டு மெத்தைகள் கொண்டவை. பூ மாலைகள் எழிலூட்டிய அந்தப் பல்லக்குகளை ஊழியக்காரர்கள் சுமந்தார்கள். நூர்ஜஹான் அவருடைய காலத்து ஓவியங்களில் அரசிக்குரிய தலைப்பாகை அணிந்து காணப்பட்டிருக்கிறார். இஸ்லாமிய ஆண்கள் நீண்ட துணியைத் தலையைச் சுற்றி மடித்து அணிந்து கொள்ளும் அந்தத் தலைப்பாகை பேரரசருக்கு மிகவும் விருப்பமானது, தனிச்சிறப்பு வாய்ந்த பெருங்குடிமக்கள் விரும்பி அணிவது. நூர், முழங்காலளவு நீண்ட, கைப்பகுதி இல்லாத மகளிர் தளராடையும், இடுப்பில் அரைப்பட்டிகையும் அணிந்திருந்தார். அது இறுக்கமான கால் சராய்க்கு மேல் இருந்தது. காதணிகளும், மாணிக்கக் கற்கள் பதித்த மாலையும் அவருடைய அழகுக்கு அழகு செய்வதாக இருந்தன. அவருடைய கால்களில் இருந்த புதைமிதிகள் பின்புறத் திறப்புடன் கூடியவை. அவர் பாதங்களில் பூசப்பட்ட மருதாணிக் கோலங்கள் அதன்மூலம் வெளிப்பாடாயின. நாற்பத்தி யிரண்டு வயதிலும் சுடர்விடும் அவருடைய பேரழகு அவரது சம காலத்தவர்களால் வியந்து பேசப்பட்டிருக்கிறது.

உள்ளூர் வேட்டைக்காரர்கள் நடந்து வந்து வழிகாட்ட, அந்தக் குழு தொடர்ந்து முன்னேறியது.

பார்லி, வேர்க்கடலை, பருத்தி விளையும் வயல்களை அவர்கள் கடந்து சென்றனர். சமீபத்தில் பெய்த மழையால் அந்த வயல்களில் வளமை ததும்பியது. வழியெங்கும் கூட்டம் கூட்டமாய் பசுக்களையும், வெள்ளாடுகளையும், நீண்ட திருகலான கொம்புகளையுடைய மான்களையும் அவர்கள் கண்டனர். கொடிகளும், புதர்களும், மரங்களும் அடர்ந்து சுவர் போல் நின்ற போதிலும் அவற்றுக்கும் அப்பால் உள்ள வெளியை அவர்கள் வெளிப்படையாகவே காண முடிந்தது. பேரரசிக்கும் அவருடைய பரிவாரத்துக்கும் புலி வந்து செல்கிற இடத்தை வேட்டைக்காரர்கள் காண்பித்தனர், அவர்கள் அங்கேயே காத்திருந்தனர்.

சீக்கிரமே நூரின் யானை பிளிறிக் கொண்டு, அப்படியும் இப்படியுமாய் அடியெடுத்து வைத்தது. அதை அசையாமல் ஓரிடத்திலேயே நிற்க வைக்க மாவுத்தனால் முடியவில்லை. நூர்ஜஹானின் அம்பாரி ஆபத்தான முறையில் ஒருபக்கமாய்ச் சாய்ந்தது. ஜஹாங்கீர் தம்முடைய யானையில் இருந்தபடியே, அமைதியாய் கவனித்துக் கொண்டிருந்தார். பிற்பாடு, 'ஜஹாங்கீர் நாமா'வில் (தன் வரலாற்றுக் குறிப்பு) இருந்து ஒரு குறிப்புரையை அவர் நினைவு படுத்திக் கொண்டார். 1605இல் தாம் அரியணையில் ஏறியபொழுது அந்தச் சுயசரிதையை அவர் எழுதத் தொடங்கினார். தம்முடைய ஆட்சி பற்றிய ஆவணமாக அது பயன்படக் கூடும் என்ற நோக்கிலேயே அதனை அவர் எழுதினார். 'புலியை மோப்பம் பிடித்த யானையால் இயல்பான அமைதியுடன் இருக்க முடியாது. அது தொடர்ந்து அசைந்தபடி இருக்கும்' என்று தாம் கருதியதையும் அதில் குறித்திருந்தார்.

புலி மரங்களிடையே இருந்து வெளிப்பட்டுத் தோன்றியது. நூர் தன்னுடைய துப்பாக்கியை உயர்த்தி அந்த மிருகத்தின் நெற்றியில் குறிவைத்தார், வெடிக்கச் செய்வதற்காகத் துப்பாக்கியின் விசையை இழுத்தார். அவருடைய யானை பக்கவாட்டில் அசைந்தபோதும், துப்பாக்கியை ஒருமுறை வெடிப்பதே போதுமானதாக இருந்தது. புலி தரையில் விழுந்தது, அப்போதே அது கொல்லப்பட்டு விட்டது. ஜஹாங்கீர் மிகுந்த மகிழ்ச்சி அடைந்தார். ஒரு பெண் பலர் முன்னிலையில் துப்பாக்கியால் சுடுவது அரிதான விசயம். அப்போதெல்லாம் அத்தகைய சிறப்புத்திறன் யாரும் கேள்விப்பட்டிராத ஒன்று.

நூர் அசாதாரணமான பெண்ணாகக் கருதப்படுவதற்கு அவருடைய துப்பாக்கிச் சுடும் திறன் மட்டும் காரணமல்ல. அவருக்கு முன் வேறெந்தப் பெண்ணும் பேரரசருக்கு இணையாக ஆட்சிப்

பொறுப்பில் பங்கேற்றதில்லை. அவர்கள் மணம் செய்து கொண்ட சில ஆண்டுகளில் தொடங்கி ஜஹாங்கீரின் மரணம் வரை பத்தரை ஆண்டுகளுக்கும் மேலாகவே, தம்முடைய கணவரோடு கூட்டாகவே அரசை நிர்வகித்தவர் நூர்ஜஹான். அவர் ஆற்றலுடனும், கவனத்தை ஈர்க்கும் விதத்திலும் அரசு காரியங்களை நடத்தியிருக்கிறார். ஆண்களை மையப்படுத்தி இயங்கும் முகலாய உலகில், ஓயாத சச்சரவுகள் கொண்ட அரசியலில் அவர் வெற்றிகரமாகச் செயல்பட்டார் என்பது குறிப்பிடத்தக்கது. இஸ்லாமிய சிந்தனையிலும், நடைமுறையிலும் ஆணை அறிக்கை, நாணயம் வெளியிடுவது இவையெல்லாம் ஆட்சித் தலைமையில் இருப்பவர் தம்முடைய இறையாண்மையை நிறுவிக் கொண்டதன் தெரிவிப்புக் குறிகளாகவே பார்க்கப்பட்டது. நூர் தம்முடைய சொந்த முறையில் அரசாணைகளைப் பிறப்பித்தார், நாணயங்களில் தம் கணவரின் பெயரோடு தம்முடைய பெயரையும் இடம்பெறச் செய்தார். அரண்மனை மாடி முகப்பில் அமர்ந்து நூரைப்போல் அவருக்கு முன்போ, பின்போ வேறெந்த முகலாய அரசியும் காட்சி கொடுத்ததில்லை. அந்த விஸ்தாரமான மேடை முகப்புக்குக் கீழே குடிமக்கள் ஒன்றுகூடி அவருடைய நல் ஆரோக்கியத்துக்காகப் பிரார்த்திப்பார்கள். பேரரசியின் பார்வை தங்கள் மீது விழுவதை நற்குறியாக அவர்கள் கருதினார்கள். அதைவிடவும் முக்கியத்துவம் பெற்றது, பேரரசி அந்த மாடி முகப்பில் அமர்ந்து அதிகார முறையில் கூறுகிறவைகளை சமுதாயத்தின் மேற்குடியினர் பலரும் மேடை அமைப்புக்குக் கீழிருந்து கவனமாய் கேட்டிருந்தது தான்!

'கடைசியில், அரசர் பெயரளவிற்குத்தான் என்று கருதும்படி, அரசியாரின் அதிகாரம் எல்லை கடந்ததாயிற்று.'

'நூர்ஜஹான் பேகத்தை பெருமைப்படுத்தும் முறையில் ஆட்சி அதிகாரத்தை வழங்கிய அரசர், தம்மளவில் செயலற்று விட்டதை திரும்பத் திரும்ப உறுதிப்படுத்திவிட்டார்' என்கிறார் சமகாலத்திய வரலாற்றாளர் ஒருவர்.

ஒரு தலைமுறைக்கு முன்பு ஜஹாங்கீரின் தந்தை அக்பர், 'எல்லா அரசகுடும்பத்துப் பெண்களும் மனைவியர், மகள்கள், ஆசை நாயகிகள் உட்பட அந்தப்புரத்துச் சுவர்களுக்குப் பின்னே தனிமைப்படுத்தப்பட வேண்டும்' என்று உத்தரவு பிறப்பித்திருந்தார். அவர்களை 'முகத்திரையிட்டவர்கள்' என்று அழைத்தார் அவர். அக்பர் அப்படிக் கட்டுப்பாடு விதித்த முப்பது ஆண்டுகளுக்குப் பிறகு, ஆண்கள் மத்தியிலும் பொது இடங்களிலும் நூர்ஜஹான் காட்சியளித்திருக்கிறார். அதிகாரம் ஒரு புதுவகையில் தன்னைக் காட்சிப்படுத்திக் கொண்டது.

இந்தியாவின் புகழ்பெற்ற முகலாய வம்சத்தில் நாடாண்ட ஒரே பெண்மணி நூர்ஜஹான் மட்டுமே. அந்தக்காலத்தில், அந்த இடத்தில் அவர் எப்படி அதைச் செய்தார்? பேரரசியின் அசாதாரண வலிமைகளும் பேரரசரின் வருந்தத்தக்க பலவீனங்களும், பதினேழாம் நூற்றாண்டின் திருப்பங்களும், அவர்களுடைய காதலின் மகத்தான சக்தியும் ஒருங்கிணைந்து, நூர்ஜஹானின் ஆட்சியைச் சாத்தியமற்ற தாக்கக் கூடிய ஒரு நேரத்துக்கும், பழக்க வழக்கத்துக்கும் எப்படி எதிர்ப்பு காட்டியது?

* * *

தில்லிக்கு 150 மைல் வடக்கே இருக்கும் டேராடூனில், நான் படபடக்கும் ஒன்பது வயதில் இருந்தபோது நூர்ஜஹானை முதல் முதலாகச் சந்தித்தேன். என் இரண்டு தங்கைகளுக்கும் எனக்குமாய் ஏராளக் கதைகளைக் கைவசம் வைத்திருந்தார் என்னுடைய தாய். எனக்குக் கதைகள் நிரம்பப் பிடிக்கும். கோடை கால மாலைநேரங்களில் எங்களோடு விளையாடும் போதும், எங்கள் தலைக்கு எண்ணெயிடும் போதும், அல்லது எங்களைப் படுக்கையில் உறங்க வைக்கும் போதும் ஏன், நாள் முழுக்க வீட்டு வேலை செய்து தான் களைத்துச் சோர்ந்த நிலையிலும் கூட அவர் கதையொன்றைத் தேர்ந்தெடுத்து எங்களுக்குச் சொல்வார்.

ஒரு கிளி தன் எசமானுக்கு அறிவுரை சொன்னது, ஒரு நரி சில விவசாயிகளை முட்டாளாக்கியது. இப்படி என் தாய் சொல்லும் கதைகளில் சில மட்டும் விலங்குகளைப் பற்றியதாயிருக்கும். பெரும் பாலானவை வழக்கத்துக்கு மாறான பெண்கள் பற்றியதாக இருக்கும். இருந்தும் அந்தச் சமயத்தில் அதையெல்லாம் கவனத்தில் கொள்ள வில்லை. ஆங்கிலேய அரசை எதிர்த்துப் போரிட்ட வீரப்பெண்மணி ஜான்ஸிராணி, இங்கிலாந்து அரசி விக்டோரியா, இந்தியாவின் ரோமியோ ஜூலியட் என்னும்படியான ஹீர்ரஞ்சாவின் சாகாவரம் பெற்ற காதல் கதை, தன்னுடைய கணவன் சிவபெருமானுக்காகத் தவம் புரிந்த பார்வதி, இந்திய இதிகாசமான இராமாயணத்தின் முக்கியக் கதாபாத்திரமான சீதா இவர்களைப் பற்றியெல்லாம் அவள் மிகச் சிறந்த முறையில் மெச்சியுரைப்பார். புராணங்களின் அடிப் படையில் பல பாடல்களைப் பாடிக் காட்டுகிற எங்கள் தாய், அந்த வியப்பூட்டும் பெண்களைப் போல் நாங்களும் நடந்துகொள்ள வேண்டும் என்று அளவுக்கு மீறி குறும்புச் சேட்டைகள் செய்கிற போது எங்களுக்கு நினைவுபடுத்துவார். வார விடுமுறைகளில், கட்டு மானப் பொறியாளரான என்னுடைய தந்தை, செய்தித்தாளுக்குப் பின்னால் தம்மை மறைத்துக்கொண்டு பக்கவாட்டில் கவனமாய் கேட்பார்.

ஒரு மாலைப்பொழுதில் என் தாயும் நானும் 'கெய்ந்த்கித்தா' என்கிற விளையாட்டைத் தரையில் அமர்ந்து ஆடிக் கொண்டிருந்தோம். அது அமெரிக்க ஜாக் விளையாட்டு வகையைச் சேர்ந்தது. ஒரு சிறிய பந்தைக் கையால் தரையில் மோதி எழும்பச் செய்தபடி மற்றொரு கையால் ஐந்து சதுரப்பகடைகளை குறிப்பிட்ட முறையில் நகர்த்த வேண்டும். இந்த நகர்த்தல், உயர் வீசிய பந்து கீழிறங்குவதற்குள் நடந்து முடிந்துவிட வேண்டும். கெய்ந்த்கித்தா விளையாட்டுக்கு கவன ஒருமை முக்கியம். இருந்தும், ஏதோ சில நிலைகளில் எனக்கு சலிப்பு ஏற்பட்டுவிட்டது. 'எனக்குக் கதை சொல்லும்மா' என்றேன் என் தாயிடம். ஆனால், அவர் அதற்குமுன் நான் ஒருபோதும் கேட்டிராத கதையொன்றை எனக்குச் சொன்னார். அது பதினேழாம் நூற்றாண்டின் முகலாயப் பேரரசரான ஜஹாங்கீரின் மனைவி நூர்ஜஹானைப் பற்றிய கதை.

என் தாயார் அவரை மகராணி என்று அழைத்தார். அந்த நாளில் கேட்ட கதை விவரங்களில் சில நினைவில் வைத்துக் கொள்ள முடியாத அளவிற்கு தெளிவற்றதாகிவிட்டன. நூர்ஜஹான் தன் கணவருடன் (பேரரசர்) இணைந்து பேரரசை ஆண்டார் என்பது மட்டும் என் நினைவில் பசைபோல் ஒட்டிக் கொண்டு விட்டது. அவர் வழக்குகளைக் கேட்டு நீதி வழங்கினார். ஆபத்தான சூழல்களில் துணிவுடன் செயல்பட்டார். கவிதை எழுதினார், ஆடைகளை வடிவமைத்தார். தோட்டங்களையும், கட்டிடங்களையும் நேர்த்தியான வரைபடம் தயாரித்துக் கொண்டு உருவாக்கினார் என்பது போன்ற சங்கதிகளும் என் நினைவில் தங்கியிருக்கின்றன. அதையெல்லாம் சொல்லும் போது என் தாயின் கண்கள் இன்னமும் மின்னொளிக் கீற்றாய்ப் பளிச்சிடுகின்றன. நூரின் அருஞ்செயல்களும், கவர்ச்சித் தன்மையும் எனக்குள் பொறியாய் விழுந்து, கொழுந்து விட்டெரிகிறது. என் தாய் பல வீராங்கனைகளைப் பற்றிச் சொன்னதைவிட நூரைப் பற்றியது தான் வெகு இயல்பாய் என்னை உணரவைத்தது. படிப்பது போல் பாவனை செய்துகொண்டு, என் தாயின் கதைகளை ஒட்டுக்கேட்கும் என் தந்தையிடம் 'நான்தான் நூர்ஜஹான்' என்று நான் உறுதிபடத் தெரிவித்தேன். 'நீங்கள் ஜஹாங்கீர்' இப்படி நான் சொல்வதை அவர் சிரித்துக்கொண்டே கேட்பார். பல சந்தர்ப்பங்களில் மற்றவர்களிடம் சொல்லவும் செய்வார்.

ஏதோ ஒரு நிலையில், நூரின் கதையில் எனக்கிருந்த ஈர்ப்பு முகலாய உலகின் வரலாற்றின் மீதான காதலாக மாறிவிட்டது. குறிப்பாக முகலாயப் பெண்கள் பற்றிய சரிநுட்ப அறிவாக அது இருந்தது எனலாம். உரிய நேரத்தில் நான் பெண்ணிய வரலாற்றாளராகி விட்டேன். நவீனகாலத்துக்கு முந்தியும், நவீனகாலத் தொடக்கத்திலும்

இந்தியப் பெண்களின் சுதந்திரம் எந்த அளவுகளில் இருந்தது என்பதை ஆராய்ந்து இரண்டு நூல்களை நான் வெளியிட்டேன். அவை பெண்களின் வாழ்க்கைகள் பற்றிய மரபு வழியான கருத்து களுக்குச் சவால் விடுப்பதாய் இருந்தன. அதன் பிறகு நூர்ஜஹானின் வாழ்க்கை வரலாற்றை எழுதுவதற்கு நான் அழைக்கப்பட்டேன்.

இதோ தென்கிழக்கு ஆசியாவில் அது வீடுகளில் வழங்கப் படுகிற பெயராகிவிட்டது. நூர்ஜஹானை மையமாக வைத்து எட்டு திரைப்படங்கள், எண்ணற்ற மேடை நாடகங்கள், ஒரு இசைக்கூத்து, பல காதல் புதினங்கள் என்று உருவாக்கப்பட்டுவிட்டன. நூரின் கதைகளைத் திரும்பத் திரும்பச் சொல்கிற இந்திய, பாகிஸ்தானிய 'டூரிஸ்டு கைடு'களிடமும், முகலாயக் கல்லறைகளின் காப்பாளர் களிடமும், அந்தந்த இடங்களுக்கு வரும் உள்ளூர் வருகையாளர் களிடமும் காணப்படும் மகிழ்ச்சியை அங்கே பயணம் செய்கிற போது நீங்களும் கண்டுகொள்வீர்கள். இந்தப் புத்தகத்திற்கான ஆராய்ச்சியை நான் மேற்கொண்ட பொழுது, வாய் மொழி மரபைக் கூர்ந்து ஆராய்வதையே என்னுடைய முதல் கடமையாகக் கொண்டேன், பேரரசி நூரைப் பற்றி மக்களுக்கு மிகச்சரியாக என்ன தெரிந்திருக்கிறது என்பதை அறிந்துகொள்வதில் மிகத் தீவிரமாக இருந்தேன்.

ஒரு காலத்தில் முகலாயப் பேரரசின் ஒரு பகுதியாக இருந்த லாகூரில் (பாகிஸ்தான்) பட்டம் பெற்ற ஒரு உதவியாளரை நான் பணியில் அமர்த்திக் கொண்டேன். அவர் இருபது முதல் முப்பத்தி யைந்து வயதில் இருந்த முப்பது ஆண், பெண்களிடம் அவர் களுக்குப் பேரரசி நூரைப் பற்றி என்ன தெரியும் என்பதைக் கேட்டறிந்தார். அவர்களில் பலரும் நூர்-ஜஹாங்கீர் சந்திப்பு பற்றிய பிரபலமான ஒரு கதையையே ஆர்வமுடன் சொன்னார்கள். நான் ஆக்ராவிலும், தில்லியிலும் அதே ஒப்பீட்டளவில் சுற்றுலாப் பயணிகளிடமும், டூரிஸ்டு கைடுகளிடமும் வரலாற்றுத்துறை அறிவார்வலர்களிடமும் நேர்காணல் செய்தேன். அவர்கள் சொன்ன தெல்லாம் பத்தொன்பதாம் நூற்றாண்டின் உருது எழுத்தாளரும், விமர்சகருமான முகம்மது ஹுசேன் ஆசாத் எழுதி வெளியிட்ட மாற்றுவடிவத்தின் மீளுரையாகவே இருந்தது.

'தம்முடைய இளமையின் உச்சத்தில் பேரரசரான ஜஹாங்கீர் (அப்போது இளவரசர் சலீம்) பூங்காவில் உலவிக் கொண்டிருந்தார். தலைநகரின் புகழ்பெற்ற அங்காடி வீதியான மீனா பஜாரில் சற்று முன்பு அவர் இருந்திருந்தார். அரசகுடும்பத்தைச் சேர்ந்தவர்களும், பெருங்குடி மக்களும், அரும்பொருட்களை உலகெங்கிலும் இருந்து தருவித்து விற்கும் வியாபாரிகள் மத்தியில் சுற்றித்திரிகிற இடமது.

ஜஹாங்கீர் தம்முடைய கைகளில் விலைமதிப்பற்ற இரண்டு புறாக் களை வைத்திருந்தார். தம்முடைய கண்ணில் பட்ட ஒரு பூவை அவர் பறிக்க விரும்பினார். ஆனால், அவருடைய கைகள் தன்னி யக்கமுடையதாய் இருக்கவில்லை. அப்போது ஒரு இளம்பெண் அவரைத் தாண்டிச் சென்றாள். அந்தப் புறாக்களை வைத்திருக்கும் படி அவளிடம் கொடுத்துவிட்டு, அவர் பூவைப் பறிக்கத் திரும்பி னார். அவர் மறுபடியும் அவள் பக்கம் திரும்பியபொழுது அவளு டைய கையில் ஒரு புறா மட்டுமே இருப்பதைக் கண்டார். மற்றொன் றைப் பற்றி அவளிடம் அவர் கேட்டார். 'மாண்புடையீர், அது பறந்து போயிற்று' என்று அவள் பதிலளித்தாள். 'அது எப்படி நடந்தது?' என்று திகைப்புடன் கேட்டார் இளவரசர். அவள் தன்னுடைய கையை நீட்டி, பிடியைத் தளர்த்தி இன்னொரு புறாவையும் பறக்க விட்டாள். 'இப்படித்தான்' என்றாள் அவள். இளவரசர் வியப்பின் எல்லைக்கே போய்விட்டார், அவர் இழந்தது இரண்டு அருமையான புறாக்களை மட்டுமல்ல, அவருடைய இதயத்தையுந்தான்?

அந்த இளம் பாகிஸ்தானியர்களில் இருவர் மட்டுமே நூர் ஆட்சியதிகாரம் பெற்றிருந்த அரசி, திறமைமிக்க கவிதாயினி என் பதை அறிந்திருந்தனர். அவர்களும் புறாக் கதையில் தொடங்கி அரச குடும்ப காதல் விவகாரத்தைப் பேசலாயினர். இந்தியாவிலும் பாகிஸ் தானிலும் நாங்கள் பேசிப்பார்த்த எல்லாருமே பொதுவாகக் குறிப் பிட்டது நூர் பிறந்தது 1577இல், அவருடைய திருமணம் நடந்தது 1611இல் என்பதையுந்தான். அந்த இரண்டு நாட்களின் முக்கியத் துவத்தையும் சில சொற்களில் அவர்கள் விளக்கினர். 'அவர் காந்த ஹாருக்கு வெளியே ஒரு சாலைப்பக்கம் பிறந்தார். (காந்தஹார் இன்றைய ஆப்கானிஸ்தான்). அவருடைய கதியற்ற பெற்றோர்கள் ஈரானில் இருந்து இந்தியாவுக்குச் சென்று கொண்டிருந்தனர். அவர்கள் அவரைக் கைவிட்டுச் சென்றனர். பிற்பாடு அவர்களிடம் அவர் மீட்டளிக்கப்பட்டார். ஜஹாங்கீரும் நூர்ஜஹானும் மீனா பஜாரில் சந்தித்துக் கொண்டனர். அவரிடம் இளவரசர் காதல் வயப் பட்டார். அவர்கள் மணம் செய்து கொண்டனர்? பேரரசி பற்றிப் பரவலாக உள்ள படைப்புகள் யாவும் இந்த அரச குடும்பத்து காதல் கதையையே மையமாய்க் கொண்டவை. திரைப்படங்களிலும், நாடகங்களிலும், புதினங்களிலும் சாலையோரத்தில் நிகழ்ந்த நூரின் பிறப்பே பெரிதும் விரும்பப்படுகிற தொடக்கக் காட்சியாக உள்ளது. அவற்றுள் பலதும் நூர் தன்னுடைய சூழ்ச்சித் திறத்தைப் பயன் படுத்தி அந்தப்புரத்திலும், அரசவையிலும் செல்வாக்கு பெற்றதாய் விவரித்துக் களிப்படைகிறவை. நேர்காணலுக்கு உட்படுத்தப்பட்டவர் களின் மறுமொழிபோலவே ஏறக்குறைய இவை எல்லாமும் நூரின் திருமணத்தோடு நிறைவடைகிறவைதாம்.

தற்கால தெற்காசியர்கள் நூர் பற்றிய கதைகளில் பிரியம் காட்டி, எழுச்சியுற்று, பெருமிதத்துடன் ஆர்வமாய் ஏற்றுக் கொண்டிருந்தாலும் ஜஹாங்கீருடனான அவருடைய காதல்விவகாரத்துக்கு சிறப்பு முக்கியத்துவம் தருவதால் அவரைக் குறைவுபடுத்திக் காட்டும் முறையிலேயே அவரது சுயசரிதை சிதைக்கப்பட்டு விடுகிறது. சாதாரண மக்களின் சுவைக்கும், அறிவுநிலைக்கும் ஏற்பத் தயாரிக்கப் படுகிற கற்பனைகளில், அவருடைய வாழ்வின் மகத்தான காரியங்கள் தொடங்கும் அதே கணத்தில் கதை முடிந்துவிடுவது போல் தோன்று கிறது.

1614–1627 ஆண்டுகளுக்கு இடையிலான காலகட்டத்தில் நூர் தம் கணவருடன் கூட்டாக அரசு நிர்வாகத்தைக் கவனித்திருக்கிறார். அரசவையிலும், வாரிசுரிமை அரசியலிலும் அவர் எடுக்கிற முடிவே உறுதியாகவும் இறுதியாகவும் இருந்திருக்கிறது. சூழ்ச்சித் திட்டங் களை வகுப்பதிலும் அவர் வல்லவராக இருந்தார். கொடுமைப் படுத்தும் நிலப்பிரபுக்களிடம் இருந்து தம் குடிமக்களை அவர் காப்பாற்றியிருக்கிறார். சமூக நீதிக்குப் பரிந்து போராடுகிறவராகவும் அவர் இருந்தார். அவரது அரசியல் ஆளுமை உச்சநிலையில் இருந்த போது இளவரசர்களும், அரசவை உறுப்பினர்களும் அவருடைய அறிவுரையை நாடிப் பெற்றனர். அவருடைய அதிகாரத்துக்குக் கீழ்ப்படிந்தனர். அவர் கணவரின் நம்பிக்கைக்கு உகந்தவராக இருந்த தோடு, அவருடைய பிரியத்தை முழுமையாகப் பெறவும் செய்தார். 1626இல் ஆட்சிக்கு எதிராய் கலகம் செய்த ஒரு பெருங்குடிமகனால் ஜஹாங்கீர் சிறைபிடிக்கப்பட்ட பொழுது, நூர் அரசுப்படையுடன் சென்று அவரை மீட்டார். இந்தியக் குழந்தைகளும் பெரியவர்களும் விரும்பிப் படிக்கிற ‘அமர்சித்ரகதா’ என்கிற பிரபல படக்கதை இதழில் அந்த நிகழ்வை முன்னிலைப்படுத்தி நூரைப்பற்றிய இதழில் அட்டைப்படம் போட்டிருந்தார்கள். சிறைப்பட்டப் பேரரசரை விடுவிக்க போர் யானையின் இருபுறமும் கால் போட்டுக்கொண்டு நூர் களத்தில் போரிடும் காட்சி அதில் சித்தரிக்கப்பட்டுள்ளது. ஆனால், உள்ளே அவருடைய படைத்துறை சார்ந்ததும் அரசியல் சார்ந்ததுமான அருமுயற்சிகள் சுருக்கமாகவே இடம்பெற்றுள்ளன. சித்திரக்கதையின் பெரும்பகுதி ஜஹாங்கீருடன் நூருக்கிருந்த காதலையே விவரித்தது. உயர்நிலைப்பள்ளிப் பாடநூல்களில், நூரைப் பற்றி மிகச் சுருக்கமாகவே குறிப்பிடப்பட்டுள்ளது. அவரை ஒரு தலை வராகக் காட்டும் கருத்தார்ந்த வினைமுறையில் அவை எழுதப்பட வில்லை.

நூர் மணமாகி வந்த முகலாயக் குடும்பத்தில் வல்லமைமிக்க, புகழ்பெற்ற மூத்தபெண்மணிகள் இருந்திருக்கிறார்கள். தங்கள்

கருத்தைத் தெளிவாகவும் உறுதியாகவும் கூறுகிற அரசரின் மனைவியர், செல்வாக்கு மிக்க தாய்மார்கள், அத்தைகள் இவர்களின் கருத்துகளுக்கு முக்கியத்துவம் அளிக்கப்பட்டது. ஆனால் எந்தவொரு பெண்மணியும் பேரரசரின் ஆட்சியதிகாரத்தை வெளிப்படையாகவும், முழுமையாகவும் ஏற்றிருந்ததில்லை. இந்திராகாந்தி இந்தியாவின் முதல் பெண் பிரதமராக ஆவதற்கு 350 ஆண்டுகள் முன்பாய் இந்திய ஆட்சிக் கலையில் அத்தகைய உச்சநிலையில் இன்னொரு பெண்மணி இருந்திருக்கிறார்.

நூரின் சமகாலத்திய ஆண்கள் பலரும் அவரிடம் அச்சவுணர்வும், மதிப்பும் கொண்டிருந்தனர். அவர்கள் அரசியலிலும் பண்பாட்டிலும் எதையும் விரைவாகப் புரிந்துகொண்டு, மதிப்பிடும் ஆற்றல்படைத்தவராக அவரைக் கண்டு கொண்டார்கள். ஆனால், பழைமையில் ஊறிய ஆணாதிக்கச் சமூகத்துக்கு அவரை ஏற்பதில் சிரமம் இருந்தது. அவர் பெண்ணுக்குரிய இயல்புகளோடும், அதே சமயம் உச்ச உயர் அதிகாரத்தோடும் இருந்திருக்கிறார். அதற்கான செயல்முறை ஆதாரங்கள் இருந்தபோதும் பழைமைவாதிகள் அவரை ஏற்கத் தயங்கினர். சில மதிப்புரைஞர்கள் அவரைச் சூழ்ச்சித் திறம் கொண்டவராகவே பார்க்கிறார்கள். அவர் கண்டிக்கத்தக்க செயல்களுக்கு உடந்தையாக இருந்தவர் என்றே கருத்துரைக்கிறார்கள். அதிகாரத்தில் இருக்கும் இன்றைய பெண்களையும் அப்படித்தானே அவர்கள் சித்தரிக்கிறார்கள்.

ஜஹாங்கீரின் அரசவையில் பிரிட்டிஷ் அரசுப் பிரதிநிதியாக இருந்த தாமஸ் ரோ, நூரை தன்னலநோக்கில் ஒருவர் மீது செல்வாக்கு செலுத்துகிறவராகவும், விளங்காத புதிராகவுமே புரிந்து கொண்டிருந்தார். "ஜஹாங்கீரின் செயல்முறைகளை அறிவுரை கொண்டு வழிப்படுத்துகிறவராக ஒருபெண் இருந்திருக்கிறார். நீதிமன்றத்தில் முடிவு செய்யக்கூடியவைகளும், பொதுவிவகாரங்களும், அந்தப் பெண்மணியைச் சார்ந்திருக்கின்றன. எந்தக் கடவுளைவிடவும் அவர் நெருங்க இயலாதவர்" என்று அவர் குறிப்பிட்டிருக்கிறார். பிரிட்டிஷ் கிழக்கிந்தியக் கம்பெனியைச் சேர்ந்த பீட்டர் முண்டி என்பவர் (1630இல் ஆக்ராவுக்கு வருகையாளராய் சென்றவர்) "நூர் அகந்தை மிக்கவர், தன் முடிவுகளை மாற்றிக் கொள்ள மறுக்கிறவர்" என்று கூறுகிறார்.

ரோ, முண்டி போன்ற ஐரோப்பியர்கள் நூரை முழுமையாகப் புரிந்துகொள்ளாத நிலையில் திகைப்பிற்கு உள்ளானதாகவே தோன்றுகிறது. நூர் பிறப்பதற்கு இருபது ஆண்டுகளுக்கு முன் இங்கிலாந்தின் ராணியான முதலாம் எலிஸபெத்தைப்போல் நூர்ஜஹான் ஒரு சாம்ராஜ்யத்தை மரபுரிமையாகப் பெற்றுவிடவில்லை. தன்னுடைய

சொந்தத் திறமையில் அதிகாரத்துக்கு வந்தவர் அவர். அதை அவர்களால் இயல்பான ஒன்றாக ஏற்றுக் கொள்ள முடியவில்லை. ஆனால், கண்மூடித்தனமாய் காதல் கொண்ட பேரரசரின் மனதைக் கபடமாய் வென்றுவிட்ட ஒரு மனைவி என்ற அளவிலேயே அவர்களால் அவரைப் புரிந்துகொள்ள முடிந்தது.

1611இல் ஜஹாங்கீருடன் நடந்த நூரின் திருமணத்தை அவரது எழுச்சிக்கான வாய்ப்பாகக் கருதிய பலரும், நூருடைய வாழ்வின் ஒவ்வொரு கட்டத்தையும் பற்றி எண்ணற்ற கதைகளைப் புனைந்து விட்டனர். அவருடைய பிறப்பு, அவரது முதல் திருமணம், அந்தப்புர வாழ்க்கை, ஜஹாங்கீர் இளவரசராக இருந்தபோது அவருக்கு இருந்த காதல் விவகாரம் (ஆதாரமின்றிப் பேசப்பட்டது), அவர் ஜஹாங்கீரைச் சந்தித்து திருமணம் செய்து கொண்டது, தன் கணவரை ஆட்டி வைத்த அவரது ஆளுமைத்திறம் என்று எதையும் அவர்கள் விட்டுவைக்கவில்லை.

கதைகள் வெகு சீக்கிரமே உண்மையை மூடி மறைத்ததோடு, அவருடைய நிஜமான சொந்தவாழ்க்கையின் பெருமை, மதிப்பு, முக்கியத்துவம் இவற்றைக் கரைத்து விட்டன. பத்தொன்பதாம் நூற்றாண்டின் காலனியாதிக்க வரலாறுகளில் அரசகுடும்பக் காதல் விவகாரங்களைக் கதைபோல் விவரித்திருக்கிறார்கள். அவை நம்பமுடியாத அளவிற்கு மிகைப்படுத்தப்பட்டவை.

1960களிலும் 70களிலும் எழுதிய வரலாற்றாசிரியர்கள் ஏன், பெரிய இடைவெளிக்குப் பின் 1990களில் கூட வாழ்க்கை வரலாற்றுப் பாணியில் முதலாம் எலிசபெத் அல்லது இந்திராகாந்தி போன்ற சிறந்த ஆட்சியாளர்களுக்கு இணையாக உருவாக்கவே வெகுவாய் முயன்றிருக்கிறார்கள். துரதிர்ஷ்டவசமாக இவர்களால் கொடுக்க முடிந்தது நூர்ஜஹானின் வாழ்க்கை பற்றிய சுருக்கத் தொகுப்புகள் மட்டுமே. 'அவர் உத்தரவுகளைப் பிறப்பித்தார், தன்னுடைய பெயரில் நாணயங்களை அச்சிட்டார், ஆடைகளையும் தோட்டங்களையும் அவர் வடிவமைத்தார்' இப்படி முக்கியப் பகுதிகளைக் குறிக்கும் பெரிய புள்ளிகள் மாதிரி. உயிர்த்துடிப்புள்ள ஒரு பெண்ணிடம் இருந்து நாம் எதிர்பார்க்கக்கூடிய, தெளிவாக அறிந்துணரும் படியாய் ஒரு கோப உணர்வோ, விளையாட்டுத் தனமோ, ஜஹாங்கீருக்கு ஆதரவாக அவர் இருந்தார் என்பதோ, பேரரசருக்காக அவர் செலவிட்ட ஆற்றல் பற்றியோ அவருடைய சாமர்த்தியமான செயலாட்சி குறித்தோ, வெற்றி அதிகாரம் இவற்றைப் பெறுவதில் அவருக்கிருந்த ஆழ்ந்த விருப்பம் தொடர்பாகவோ எதுவும் சொல்லப்படவில்லை. அவருடைய பலவீனங்களும் பலங்களும் சொல்லாமல் விடப்பட்டன. தம்முடைய கணவரை உருவாக்க

வும் பாதுகாக்கவும் அதே போல் தனது அரசுரிமைக்காகவும் அவர் எப்படி போராடினார் என்பதும் கண்டுகொள்ளப்படவில்லை. முகலாய அரச குடும்ப வாழ்க்கையில் பெண்கள் முக்கியப் பங்களிப்பு செய்தது பற்றி இந்தச் சுயவரலாறுகளில் மிகச் சிறிய அளவிலேயே சொல்லப்பட்டிருக்கிறது.

இருபதாம் நூற்றாண்டின் பிற்பகுதியில் கூட ஆய்வாளர்கள் நூரின் வாழ்க்கை நிகழ்ச்சிகளை (அவரைப் பற்றிய மரபுவழிக் கதைகளையும்) உண்மைக்குப் புறம்பான வம்பளப்புகள் என்று இழிவுபடுத்துகின்றனர். அவரது அசாதாரண எழுச்சிக்கு அவருடைய திறமைகளைவிட காதலையே அவர்கள் காரணியாக்குகின்றனர். அவர்கள் ஜஹாங்கீரை மதுவில் மயங்கிக் கிடக்கிற, விரும்பிய விளைவை உண்டு பண்ண இயலாத அரசர் என்று நிராகரித்துவிட்டனர். அவருக்கு அழகியலிலும் (கலைகளில் காணப்படுவது), தத்துவ ஆராய்ச்சியிலுமே ஆர்வம் என்றும், அவர் போதைப் பொருள்களுக்கும் நூர்ஜஹானுக்கும் அடிமை என்றும் குறைத்துப் பேசியிருக்கின்றனர். தம் ஆட்சியதிகாரத்தை நூரிடம் ஒப்படைத்துவிட்டார் என்பதும் அவர்களுடைய கடுமையான விமர்சனம். ஆம், பேரரசர் ஒரு குடிகாரர்தான், அவர் அபின் பயன்படுத்தவும் செய்தார். அவர் இந்த மனைவியிடம் அபாரக் காதல் கொண்டிருந்தார் என்பதும் சரியே. அது காரணமாகவே நூர்ஜஹான் ஆட்சியாளரானார் என்று மதிப்பீடு செய்வதற்கில்லை.

இருபதாம் மற்றும் இருபத்தியோராம் நூற்றாண்டு அறிஞர்களுக்கிருந்த முக்கியப் பிரச்சனை, முகலாய உலகின் சமூக வாழ்க்கையைத் திட்டமாக உருவாக்க எந்த முன்மாதிரியும் அவர்களிடம் இருந்திருக்கவில்லை என்பதுதான். அவர்கள் முகலாய அந்தரங்க வாழ்க்கையை உருப்படுத்துவது எனக் கருதப்படும் அந்தப்புரம் பற்றிய மிகையான வர்ணனைகளையே வழிவழிச் சொத்தாகக் கொண்டிருக்கிறார்கள். பேரரசியின் உணர்ச்சிகளையும், பிரச்சனைகளையும் வெளிப்படுத்துகிற 1993ஆம் ஆண்டு சுயவரலாறு முகலாய அந்தப்புரம் பற்றி எடுத்துரைக்கும் கருத்து கீழ்க்கண்டவாறு:

‘முகலாயப் பெண்கள் ஒரு சமூகத்தில் கண்டடைகிற நற்பயனையும், மனநிறைவையும் அளிக்கிற இடம் அது. அங்கே மகிழ்ச்சிதான் ஒருவரோடொருவர் போட்டி போட்டுக்கொண்டு பெறுகிற பிரதான பண்டமாயிருந்தது. அரண்மனை வாழ்க்கையில் அவர்கள் துய்த்து மகிழ்வது அதிகம்... முகலாயக் குடும்பத்தின் பெரும் தொல்லையே மனவிருப்பத்துக்கு அடிபணிவதுதான். வரம்பு மீறிக் குடிப்பது, உண்பது, இச்சைக்குக் கீழ்ப்படிவது போன்ற தன்னடக்கமற்றச் செயல்கள் இருந்திருக்கின்றன. தனிப்பட்ட முறையில் மட்டுமல்ல பொது

வெளியிலும் அந்தப் பழக்கம் ஒரு சாபக்கேடு... ஜஹாங்கீரின் அந்தப்புரம் உணர்ச்சியூக்கம் பொங்குகிற, அமளி செய்கிற இடமாகவே இருந்திருக்கிறது. சுற்றி வளைத்திருக்கும் அத்தனைச் சுவர்களுக்கும் மாறாகப் பிறரை ஆட்படுத்தும் நூர்ஜஹானின் வலிமை பயனுள்ள விதத்திலேயே செயல்பட்டிருக்கிறது.

தம் உயர்வுக்கான, நூரின் இரகசியத் திட்டங்கள் சிக்கலானவை. மரபு வழிக் கதைகளும், பொதுவாக ஏற்றுக் கொள்ளப்பட்டிருக்கும் அறிஞர்களின் ஆக்கங்களும் அவருடைய கதையை முழுமையாகச் சொல்லிவிடவில்லை என்றே நான் கருதுகிறேன்.

மிகக் கவனமுடன் மதிப்பிடப்பட்ட, அசாதாரணமான ஆதாரங்களைப் பயன்படுத்தி, மீண்டும் மீண்டும் எழுகிற இரண்டு கேள்விகளுக்குப் பொருத்தமான பதில்களை நான் வழங்கியிருக்கிறேன். ‘அவர் எதற்காக அதைச் செய்தார்?’ நூர்ஜஹானைப் பற்றிப் பேசுகிறபோதோ, கற்பிக்கிற போதோ இந்தக் கேள்வி ஒவ்வொரு முறையும் என்னை நோக்கிக் கேட்கப்பட்டிருக்கிறது. தகவல் பெறுவதற்காகவோ, ஐயத்தை வெளிப்படுத்துவதற்காகவோ கேட்கப்படும் இந்தக் கேள்வி நான்கு நூற்றாண்டுகளுக்கு முன்பே அடிக்கடி கேட்கப்பட்டதுதான். ஒரு பெண்ணின் மேலாதிக்கத்தில் உண்டான குழப்பம். ‘இந்தியாவில் அது எப்படி நடந்தது அப்போது?’ மாணவர்கள், மேற்கிலும் கிழக்கிலும் நான் நிகழ்த்திய உரையைக் கேட்டிருந்த அவையோர்கள், தனிப்பட்ட முறையில் விவாதித்த நண்பர்கள், ஒரு உணவு விடுதியில் எனக்காகக் காத்திருந்த இளநிலைப் பட்டதாரி ஒருவர் என்று பலரும் எழுப்பிய கேள்வியது. ஏழாம் நூற்றாண்டு முகலாய வம்சத்தைச் சேர்ந்த ஒரு பெண் ஆற்றலுடன் மேலெழுந்ததை அகக் காட்சியில் காண்பது அவர்களுக்குக் கடினமாயிருந்தது.

ஆனால், கடந்தகாலங்களில் நிலவிய பொதுக் கருத்து இன்றைவிட வெளித் தெரியாது உள்ளடக்கி வைக்கப்பட்டிருந்தது, அறிவுத் தெளிவற்றது என்பது தவறான மதிப்பீடு. பதினேழாம் நூற்றாண்டின் இந்தியா, இந்துஸ்தானம் என்று அழைக்கப்பட்ட பேரரசு பெர்ஸியர்களுக்கும், அராபியர்களுக்கும் சிந்துநதிக்கும் அப்பால் உள்ள பிரதேசமாக பல்வேறு மதங்களையும் சிந்தனைகளையும் கொண்ட, வெளிப்படையான ஒரு நாடாகவே தெரிந்திருக்கிறது. அக்பர், தம்முடைய ஆட்சிக்காலத்தில் கூடிவாழும் சமுதாயப் பண்பை ஆற்றல் மிக்க விதத்தில் நிலை கொள்ளச் செய்திருந்தார்.

பலவகைப் பழக்க வழக்கங்களும், கருத்துகளும், நம்பிக்கைகளும் கொண்ட (பன்மைக் கலாச்சார) அக்பரின் இந்தியாவில் நீங்கள் ஒரு ஷியா அல்லது சன்னிபிரிவு முஸ்லீமாக இருக்கலாம். இருப்பினும் சூஃபி மறைஞானத்தின் தேர்ந்தெடுக்கப்பட்ட (சிலருக்கு

மட்டுமேயான) செய்திகளை அல்லது தன்னொழுக்க முறைகளில் கண்டிப்பாயிருக்கும் இந்துத் துறவு நிலையை எண்ணிவியக்கலாம். இயேசுவின் வாழ்க்கை பற்றி *ஜெஸுயிட்ஸ்களிடம் வினா எழுப்ப லாம். அல்லது தேகசுகங்கள் பற்றிப் பேசி ஒரு இளந்துறவியைச் சீண்டலாம். முஸ்லீம் பிரிவைச் சேர்ந்த நூர்ஜஹான், சன்னிபிரிவைச் சேர்ந்த அரசரை மணந்தார் என்பதும், அந்த அரசரின் தாய் ஒரு இந்து என்பதும், அந்த அரசருக்கு இந்து முஸ்லீம் மனைவியரும், ஆசை நாயகியரும் இருந்தனர் என்பதும் இங்கே குறிப்பிடத்தக்கது.

முகலாய வாழ்க்கையில் எல்லாமே நலம் விளைவிப்பதாய், அன்பிற்குரியதாய் இருந்திருக்கவில்லை என்பது உறுதி. கொடுங் கோல் ஆட்சியுடன், இரக்கமற்ற வன்செயல்களும் சேர்ந்து குடி மக்களை அச்சத்தில் நடுங்க வைத்தது எனலாம். உதாரணமாக, இளைஞராயிருந்த பேரரசர் அக்பர் ஆட்சிக்கு எதிராகக் கலகம் செய்த உடன்பிறவாச் சகோதரன் ஒருவனைக் கட்டிடமொன்றில் இருந்து வீசி எறிந்தார். 1573இல் குஜராத்தை சுல்தானின் ஆளுகைக் குட்பட்ட இடத்தை வென்று தம்முடைய பேரரசுடன் இணைத்துக் கொண்டார். ஒரு வருடத்துக்குப் பிறகு, அங்கே நடந்த கலகத்தை அடக்கிய பின்னர், களத்தில் விழுந்துபட்ட கலகக்காரர்கள் ஆயிரம் பேரின் தலைகளைக் கொண்டு ஒரு தூபியை (உயரமான ஒடுங்கிய கோபுரம்) இன்னொரு கிளர்ச்சிக்கு எதிரான எச்சரிக்கையாக எழுப்பச் செய்தார் அவர்.

ஆனால் அக்பரின் பொதுப்படையான சகிப்புத்தன்மை ஜஹாங் கீரும் நூர்ஜஹானும் உருவாக்கிய புதுப்பாணியிலான இறை யாண்மை இயலுமாறு செய்தது. நூர் ஆட்சி நடத்துகிறவரானார். அக்பர்தான், நேர்த்தியான மாளிகை அமைத்து, பெண்களை அதில் (அந்தப்புரம்) தனிமைப்படுத்தி வைத்த முதல் முகலாயப் பேரரசர் ஆவார்.

அக்பரின் வெளிப்படைத் தன்மை கொண்ட கொள்கைகள்தாம் நூரின் வளர்ச்சிக்கு இடமளித்தது. நூருக்கு நெருக்கமாயிருந்தவர் களின் ஆளுமைகளும், சந்தர்ப்பச் சூழ்நிலைகளும், வழக்கம் மீறிய அவருடைய உயர்வுக்கு அவரை வடிவமைத்து உதவின. அவர் அதிகாரத்தைக் கையிலெடுக்க ஜஹாங்கீரின் பலங்களும் பலவீனங் களுமே வகை செய்தது. ஆம், தம் மனைவி மீது அவருக்கிருந்த அள வற்ற பிரியமும், மதிப்புணர்வும் அவருடைய அதிகாரத்தை உறுதிப் படுத்தியது. நிச்சயமாக அரசகுடும்பத்துக் காதலை விளை பயனற்ற தாக்குகிற எண்ணம் எனக்கில்லை. நூரும், ஜஹாங்கீரும் தங்கள்

* ஜெஸுயிட்ஸ்: பதினாறாம் நூற்றாண்டில் இக்னேஷியஸ் லயோலா என்பவரால் நிறுவப்பட்ட இயேசு நாதர் சங்கத்தின் உறுப்பினர்கள்.

காதலின் உரிமையை முயற்சியால் வென்றடைந்தார்கள். ஆனால், மற்ற ஆக்கக் கூறுகளும் அதைப் போலவே முக்கியமானவைதாம், சொல்லப் போனால் அதைவிடவும் அவை முக்கியமானவையாய் இருந்திருக்கக் கூடும்.

நூரின் பெற்றோர்கள் அறிவுத் தெளிவுடைய பெருங்குடி மக்களாவர். தங்கள் மகளுக்குக் கல்வி கற்பிக்க அவர்கள் பட்ட துன்பங்கள் பலவாகும். ஜஹாங்கீரின் அந்தப்புரத்தில், தன்னுடைய கல்வியறிவை நூர் மேலும் வளர்த்துக் கொண்டார். அங்கே மூத்த பெண்மணிகளின் அறிவுரையையும், துணையாதரவையும் அவர் பெற்றார். அங்கே வாழ்க்கை முழுநிறைவாக இருந்தது. அங்குள்ள குலத் தலைவிகள் அரசியல் சார்ந்த வகையில் மனிதர்களையும் சூழ்நிலைகளையும் சீர்தூக்கிக் காண்பதில் திறனுடையவர்களாக இருந்தனர். அவருடைய (நூர்) தலைமைக்கான திறன்கள் மிகுந்த ஆழமும் அகலமும் உடையதாய் விரிவு பெற்றன. ஜஹாங்கீர், முதலாம் முகலாயப் பேரரசரான பாபரின் சுற்றித்திரியும் வாழ்க்கை முறையை உவகையுடன் வியந்து போற்றுகிறவர், அதே முறையைத் தாமும் பின்பற்றுகிறவர். ஒரு அரசர் தம்முடைய ஆளுகைக்குட் பட்ட நிலப்பரப்பு முழுதிலும் இடையறாது அங்குமிங்கும் போய்க் கொண்டேயிருக்க வேண்டும், கருத்தூன்றிக் கவனிப்பது, ஒருவரோடு ஒருவர் தொடர்பு கொள்வது, குறிப்புரைகள் தயாரிப்பது, சூழலைக் கவனமுடன் மதிப்பீடு செய்வது என்று இயக்கத்தில் இருக்க வேண்டும், 1611–1627 ஆண்டுகளுக்கு இடைப்பட்ட காலத்தில் அவருடன் நூரும் பயணம் சென்றிருக்கிறார். இடம்விட்டு இடம் பயணம் செய்யும் வாழ்க்கையில் ஜஹாங்கீருக்கு இருந்த பெரு விருப்பம், நூருக்கும் முகலாயக் குடும்பத்தின் மற்ற பெண்களுக்கும் கூடுதல் தனியுரிமைகள் கிடைத்ததைக் குறிப்பதாய்க் கொள்ளலாம். அக்பர் காலத்தில் தாழ்நிலையில் வைக்கப்பட்ட அவர்கள், தற்போது நெடிதுயர்ந்த சுவர்களுடன் கூடிய குடியிருப்புப் பகுதிகளில் இருந்து வெளிப்பட்டு, வரையறுக்கப்படாத வெளியுலகிற்கு வந்தார்கள். அரசர் முகாமிடும் இடங்களில், அந்தப்புரத்தில் உள்ளவர்களுக்கென பிரத்யேகக் கூடாரங்கள் அமைக்கப்பட்டன. அங்கே அந்தப் பெண்களின் உடலும், மனதும் அவர்கள் விருப்பம் போல் தடையின்றிச் செயல்பட முடிந்தது.

நூரின் கூட்டு அதிகாரத்துக்கு வகை செய்த காரணங்களில் ஜஹாங்கீரின் அலைந்து திரியும் போக்கும் ஒன்று எனலாம். அவருடைய மனைவியின் நிர்வாகப் பொறுப்பை அதிகரித்ததன் மூலம், தம்மை அரசுக்கடமைகளில் இருந்து அவர் விடுவித்துக் கொண்டு இயற்கை, புவியியல், கலை, தத்துவம் இவற்றில் தமக்கிருந்த ஆர்வத்

தைத் தொடர்ந்தார். உரிமைப்படி இன்னும் அவர் அரசர் தான். ஆனால் அவருடைய ஏற்பாடு நூரின் அதிகாரத்தை மேலும் அதிகரித்தது.

தாமஸ் ரோ இப்படிக் குறிப்பிட்டிருக்கிறார்:

> 'நான், இந்தச் சுற்றித் திரியும் அரசருடன் காடுகளையும், மலைகளையும் கடந்து, அவரைப் பின்தொடர்ந்தேன். முற்றிலும் பழக்கப்படாத மனிதர்கள், பயன்படுத்தியிராத வழிகள்... மதிப்புணர்வற்ற முறையில் அவருடைய பெயரும் அவருடைய மனைவியின் பெயரும் நிந்திக்கப்பட்டது. அவரது செயல்கள் அனைத்தும் மனைவியின் பெயரிலேயே நடந்தேறியது. ஒரு பெண் சுட்டிக்காட்டும் திசையில் போய்க் கொண்டிருக்கும் அவரால் எங்கேயும் நீண்ட நாள் தங்க முடியாது என்றே நான் அஞ்சுகிறேன்?
>
> ஒருவேளை நட்சத்திரங்கள் இணைவரிசையில் இருக்குமாறு ஒழுங்கமைவு செய்யப்பட்டு அது நடந்திருக்குமோ என்னவோ. நூர் மற்றும் ஜஹாங்கீரின் உலகில் மனித வாழ்க்கை கிரக சஞ்சாரத்தோடும், விண்ணுலகிற்குரிய பொருள்களோடும் பிணைக்கப்பட்டு அவற்றின் கட்டுப்பாட்டில் இயங்குவதாகவே இருக்கும். அரச குடும்பத்தினரைப் போலவே, சராசரி மக்களும் அருட்பணி போதகர்களையும் நட்சத்திரங்களையும் ஆலோசித்துக் கொண்டார்கள். பயணம் போவதற்கும், திருமணம் நடத்தவும், குழந்தைக்குப் பெயர் சூட்டவும் நிமித்தம் பார்த்தார்கள்.
>
> மறை ஞானிகளும், கனவுக்குப் பொருள் கூறுகிறவர்களும், அருட்பணி போதகர்களும், சோதிடர்களும் நூரின் உலகத்தை வடிவமைத்தார்கள். அவர் பிறந்த கணத்தில் இருந்தே, அந்த வாக்குரைக்கும் நபர்களின் கூற்றுப்படி, கிரகங்களின் சேர்க்கை அவருக்குச் சார்பாக இருந்திருக்கும் என்றே தோன்றுகிறது.

2

வியக்கத்தக்க ஒரு பெண்

1577ஆம் ஆண்டின் இலையுதிர் காலத்திலும் குளிர்காலத்திலும் ஒரு பெரிய வால்நட்சத்திரம் அச்சத்தை உண்டுபண்ணும்படியாய், பூமிக்குச் சமீபமாய் கடந்து சென்றது. வானவியல் வல்லுநர்களும், சோதிடர்களும், தத்துவமேதைகளும், அரசர்களும் (ஐரோப்பா, ஆசியா உட்பட) ஏன் முகலாய சக்ரவர்த்தி அக்பரும் கூட மந்திரத் தால் கட்டுண்டதுபோல் இருந்தனர். தனிச்சிறப்புடைய டேனிஷ் நாட்டு வானியல் ஆய்வாளரான டைகோப்ராஹே அதன் பாதை யைத் துல்லியமாகக் கணக்கிட்டிருந்தார். அவருடைய அளவீடுகளை யும், ஆய்வு முடிவுகளையும் அவரது மாணவரான ஜோஹன்னஸ் கெப்ளர் பிற்பாடு பயன்படுத்தி, 'கோளங்களின் இயக்கவிதி'யை உருவாக்கினார்.

எதையும் அறிந்துகொள்ளும் ஆர்வமும், புதிய கருத்துகளை வரவேற்றுக் கொள்ளும் மனமும் உடையவரான அக்பர் அப்போது முப்பத்தியைந்து வயதில் இருந்தார். தம்முடைய இருபத்தியோராவது ஆட்சியாண்டில் 'ஸுஸனாப்' என்கிற வால் நட்சத்திரம் இந்திய வான்வெளியில் தெரியக் கண்டார். அது பகலிலும் காணக் கூடிய பிரகாசத்துடன் இருந்தது. ஐரோப்பியர்களால் 'பேரளவிலான வால்நட்சத்திரம்', என்று அழைக்கப்பட்ட அந்த வானுலகப் பிழம் புருவைப் பற்றி காரசாரமான விவாதம் அப்போதைய முகலாய தலைநகரமான ஃபதேபூர்–சிக்ரியில் நடந்து கொண்டிருந்தது. 'ஸுஸனாப்' (வால்நட்சத்திரம்) பின்வடிவம், தோற்றம், அதன் பயணம் ஏற்படுத்தக் கூடிய விளைவுகள் பற்றி அக்பர் சோதிடர்களை அழைத்து கருத்து கேட்டுக் கொண்டிருந்தார்.

புராதன இந்திய வானியல் நூல்கள் நூறு வகை வால் நட்சத் திரங்களுக்கு மேல் இருப்பதாக விவரித்திருக்கின்றன. அவற்றுள் சில வற்றுக்கு வால்கள் உண்டு, மற்றவைகளுக்கு அவற்றின் தலைப் பகுதி யில் ஒளிக்கற்றைகள் தனியே உண்டு.

வால்நட்சத்திரங்கள் நாடுகளைக் கடந்து செல்கிறபோது அங்கங்கே நிகழவிருக்கிற நல்லது கெட்டதுகளின் அறிகுறிகளைக் காட்டிச் செல்லும், அக்பரின் அரசாங்க சோதிடரான ஜோதிக்ராய் அந்த வால்நட்சத்திரமானது திபெத், மேற்கு சீனம், ஃபர்கனா (உஸ் பெக்கிஸ்தானின் சிறுநாடு), வடபெர்ஸிய மாநிலமான குரானின், நவீன கால ஈரான் இவற்றின் வழியே பயணிப்பதாகவும், எண்பத்தி யைந்து நாட்களுக்குக் காணக்கூடியதாய் இருக்கும் என்றும் தெரிவித் தார். அந்த நாடுகளில் வால்நட்சத்திரம் கடும் இடர்ப்பாடுகளை ஏற்படுத்தக் கூடும் என்றும் ஜோதிக்ராய் தெரிவித்தார். ஜோதிடரின் முன்னறிவிப்புகள் புத்தாண்டின் தொடக்கத்திலேயே உறுதியாகி விட்டது. நம்பிக்கைக்குரிய வருகையாளர்கள் அக்பரிடம் வந்து, பெர்ஸிய அரசர் ஷா தஹ்மஸ்ப் இறந்துவிட்டதாகவும், அவருடைய நாடு பொருளாதார சிக்கல்களிலும், வன்முறையை உள்ளடக்கிய அரசியல் மாற்றங்களிலும் துன்புறுவதாக அவர்கள் கூறினர்.

அக்பருக்கு ஒன்று மட்டும் தெரிந்திருக்கவில்லை. வால் நட்சத்திரம் காட்டிச் சென்ற மற்றொரு முக்கிய நிகழ்வு பற்றிய அறிகுறி. அது அவருடைய பேரரசின் தலைவிதியை ஒருநாள் பாதிக்கப் போகிறது என்பதே. தற்போது ஆப்கானிஸ்தான் என்று அறியப்படும் காந்தஹார் அரசுக்கு வெளியே உள்ள சாலையில் மக்களை ஒடுக்கி வைத்திருக்கும் பெர்ஸியாவை விட்டு வெளியேறி அக்பரின் பேரரசுக்குப் புறப்பட்டுச் செல்கிற ஒரு தம்பதிக்கு பெண் குழந்தை ஒன்று பிறந்தது. அரசியல் மற்றும் மதம் சார்ந்த வகையில் தங்களுடைய பரந்த நோக்கிற்கு ஏற்ற இடம் அக்பரின் அரசு என்றே அவர்கள் நம்பினார்கள். 'சில்க் ரோடு' என்று அழைக்கப்படும் பாதையில் அவர்கள் போய்க் கொண்டிருந்தார்கள். 'சில்க் ரோடு' கிழக்கையும் மேற்கையும் இணைக்கும் வணிகப்பாதைகளில் ஒன்று. இந்தியாவிற்கு கூட்டமாய்ச் செல்லும் நாடோடிகளின் கவிகை வண்டிகளில் ஒன்றாக அவர்களுடைய வண்டியும் இருந்தது.

எங்கே கோள்களும், கிரணங்களும், இராசி மண்டலமும் ஒருவரு டைய குணநலனுக்கும், மனோபாவங்களுக்கும் காரணமாகிறது என்று மக்கள் நம்புகிறார்களோ அங்கே அந்தக் குழந்தை வந்து சேர்ந்தது. தங்கள் குழந்தைக்கு மெஹருன்னிஸா என்று அவர்கள் பெயரிட்டனர், பெண்களில் சூரியன் என்று பொருள்.

மெஹரைக் கருவில் தாங்கியிருந்த அஸ்மத் பேகமும் கணவர் கியாஸ்பெக்கும் *ஹிராத்தை (பெர்ஸியாவின் குராஸன் மாநிலத் தலைநகரம்) விட்டுப் புறப்படும்போது அந்த வால்நட்சத்திரம் தலைக்குமேல் பிரகாசித்துக் கொண்டிருந்தது. அவர்கள் இருவருமே

* ஹிராத் : பல வியாபாரத் தலங்களின் நடுவாக அமைந்த வர்த்தக மையம்.

உயர்சமுதாயப் பிரிவைச் சேர்ந்தவர்கள், ஆளும் வர்க்கத்தினர் என்றாலும் பெருந்தன்மை வாய்ந்தவர்கள். ஆனால் பெர்ஸியாவில் அப்போது பெருந்தன்மை வள்ளல் தன்மை என்பதெல்லாம் மறைந்துவிட்டிருந்தன. மக்கள் பல நேரங்களில் அடிப்படை வாதம் என்கிற சிக்கலைச் சமாளிக்க வேண்டிய நிலையில் இருந்தார்கள். கியாஸ் இருபத்திரண்டு வயது இளைஞர், சீரமைவான தோற்றத்தில் கனிவும் அமைதியும் நிரம்பிய பழுப்பு நிறக் கண்களுடன் இருந்தார். அவர் மதிநுட்பமும், புதிய சிந்தனைகளை வரவேற்றுக் கொள்ளும் பரந்த மனப்பான்மையும் உடையவர். அவரிடம் வியக்கத்தக்க முறையில் கடிதங்களை எழுதும் திறன் இருந்தது. அவருக்குக் கவிதைமீது அபாரக் காதல், வரலாற்று உரைநடையும் அவருக்குப் பிடித்தமானது தான். அவருக்கும் அவருடைய மனைவி அஸ்மத்துக்கும் முன்பே இரண்டு மகன்களும் ஒரு மகளும் உண்டு. பிந்தைய முகலாய ஆவணங்கள் அஸ்மத்தை ஒரு ஆர்வமும், மனஉறுதியும், துணிவும் நிரம்பிய பெண்மணி என்று விவரித்திருக்கின்றன.

இந்தியாவில் அந்தத் தம்பதிகள் கதிரவனும், நிலவும் போல் இருந்தார்கள். அவர்கள் ஆன்மீக வழிகாட்டிகளாய்த் திகழ்ந்தவர்கள். அக்பரின் மகனுடைய அரசில் கியாஸ் அதிகாரம் மிக்கப் பதவியில் இருந்தார். முகலாய அரசர்களில் முதல் ஆறுபேர் தலைசிறந்தவர்களாய் மதிக்கப்பட்டனர். அக்பரின் மகனான ஜஹாங்கீர் தம்முடைய நம்பிக்கைக்குரியவரும் நிதியமைச்சருமான கியாஸை மிகத் திறமையானவர், தாராள மனப்பான்மை உடையவர், நேர்மையாளர் என்று பெரிதும் பாராட்டுவார். அவருக்கு 'இதிமாத் உத்தௌலா' என்ற விருதும் வழங்கிக் கவுரவித்தார். 'அரசின் வலிமை வாய்ந்த தூண்' என்ற பொருளில் அமைந்த விருது அது. ஆனால் கியாஸ் தம்முடைய மனைவி அஸ்மத்துடன் பெர்ஸியாவை விட்டுப் புறப்பட்டபோது அவர்களுடைய எதிர்காலம் நிச்சயமற்றதாக இருந்தது.

இன்னதென்று கூற முடியாத பல இடர்ப்பாடுகளின் நிர்ப்பந்தத்தில் அவர்கள் அங்கிருந்து புறப்பட வேண்டியதாயிற்று. காலவரிசையில் நிகழ்வுகளைத் தொகுத்த கஃபிகான் என்கிற இஸ்லாமியர் இப்படிக் குறிப்பிட்டிருக்கிறார்: 'தம்முடைய தந்தையின் இறப்பிற்கு பிறகு, துரதிர்ஷ்டவசமான சந்தர்ப்பச் சூழ்நிலைகளால், கியாஸ் ஒரு அகதியைப் போல் இந்தியாவுக்குப் பயணமானார்' என்று. அந்தத் துரதிர்ஷ்டவசமான சந்தர்ப்பங்கள் பற்றி யாரும் உறுதியாய்ச் சொல்வதற்கில்லை. ஆனால், அதற்கு நம்பத்தகுந்த காரணங்கள் இருந்தன என்று வரலாற்றுச் சான்றுகள் தெரிவிக்கின்றன.

கியாஸ் அவர்களுடைய தந்தை 1576இல் இறந்து விட்டார். அதே ஆண்டில் யாரிடம் கியாஸ் உயர் முக்கியத்துவம் வாய்ந்த

வரிவசூல் அதிகாரியாகப் பணியாற்றினாரோ அந்த தமஸ்ப்பும் இறந்து போய்விட்டார். வெகுநாளைக்குப் பின் எழுதப்பட்ட வரலாறுகளில் தம்முடைய தந்தையின் நிதி ஆதரவு இல்லாத அந்த இளைஞர் கடன்காரரானார் என்று குறிப்பிடப்பட்டிருக்கிறது.

தமஸ்ப்பின் அரச குடும்பத்தின் பாதுகாப்பும் இல்லாமல் போனதால், புது ஷாவின் வெறுப்புணர்வு வெளிப்பாடுகளை சுயசிந்தனையாளரான கியாஸினால் சகித்துக் கொள்ள முடிய வில்லை. இரண்டாம் இஸ்மாயில் தமது தந்தை தமஸ்ப்பின்னால் சிறையில் அடைக்கப்பட்டிருந்தவர், கொல்வதற்கு சதி செய்து அதில் வெற்றி கண்டார். ஆனால் ஆட்சியதிகாரத்தில் ரொம்ப நாள் நீடிக்கவில்லை. கியாஸ் பெர்ஸியாவை விட்டு வெளியேறிய கொஞ்ச நாளிலேயே அதிகாரப் போட்டியில் எதிரிகளால் விஷம் வைத்துக் கொல்லப்பட்டார்.

தமஸ்ப்பின் ஐம்பத்தியிரண்டு ஆட்சியாண்டுகளில் *பன்மை வாதமும், இணக்கமாய் கூடிவாழ்வதும் குறிப்பிட்ட அளவுக்கு ஆதரவளித்துக் காப்பாற்றப்பட்டது. இரண்டாம் இஸ்மாயில் ஷா காலத்திலோ அதிகார வர்க்கம் மாற்றத்தை விரும்பாததாய், எதற்கும் வளைந்து கொடுக்காததாய் இருந்தது. கியாஸின் சார்புகளோ கடுமையற்றதாகவும், அறிவுக்கு ஏற்புடையதாகவும் இருந்தன. கடனோ, கடனில்லையோ தம்முடைய வாழ்க்கை ஆபத்தில் இருப்பதை அவர் நடுநிலையில் இருந்து சிந்தித்துக் கொண்டார்.

பெர்ஸிய சஃபாவித் வம்சத்தினர் ஆண்ட முதல் முந்நூறு ஆண்டுகளில் **பல் வகைமை ஏற்கப்பட்டிருந்தது தெளிவாகத் தெரிகிறது. இந்த சஃபாவித் வம்சம் பதின்மூன்றாம் நூற்றாண்டு சூஃபிகள் வரிசை முறையில் வந்ததாகும். அவர்கள் சகிப்புத் தன்மை யுள்ள மறைஞானிகள். அந்த வரிசையில் வந்த அரசர்கள் சன்னி மற்றும் ஷியா முஸ்லீம்கள், துருக்கிய பழங்குடியினர், அர்மீனியர்கள், கிறித்துவர்கள் என்று பல்வேறு சமயத்தைச் சேர்ந்தவர்களையும் மதித்து நடத்தினர்.

சஃபாவித் வம்சத்தினர் படிப்படியாக ஏற்புத் தன்மை குறைந்து, தாக்கியல்பு உடையவராயினர். பதினாறாம் நூற்றாண்டின் முதல் இருபதாண்டுகாலம் ஆட்சி செய்த முதலாம் ஷா இஸ்மாயில் தம்மை தெய்வீகமானவர் என்றும், தாம் அண்ணல் முகம்மதுவின் உரிமை மிகு வாரிசு என்றும் அறிவித்துக் கொண்டார். ஷியா மதப்பிரிவுதான் சட்டபூர்வ அடிப்படை கொண்டது என்று நிறுவியதோடு, சன்னி

---

* பன்மைவாதம் : எல்லாவற்றிற்கும் முடிவில் ஒன்றுக்கும் மேற்பட்ட பொருள்கள் இருக்கின்றன என்பதை ஏற்றுக் கொள்ளும் தத்துவம்.

** பல்வகைமை : ஒன்றுக்கொன்று வெவ்வேறு தன்மை உடையதாயிருத்தல்.

மதப்பிரிவு பேரமைப்புகளை அடியோடு துடைத்துப் போடவும் செய்தார். சன்னி பிரிவின் குருமார்கள் எல்லாரும் ஒன்று கொலை செய்யப்பட்டனர் அல்லது நாடு கடத்தப்பட்டனர். இசைக்கருவி வாசிக்கிற எவருடைய கையையும் அவர் துண்டிக்கச் செய்தார். தம்முடைய செயல்களை நியாயப்படுத்தவும், சட்டபூர்வமாக்கவும் அவர் தயங்கவில்லை.

முதலாம் இஸ்மாயிலின் சஃபாவித் அரசு, ஷியா முறையன்றி வேறு எந்தச் சமய நடைமுறைக்கு யார் ஆதரவாக இருந்தாலும் அவர்களைத் தனிக் கவனத்துடன் நடத்தி வந்தது. அவர்கள் பொது இடத்தில் வைத்து உடல்சார்ந்த வகையில் துன்புறுத்தப்பட்டார்கள். அல்லது சிறையோ மரணமோ அவர்களுக்குக் காத்திருந்தது. கடவுளு டனான நேரடி அனுபவத்தை வலியுறுத்திக் கொண்டிருந்த சூஃபி கொள்கை முறை ஊக்குவிக்கப் படவில்லை, ஆனாலும் அது தனி முறைப் பட்டதாய் தொடரவே செய்தது. சஃபாவித் வம்சம் நிறுவப் பட்டதில் இருந்தே கட்டிறுக்கமும், தன்னுரிமையும் ஏக காலத்தில் இடம்பெற்றிருந்தன. அவற்றின் விகிதங்கள் வேண்டுமானால், சமயத்தில், அடக்கி வைக்குமளவிற்கு உருக்குலைந்திருக்கக் கூடும். முல்லா ஒருவர் சமய உரைநிகழ்த்தும் மேடையில் சூஃபி முறையை பகிரங்கமாகக் கண்டனம் செய்துவிட்டு, பிறகு சூஃபி ஒருவருடன் காபி பருகியபடி கலந்துரையாடவும் செய்வார்.

அதிகாரத்தில் உள்ளவர்களின் சகிப்புத்தன்மையற்ற போக்கு ஒருபக்கம் இருந்தபோதும் இஸ்மாயிலின் தோன்றலரான தஹ்மஸ்ப் ஆட்சியின் கீழ் இலக்கியம், சிந்தனை இவற்றைத் தேர்வாய்வு செய்வ தற்கான வாய்ப்புகள் பெர்ஸியாவில் அதிகம் இருந்தன. கியாஸ், அஸ்மத் இருவரும் பண்பாட்டில், கல்வியறிவில் மேம்பட்ட உச்ச உயர் சமுதாயப் பிரிவைச் சேர்ந்தவர்கள். அறிவார்ந்த செயல் முயற்சி யும் விசாரணையும் கொண்ட சூழலில் அவர்கள் வளர்க்கப்பட்ட னர். உன்னிப்பானச் சிந்தனைக்கும், விளக்க முறைக்கும் முக்கியத் துவம் அளிக்கிற சூழல் அது. சமுதாய உயர்வகுப்பைச் சேர்ந்தவர்கள் கூடி உண்ணவும், குடிக்கவும், தாங்கள் மனனம் செய்த கவிதைகளை உரத்த குரலில் ஒப்புவிக்கவும், அரசியல் பேசவும் செய்தார்கள். சமூகத்தின் மேல்படி நிலையில் உள்ள வகுப்பைச் சேர்ந்த பெண்கள் படிப்பது, எழுதுவது, கையெழுத்துக் கலை இவற்றில் தேர்ச்சித் திறன் பெற்றிருந்தனர். தாங்கள் இயற்றிய கவிதைகளை ஒருவருக்கொருவர் பகிர்ந்து கொள்ளவும் செய்தனர். அவர்கள் அங்காடித் தெருக்களுக்கு ஆடைகள், இழைநூல்களால் பின்னி அலங்கரிக்கப்பட்ட துணிகள் வாங்கக் குழுக்களாய்ச் சென்றார்கள். தங்களுக்கான குளியலறைகள் உள்ள இடத்தில் நீராடினர். நீராடும் போது ஒன்றாகச் சிரித்து மகிழ்ந் தார்கள். இரகசியங்களைப் பகிர்ந்து கொண்டார்கள். மணவாழ்க் கைப் பிரச்சனைகள் குறித்து சிந்தித்ததுடன், பால்சார்ந்த உறவுபற்றி

வெளிப்படையாய்ப் பேசிக் கொள்ளவும் செய்தார்கள். ஆண்களும் பெண்களும் வீரகாவியங்கள், நீதிக் கதைகள், கவிதை, பயணநூல்கள், நிலப்பரப்பு சார்ந்த போட்டி, அரசர்களுக்கிடையேயான சண்டைகள், பண்பாட்டு மேன்மை தொடர்பான கோரிக்கைகள் எதிர்க் கோரிக்கைகள் என்று பல்வேறு இலக்கிய சர்ச்சைகளில் ஈடுபட்டனர்.

சமுதாயத்தில் கலந்து பழகுவது பால்சார்ந்த வகையில் பிரித்து வைக்கப்பட்டிருந்தாலும், கண்ணியத்திற்குரிய ஆண்களும், பெண்களும் குடும்ப விருந்துகளிலும், வெளியிடச் சுற்றுலாக்களிலும், வீடுகளில் நடத்தப்படும் இசை நிகழ்ச்சிகளிலும் சேர்ந்தே பங்கேற்கும் நிலை இருக்கத்தான் இருந்தது. பழரசமும் பாட்டும் அவர்களுடைய பொழுதை இனிமையாக்கிற்று.

தம்முடைய தந்தையோடும், தமஸ்ப்போடும் அவையெல்லாம் போய்விட்ட நிலையில், கியாஸ் அந்த வாழ்க்கை முறையில் அச்சுறுத்தலை உணர்ந்தது போல் காணப்பட்டார். கண்ணெதிரே தெரிந்த அடுத்த நடவடிக்கை இந்தியாவை நோக்கிச் செல்வதுதான். இரண்டு நூற்றாண்டுகளுக்கு மேலாகவே பெர்ஸியர்கள் பொருளாதாரம் சார்ந்த வாய்ப்பைத் தேடிக் கண்டுபிடிக்கும் முயற்சியில் இருந்தார்கள். தீரசாகசம் மிக்கவர்கள் வடஇந்தியாவிற்கும் தென்னிந்தியாவிற்கும் இடையேயுள்ள தக்காண பீடபூமியில் வைரச் சுரங்கங்களில் செல்வத்தைக் கண்டடைய முயன்றார்கள். வணிகர்கள் இந்தியக் கடலோரத் துறைமுகங்களிடையே பயணித்தார்கள். சூஃபிகள் அமைதியான செயல்முறையை மேற்கொண்டனர். கவிஞர்கள் வங்காளத்திலும், காஷ்மீரத்திலும் தங்களை இரட்சிக்கக் கூடிய புரவலர்களைப் புகழ்ந்து பாடிக் கொண்டிருந்தார்கள். இடம் பெயர்ந்து சென்றவர்களில் கைவினைஞர்கள், சிப்பாய்கள், அறிவாளிகள், மருத்துவர்கள், கையெழுத்துக் கலைஞர்கள், இசைக்கலைஞர்கள், இறைமையியலாளர்கள், நாடக ஆசிரியர்கள், முக்கியப் பதவி வகிப்பவர்கள் என்று பலதரப்பட்டவர்களும் இருந்தார்கள். அறிவுத் துறை ஆய்வொன்றின்படி 1501இல் இருந்து 1722ஆம் ஆண்டு வரையில் 750 பெர்ஸியக் கவிஞர்கள் தங்களை நிலைப்படுத்திக் கொள்ளும் முயற்சியாக இந்தியாவிற்குச் சென்றார்கள். பெர்ஸிய புலம் பெயர்ந்தோரில் கணிதம், வானவியல், வரலாறு, ஒழுக்கவியல், தர்க்கம், மெய்ப் பொருள் ஆய்வு, இந்திய அரசர்களுக்கு அறிவுரை வழங்கக் கூடிய ஆட்சிக்கலை இவற்றில் வல்லவர்களும் இருந்தார்கள்.

பெர்ஸியர்களுக்கு நீண்டகாலமாகவே முகலாய அரசவைகளில் ஒரு இடம் இருந்திருக்கிறது. 1540இல் பேரரசர் ஹுமாயூன் (அக்பரின் தந்தை) ஒரு ஆப்கானிய அரசரால் நாடு கடத்தப்பட்டார். பேரரசர் தம்முடைய குடும்பத்தோடும், பரிவாரத்தோடும் தப்பியோடிக்

கொண்டிருந்தபோது அக்பரின் பிறப்பு சாலையில் நிகழ்ந்தது. கடைசியில் அவர்களுக்கு பெர்ஸியாவில் ஷாதஹ்மஸ்ப் அவர்களுக்கு அடைக்கலமளித்தார். பதினைந்து ஆண்டுகளுக்குப் பிறகு ஹுமாயூன் தம்முடைய அரசுரிமையைத் திரும்பப் பெற்ற போது, எண்ணற்ற பெர்ஸியர்கள் அவருக்கு பக்கபலமாக இருந்திருக் கிறார்கள். தம் தந்தைக்குப் பிறகு அரியணையேறிய அக்பர் பெர்ஸிய கலைஞர்களையும், கைவினைஞர்களையும், கவிஞர்களையும், அறிஞர் களையும், தத்துவ மேதைகளையும் வரவேற்று ஆதரித்திருக்கிறார். பெர்ஸியர்களைத் தம்முடைய அரசில் இணைந்து பணியாற்றவும் ஊக்குவித்திருக்கிறார்.

இந்தியாவில் இருந்து பெர்ஸியாவிற்கு இடம்பெயர்ந்தவர்களும் உண்டு. ஆனால் அது வேறு போக்குடையதாக இருந்தது. ஸஃபாவித்தி னுடைய அரசவையில் குறிப்பிடத்தக்க ஒரு பதவியை எந்தவொரு இந்தியரும் பெற்றுவிடவில்லை. இந்த வேறுபாட்டுக்கு ஒரு சரியான காரணமும் இருக்கவே செய்தது. முகலாய இந்தியா, இந்துஸ்தானம்... இந்தியாவின் இன்றைய வடக்கு மற்றும் மத்தியப் பகுதிகள், தற்போதைய பாகிஸ்தான் பங்களாதேஷ், ஆப்கானிஸ்தானத்தின் பல பகுதிகள் கொண்டது. உலகிலேயே செல்வம் கொழிக்கும் அரசு களாய் இருந்திருக்கின்றன. அதன் வளமான விவசாய நிலங்கள் 1600களில் பத்துகோடி மக்களுக்கு வாழ்வாதாரமாய் இருந்தது. விளைபொருள்களையும் மூலப் பொருள்களையும் ஏற்றுமதி செய்ததன் மூலம் இந்தியத்துறைமுகங்களில் அந்நியச் செலவாணி மடைதிறந்த வெள்ளமெனப் பாய்ந்து கொண்டிருந்தது.

இன்னொரு பக்கம் இன்றைய ஈரான் நிலப்பரப்பும் ஆப்கானிஸ் தானத்தின் வடமேற்குப் பகுதியும், ஜார்ஜியா, அர்மீனியா, அஜர்பெய் ஜான் இவற்றின் பகுதிகளை ஸஃபாவித்துகள் தங்கள் கட்டுப்பாட்டில் வைத்திருந்தார்கள். அவற்றில் பெரும்பகுதி கரடுமுரடான அங் கொன்றும் இங்கொன்றுமாய்த் தாவரங்கள் தலைகாட்டும் கடுந்தரை யாக இருந்தது. அங்கிருந்த மக்களின் எண்ணிக்கை ஒருகோடிக்கும் குறைவுதான். பட்டு உற்பத்தி, பட்டுநூல் தயாரிப்பு மட்டுமே அங்கு முக்கியத் தொழிலாகவும், ஏற்றுமதியில் மதிப்புமிக்கதாகவும் இருந்தி ருக்கிறது. அடிப்படையில் தேவைப்படும் அரிசி, சர்க்கரை, நறுமணச் சுவையூட்டி போன்ற உணவுப் பொருட்கள் இந்தியாவில் இருந்து ஈரானுக்கு இறக்குமதி செய்து கொள்ளப்பட்டன. பருத்தித் துணியும், கருநீலச் சாயமும் கூட அவ்வாறே இந்தியாவில் இருந்து தருவித்துக் கொள்ளப்பட்டன.

கியாஸும் அவருடைய குடும்பமும் பெர்ஸியாவை விட்டு, புறப் பட்ட காலகட்டத்தில், இந்தியாவுக்குப் புலம்பெயர்வதென்பது மகிழ்வூட்டுவதாகவும், விருப்பத்திற்குரியதாகவும் இருந்திருக்கிறது.

அக்பரின் அரசவை அப்போது அமைதியின் இருப்பிடம் என்கிற தனிச்சிறப்பைப் பெற்றிருந்தது. அகதிகளின் புகலிடமாய் அது இருந்தது. பதினாறாம் நூற்றாண்டின் பிற்பகுதியில் பெர்ஸியாவை விட்டு இந்தியாவுக்கு வந்தவர்களின் நோக்கம் பொருள்சார்ந்த சுக சவுகரியங்களைப் பெறுவது மட்டுமல்ல, தடையற்று சுயேச்சையாய்ச் சிந்தித்துச் செயல்பட வேண்டும் என்பதும் தான்.

இடம்பெயர்வது நல்ல வாய்ப்பு வளங்களைக் கொண்டிருந்தது என்றாலும், அது வருத்தத்தை உண்டுபண்ணுவதாய் இருந்தது என்பதையும் சொல்லியே ஆகவேண்டும். விடைபெறும் வேளையில் வேதனை இருக்கத்தானே செய்யும். அஸ்மத் இப்போதோ அப்போதோ குழந்தையைப் பிரசவிக்கும் நிலையில் இருந்தாள், கியாஸ்பெக் அது குறித்த அக்கறையும், கவலையும் கொண்டிருந்தார். அவர்களுடைய உறவினர்களும் நண்பர்களும் பெரிதும் மனக் கலக்கத்திற்கு உள்ளாகி யிருந்த போதும் மாறாத நடைமுறையாய் பெரிய அளவில் விருந்து களுக்கு ஏற்பாடு செய்திருந்தார்கள். பிரயாணம் பற்றிப் பேசியும், இறை நம்பிக்கையை வெளிப்படுத்தியும் நிலைமையின் இறுக்கத்தைத் தணிக்க முயன்றார்கள்.

குழந்தைகள் விளையாடிக் கொண்டும், பணியாட்கள் இங்கு மங்கும் ஓடிக்கொண்டும் இருந்தார்கள். கியாஸின் பெற்றோருக்கு உடன்பிறந்தார் மகனாகிய ஷுூர், வியாபார நிமித்தமாய் இரண்டு முறை இந்தியாவுக்கு சென்று வந்தவர், முகலாய உலகின் அமைதி, நம்பிக்கை பற்றி விவரித்துக் கொண்டிருந்தார். அந்தத் தம்பதி களுக்குத் தாங்கள் அந்நிய தேசம் செல்கிற உணர்வே ஏற்படவில்லை. அக்பரின் அரசவைக் கவிஞரான அபுல் ஃபெய்ஸி முகலாயர்கள் பெர்ஸிய மொழியில் தேர்ச்சி பெற்றிருந்தனர். கலாச்சாரத்தில் பெர்ஸியாவுடன் போட்டியிட்டனர் என்று கூறியிருக்கிறார். இந்துஸ் தானில் கியாஸிற்கு உதவக் கூடிய உறவுக்காரர்களும், நண்பர்களும் இருந்தனர். இந்தியாவின் மேற்குப் பகுதியில் அக்பருக்கு எதிராயிருந்த அரசர்களுடன் போரிட்டு வெற்றி கண்ட ஒருவர் அஸ்மத்தின் மாமா என்பதும் குறிப்பிடத்தக்கது. அவருடைய திட்டமிட்ட போர்க்களச் செயல்பாடு காரணமாய் சமூகத்தில் பெரிய மதிப்பைப் பெற்றிருந்தார் அவர். அவருடைய ஒரு வார்த்தையே போதும் கியாஸின் எதிர் காலம் பிரகாசிப்பதற்கு. ஆனால், அதற்கு முன் அந்தத் தம்பதிகள் மாதக் கணக்கில் பிரயாணம் செய்தாக வேண்டும்.

பதினாறாம் நூற்றாண்டு ஈரானிலும், மத்திய ஆசியாவிலும், இந்தியாவிலும் கவிகை வண்டிகள் தாம் பயணத்தில் பெரிதும் பயன்படுத்தப்பட்டன. உறங்குதல், சமையல் இவற்றுக்கான வசதிகள் கொண்ட பெரிய வண்டிகள் அவை. அரசர்கள் தங்கள் பரிவாரங் களோடு மேற்கொள்ளும் பவனிகள் பல மைல்தூரத்துக்கு நீண்டி

ருக்கும். குடும்ப உறுப்பினர்கள், அவையோர்கள், சிப்பாய்கள், வேலைக்காரர்கள், ஆயிரக்கணக்கான ஒட்டகங்கள், குதிரைகள், யானைகள் அவர்களுடைய கூடாரங்களை, உணவுப்பொருள் உள்ளிட்ட பண்டங்களைச் சுமந்து செல்லும் வியாபாரிகள் தங்கள் வணிகப் பொருட்களைக் கவிகை வண்டிகளில் கொண்டு சென்றார் கள். சில சமயம் பயணிகளும் இவர்களோடு சேர்ந்து கொள்வார்கள்.

கஃபிகானின் பதினெட்டாம் நூற்றாண்டு தகவல் அறிக்கையில் மெஹர் அவர்களின் பிறப்பு பற்றிக் குறிப்பிட்டிருக்கும் விபரம், மாலிக் மசூத் என்பவரின் கவிகை வண்டியில் கியாஸும், அஸ்மத்தும் பயணம் செய்தனர். குதிரைகளும், கோவேறு கழுதைகளும், ஒட்ட கங்களும் கூடாரங்கள் உணவுப்பொருட்கள் ஏற்றிய சரக்கு வண்டி களை இழுத்துச் சென்றன. பயணிகள் போகிற வழியில் தங்களுக்குத் தேவையான தண்ணீரை மீண்டும் மீண்டும் நிரப்பிக் கொண்டார்கள். எட்டாம் நூற்றாண்டிலும், பதினோராம் நூற்றாண்டிலும் அராபி யர்கள் பயன்படுத்திய நன்கு பழக்கமான வணிகப் பாதையிலேயே மசூத்தும் தன்னுடைய பயணத்தைத் தொடர்ந்திருந்தார். நூர்ஜஹான் காந்தஹார் நகரத்துக்கு வெளியே, ஹிராத்திற்குத் தென்கிழக்காக முந்நூறு மைல்தொலைவில் பிறந்தார் என்பதை வரலாற்றாளர்கள் ஒப்புக் கொள்கின்றனர்.

ஹிராத்தைச் சுற்றி ஐந்து வாயில்களுடன் கூடிய சுவரொன்று எழுப்பப்பட்டிருந்தது. மசூத்தின் கவிகை வண்டி காந்தஹார் வாயில் வழியே தெற்கு நோக்கி வெளியேறிச் சென்றது என்பதில் சந்தேக மில்லை. அது ஹரிரூத் ஆற்றைக் கடந்து, குன்றுகள், சரிவானப் பள்ளத்தாக்குகள் வழியே சென்றது. அந்தப் பள்ளத்தாக்கு நீரூற்று களையும், திராட்சைத் தோட்டங்களையும், பருத்தி விளையும் நிலங் களையும், விவசாயப் பண்ணைகளையும், பழத்தோட்டங்களையும் கொண்டிருந்தது. அங்கிருந்தே ஆப்பிள்களும், முலாம் பழங்களும் இந்தியாவுக்கு விநியோகம் செய்யப்பட்டது.

கியாஸ், அஸ்மத் மற்றும் அவர்களுடைய குழந்தைகளை அந்தச் சாலையில் எதிர்கொள்கிற எவரும் அவர்கள் சமூகத்தின் மேல்படி நிலையில் உள்ளவர்கள் என்பதைப் பார்த்த மாத்திரத்திலேயே தெரிந்துகொள்வார்கள். அவர்களுடைய கவுரவமான நடத்தை, நேர்த்தியான ஆடை அணிகள், இன்னயம் வாய்ந்த பேச்சு இவை தெளிவுபடுத்தாவிட்டாலும், அவர்களுடன் பயணம் செய்த பணி யாட்களின் நிறைத் தொகுதியே அவர்களுடைய அந்தஸ்தைத் தெளி வாய்ப் புரியச் செய்துவிடும். தெற்கு நோக்கிச் செல்கிற கவிகை வண்டி மகா உப்புப் பாலைவனத்தைக் கடந்தே செல்ல வேண்டி யிருக்கும். அந்தப் பாலைவனம் கோடையில் உப்பிப் பிளவுற்றும், ஆண்டு முழுக்க வெறும் பாழ்நிலமாகவும் காட்சியளிக்கும். கொடிய

வெப்பம் தோலில் கொப்புளங்களை உண்டாக்கிவிடும். அதன் வாட்டியெடுக்கும் அனல்காற்று இந்தியாவின் கோடை வெப்பத்துக்குக் கட்டியம் கூறும் முன்னோட்டக் காட்சி எனலாம். அவர்கள், அத்ரஸ்கண்ட் என்கிற இடத்துக்குக் கடைசியாக வந்து சேர்ந்தார்கள். அது உண்பதற்கு இனிய நீரும், ஓய்வெடுக்க அருமையான இடமும் கொண்ட ஒரு நகரமாகும். அந்த ஊர் நடத்தை மேம்பாடும், நாகரிக நயமும் கைவரப் பெற்றதாய் இருந்தது. தங்கள் ஒட்டகங்கள் ஒரு நாளில் செல்லக் கூடிய தூரத்தைக் கணக்கிட்டு பயணிகள் தங்களுடைய இடைத்தங்கல் நிலைகளைத் தீர்மானித்துக் கொண்டார்கள். கியாஸும் அஸ்மத்தும் பயணம் செய்த பாதையில் பத்தாண்டுகளுக்குப் பிறகு பிரயாணக் குழுக்கள் தங்குவதற்கான சத்திரங்களையும், சாலையோர விடுதிகளையும் பெர்ஸிய அரசர் அமைத்ததாய் தெரிகிறது. கியாஸ், அஸ்மத் பயணித்த காலத்திலும் வணிகப் பாதையின் முக்கியத்துவத்தைக் கருத்தில் கொண்டு சில சத்திரங்கள் இயங்கியிருக்கின்றன. ஆனால், பெரும்பாலான பயணிகளும் நீர்நிலைகளுக்கு அருகிலோ, நிழல் தரும் மரங்கள் கொண்ட பகுதியிலோ திறந்தவெளியில் கூடாரம் அமைத்துத் தங்குவதோ வழக்கத்தில் இருந்தது. அவை அந்தந்தப் பருவகாலத்தைப் பொருத்தது எனலாம்.

பயண வண்டிகள் பெரும்பாலும் ஏரிக்கரை ஓரமாகவோ, சிஸ்தான் பிரதேசத்தின் சதுப்பு நிலங்கள் வழியாகவோ சென்றன. அங்கிருந்து சற்று தூரத்தில் களிமண்ணால் கட்டப்பட்ட வீடுகள் இருப்பதைப் பயணிகள் காணமுடியும்.

மசூத், இந்தியாவுக்குக் கொண்டு செல்லப்படும் சரக்குகளைச் சேமித்துவைக்கிற ‘பஸ்ட்’ என்கிற இடத்தின் வழியாகத் தம்முடைய மணக்குழுவை இட்டுச் சென்றார். அது காந்தஹாரில் இருந்து அதிக தூரத்தில் இருக்கவில்லை. ஹெல்மண்ட் ஆற்றங்கரையில் கூடாரமடித்துத் தங்குவதற்கேற்ற மனதிற்கு உவகை தரும் இடமொன்றை அவர்கள் கண்டுபிடித்திருந்தார்கள். ஆனால் அது ஆபத்தை உண்டு பண்ணக் கூடிய ஒதுக்குப்புறமாய் இருந்தது. இத்தகைய பயணங்களில் திருடர்களின் தாக்குதல்கள் ஒன்றும் வழக்கத்துக்கு மாறானதல்ல. கொள்ளைக்காரர்கள் பயண வண்டிகளில் இருந்து சரக்குகளையும், விலங்குகளையும் கொள்ளையடித்துக் கொண்டு போய் விடுவார்கள். தங்கள் வாள்களால் பயணிகளைக் காயப்படுத்தவோ, வெட்டிச் சாய்க்கவோ செய்வார்கள்.

அருட்தந்தை பெண்ட்டோ டிகோஸ் என்பவர் (யூத மடாலயத்தைச் சேர்ந்தவர்) பதினாறாம் நூற்றாண்டின் தொடக்கத்தில் தாம் அந்தப் பாலைவன மார்க்கத்தில் சென்றபோது, தம்முடைய குழுவினரிடம் இருந்து சற்றுப் பின்தங்கிவிட்ட நிலையில் அவர் மட்டும் கொள்ளையரிடம் சிக்கிக்கொண்டதை விவரித்திருக்கிறார்.

நான்கு கொள்ளைக்காரர்கள் அவரைச் சூழ்ந்து கொண்டதும் அவர் களிடமிருந்து தப்பிக்க, தம்முடைய விலைமதிப்புள்ள தலைப் பாகையை தம்மால் முடிந்த அளவு தொலை தூரத்துக்கு வீசியெறிந் திருக்கிறார். அவர்கள் போட்டி போட்டுக் கொண்டு அதைக் கைப் பற்ற முனைந்தபோது, அருட்தந்தை டிகோஸ் தம்முடைய குதிரை யைத் தட்டிவிட்டு கனவேகத்தில் அங்கிருந்து தப்பிவிட்டார். ஆனால், வேறொரு கொள்ளைக்கூட்டத்திடம் சிக்கிய அவருடைய பயணக்குழுவில் பலரும் கொல்லப்பட்டு விட்டனர்.

கியாஸ், அஸ்மத் போன்ற உயர்குடிமக்கள் வண்டிகளில் சென்ற னர், அவர்களுடைய வேலைக்காரர்களும், வியாபாரிகளும் நடந்து சென்றனர். பயணக் களைப்பில் அவர்கள் மிகவும் சோர்ந்து விட்டனர். அவர்களைப் போலவே விலங்குகளும்.

தங்கள் சோர்வை நீக்கிக் கொள்வதற்காகப் பயணிகள் பூண்டு, வெங்காயம், ஆப்ரிகாட் பழம் இவற்றை உண்பார்கள். தங்கள் விலங்குகளுக்கும் உண்பித்தார்கள். சில சமயம் பயணச் சுமை தாங் காமல் குதிரைகளும், கோவேறு கழுதைகளும் வழியிலேயே விழுந்து மடிந்துவிடும். அதனால் பயன்பாட்டுக்கு வசதியாய் சுமையேற்றப் படாத குதிரைகளையும், ஒட்டகங்களையும் உடன் கொண்டு செல் வார்கள்.

மசூத்தின் பயணக்குழு ஹெல்மண்டு பிரதேசத்தைக் கடப்பதற்கு முன், வழிப்பறிக் கொள்ளையர்கள் அவர்களை வளைத்துக் கொண் டனர். அஸ்மத்தும், கியாஸும் தங்களுடைய அனைத்துப் பொருட் களையும் இழக்கும்படியாயிற்று, இரண்டு கோவேறு கழுதைகள் மட்டுமே அவர்களிடம் எஞ்சியிருந்தது. மசூத்தின் பயணக் குழு பாதுகாவலர்களைக் கொண்டிருந்ததா, அவர்கள் திருடர்களுடன் சண்டையிட்டு, அந்தச் சண்டையின்போது எவரேனும் இறக்க நேர்ந்ததா என்பது பற்றி வரலாற்று ஆவணங்கள் எதுவும் தெரிவிக்க வில்லை.

அஸ்மத்தின் பிரசவ வேளை நெருங்கிக் கொண்டிருந்தது. அதனால் பயணம் பெரிதும் இடர்ப்பாட்டுக்கு உள்ளாகியிருந்தது. ஈரானியர் ஒருவர் சொல்லியது போல், ‘கருவுற்ற பெண்ணின் ஒருகால் இந்த உலகத்திலும், மறுகால் மற்றோர் உலகத்திலும் இருக்கும்’, நாட்டுப்புற நடைமுறைப்படி கர்ப்பிணிப்பெண் சில கோதுமை அல்லது தினை போன்ற தானிய விதைகளைத் தரையில் இடவேண்டும். அத்துடன் தங்க நாணயம் ஒன்றை ஒரு துண்டுத் துணியில் முடிந்து வைக்க வேண்டும். அந்தத் துணி முடிச்சை அவள் எப்போதும் தன்னுடன் வைத்திருக்க வேண்டும்.

காந்தஹாருக்கு சற்றுத் தொலைவில் எங்கோ ஓரிடத்தில் அஸ்மத் பெண்குழந்தை ஒன்றைப் பிரசவித்தாள். பேறுகாலப் பணியாளர் ஒருத்தியுடன், பணிப்பெண்களின் சிறிய குழுவொன்று பிரசவத்தைக் கவனித்துக் கொண்டது. மெஹருக்கு பிரசவம் பார்த்து, பாலூட்டும் தாதியாக இருந்த தை திலாராம், குழந்தைப் பருவத்தில் தொடங்கி பேரரசி நூர்ஜஹானாக சிறந்து விளங்கிய காலம் வரை உடன் தங்கியிருந்திருக்கிறாள். பணியாளர்கள் ஒரு தனிக்கூடாரத்தில் தங்கிக் கொண்டார்கள். பிரசவத்தைப் பார்க்கவோ, உடனிருந்து உதவவோ ஆண்கள் யாரும் அனுமதிக்கப்படவில்லை. பெண்ணின் உடல் அதிகமாய் வெளியே தெரியக்கூடாது என்கிற விதிமுறைக்கேற்ப பெண்கள் மட்டுமே அங்கிருந்தார்கள்.

குழந்தை பிறந்தால் செய்ய வேண்டிய சடங்குகள் பற்றி, மூன்று குழந்தைகள் பெற்ற அஸ்மத் நன்றாக அறிவாள். தை திலாராம் குழந்தையின் தொப்புள் கொடியை ஒரு நூலில் கட்டி, அதைத் துண்டித்து விட்டாள். குழந்தையைச் சடங்கு முறையில் சுத்தம் செய்து வெள்ளைத் துணியொன்றில் பொதிந்து வைத்தாள். ஈடேற்றம் பெறுவதற்கான இஸ்லாமிய நெறிப்படி பிறந்த குழந்தை ஆணாயினும் பெண்ணாயினும் வெள்ளைத் துணியில் மூடிவைக்கப் பட வேண்டும். தை திலாராம் கூடாரத்துக்கு வெளியே இருப்பவர் களுக்கு தாயும் சேயும் நலமுடன் இருப்பதை அறிவித்தாள். தம்மு டைய புதிய மகளான மெஹருன்னிஸாவின் பத்திரமான வரவுக்கு நன்றி தெரிவிக்கும் முகமாய், கியாஸ் இறைவனுக்குப் பலமுறை பிரார்த்தனை செய்தார். தங்கள் பாதையில் பல துன்பங்களை அனுபவித்துக் கொண்டிருந்த பயணக் குழுவினருக்கு அந்தப் பெண் குழந்தையால் கொஞ்சம் மகிழ்ச்சி உண்டாயிற்று.

மெஹரின் தாய்தந்தை வழி, அவளுடைய பெயர் மாத்திர மல்லாமல், அவளுடைய பிறப்பு பற்றி நிச்சயமான ஒன்றும் இருந்தது. காந்தஹாருக்கு வெளியே 1577 ஆண்டின் பனிக்காலத்தில் இந்த உலகில் அவள் பிரவேசித்திருந்தாள். அது இந்தியாவுக்குப் போகிற சாலையில் நிகழ்ந்தது என்பது குறிப்பிடத்தக்கது.

அவள் பேரரசியாக இருந்த காலத்திலும் அதற்குப் பிறகும் ஆண்டுக்கணிப்புகளிலும், மரபு வழிக் கதைகளிலும் அவளுடைய கதையை மேலும் கவர்ச்சியுடையதாக்க பல கற்பனைக் கூறுகள் சேர்க்கப்பட்டன. பதினெட்டாம் நூற்றாண்டில் அவளுடைய கதை மூன்று மாற்று வடிவங்களில் வெளியாயின. அப்போது எழுத்தாளர் களில் பலரும் ஆண்களாக இருந்தபடியால், அவர்கள் தங்களைப் பற்றியும் தாங்கள் வாழ்ந்த காலத்திய அரசியல், பாலினம், மதம் பற்றியே அதிகம் வெளிப்படுத்தியிருந்தார்கள்.

நிக்காலோ மனுக்ஸி என்கிற இத்தாலியர் மீர் / நூர் இறந்து எட்டு ஆண்டுகளுக்குப் பிறகு (1653) இந்தியாவுக்கு வந்தார். இங்கே பீரங்கிப் படைவீரராகவும், அயல்நாட்டுச் செய்தியாளராகவும், மொழியியலாளராகவும், முறையான பயிற்சியற்ற மருத்துவராகவும் ஆறு ஆண்டுகள் இருந்திருக்கிறார். அவுரங்கசீப் அரசரின் பிரதம வைத்தியராக அவர் இருந்ததாகவும் கூறப்படுகிறது.

மனுக்ஸி 1705இல் தாம் எழுதிய 'முகாலயர்களின் வரலாறு' நூலில் இப்படி எழுதுகிறார்: 'நான் இந்த அரசியின் மரபுவழியை அறிவதில் மிகுந்த ஆர்வம் உடையவனாயிருந்தேன். அவள் பெர்ஸியாவைச் சேர்ந்தவரும், அர்மீனிய வியாபாரிகளிடம் ஒட்டகம் செலுத்தும் பணியில் இருந்தவருமான ஒருவரின் மகள் என்பதை நான் உறுதியாக அறிந்து கொண்டேன். தம்முடன் மனைவியையும் அவர் அழைத்துச் சென்றிருந்தார். காந்தாரக் கோட்டைக்குச் சமீபமாய் போகிறபோது அவள் ஒரு குழந்தையை ஈன்றெடுத்தாள். பெரும் மனச்சோர்வில் இருந்த அவளின் பயணத்துக்கு வியாபாரி களில் ஒருவர் தம்முடைய கழுதைகளில் ஒன்றை இரவலாய்க் கொடுத்திருந்தார். அப்படியொரு இடர்ப்பாடான நிலையில் பிறந்த குழந்தை தான் பிற்பாடு புகழ்பெற்ற அரசி நூர்ஜஹான் ஆனாள்!

நூர் பிறந்து 150 ஆண்டுகளுக்குப் பிறகு, வணிக முகவராயிருந்து, முகலாய காலவரிசை நிகழ்ச்சித் தொகுப்பாளரான காஃபிகான் நூரின் பிறப்பு பற்றி அதிர்ச்சியூட்டும் தகவலுடன் பரபரப்பான மாற்று வடிவமொன்றைப் பிரபலப்படுத்தினார். உண்மையான நிலையை வெளிப்படுத்துகிற விதமாய் அவர் சொல்லியிருக்கிறார். கியாஸும், அஸ்மத்தும் தங்களுக்கு மகள் பிறந்தபொழுது, நம்பிக்கை யிழந்த நிலையில் ஒரு முடிவெடுத்தார்கள். தங்களிடம் இருந்த பொருட்களையெல்லாம் இழந்துவிட்டிருந்தபடியால் அந்தப் பெண்குழந்தையைத் தங்களால் வளர்க்க இயலாது என்று கருதி, நள்ளிரவில் தங்கள் குழந்தையைச் சாலை ஓரமாய் விட்டுவிட்டனர். காலையில், பயணக்குழுவின் தலைவரான மசூத், ஏற்பாடுகளைக் கவனிப்பதற்காக அங்குமிங்கும் சுற்றிக் கொண்டிருந்த போது தற்செயலாகக் குழந்தையைக் கண்டார். அந்தக் குழந்தையின் அழகில் கவரப்பட்டதோடு, அதன் ஆதரவற்ற நிலை கண்டு மனமுருகினார். குழந்தையை அவர் வாரியெடுத்துக் கொண்டார். குழந்தைக்கு ஒரு தாதி வேண்டுமே என்று எண்ணியவரின் கவனம் அஸ்மத்திடம் சென்றது. தெரிந்தோ தெரியாமலோ குழந்தையை அதன் தாயிடமே அவர் ஒப்படைத்தார்.

காஃபிகான் இறந்தபொழுது ஐந்து வயதே நிரம்பியிருந்த அலெக்சாண்டர் டோ என்கிற ஸ்காட்லாந்து கடலோடி, நூரின் கதையைத் தம்முடைய சொந்தக் கற்பனையால் மேலும் அழகூட்டி

யிருக்கிறார். போர்க்கப்பல் ஒன்றில் வங்காளத்தை நோக்கிச் சென்று கொண்டிருந்த டோ, கிழக்கத்திய உலகத்தால் கவரப்பட்டு, இந்திய வரலாற்றை எழுதலானார். பெர்ஸிய மூலநூல் ஒன்றை அடிப்படை யாய்க் கொண்டு அவர் அதை எழுதினார். இந்தியா குறித்த தொடக்க கால ஆங்கிலேயரின் நோக்குமுறைகளை அவருடைய நூல் கட்டமைத்தது எனலாம். 'இந்துஸ்தானத்தின் வரலாறு' நூலின் மூன்றாம் பாகத்தில் முதல்முறையாக ஆங்கிலத்தில் நூரின் பிறப்பு பற்றிய கதையை அவர் அறிமுகப்படுத்தியிருக்கிறார்.

'தங்களுடன் குழந்தையைக் கொண்டு செல்வது அவர்களுக்கு சாத்தியமற்றதாய் தெரிந்தது. அவர்களுடைய சந்தர்ப்பச் சூழ் நிலையே அதற்குக் காரணம். மனிதத் தன்மைக்கும், இன்றியமை யாமை இடையே நெடியதோர் போட்டி நடந்தது. அதில் பிந்தையது வெற்றி பெற்றது. தங்கள் குழந்தையைச் சாலையில் விட்டுச் செல்ல அவர்கள் மனம் ஒப்பினர். குழந்தை இலைகளால் மூடப்பட்டு, ஒரு மரத்தடியில் வைக்கப்பட்டது. திக்கற்ற நிலையில் இருந்த பெற்றோர் கள் கண்ணீர் விட்டனர். அவர்கள் அங்கிருந்து ஒருமைல் தூரம் போயிருப்பார்கள். அஸ்மத் ஆழ்ந்த கவலைக்குள்ளாகி, குதிரை மீதிருந்து தானே தரையில் விழுந்தாள். 'என் குழந்தை... என் குழந்தை' என்ற கதறல் கியாஸின் நெஞ்சைக் கடுமையாய் தாக்கியது. தான் குழந்தையை எப்படியும் கொண்டு வந்து விடுவதாக அவளிடம் வாக் களித்தார் அவர். கருநாகமொன்று குழந்தையைச் சுற்றி வளைத்து விழுங்கப் பார்த்தது. கியாஸ் முன்னோக்கிப் பாய்ந்தார். அவருடைய உரத்த குரலைக் கேட்ட பாம்பு எச்சரிக்கையடைந்து, மரப்பொந்தில் ஓடியொளிந்தது. எவ்வித ஊறுபாடுமின்றி, குழந்தையை அவர் எடுத்துக் கொண்டார், தாயிடம் கொண்டு சேர்த்தார். குழந்தை அதிசயத்தக்க விதத்தில் எப்படித் தப்பித்தது என்பதை அவர் தெரிவித்தார். அவ்வழியே வந்த சில வியாபாரிகள் அவர்களுக்குத் தேவையானவற்றைக் கொடுத்து உதவினர்.

'டோ' விற்குப் பிறகு வந்த குடியேற்ற நாட்டு படைப்புகளில் நூரைப்போலவே அந்தப்பாம்பும் புகழ் பெற்றுவிட்டது. பிரிட்டிஷ் காலனியாதிக்கத்துக்கு முன்பும், பின்பும் வெளியான திரைப்படங் களில் நூர் கைவிடப்படுதல், பாம்பு, பாம்பிடம் இருந்து அவள் மீட்கப்படுதல் இவை சகித்துக் கொள்ளப்பட வேண்டிய ஒப்பனை உருப்படிவங்களாகி விட்டன. நம் காலத்திய டூரிஸ்டு கைடுகள் லாகூரில் இருந்து தில்லி வரை நூரின் நெடுங்கதையில் கூடுதலாய் தங்கள் கைச்சரக்குகளையும் சேர்த்துக் கொண்டு விடுகிறார்கள். அவளுடைய குழந்தை முகத்தில் வீசிய ஒளி, இயற்பெயர், ஜஹாங்கீர் வைத்த பெயர் இவற்றை அதற்கு உதாரணங்களாய் கூறலாம்.

3

அல் ஹிந்த்

காந்தஹாருக்கு வெளியே மெஹர் பிறந்து பல மாதங்களுக்குப் பிறகு, குடும்பம் சிந்துநதியைக் கடந்து அல் ஹிந்தில் பிரவேசித்தது. 1578ன் பிற்பகுதியில் கியாஸ், அஸ்மத், குழந்தை மீர், அவளுடைய உடன்பிறப்புகள் ஆகியோர் லாகூர் நகரத்தை அடைந்தனர். முக லாயப் பேரரசுக்கு வடமேற்கில் இருந்து வருபவர்களுக்கு அதுவே பிரதான நுழைவாயிலாக இருந்தது. தற்போது போலவே அப்போதும் கைபர், போலன் என்கிற இரண்டு கணவாய்கள் மட்டுமே காந்த ஹாரில் இருந்து லாகூர் வருவதற்கான பாதைகளாக இருந்தது.

பேரொளி எழுப்பும் ரவியாற்றின் பக்கமாய் வயல் வளம் கொண்ட பஞ்சாப், லாகூர் பிரதேசம் (இன்று அது பாகிஸ்தானின் பகுதியாகிவிட்டவை.) கம்பீரமும் செல்வச் செழிப்பும் உடைய முகலாயப் பெருநகரமாய் பெயர் பெற்றிருந்தது. அக்பர் சில நேரங் களில் தம்முடைய அதிகார மையமாக அதைப் பயன்படுத்தியிருக் கிறார். ரொம்ப நாளைக்கு முன் சேற்றுக் கட்டிகளாலான கோட்டை யின் அடித்தளத்தின் மீது செங்கல்லும், கருங்கல்லும் கொண்டு புதிய கட்டிடத்தை எழுப்பினார் அவர். நேர்த்தியான கட்டிடங்களும், விருந்தினர் மாளிகைகளும், யாத்ரீகர் விடுதிகளும் அங்கே உருவாக்கப் பட்டன. லாகூரின் பரபரப்பாக இயங்கும் கடைவீதிகளும் உவகை யூட்டும் பூவனங்களும், பல்வேறு மொழிகளும், பண்பாடுகளும் அதன் கவர்ச்சியைக் கூட்டுவதாக இருந்தன.

பொதுவாக லாகூருக்குப் புதிதாய் வருகிறவர்கள் அவர்களு டைய உறவினர்களுடனோ அல்லது அவர்களுடைய நாட்டைச் சேர்ந்தவர்களுடனோ தற்காலிகமாய்த் தங்கிக் கொள்வார்கள். பெரும்பாலான இந்திய நகரங்களிலும் பேரூர்களிலும் உயர்குடிப் பிறந்தவர்களும், நிலச்சுவான்தார்களும் தங்கள் வீட்டுக்கதவுகளைத் தங்களுடைய உறவினர்கள் நண்பர்களுக்காக மட்டுமன்றி, பிரயாணி கள், வியாபாரிகள், பணியாளர்கள், பணிதேடிச் செல்பவர்கள், ஏழை கள் இவர்களுக்காகவும் திறந்து வைத்தார்கள். அப்படி ஆதரவளிப்ப

வர்களின் குடும்பத்தினர் தங்கள் சொந்த உபயோகத்துக்காக வீட்டின் கணிசமான பகுதியை ஒதுக்கி வைத்திருப்பார்கள். சிலர் இலவசமாக வும், சிலர் கட்டணம் செலுத்தியும் தங்கிக் கொள்வார்கள். சிலரோ தங்களுடைய தங்குமிடம், உணவுக்காக ஊழியம் செய்தனர்.

லாகூரில் வசிக்கும் பெர்ஸியாவைச் சேர்ந்த ஒருவரிடம், கியாஸையும், அஸ்மத்தையும் பயணக்குழுத் தலைவர் அறிமுகம் செய்து வைத்தார். கோட்டைக்கு அருகில் உள்ள மிகப்பெரிய வீடொன்றில் அவர்கள் தங்கிக் கொள்ள ஏற்பாடு செய்து தந்தார் அந்த பெர்ஸியர். ஃபதேபூர்– சிக்ரியில் உள்ள பேரரசர் அக்பரின் அரசவைக்கு அவர்கள் பயணம் மேற்கொள்ளும் நாள் வரை அந்த இடமே அவர்களுடைய வீடு. தென்கிழக்காக 350 மைல் தொலை வில், ஆக்ராவிற்கு அருகில் இருந்தது ஃபதேபூர்– சிக்ரி.

கோட்டைக்கு வெளியே வியாபாரிகள் கூட்டமாய் தங்கியிருந் தார்கள். சிலர் ஆக்ரா லாகூர் இடையேயான பாதையில் போய் வருகிறவர்கள். அது அவர்களுக்கு ஏராளமான பணம் ஈட்டுகிற வாய்ப்புடைய பாதையாகும். சிலர் வடமேற்கு பிரதேசத்தில் இருந்து சரக்கு வண்டிகளுடன் வருகிறவர்கள். அவர்கள் ஈராக்கிய குதிரை களையும், பட்டுநூல், கஸ்தூரி போன்றவற்றையும் விற்பனை செய்கிற வர்கள். அக்பரின் அவையைச் சேர்ந்த அதிகாரி ஒருவர், 'லாகூர் எல்லா நாடுகளில் இருந்தும் வருகிறவர்களின் ஓய்விடம்' என்று குறிப் பிட்டிருக்கிறார். அங்கே குவியும் பொருட்களை அளவிட்டறிய முடி யாது. மக்கள் கூட்டம் எப்போதும் நிரம்பி வழிகிற இடம் அது. கியாஸும் அஸ்மத்தும் வீடுகள் நிறைந்த தெருக்கள் வழியே நடந்து செல்வார்கள்.

ஒருவேளை சாத்தியமாயின் விற்பவர்களும், வாங்குபவர்களும் முண்டியடிக்கிற கடைவீதிகளைப் பார்த்து வருவதும் உண்டு. கடை வீதியின் ஒரு பகுதியில் சிக்கலான அமைப்பில் சில தெருக்கள் முற்றி லும் பெண்களின் பயன்பாட்டுக்காகவே ஒதுக்கப்பட்டிருந்தன. அங்கே மஸ்லின் துணியில் உள்ள நேர்த்தியான பின்னல் வேலைப் பாடுகளையும், பட்டு, வெல்வட் துணிகளையும் அவர்கள் நேரம் போவதே தெரியாமல் பார்வையிட்டுக் கொண்டிருப்பார்கள். அவர் களில் பலரும் தங்கள் கூந்தலில் நிறைய பூச்சூடி, காலில் மெட்டி, கொலுசு அணிந்திருப்பார்கள். அவை கவர்ச்சியாகவும், இன்னொலி எழுப்பிக் கொண்டும் இருக்கும். அவர்கள் தாம்பூலம் தரித்து உதடு களைச் சிவப்பாக்கியிருப்பார்கள். மணமான பெண்கள் கூந்தல் வகிட்டில் குங்குமம் அல்லது முத்துகள் கோர்த்த நெற்றிச் சுட்டி அணிந்திருப்பார்கள். அல்லது இலவங்கப்பூ போல் நாசியில் மூக் குத்தி போட்டிருப்பார்கள்.

உணவுவிடுதிகளில் இருந்து சமைத்த உணவின் வாசம் காற்றில் மிதந்துவரும், சமைக்கப்படாத இறைச்சியின் வீச்சமும் இருக்கும். பெர்ஸிய சமையல் பாணியில் அரிசி உணவிற்கே முக்கியத்துவம் அதிகம். ஆனால் லாகூரில் காரச்சுவையுள்ள உணவு வகைகளே பரிமாறப்படும். அஸ்மத்திற்கும் கியாஸிற்கும் அது பரிச்சயமில்லாத உணவாகும். பிரியாணி, வெங்காயம், மிளகு, சீரகம், இலவங்கப் பட்டை போன்றவற்றைச் சேர்த்து சமைக்கப்படுகிறவை அவை.

கியாஸூம் அஸ்மத்தும் தங்கள் தாய்மொழியில் எங்கும் ஒலிக்கும் செவிக்கினிய இசையைக் கேட்டார்கள். முகலாய மேல் தட்டு மக்கள் விரும்பிக் கேட்கும் இசையது. பெர்ஸிய பேச்சாளர்கள் பலர் லாகூரில் தங்கியிருந்தனர், சஃபாவித் ஈரான் மற்றும் மத்திய ஆசிய நாடுகளைச் சேர்ந்த அறிஞர்களும், இலக்கிய மேதைகளும் அவர்களுள் காணப்பட்டனர். லாகூர், டில்லி, ஆக்ரா சந்தைகளில் புத்தக வியாபாரிகள் பெர்ஸியக் கவிதைத் தொகுப்புகளை விற்றுக் கொண்டிருந்தனர்.

பதினான்காம் நூற்றாண்டில் வாழ்ந்த ஈரானியக் கவிஞர் ஹஃபீஸ் என்பவர் இப்படி முன்னறிவிப்பு செய்திருக்கிறார் 'பெர்ஸிய மொழி பெரும் ஈர்ப்பாற்றல் உடையது. என்றேனும் ஒருநாள் இந்தியக் கிளிகள் (கவிஞர்கள்) எல்லாம் பெர்ஸிய இனிப்பைச் சுவைத்து மகிழக் கூடும்' என்று. கலை இலக்கியம் போன்றவற்றில் சிறப்பறிவுடைய இந்தியர்கள் புகழ்பெற்ற பெர்ஸியக் கவிஞர்களின் கவிதை வரிகளை மேற்கோள் காட்டுவது வழக்கமாய் இருந்திருக்கிறது. பெர்ஸிய மொழியில் ஒவ்வொரு நாளும் சொற்றொடர்களும் உணர்ச்சிமிக்க குறுந்தொடர்களும் வடித்தெடுக்கப்பட்டன. 'அல்லாவின் பெயரால்', 'கல்லறை வாசலில்', 'நீ மீளா நரகம் புகு வாயாக' என்கிற மாதிரி.

கியாஸ், அஸ்மத் இவர்களுக்குத் தெரிந்திராத வட்டார வழக்குச் சொற்களும் லாகூரில் இருந்தன. குவாலியாரி, ப்ராஜ், காஷ்மீரி, பஞ்சாபி மொழிகளில் பெர்ஸியக் கலப்பு இருந்தது. முகலாய இந்தியாவில் இந்தக் கலப்பு மொழியே பேச்சு வழக்கில் இருந்தது. இந்திய உலகின் சொற்கள், உருவகங்கள், கருத்துக்கள் பெர்ஸிய மொழியுடன் ஒருங்கிணைப்பு கொண்டது. கியாஸூம், அஸ்மத்தும் இந்தியா வருவதற்கு இரண்டு நூற்றாண்டுகள் முன்பாய் கவிதையில் ஒரு புதுவடிவம் தோன்றியிருந்தது. அந்த இலக்கியநடை 'சப்கி ஹிந்தி' என்று அறியப்பட்டது இந்திய நடையிலான பெர்ஸியக் கவிதை! முகலாயப் பழம்பெரும் சூஃபி கவிஞர்களான டில்லியைச் சேர்ந்த அமீர்குஸ்ராவும், ஹாஸன் ஸிஜியும் தங்கள் பெர்ஸியக் கவிதைகளில் மதம், இனம் சார்ந்த வேறுபாடுகளைக் கடந்து சென்றிருக்கிறார்கள்.

பேரரசர் அக்பரும் அதன் தாக்கத்தில் சகிப்புத்தன்மையை மேம் படுத்த முயன்றிருக்கிறார்.

மெஹர் கல்வி பயின்ற முதலிடம் பயணக் குழுவாகும், அடுத்து அவளைக் கவனித்துப் பேணியது லாகூர் எனலாம். பயணத்தின் இடையே அஸ்மத் ஓய்வுபெறுவதற்காக அவர்கள் தங்கிய இடம் லாகூர். குழந்தைகள் புதிய சூழலில் பொருத்திக் கொள்ள வேண்டி யிருந்தது. அந்தப் புதிய சூழல் இந்திய யானைகளையும், பச்சைக் கிளிகளையும், பளிச்சிடும் நீல வண்ண மயில்களையும் கொண்ட தாக இருந்தது. சைப்ரஸ் மரங்கள் மட்டும் அங்கே இருந்திருக்கவில்லை. கியாஸிற்கு ஏற்புடைய சிறந்த திட்டங்களை ஆராய்ந்து பார்க்கவும், தம் பாதையில் முன்நோக்கிச் செல்வது பற்றிச் சிந்திக்கவும் போதிய அவகாசம் இருந்தது. அஸ்மத்தின் அந்த மாமா இன்னமும் அக்ப ரால் ஆதரிக்கப்பட்டு வருவதால், அது அவர்களுடைய நற்பேறு குறித்து நம்பிக்கை அளிப்பதாக இருந்தது. அந்த மாமா முன்பே அஸ்மத்தின் சித்தப்பா பிள்ளை ஒருவருக்கு அக்பரின் அரசவையில் உரிய இடம் ஒன்றைப் பெற்றுத் தந்திருக்கிறார். தற்போது கியாஸின் முறை.

கியாஸ்பெக்கின் அக்பருடனான முதல் சந்திப்பு 1578ன் பிற்பகுதிக்கும், 1579ன் தொடக்கத்துக்கும் இடையில் ஏதோ ஒரு சமயத்தில் நடந்திருக்கக் கூடும். மீரின் குடும்பம் ஃபதேபூர்– சிக்ரியை நெருங்கி வந்தபோது, சிவப்புநிறக் கற்களால் கட்டப் பெற்ற அந்தப்புரத்தின் கோபுர முகடுகளையும், பல அடுக்கு கொண்ட மைதானங்களின் கவிதை மாடங்களையும் தொலைவில் இருந்தே பார்க்க முடிந்தது. தலைநகரம் உச்ச அளவில் வியப்பூட்டுவதாய் இருந்தது. அதன் அனைத்து கட்டிடங்களும் அதே சிவப்பு நிறக்கற் களால் கட்டப்பட்டிருந்தன. மா, வேம்பு, மருதாணி மரங்கள் தோட்டங்களை குளிர் நிழலோடு வைத்திருந்தன. அக்பரின் அந்தப் புரத்துக்கு பலநூறு அடிகளுக்குக் கீழே பிரயாணக் குழுவினர் தங்கும் சத்திரங்கள் இருந்தன. அங்கிருந்து கியாஸும் அஸ்மத்தும் பெண்கள் வசிக்கும் கம்பீரமான குடியிருப்புப் பகுதிகளைப் பார்க்க முடிந்தது.

கியாஸிற்கும் அஸ்மத்துக்கும் அந்த நகரத்துக்கு வருவதற்கு முன்பே ஃபதேபூர்– சிக்ரி பற்றிய தகவல்கள் தெரிந்திருந்தது. பத்து ஆண்டுகளுக்கு முன்பு, முகலாய இந்தியாவின் தலைநகராக இருந்த பொழுது, அக்பர் மனத்தளர்ச்சிக்கு உள்ளாகி இருந்தார். அவருக்குப் பல மனைவியர் இருந்தும் அவர்கள் மூலம் பல குழந்தைகள் பிறந்தும் அவற்றில் ஒன்றுகூட உயிர் பிழைத்திருக்கவில்லை. சிக்ரியில் உள்ள சூஃபி துறவி சலீம் சிஷ்டியின் அருளாசிகளை அவர் பெறுவது நல்லது என்று அவருடைய அரசவையில் உள்ளவர்கள் யோசனை தெரிவித்தனர். அக்பரும் அவ்வாறே சலீம் சிஷ்டியைக் காணச்

சென்றார். அந்தத் துறவி அக்பரை ஆசீர்வதித்து, அவருக்கு மூன்று குழந்தைகள் உண்டு என்று தெரிவித்தார். அந்தத் துறவியிடம் தமக்குள்ள நன்றியை வெளிப்படுத்தும் முகமாக, 1569 ஆகஸ்டு 30இல் தம்முடைய முதல் இந்து மனைவி ஹர்கா மூலம் பிறந்த ஆண் குழந்தைக்கு சலீம் என்று பெயர் சூட்டினார் அக்பர். அந்தத் துறவி யின் புகழ் என்றும் நிலைத்திருக்க வேண்டும் என்பதற்காகவே ஃபதேபூர்– சிக்ரி என்ற நகரத்தை அவர் உருவாக்கினார். ஃபதேபூர் என்றால் 'வெற்றிக்குரிய நகரம்' என்று பொருள். இளவரசர் சலீம் பிறந்து இரண்டு ஆண்டுகளுக்குப் பிறகு நகரை நிர்மாணிக்கும் பணிகள் தொடங்கின. அவரே பிற்பாடு ஜஹாங்கீர் என்று பெயர் சூட்டிக் கொண்டது.

தூண்களின் வரிசையோடு கூடிய கவிகை மாடங்கள், குவி மாடங்கள் இவற்றுடன் ஜமி மசூதி போல் மிகப்பெரியதாய் அழகுற அமைக்கப் பெற்றது அரண்மனை. அரண்மனைக்கு அருகில் ஹிரண் மினார் என்ற பெயரில் பெரிய கோபுரம் ஒன்றும் எழுப்பப்பட்டது. அக்பர் யானைகளை அடக்கியவர் என்பதை நினைவூட்டும் வித மாகப் போலி யானைத் தந்தங்களால் அது அலங்கரிக்கப்பட்டது. அங்குள்ள மைதானத்தில் அக்பரும், அவையோரும் போலோ, யானைச் சண்டை, வாட்போர், கழைக்கூத்து, அரசுப் புறாக்களைப் பறக்க விடுதல் போன்ற நிகழ்ச்சிகளைக் கண்டுகளித்தனர்.

அரசவை வரலாற்றாளர் ஒருவர் ஃபதேபூர்–சிக்ரி பற்றி இப்படிக் கூறுகிறார்: 'செங்குத்தான பாறைகளின் விளிம்பில் அமைந்த சொர்க் கம்' என்று.

அக்பரின் அரசவை தினமும் இரண்டு முறை கூடும். முதலா வது, பொதுமக்களுடனான சந்திப்பு. வழக்கமாக தம்முடைய சடங்கோடு கூடிய நீராட்டம், தொழுகை முடித்தபின் அக்பர் தமது மாளிகை முற்றத்தில் நின்று காட்சியளிப்பது. அத்தகைய தர்ஷனில் காட்சிதரும் முகலாயப் பேரரசரை, சமயம் சார்ந்த பணிகளைக் கவனிக்கிற ஒருவர், 'நற்பேறுகளை வழங்கும் சுவனத்தின் சூரியன்' என்று குறிப்பிட்டிருக்கிறார். 'அவர் உலகத்துக்கே புகலிடம், அவரு டைய நெற்றியின் சீர்மையில் உலகோரின் கண்கள் ஒளிபெறுகின்றன' என்றது அந்தப் பகட்டான வர்ணனை.

'சூரியோதயத்தின் போது, வழக்க முறையாக மகிழ்ச்சியையும் வெற்றியையும் குறிக்கும் விதமாய் * 'கெட்டில்ரம்'கள் முழங்குகின்றன. அரசரின் பார்வையில் படும்படியாய் பாய்ந்தோடும் கால்களை உடைய குதிரைகளும், பெண்யானைகளும் காட்சிப்படுத்தப்படு

* கெட்டில்ரம் : தோல் கொண்டு விரித்துக் கட்டப்பட்ட பித்தளையினால் ஆன கருவி.

கின்றன. எல்லாப் பக்கங்களிலும் இறைவனால் படைக்கப்பட்ட உன்னதங்கள் மேலெழுகின்றன... புகழ் பெற்ற இளவரசர்கள், கான்கள், சுல்தான்கள், ஈரான், துரான் இவற்றின் மீர்கள் மிர்ஸாக் கள்... உயர் பதவி வகிக்கும் அமீர்கள், அமீர்களின் மைந்தர்கள், வாட்போரில் சிறந்த வீரர்கள், அம்புகளை விரைவாகச் செலுத்தக் கூடியவர்கள்... அராபியர்கள், பெர்ஸியர்கள், துருக்கியர்கள், தாஜிக்குகள், குர்துகள், தார்த்தாரியர்கள், இந்துஸ்தானத்தின் பல்வேறு குழுக்களையும், குலப்பிரிவுகளையும் சேர்ந்த அறிஞர்கள் இவர்கள் எல்லாம் நுழைவாயிலை முத்தமிட்டு பெருமிதம் அடைகி றார்கள்.'

புதிய தலைநகரத்துக்கு வந்த கியாஸும், அஸ்மத்தும் மாட்சிமை தங்கிய பேரரசரைக் காணச் சென்றதில் வியப்பில்லை.

அக்பர் நடத்தும் இரண்டாவது சந்திப்பு தனிப்பட்ட முறையி லானது. உள்நாட்டு உயர்குடிப் பிறந்தோரும், அதிகாரிகளும், அயலகத் தூதர்களும், உலகின் பல்வேறு பாகங்களைச் சேர்ந்த வர்த்தகப் பிரதிநிதிகளும் இதில் இடம்பெறுவார்கள். இது வழக்கமாக அரசு தர்பாரில் அந்திப் பொழுதுகளில் அல்லது இரவுகளில் நடத்தப்படும். அத்தகைய ஒரு நேர்வின் போதுதான் கியாஸ் அக்பரிடம் அறிமுகப்படுத்தப்பட்டார்.

இந்தச் சந்திப்புக்கு பயணக் குழுத் தலைவரான மாலிக் மசூத் அல்லது அஸ்மத்தின் மாமா ஏற்பாடு செய்திருக்க வேண்டும் என்கிறார் காஃபிகான் என்ற வரலாற்றாளர். கியாஸின் குடும்பப் பின்னணி, பெர்ஸியஷாவிடம் அவர் பணியாற்றியது போன்ற அம்சங்கள் அக்பரை நெருங்கும் வாய்ப்பில் அவருக்கு அனுகூலமாய் இருந்திருக்கும்.

அரசுக் கொலுமண்டபம் அரண்மனையின் கடைக்கோடியில், அந்தப்புரத்தில் இருந்து நகரத்தின் எதிர்முனையில் விசாலமாய் அமைக்கப்பட்டிருந்தது. சந்திப்புக்கூடம் தவுலத்கானா நற்பேறுகளின் உறைவிடம் என்று அழைக்கப்பட்டது. அங்கே உயரமான மேடையில் சிவப்புக் கற்களாலான ஆசனத்தில் சப்பணம் போட்டு அமர்ந்திருந்தார் அக்பர். முழங்காலளவு நீளத்துக்கு தங்கச் சரிகை வேலைப்பாட்டுடன் கூடிய பட்டுடை தரித்து, அரையில் அரச மரபுப்படி குத்துவாள் ஒன்றையும் செருகியிருந்தார். மேலுக்கு கம்பளச் சால்வை போர்த்தி, முத்துக்கள் பதித்த தங்க ஆபரணத்தைக் கழுத்தில் அணிந்திருந்தார். விரல்களில் மோதிரங்கள். தங்கத்தால் அழகிய பூவேலை செய்த கூர்முனைக் காலணிகளை அணிந்தி ருந்தார். அன்றைய கிரகாதித்துக்கேற்ப, அவற்றுக்குரிய நிறங்களில் தமது ஆடைகளைத் தேர்ந்தெடுத்து அணிந்தார் பேரரசர். அது

அவருடைய தந்தையார் காலத்தில் இருந்தே தொடர்ந்து வருகிற பழக்கம்.

பெரிய முரசொன்றை ஒலித்து, இறைவனுக்குரிய மந்திரவாசகங் களை உச்சரித்து சபை தொடங்கப்பட்டது. மெய்க்காவலர்கள், இளவரசர்கள், உயர்பதவியாளர்கள், கியாஸ்பெக் போன்று அனுமதி பெற்ற பார்வையாளர்கள் அவரவர்க்குரிய இடத்தில் வெற்றுக் கால் களுடன் நின்றிருந்தனர். அரசரால் மிகவும் ஆர்வத்தோடு எதிர் பார்க்கப்பட்ட மூத்த மகன் பத்து வயது சலீம் அரசருக்குப் பக்கத்தில் நின்றிருந்தார். சற்றுத் தள்ளி இரண்டாவது மகன் தான்யலும் அவருக்கும் சற்றுத் தொலைவில் மூன்றாவது மகன் முராத்தும் நின்றிருந்தனர். அரசரையும், இளவரசர்களையும் மற்ற உயர்குடிப் பிறந்தோரிடம் இருந்து தங்கத்தாலான வேலி தடை பிரித்து வைத்தது. அடுத்தடுத்த படிநிலைகளில் உள்ளவர்களை வெள்ளியாலான தடுப்புவேலி பிரித்து வைத்தது. தனிமதிப்புடைய பெருங்குடிமக்கள், அதிகாரிகள் என்று அநேகபடி நிலைகள். அறிஞர்களும், கைவினைத் திறன் பெற்றவர்களும் தங்கள் மரியாதையைத் தெரிவித்துக் கொண்டனர். அரசு எழுத்தர்கள் விண்ணப்பங்களை அளித்தார்கள். அதிகாரிகள் தங்கள் அறிக்கைகளைச் சமர்ப்பித்தார்கள். தொலை தூரப் பிரதேசங்களில் இருந்தும், துறைமுகங்களில் இருந்தும் வந்த வர்த்தகர்களும் வியாபாரிகளும் விலைமிக்க நவமணிகளையும், அரிய பொருட்களையும் கொண்டு வந்திருந்தார்கள். வாள்வீச்சில் சிறந்தவர் களும், மல்யுத்த வீரர்களும், பாடகர்களும், கலைஞர்களும் அரச கட்டளைக்காக ஆயத்த நிலையில் காத்திருந்தனர்.

முறை சார்ந்த நிகழ்ச்சிகளை நடத்துகிறவரும், அரசவை நடவடிக்கைகளுக்குத் தலைமையேற்பவருமான அதிகாரி, கியாஸ் பெக்கின் பெயரைக் கூறி அழைத்தார். மரபுச் சீர்முறை அந்த அதிகாரியின் பொறுப்பு. கியாஸ்பெக் உடனே முன்நோக்கி அடி யெடுத்து வைத்து நடந்தார். பதினாறாம் நூற்றாண்டின் இந்தோ பெர்ஸியப் பெருங்குடிமக்கள் அணியும் வழக்க முறையான உடையை அவர் அணிந்திருந்தார். வெண்ணிற தளர்த்தியான மேலங்கி, பெரிய தலைப்பாகை என்று ரசனைக்குரிய விதத்தில் இருந்தது உடைகள். சர்வ வல்லமை பொருந்திய அரசரின் முன்னி லையில் தன்னைக் கட்டுப்பாடான மனோபாவம் உடையவராகக் காட்டிக் கொள்கிற முனைப்பு தெரிந்தது அவரிடம். தம்முடைய நடை, உடை, பாவனைகளில் மிதமாகவே இருந்தார் அவர். சிவப்பு, ஒளிர் செந்நிறம் அல்லது மஞ்சள் நிறத்தில் எதையும் அவர் அணிந் திருக்கவில்லை. அவையெல்லாம் அக்பருக்கென்றே தனி ஒதுக்கீடு செய்யப்பட்ட நிறங்கள். கியாஸ் தம்முடைய வலது உள்ளங்கையைத்

தம் நெற்றியின் மீது வைத்து, தலையைச் சற்றே முன்னோக்கி வளைத்து வணக்கம் செலுத்தினார். அந்த வணக்க முறை பணி வையும் மரியாதையையும் குறிப்பதாகும். அன்றியும் இட்ட பணியை நிறைவேற்றும் ஆயத்த நிலையில் தாம் இருப்பதையும் அது வெளிப் படுத்தும். அதிகாரபூர்வமான கூட்டங்களில் பங்கேற்பவர்களை நன்னயப்பாங்குடன் நடத்துவதில் அக்பர் பெயர் பெற்றவர். தம்மைக் காண வருபவர்களிடம் தம் உள்ளக் கருத்துகளை அவர் மிகச் சரி யாக எடுத்துரைப்பார், மனதின் நடுநிலையை வெளிப்படுத்துவதாக இருக்கும் அவருடைய பேச்சு. மற்றவர்களைவிடத் தான் சிறந்தவர் எனக் கருதாத அவருடைய பண்பும் அதில் புலப்படும். தம்முடைய இதயத்தின் பரிவை பெருந்தன்மையை, தமது தனிச் சிறப்பான இயல்பை, உற்சாக முகபாவத்தை, வெளிப்படையான நடத்தை முறை களைப் பிறர் அறியுமாறு அவருடைய பேச்சுமுறை இருக்கும்.

அவையின் ஒழுக்கமுறைகளில் முக்கியமானது அமைதியாக இருப்பது. பேரரசரின் முன்னிலையில் அனுமதிக்கப்படுகிற எவரும் ஒரு உரையாடலைத் தாமே தொடங்கிவிட முடியாது, அதற்கான உரிமை அவர்களுக்கில்லை. பேரரசரின் முன்னிலையில் கியாஸ்பெக் மவுனமாக நின்றிருந்தார். அவை உறுப்பினர் ஒருவர் பக்கம் பேரர சரின் பார்வை திரும்பினாலோ, அவரை நோக்கி புருவத்தை உயர்த்தி னாலோ அது அந்த உறுப்பினருக்கு மகிழ்ச்சியைத் தருவதாக இருக்கும். அரசர் அவரிடம் பேசிவிட்டாலோ அவர் பாக்கியம் செய்தவராவார்.

காம்பிகான் அக்பருக்கும் பயணக்குழுத் தலைவரான மாலிக் மசூத்திற்கும் நடந்த உரையாடல் ஒன்றைக் கூறியிருக்கிறார் (அது உண்மையில் நடந்ததாகவோ, நடவாமலோ இருந்திருக்கலாம்). அக்பர், மசூத்திடம் அவர் கொண்டு வந்திருக்கும் பரிசுகள் கடந்த ஆண்டுகளில் கொண்டு வந்தவற்றைப்போல் அத்தனை நன்றாக இருக்கவில்லை என்று விமர்சிக்கிறார். தற்போது தாம் கொண்டு வந்த பரிசு உயிரோட்டமுடையது என்றும், ஈரானில் இருந்தோ, துரானில் இருந்தோ அதற்கு முன் அத்தகைய பொருள் கொண்டு வரப்படவில்லை என்றும் கலைத் திறனோடு மசூத் பதிலளிக்கிறார். அக்பர் கியாஸ்பெக்கை கூர்ந்து நோக்கி, பார்வையிலேயே கணித்து விடுகிறார். அவைக்குரிய நடையொழுங்கைப் பயின்றவராய் தெரிகி றார். பணிவுடன் நிற்கிறார், தலை சற்றே குனிந்திருக்கிறது, கைகளைக் கட்டிக் கொண்டு அரச கட்டளையை ஏற்றுச் செயல்பட ஆயத்த மாய் இருக்கிறார். சந்திப்புத் திட்டத்தைத் தொடர்ந்து கியாஸுத்தீனுக்கு பணி ஆணை வழங்கப்படுகிறது.

தங்கள் வீரத்தைப் போர்களில் நிரூபித்த பெருங்குடி மக்களுக்கும், வயது வந்த இளவரசர்களுக்கும், உயர்சிறப்புடைய அதிகாரிகளுக்கும் பதவிகளை ஒதுக்கீடு செய்ய ஒரு சிக்கலான உத்தியைக் கண்டுபிடித்திருந்தார் அக்பர். முக்கியத்துவம், தகுதி, வெற்றி முதலியவற்றின் அடிப்படையில் மாகாண ஆளுநர்களும், கோட்டைத் தலைவர்களும், இராணுவத் தளபதிகளும் நியமிக்கப்பட்டார்கள். அவ்வாறே வரிவசூல் அதிகாரிகளும், மாகாண நீதித்துறை அலுவலர்களும், நகரத்தின் முக்கிய அலுவலர்களும் நியமிக்கப்பட்டனர்.

கியாஸிற்கு முகலாய அரசில் அளிக்கப்பட்ட முதல் பதவி என்ன என்பது பதிவு செய்யப்படவில்லை. ஆனாலும் காபூலில் அவர் திவானாகப் பணிபுரிந்தபொழுது 300 படையாட்களை பராமரிப்பதற்கான மான்சப் அவருக்கு வழங்கப்பட்டிருந்தது. அக்பர் 10 முதல் 10,000 எண்ணிக்கை வரை 'மான்சப்'களை வழங்கியிருக்கிறார். அந்த எண்ணிக்கையை அடிப்படையாய் கொண்டே அவர்களின் படிவரிசையும், ஊதியமும் நிர்ணயிக்கப்பட்டது. அக்பரின் மகன் பேரரசராக அரியணையில் அமர்ந்ததும் கியாஸின் படிவரிசை 7,000 எண்ணிக்கைக்கு உயர்த்தப்பட்டது.

அக்பருடன் முதல் சந்திப்பு முடிந்து வெளியேறும் போது 'தஸ்லீம்' முறையில் கியாஸ் வணக்கம் செலுத்துகிறார். அது எப்படியெனில் வலதுபுறங்கையைத் தரையில் வைத்து பிறகு அதை மெள்ள உயர்த்தி, அவர் நேராக நின்ற அளவிற்குக் கொண்டு போவது. அடுத்து தம் உள்ளங்கைப் பகுதியைத் தமது உச்சந் தலையில் வைத்துக் கொள்வது, மூன்று முறை 'தஸ்லீம்' செய்வது, தம்மையே தான் தருவதற்கு தயாராக இருப்பதைக் குறிக்கும். இப்படியாக இந்திய அரசுத் துறையில் கியாஸ்பெக் தம்முடைய பயணத்தை மேற்கொண்டார்.

4

தூசிபடாத குவிமாடங்களும், மாசு படியாத மனிதனும்

கியாஸுத்தீனும் அவருடைய குடும்பமும் ஃபதேபூர்–சிக்ரியில் தங்கள் புதிய வாழ்க்கையை அமைதியாக வாழ்ந்து கொண்டிருந்த நிலையில், இரண்டு நிகழ்வுகள் பற்றியே ஊர் இன்னமும் பேசிக் கொண்டிருக்கிறது. ஒன்று, நாட்டிலேயே மிக நேர்த்தியான துணி உற்பத்தி செய்கிற நெசவுப்பட்டறை தீயில் எரிந்து நாசமானது. பெர்ஸிய நெசவாளர்களால் நெய்யப்பட்ட கம்பள விரிப்புகள், 10 மில்லியன் கஜம் வெல்வட், பட்டு, வழுவழுப்பும் பளபளப்பும் கொண்ட 'சாட்டின்' துணிவகை, சித்திர வேலைப்பாடுள்ள 'ப்ரோக்கெட்' துணி வகை என்று சகலமும் எரிந்து சாம்பலாயின. மற்றொன்று மிக முக்கியமானது. சில மாதங்களுக்குமுன் பேரரசின் அந்தப்புரத்தைச் சேர்ந்த முதிய பெண்மணிகள் பலர் அதிகாரபூர்வ மற்ற யாத்திரையாக மெக்கா சென்றிருந்தனர். அக்பரின் மூத்த அத்தையான குல்பதான் பானு பேகம் தம் உடன்பிறந்தாரின் மகனிடம் மெக்கா செல்ல விரும்புவதாகவும், தாம் இறைவனிடம் செய்து கொண்ட பிரதிக்ஞையை நிறைவேற்றுவதற்காக புனிதத் தலங்களுக்கு போய்வருவதாகவும் தெரிவித்தார். எனினும் சமீபகாலம் வரை இந்தியக் கடலில் ஆதிக்கம் செலுத்திக் கொண்டிருந்த போர்ச்சுகீசியர்களுடன் ஏற்பட்ட சச்சரவுகள் காரணமாய் கடல் பயணம் பாதுகாப்பற்றதாக இருந்தது. முகலாயர்களுக்கும் போர்ச்சுகீசியர்களுக்கும் இடையேயிருந்த வேறுபாடுகள் நீங்கி, சமரசம் ஏற்பட்ட நிலையில் குல்பதான் மறுபடியும் யாத்திரை பற்றிப் பேச்செடுத்தார். அக்பர் அவருடைய பயணத்துக்கு அனுமதி அளித்ததோடு, தேவையான பொருட்களையும், நிறைய பணத்தையும் கொடுத்தனுப்பினார்.

தம்முடைய எழுபதுகளில் மெக்காவுக்கு புனிதப்பயணம் மேற்கொண்ட குல்பதான் சிறந்த மூளைத்திறனும், விழிப்புணர்ச்சியும் கொண்டவர். அவர் முதல் முகலாயப் பேரரசரான பாபரின் மகள். பின்வரும் தலைமுறையினர் அறிந்துகொள்ளட்டும் என்பதற்காகவே, தம்முடைய காலத்தின் புகழ்பெற்ற முஸ்லீம் சாம்ராஜ்யங்களான துருக்கியின் ஒட்டாமன்கள், ஈரானின் சஃபாவித்கள், இந்திய

முகலாயர்கள் பற்றிய தொடர் வரலாறு ஒன்றை எழுதியிருக்கிறார் இவர். முகலாய அரச குடும்பத்துப் பெண்களின் வாழ்க்கையை அசாதாரண நுண்ணறிவுத் திறனுடன் பதிவு செய்திருக்கிறார்.

அந்தப்புரத்தின் முதிய பெண்மணிகள் பதின்மூன்று பேர், அவர்களுடைய பணிப்பெண்கள், பாடகர்கள் ஆகியோர் உடன்வர, 1578ன் இறுதியில் குல்பதான் ஃபதேபூர்– சிக்ரியை விட்டுப் புறப்பட்டார். அதே காலகட்டத்தில் தான் கியாஸும் அஸ்மத்தும் லாகூரை விட்டுப் புறப்பட்டனர். குஜராத் மாகாணத்தின் வழியே தென் மேற்கில் கடந்து மெக்காவுக்கு கப்பலேற அவர்கள் திட்டமிட்டிருந்தனர். அக்பர் தம்முடைய ஆறுவயது மகன் முராத்தை அவர்களுடன் அனுப்பவிருந்தார். பதினேழாம் நூற்றாண்டு முகலாய உலகத்தில் முதிய பெண்களை வழிநடத்திச் செல்ல ஒரு சின்னப் பையனே போதும் என்று கருதப்பட்டது. ஆனால், அனுபவ முதிர்ச்சியற்ற சிறுவனை அழைத்துப் போக மனமில்லாத குல்பதான் முராத்தை அரண்மனையிலேயே இருக்கச் செய்துவிட்டார். அக்பரும் அதற்கு மறுப்பு கூறவில்லை. மூன்று வயதேறிய ஆண்கள் யாத்ரீகக் கூட்டத்துக்கு பாதுகாப்பாகச் சென்றனர்.

அக்பருக்கு ஆலோசனை கூற அக்பரின் தாய் ஹமீதா பேகத்தையும், ஒரு நம்பிக்கையான பணிப்பெண்ணையும் தலைநகரிலேயே தங்கியிருக்கச் செய்வது என்று அந்தப் பெண்மணிகள் தீர்மானித்தனர். அக்பர் எப்போதுமே தமது தாயின் ஆலோசனையையும், ஆதரவையும் நம்பியிருந்தார். இருவருமே ஒருவரையொருவர் மிகுதியாய் நேசிக்கிறவர்கள், பரஸ்பரம் உண்மையாக இருப்பவர்கள். தம்முடைய மகன் தலைநகருக்கு வெளியில் எங்கிருந்தாலும், ஹமீதா முன்னறிவிப்பு ஏதுமின்றி அவரைக் காணச் சென்றுவிடுவார். எடுத்துக்காட்டாக, அந்த ஆண்டின் தொடக்கத்தில் அக்பர் பஞ்சாப் காடுகளில் வேட்டையாடச் சென்றிருந்தார். அவருடைய தாய் அவரைக் காண ஆவலுடன் முகாமிற்கு வந்திருப்பதாக ஏவலர்கள் தெரிவிக்கவும், அக்பர் அவரை மகிழ்ச்சியுடன் சென்று வரவேற்றார். தம் தாயின் மனஉறுதியை அக்பர் மதிப்புணர்ச்சியுடன் பார்த்திருப்பார் என்பதில் ஐயமில்லை. ஒரு சமயம், கலகக்கார பங்காளி ஒருவனை அடக்கி வெற்றி கொள்வதற்காக காபூல் சென்ற அக்பர், டில்லி மாகாணப் பொறுப்பை தம் தாயிடமே ஒப்படைத்துச் சென்றார்.

அரச குடும்பத்து மூத்த பெண்களுடன் குல்பதான் மெக்காவுக்குப் பயணம் மேற்கொண்டதும், அக்பரின் தாயை அவருடைய ஆலோசனைக்காக தலைநகரிலேயே இருக்கச் செய்ததும் முகலாய அந்தப்புரச் செயல்பாடுகளை பெருமளவு வெளிப்படுத்துகிறது.

கியாஸும் அஸ்மத்தும் தலைநகருக்கு வருவதற்கு சில ஆண்டுகள் முன்னால், அரச குடும்பத்துப் பெண்கள் நல்ல வகை முறை

அமைப்பும், உயரமான மதில்களும் உடைய அந்தப்புரத்தில் தனித்து வைக்கப்பட வேண்டும் என்று அக்பர் அறிவித்திருந்தார். மதில் சுவர்களுக்கு உட்புறமாய் பெரிய கட்டிடம் கட்டி, ஒவ்வொரு பெண்ணுக்கும் தனித்தனி அறைத் தொகுதிகளை ஒதுக்கிக் கொடுத்தார். அவ்விதமாய் அவர்கள் பிரித்து வைக்கப்பட்டிருப்பதை அவர் உறுதி செய்து கொண்டார். அபுல் ஃபஸால் எழுதப்பட்டு, அக்பரால் ஏற்கப்பட்டது மான முகலாயர்களின் முதல் அதிகாரபூர்வமான வரலாறு 'அக்பர் நாமா' (அக்பரின் வரலாறு) ஆகும். அந்தப்புரத்தில் ஐயாயிரம் பெண்கள் தங்கி வாழ்ந்தனர் என்று அந்நூலில் குறிப்பிடப்பட்டிருக்கிறது. ஆனால் போர்ச்சுகீசிய யூத மதகுருவான அருட்தந்தை அண்டானியோ மான்ஸரேட் என்பவர், அந்தப்புரத்தில் இருந்த பெண்களின் எண்ணிக்கை முந்நூறு என்கிறார். தனிமைப்படுத்தப்பட்ட பெண்களின் நடமாட்டம் வெகுவாய்க் கட்டுப்படுத்தப்பட்டது. அவர்களை யார் வந்து பார்க்கலாம், யார் பார்க்க முடியாது என்பதற்கான விதிமுறைகளும் நெறிப்படுத்தப்பட்டன. அந்தப்புரம் கடுமையான கண்காணிப்பிற்கு உட்படுத்தப்பட்டிருந்தது.

பெண் கண்காணிப்பாளர்கள் ஒவ்வொரு பிரிவையும் கவனமாய்ப் பார்த்துக் கொண்டனர். அரசகுடும்பத்தினர் வசிக்கும் பகுதிகள் அலிகளின் காவலில் இருந்தன. இராஜபுத்ர படைப் பிரிவொன்று அந்தப்புரத்தின் புற எல்லைகளைப் பாதுகாத்தது. அரசியல் மற்றும் ஆட்சி தொடர்பான அமைப்புகளை வலுப்படுத்தவும், ஆட்சிப் பரப்பெல்லைகளை விரிவுபடுத்தவும் அக்பர் அருமையாய் திட்டமிட்டு, அதற்கானப் பணியில் அந்தப்புரமும் பங்கேற்கச் செய்தார். தம்முடைய ஆட்சியின் தொடக்க காலத்தில் தம் அரசின் பரப்பு குறித்து அக்பருக்கு அதிருப்தி இருந்தது. கிழக்கில் செழிப்பான கங்கைச் சமவெளி உள்ளிட்ட முக்கிய பகுதிகள் அவருடைய ஆட்சிக்கு உட்பட்டிருந்தாலும், வங்காளத்தின் பெரும் பகுதி சுதேசி அரசர்களின் கட்டுப்பாட்டில் இருந்தது. அஜ்மீர் இராஜபுத்ரர்களின் கையில் இருந்தது. குஜராத்தும் இதர பகுதிகளும் பேரரசர் அக்பருக்கு கப்பம் கட்டுகிற படிநிலையில் இருந்தன. அக்பர் அதையெல்லாம் மாற்றி, அண்டைநாடுகளின் நிலப்பகுதிகளைக் கைப்பற்ற பெரும் படையுடன் போருக்குப் புறப்பட்டார். குஜராத், வங்காளம் போன்ற நிலப்பகுதிகளை அவர் கைப்பற்றினார். கூர்மதியுடன் கூட்டுச் செயல்பாடு ஒப்பந்தங்கள் போட்டும் தன்னுடைய பேரரசை அவர் வளர்த்தெடுத்தார். ஆலோசகர்கள், ஆளுநர்கள், அதிகாரிகள் என்று பல பதவிகளுக்கும் பல்வேறு இனத்தைச் சேர்ந்தவர்களை அக்பர் நியமித்தார். திருமணங்கள் மூலமும் இந்து – முஸ்லீம் உறவை அவர் உறுதிப்படுத்தினார். இந்து மற்றும் முஸ்லீம் மனைவிமார்களை அரசியலில் பங்கெடுக்கச் செய்து இந்துப் பெரும்பான்மை கொண்ட நாட்டை அவர் ஆண்டார், முகலாய அதிகாரத்தை விரிவுபடுத்தவும் அடித்தளமிட்டார்.

1570களின் தொடக்கத்தில் அக்பர் தம்மை புனிதத் திருவுருவாக, தவறா நிலையுடைய ஆன்மீகத்தில் அதிகாரம் பெற்ற தனியொரு வராகக் காட்டிக் கொள்ளத் திட்டமிட்டார்.

அதிகாரபூர்வ வரலாற்றாளரான அபுல் ஃபஸல் பேரரசரின் சிறப்புமிக்க பரம்பரை பற்றிய ஆய்வில், நிறைவான விளக்கம் தர கூடுதல் விபரங்களையும் சேர்த்திருக்கிறார். அக்பரை, அடிப்படையில் தெய்வத்தன்மை கொண்டவராக அவர் சித்தரித்திருக்கிறார். அரசரின் அந்தப்புரம் புனிதமாய்க் கருதப்படக் கூடியது, பேரரசர் மட்டுமே உட்செல்ல முடியும். அங்குள்ள பெண்கள் மகிமை பொருந்தியவர்கள், எவராலும் அவர்களைத் தீண்ட முடியாது என்கிறார் அவர். அக்பரின் அரசவை வரலாற்றாளர் அந்தப்புரத்தை விவரிக்கப் பயன்படுத்தும் சொற்கள் உதாரணமாக 'தூசி படியாத குவிமாடங்கள்', அங்குள்ள பெண்கள் மாசு படியாத மங்கையர் என்பது போன்றவை. அந்தப்புரம் பேரரசரின் வலிமைக்கும் ஆண் மைக்கும் ஒரு குறியீடாக இருந்திருக்கிறது. அந்தப்புரத்தில் ஐயாயிரம் பெண்கள் இருந்ததைப் பேரரசரின் ஆளுமைத் திறத்துக்கு முக்கிய நிரூபணமாகக் கொள்ளலாம் என்று அபுல் ஃபஸல் தம்முடைய 'அக்பர் நாமா'வில் வற்புறுத்தலாய் சொல்கிறார்.

பெண்களுக்காக முற்றிலும் புதிய பகுதிகள் கொண்ட விதிகளை அக்பர் கண்டுபிடித்துவிடவில்லை. நாடோடிகளாய் இடம்விட்டு இடம் சென்று கொண்டிருந்த அவருடைய முன்னோர்கள் பெண் களின் உடல் அதிகமாக வெளியே தெரியாதபடி உடலின் பெரும் பகுதியை மூடிவைப்பது, அவர்களைத் தனித்தனியே பிரித்து வைப் பது என்று உறுதியான விதிமுறைகளைத் தொடர்ந்து பராமரித்து வந்தார்கள். அக்பரும் அதே செயல்முறையையே நிலைப்படுத்தியிருந் தார்.

என்னதான் அக்பர் பெண்களைக் கண்ணால் காணமுடியாத வாறு செய்திருந்தாலும், குல்பதானின் பயணமும், ஹமீதா மதியூக மிக்க ஆலோசகராகத் தங்கியிருந்ததும், அக்பரின் அந்த முயற்சி முழுமை பெறவில்லை என்பதை நிரூபித்துவிட்டது. ஃபதேபூர்–சிக்ரி அந்தப்புரத்துக்குள்ளேயே தாங்கள் அடைபட்டுக் கிடக்கப் போவதில்லை என்று முடிவு செய்தே மெக்காவுக்கு அவர்கள் பயணம் மேற்கொண்டது.

பேரரசரின் அத்தை மேற்கொண்ட ஹஜ்பயணம் அன்றும் என் றும் அரியதோர் நிகழ்வாகும். அரசியல் மற்றும் அரசு எடுக்கும் முடிவுகளில் பெண்களின் தீவிரப் பங்களிப்பு தொடரவேண்டும், பேரரசின் எதிர்காலத்திலும் அவர்கள் பங்கேற்க வேண்டும் என்பதை வலியுறுத்துவதாகவோ அந்தப் பயணம் அமைந்தது எனலாம். பெண் களை மற்ற விவகாரங்களில் இருந்து பிரித்து வைக்கும் அக்பரின் செயல்முயற்சிக்கு இது முற்றிலும் எதிரானதே.

தமக்குக் கீழ்நிலைப்பட்ட சிற்றரசுகளிலும் பேரரசர் தம் விருப்பம் போல் பெண்களைக் கையாள முடியவில்லை. எடுத்துக் காட்டாக, ஓர்ச்சா என்கிற நிலப்பகுதியின் அரசனிடம் அரசவைக் கவிஞராக இருந்த பிரவீன் ரே என்கிற விலை மாது அக்பரின் அழைப்பை ஏற்க மறுத்து விட்டாள். அவருடைய அந்தப்புரத்தில் இடம்பெற அவள் சம்மதிக்கவில்லை. அவள் ஈரடிச் செய்யுள் ஒன்றை அவருக்கு எழுதியனுப்பி விட்டாள்.

அறிவுடைய அரசே! கவனத்தில் கொள்ளும்!
'கடைநிலைமாந்தரும், காகங்களும், நாய்களுமே
எச்சிலை சோற்றுக்கு இச்சை வைப்பர்' என்று.

அவள் மிக்க துணிவுடனும் கட்டுப்பாட்டோடும் முகலாய ஆட்சியதிகாரத்துக்கு அடிபணியாமல் தன் காதலனாகிய அந்த சிற்றரசனோடு எதிர்த்து நின்றாள்.

தன்னுடைய தந்தையின் வீட்டில் வளர்ந்த மெஹர், பிரவீண் ரேயின் துணிச்சல் பற்றி கேள்விப்படாமல் இருந்திருந்தாலும், குல்ப தானின் அச்சமின்மை குறித்து கேள்விப்பட்டிருக்கக் கூடும். அஸ்மத்தும், அஸ்மத்தின் தோழியரும் ஹஜ்பயணக் கதையையும், அரசின் ஆலோசகர் ஹமீதாவைப் பற்றியும் வேண்டிக் கேட்டிருப் பார்கள். அவை முகலாயப் பெண்களின் கற்பனையையும், தலை மைப் பண்பையும் ஊக்குவிக்கிற உதாரணங்களாயிற்றே.

எதையும் தீர விசாரிப்பதில் விருப்பம் கொண்ட அக்பர் மதம் சார்ந்த மரபு வழி நம்பிக்கைகளை மறுத்ததுடன் புதிய கோட் பாட்டை உருவாக்கும் நோக்கம் உடையவராயிருந்தார். அவருடைய இலக்கு 'உலக அமைதி'. புகழ்பெற்ற சூஃபி சிந்தனையாளரான இப்னு அராபியின் கருத்துகளால் அவர் ஈர்க்கப்பட்டார். குறிப்பாக 'இறை வனின் பிரதிநிதியாக இருந்து தன் கடமைப் பொறுப்புகளை நிறை வேற்றுகிற அரசனே முழுமையான மனிதன்' என்ற கருத்து அவரைப் பெரிதும் கவர்ந்தது. முழுநிறைவை அடைய விரும்பிய அக்பர், இறை வனால் தேர்வு செய்யப்பட்ட ஒருவராகத் தன்னைக் கருதிக் கொண்டு சகிப்புத்தன்மைக் கொள்கையை அறிமுகப்படுத்தினார். இஸ்லாமியச் சடங்குகளிலும், நடைமுறைகளிலும் பங்கேற்றதோடு மெக்காவுக்கு பணமும் அனுப்பி வைத்தார். ஃபதேபூர்– சிக்ரி பெரிய பள்ளிவாசலில் தரையைத் துடைக்கிற தொண்டு செய்தார். பெர்ஸிய சூஃபி மார்க்கத்தின் ஒரு பிரிவான நுக்தவிஸின் கோட்பாட்டை அவர் பெரிதும் போற்றினார். புதிய ஏற்பாடு அவரால் மதிக்கப் பட்டது. யோகப் பயிற்சிகளையும் அவர் ஆர்வத்துடன் ஏற்றுக் கொண்டார். இந்துக்களின் சூரிய வழிபாட்டின் ஆற்றலை அறிவதி லும் அக்கறை காட்டினார். சைவ உணவுமுறையைச் சோதித்துப் பார்க்கவும் அவர் தவறவில்லை. வடமொழியில் உள்ள சூரியனின்

ஆயிரத்தியொரு திருநாமங்களையும் அவர் மனனம் செய்திருந்தார். அக்பரின் வரலாற்று நடப்புகளைப் பதிவு செய்தவர்கள் இந்து இராஜ புத்ரர்களின் பழக்கவழக்கங்களுடன் வெகுநுட்பமாக அவரைத் தொடர்புபடுத்தினார்கள். அவருடைய மனைவிகளில் பலர் இராஜ புத்ர வம்சத்தினர் என்பது குறிப்பிடத்தக்கது. பண்டைய இராஜ புத்ரர்கள் தங்களை சூரிய வம்சத்தினராகவோ சந்திர வம்சத்தின ராகவோ அடையாளம் கண்டார்கள். மகாபாரதத்தின் முதன்மைப் பாத்திரமான குந்திதேவி சூரியக் கதிர்களின் வீரியம் தாங்கி ஒரு மகனைப் பெற்றாள். இராமாயணத்தில் வருகிற தெய்வீக புருஷ னாகிய இராமன் சூரிய வம்சத்தில் தோன்றியவனாவான். இவை யெல்லாம் அக்பரின் பயிலரங்கில் விரிவாகவே விளக்கப்பட்ட துண்டு. உரையிலும், ஓவியமாகவும். அக்பரின் இராஜபுத்ர குடி மக்களில் சிலர் அவரை அதே படிநிலைக்கு உயர்த்தி விட்டனர்.

சூரிய சந்திரர் தொடர்பான மரபுகள் பல்வேறு தத்துவஞானம் சார்ந்ததும் மறையியல் சார்ந்ததுமான வகை முறைகளில் ஒரு பகுதி யாக இஸ்லாமில் தொடர்புற்றது. ஆன்ம ஒளியை வழங்குகிறவர்கள் என்று அறியப்படுகிற *நியோபிளாட்டோனிக் தத்துவ மேதைகள் பற்றி அக்பர் தெரிந்து வைத்திருந்தார். ஆன்ம ஞானம் வழங்குகிற வர்களில் முதன்மையானவரான சுஹ்ரவர்தி (1192) என்பவர், 'இறை வனிடம் இருந்து இடைவிடாமல் வெளிப்படும் கண்கூசும்படியான ஒளியைக் கொண்டே உலகவுயிர்கள் வாழ்கின்றன' என்று நம்பினார். ஒளிகளின் மூல ஒளியான இறைவனை வசீகரமான தேவதூதர்கள் நமக்கு வெளிப்படுத்திக் காட்டுகின்றனர். எல்லா மனிதர்களிடமும் ஒரு தெய்வீக ஒளிக்கூறு இருக்கிறது என்கிறார் சுஹ்ரவர்தி. தங்கள் காலத்தில் செயல் வல்லாளர்களாக இருந்தவர்கள் மூன்று பேர்கள் தாம். ஒருவர் சுஹ்ரவர்தி, மற்ற இருவர் பிளாட்டோவும், அக்பரும் என்று குறிப்பிடுகிறார் அக்பரின் வரலாற்றாளர். ஒளியிடமும், விண்ணுலகைச் சார்ந்தோரிடமும் அக்பருக்கிருந்த அதே ஆர்வம் அவருடைய வாரிசுகளான பேரரசர் ஜஹாங்கீரிடமும், பேரரசி நூர்ஜஹானிடமும் இருந்திருக்கிறது. அவரைப்போலவே அவர்களும் அவற்றை முக்கியமாகக் கருதினர்.

மதியூகமும், செயலாற்றலும் கைவரப்பெற்றிருந்த அக்பரைக் கல்லாதவர் என்று பலரும் கூறியதுண்டு. ஜஹாங்கீரும் தன் வரலாற்றுக் குறிப்பில் இதனைக் குறிப்பிட்டிருக்கிறார். ஜஹாங்கீர் பேரரசரான பின் எழுதிய சுயசரிதை அது. எனில், அது உண் மையா? எது எப்படியோ, அரசு ஆவணங்களும், மறைநூல்களும்,

* நியோபிளாட்டோனிக் : இது பிளாட்டோவின் கொள்கைகளையும், கீழை நாட்டு இறைமை இணைப்புப் பண்பையும் ஒன்றாக்கிய தத்துவ, சமய ஒழுங்கு முறைகளின் இணைவு. நியோபிளாட்டோனிஸத்தின் மையக் கோட்பாடே முத்திற மெய்ம்மை (மூல முதல் ஒன்று, மனம், ஆன்மா) ஆகும்.

கவிதை, கதைகளும் அக்பருக்கு உரக்கப் படித்துக் காட்டப்பட்டதாக பதிவுகள் தெரிவிக்கின்றன.

அவருக்கு வாசித்துக் காட்டியவர்களில் ஒருவர் கியாஸ் பெக்கின் முன்னாள் எசமானரும், ஈரானிய அரசருமான தஹ்மஸ்ப் பிடம் கதை சொல்லியாக இருந்தவரின் மகனாவார். 'ஹம்ஸ நாமா'வில் இருந்து கதைகளை விரும்பிக் கேட்பார் அக்பர். இந்நூலை எழுதிய ஹம்ஸா (ரலி) இறைதூதர் அண்ணல் முகம்மதுஸல் அவர்களின் மாமா ஆவார். இவர் இஸ்லாமிய மதத்தைப் பரப்ப உலகெங்கும் பயணம் செய்தவர்.

பரந்த மனப்பான்மையுடைய அக்பருக்கும் பழைமையான சன்னி பிரிவின் குருவிற்கும் இடையே வெறுப்பும், நம்பிக்கையின் மையும் இருந்தது. அவர்கள் தன்வயமிழந்த நிலையில் கற்பனைக் காட்சிகளில் திளைக்கும் சூஃபி மறைஞானிகள் குறித்து சந்தேகப் பட்டனர். ஷியாபிரிவினரை இழிவாகக் கருதினர். அத்துடன் இவர் கள் சில சமயங்களில் அக்பரின் செயல்கள் விருப்பங்கள் குறித்து கண்டனம் தெரிவித்தனர். வரலாற்றாளரான அப்துல்காதர் பதாவுனி பேரரசரின் அரசவையில் பணியாற்றினார். இவர் அக்பர் நாமாவுக்கு எதிரான நூலொன்றை எழுதினார். அப்போது அரசவைக் கட்டுப் பாடுகள் பிடிக்காததால் தாம் பார்த்த இமாம் வேலையை விட்டு விலகியிருந்தார். பதாவுனியின் கருத்துரை ஒன்று 'இந்துஸ்தான் விரிந்து பரந்த நிலப்பரப்பாகும். அங்கே எவ்வகையான பற்றுகளுக் கும் இடமுண்டு. ஒருவருடைய வேலையில் இன்னொருவர் தலை யிடுவதில்லை. அதனால், ஒருவர் தாம் விரும்பியவாறு செயல்பட முடியும்....' அதை ஒரு பாராட்டாக அவர் குறிக்கவில்லை.

அந்தக் காலகட்டத்தில்தான் கியாஸ்பெக் முகலாய அரசவை யில் பதவியில் அமர்த்தப்படுகிறார். அக்பர் மதவிவகாரங்களில் அதிகக் கட்டுப்பாடுகள் செய்வதுபோல் காட்டிக் கொண்டார். தம்முடைய ஆளுகைக்குட்பட்ட பிரதேசங்களில், மதவிவகாரங்களில் தாமே நடுவராயிருந்து தீர்ப்பு செய்வார் என்றும், தமக்கே அந்த வகையில் உச்ச அதிகாரம் இருப்பதாகவும் அவர் அறிவித்துக் கொண்டார்.

இஸ்லாமிய மத அறிஞர்களையும், சட்டவல்லுநர்களையும் விட தமக்கே அவர் முன்னுரிமை கொடுத்துக் கொண்டார். தகராறு களைத் தீர்த்து வைப்பதில் பேரரசரின் கருத்தே அதிகாரப்பூர்வமானது, எல்லா முஸ்லீம்களையும் அது கட்டுப்படுத்தும் என்றும் அவர் ஆணை பிறப்பித்தார். இஸ்லாமிய நாடுகளின் தலைவர் என்கிற பதவிக்கு ஆட்டோமன் (துருக்கி) அரசரே 1517இல் இருந்து உரிமை கொண்டாடி வந்தார். அக்பரோ தம்முடைய அரசாணை மூலம் தம்மை 'காலிப்' என்று அறிவித்துக் கொண்டார். அக்பர் என்ன

தம்முடைய ஆட்சி அதிகார எல்லைக்குட்பட்ட முஸ்லீம்களுக்குத் தலைவரா அல்லது உலக முஸ்லீம்களுக்கே அவர் தலைவராக விரும்புகிறாரா என்று நவீன கால ஆராய்ச்சியாளர்கள் கேள்வி யெழுப்பினர்.

பேரரசர் இஸ்லாமிற்கு எதிராகத் திரும்பிவிட்டார் என்று வதந்திகள் பரவின. அக்பர் புதிய தீர்க்கதரிசியாக உரிமைகோரி புனித மற்ற அவச் செயல் புரிகிறார் என்றொரு தகவல் ஈரான், மத்திய ஆசியா, போர்ச்சுகல், ஸ்பெயின் போன்ற நாடுகளைச் சென்றடைந்தன. உலகின் தீமைகளைப் போக்கி, நீதியை நிலைநிறுத்தி உலகத்தைக் காக்க, காலங்கள் தோறும் வருகிற மீட்பராகத் தன்னை அவர் கருதிக் கொண்டார். தம்மை *மஹ்தியாக அறிவித்துக் கொள்கிற கனவில் இருந்தார் அவர்.

பெர்ஸியாவில் இருந்து கியாஸைப்போல் குடிபெயர்ந்து வந்தவர்கள் அக்பரின் அரசவையில் வரவேற்றுக் கொள்ளப் பட்டனர். அரசின் இயக்கம் எளிதில் காணத்தக்கதாய் அத்தனை வெளிப்படையாக இல்லை. நாளடைவில் கியாஸும், அஸ்மத்தும் எழுதப்பட்ட எழுதப்படாத விதிகள், விதிவிலக்குகள், வளர்ச்சிக்கான வழிவகைகள் இவற்றைப் புரிந்துகொள்வதில் வெற்றிபெற்றனர். அக்பரின் அரசவையில் குழுக்களும், அவற்றின் கொள்கைகளும் குறிக்கோள்களும் தொடர்ந்து மாறிக்கொண்டேயிருந்தன. பிளவு என்பது எப்போதுமே இருக்கத்தான் இருந்தது.

வெவ்வேறான சமயநம்பிக்கை கொண்டவர்கள் ஒன்றாக வாழ்ந்ததால் இந்தியா எல்லாரையும் மகிழ்வித்து, தன்பால் ஈர்க்கும் இயல்பினைக் கொண்டிருந்தது. அக்பரின் பேரரசு எல்லாரையும் ஒருசேர அரவணைத்திருந்தது. அதனால் இந்து ராஜாக்களும் முக லாயர்களும், இந்துக்களும், பெர்ஸியர்களும், பைபிளும் குர்ஆனும், மரபுவழி நம்பிக்கைக் கொண்டவர்களும், இறைமைக் கோட்பாடு களை ஏற்றுக் கொள்ளாதவர்களும் என்று பல்வகைமை கொண்ட ஒரு சமூகத்தைச் சமாளிப்பதும், பராமரிப்பதும் கடினந்தான். பெண் களை அந்தப்புரத்திலேயே கட்டுப்படுத்தி வைக்க வேண்டும் என்ற அக்பரின் நோக்கம் நிறைவேறுவதும் அதேபோல் கடினமாக இருந்தது.

* மஹ்தி : உலகில் நீதி, நேர்மையை நிறுவுவதற்காகத் தோன்றும் புனிதர்கள். 'மஹ்தி' என்றால் நேர்வழி காட்டுபவர் என்று பொருள்.

5

வாக் வாக் மரம்

பழங்கதைகளில் வரும் வாக் வாக் தீவு உலகின் விளிம்புப் பகுதியில் இருந்தது. மீன்கள் நடனமாடும் கடல் நடுவே அது இருந்தது. அதன்மேல் ஒரு பேசும் மரம் இருந்தது. அந்த மரத்தின் கிளைகளிலும் இலைகளிலும் பூக்களிலும் இருந்து மனிதத் தலைகளும், தீய ஆவியுருக்களும் தோன்றிப் பெருகின. அதன் வேர்களில் இருந்து சிங்கங்கள், புலிகள், பசுக்கள், யானைகள், மற்றும் *சிமர்க் என்னும் பறவைகளும் மேலெழுந்தன.

அரசர்கள் பற்றிய 'ஷாநாமா' என்னும் நூலில் (பதினோராம் நூற்றாண்டில் எழுதப்பட்ட எழுச்சிக் கவிதைத் தொகுப்பு) முதல் முதலாய் 'வாக் வாக்' கதை இடம்பெற்று பிரபலமாயிற்று.

இந்த நூலின் ஆசிரியர் ஃபிதர்தௌஸி என்கிற ஈரானியர். மெஹரின் வாழ்வில் இஸ்லாமிய உலகின் மற்ற கவிதைகள், வரலாறுகள், கவிதைகளோடு இந்தக் கவிதையும் முக்கியத்துவம் பெற்றது. இவை யாவும் அவளுடைய தொடக்ககாலக் கல்வியின் ஆக்கக்கூறுகள் ஆகும். அவை இலக்கியம், அறநெறி மற்றும் உலகியல் சார்ந்தவை. அவள் தன்னுடைய தந்தையின் மாளிகையில் பெண்களுக்கான கட்டுப்பாட்டுப் பகுதியில் வளர்ந்தவள். அங்கே கியாஸையும், அவருடைய மகன்களையும், பணியாட்களையும் தவிர்த்து வேறு யாரும் உள்ளே பிரவேசிக்க முடியாது. கியாஸும் அஸ்மத்தும் மீர் மற்றும் அவளுடைய உடன்பிறப்புகளுக்குக் கதைகள் சொல்வார்கள். ஆஸஃபும் முகம்மதுவும் அவளுடைய மூத்த சகோதரர்கள், அவளுடைய மூத்த சகோதரி மனிஜா, கதீஜாவும் இப்ராகிமும் அவளுக்கு இளையவர்கள். 'வாக் வாக்' கதையுடன், 'தூதி நாமா' என்கிற பதினான்காம் நூற்றாண்டு பெர்ஸியக் கதைத் தொகுப்பில் இருந்தும் கதைகள் சொல்லி அவர்கள் மகிழ்ச்சியைப் பகிர்ந்து கொள்வார்கள். ஒரு புத்திசாலிக் கிளி தன் எசமானியின் கணவன் வியாபாரத்துக்காக வெளியூர் செல்கிறபோது அவள் நெறிதவறாமல் இருக்கக் கதைகள்

---

* சிமர்க் : பாரசீகப் புராணத்தில் வரும் பேரறிவு படைத்த பெரிய பறவை.

சொல்லி அவளுடைய கவனத்தைத் திருப்பியதாம். அந்த புத்திசாலிக் கிளி 'ஆயிரத்தியோரு இரவுகள்' நூலில் நெடுங்கதை சொன்ன ஷெஹர்ஸாத் போன்றது என்று மீர் நினைத்திருக்க வேண்டும். அவளுடைய பெற்றோர்களும் பொழுது போக்காகவும், கற்பிக்கும் விதமாகவும் அந்தக் கதைகளைத் தங்கள் குழந்தைகளுக்குச் சொல்லி யிருப்பார்கள்.

உயர்பண்புடைய எந்தவொரு முஸ்லீம் குடும்பத்தையும் போலவே அஸ்மத் வீட்டிலும் பெண்கள் 'மர்தானா' எனப்படும் ஆண்களுக்கான பகுதியில் நுழைவது தடுக்கப்பட்டிருந்தது. பணிப் பெண்களுக்கும் அவ்வாறே அனுமதி மறுக்கப்பட்டிருந்தது. வீட்டின் பிரதானவாயில் பெரிய வாயிற்கதவுடன் கூடியதாய் தெருப்பக்கம் இருந்தது. அது முற்றத்தின் வழியே மர்தானாவுக்கு இட்டுச் செல்வது. முன்வரிசை அறைகள் முடியும் இடத்தில் இருந்து தாழ்வாரம் ஒன்று இன்னொரு முற்றத்துக்கு இட்டுச் செல்லும் மற்ற வீட்டுப் பகுதிகள் இரண்டு தளங்களில் அமைந்திருக்கும். பெண்களுக்கான பகுதி மேல் தளத்தில் பல அறைகளுடன் கூடியது. கூடிப்பேசும் அறை, சமைய லறை, கழிவறை போன்றவை கீழே அமைந்திருக்கும். பெண்களுக் கான பகுதிக்குப் புறத்தே தொலைவில் பொருட்சேம அறைகள், குதிரைத் தொழுவம், பணியாளர் தங்கும் இடம் இவை அமைந்திருக்கும். புழக் கடைக் கதவு தெரு பக்கம் இருக்கும்.

அலுவலக விவகாரங்களைப் பேச வீட்டுக்கு வரும் ஆண் களையும், கியாஸுடன் நட்பார்ந்த முறையில் பேச வருகிறவர்களை யும் ஒரு வேலைக்காரன் காத்திருக்கும் அறைக்கு அழைத்துச் செல் வான். அடுத்து சன்னல் திரைகள், தரைவிரிப்புடன் கூடிய வரவேற் பறையில் அவர்கள் அமர்த்தி வைக்கப்படுவார்கள். சுவர்களில் உள்ள குழிமாடங்களை பூக்கிண்ணங்கள் அலங்கரிக்கும். அங்கே கியாஸ்பெக் வந்து 'சலாம் அலைக்கும்' கூறி விருந்தினர்களை வரவேற்பார். விருந்தாளியும் மறுமொழியாக 'அலைக்கும் சலாம்' என்பார். அவர்கள் மென் பொருள்கள் திணித்த திண்டுகளுடன் கூடிய நீண்ட இருக்கையில் அமர்ந்து கொள்வார்கள். கியாஸும் அவருடைய சமுதாயப் படிநிலையில் உள்ளவர்களும் ஒருவரையொருவர் 'பாயி' (சகோதரர்) என்றோ, 'பாபா' (தந்தை) என்றோ பிரியமுடன் அழைத்துக் கொள்வார்கள். அவர் தாம்பூலம் அல்லது ஹுக்காவை அவர்களுக்குக் கொடுப்பார். சாப்பாட்டு நேரம் வரை சந்திப்பு நீளு மாயின், ஒரு பணியாள் வந்து பூவேலைப்பாட்டுடன் கூடிய 'சாஃப்ரா'வைத் தரைமீது விரிப்பான். வீட்டின் உட்பகுதியில் இருந்து உணவு கொண்டு வைப்பான். கியாஸ் தம்மைவிடத் தாழ்நிலையில் இருப்பவர்களைப் பெரும்பாலும் காத்திருக்கும் அறையிலேயே சந்தித்து விடுவார். அவர்கள் அவரிடம் 'நலிந்தோர்க்கு நலம்

பயப்பவரே' என்கிற அடைமொழியுடன் பேசத் தொடங்குவார்கள். 'நான் உங்களுடைய ரொட்டியையும் உப்பையும் தின்கிறவன்' என்கிற மாதிரியான சொற்றொடரைப் பயன்படுத்துவார்கள்.

பெண் வருகையாளர்கள் வந்தால் முதலில் காத்திருக்கும் அறைக்கும் அதைத் தொடர்ந்து பெண்கள் தங்கியிருக்கும் இடத்துக்கும் அழைத்துச் செல்லப்படுவார்கள். அவர்களை பணிப்பெண் ஒருத்தி அழைத்துச் செல்வாள். பெண்கள் பகுதிக்கு வரும் தோழிகள் குடும்பத்தின் குழப்பம், அமைதிக் குலைவு அவற்றால் தங்களுக்கு ஏற்படும் மனத்துன்பம் பற்றிப் பேசிக் கொள்வார்கள். இந்த வருகை அன்றாட நிகழ்வாக இருக்கும். அஸ்மத்தின் கண்காணிப்பில் மற்றொரு பணிப்பெண் உணவுப் பொருள்களை சமையற்காரிகளிடம் எடுத்துத் தருவாள். மெஹர் பிறந்தபோது பிரசவத்தில் உதவியாயிருந்த தை திலாராம், இன்னமும் அஸ்மத்தின் வலதுகரமாய் இருந்து கொண்டு இடைவிடாமல் உழைத்துக் கொண்டிருந்தாள். குழந்தைகளைப் பார்த்துக் கொள்வது, சமையலில் உதவியாய் இருப்பது, விரிப்புகளைத் தட்டி தூசை அகற்றும்படி வேலைக்காரிகளை ஏவுவது, அந்திப் பொழுதானால் விளக்குகளை எரிய விடுவது, மிகக் கடுமையான கோடையில் குளிர்ச்சிக்காகச் சன்னல்களில் வைக்கப் பட்டிருக்கும் கோரைப்புல் தொட்டிகளுக்கு நீரூற்றுவது என்று விரல் மடக்க நேரம் இருக்காது அவளுக்கு. வளர்ப்புக் கிளிக்கு உணவூட்டுவது, வெள்ளியிலான பழத்தட்டுகளைச் சுத்தம் செய்வது, விருந்தாளிகள் தங்கள் கைகளிலும் முகத்திலும் தோய்த்து புத்துணர்வூட்டிக் கொள்ள பன்னீரைத் தயாராக வைத்திருப்பது என்று நாள் முழுக்க வேலைதான். ஆண்களுக்கான பகுதியில் இருந்து ஒரு பணியாள் வந்து, விருந்தாளிகளுக்கு உடனே சிற்றுண்டி அல்லது சாப்பாடு தேவை என்று கூறுவான். கணப்பொழுதில் சோறு, கார மசாலிட்ட இறைச்சி, பருப்புவகை, ரொட்டி தயாரிக்க விபரம் சொல்லி துரிதப் படுத்துவாள்.

குழந்தைகளுக்குச் சதுரங்கம், பெர்ஸியன் பேக்கிராமோன் என்ற இரு அட்டைகளில் இருவர் ஆடக்கூடிய ஒருவகை ஆட்டம் போன்றவற்றை அவள்தான் சொல்லித்தர வேண்டும்.

வீடு என்கிற உட்புற உலகத்துக்கும், வெளியே உள்ள உலகத்துக்கும் இடையே தொடர்பு நபராக இருப்பது அவள்தான். உள்ளூர் வியாபாரிகளிடம் உணவுப்பொருள்களை வாங்கிவருவது தை திலாராமின் பொறுப்பு. வீட்டுப் புழக்கடைக் கதவு வழியே காய்கறி, பழம், மீன், இறைச்சி, உணவில் நறுமணச் சுவையூட்டும் பொருட்கள், துணி விற்கும் பெண்கள் வருவார்கள். ஒரு வேலையாள் அவர்களுக்குக் நொறுக்குத் தீனி வந்து கொடுக்க வேண்டும். அவர்களிடம் வியாபாரம் பேசி முடிக்கும் வரை அங்கே அவர்கள் காத்திருக்க

வேண்டுமல்லவா. தை திலாராமோ வேறு பணியாளரோ வந்து அவர்களுடைய பொருள்களைப் பார்வையிட்டு வாங்குவார்கள். வியாபாரம் செய்ய வரும் பெண்கள் பணியாட்களுடன் ஊர் வம்பு பேசிக் கொண்டிருப்பார்கள். நகரம் பற்றிய செய்திகளோ, பெரிய மனிதர் வீட்டு அந்தரங்க சமாச்சாரங்களோ அவர்களுடைய வம்புப் பேச்சைச் சுவாரசியமுடையதாக்கும். அவர்கள் இந்திக் கலப்பான துணைமொழியில் பாடல்களைப் பாடுவார்கள். முன்னேற்பாடு ஏதுமின்றி நடந்தேறும் இத்தகைய பொழுதுபோக்கு நிகழ்ச்சி மீர் மற்றும் அவளுடைய உடன்பிறப்புகளை மகிழ்ச்சியில் ஆழ்த்தும்.

கியாஸினுடைய நாட்கள் நிர்வாக விவகாரங்களில் ஆர்வப் பற்றுடன் அர்ப்பணிக்கப்பட்டன. அவர் அரசவைக்குக் கட்டாயம் சென்று வரவேண்டும். உதவி கேட்டோ, நிதி விவகார வழிகாட்டுதல் வேண்டியோ விண்ணப்பிக்கிறவர்களை அவர் சந்திப்பார். மூத்த முகலாய அதிகாரிகளுக்காக அறிக்கை எழுதுவார். திவான், அமைச்சர் என்று தம்முடைய பணிப் பொறுப்பில் கணக்குகளை ஆராய்ந்து ஒழுங்கு செய்து, நிலுவைப் பணங்களை வசூலிப்பது அவர்தான்.

அஸ்மத், தன்னுடைய நேரத்தில் பெரும்பகுதியைப் பெண்களுக் கான பகுதியில் இருந்து கொண்டு குழந்தைகளைக் கவனிப்பதிலும், வீட்டுக்காரியங்களை மேற்பார்வையிடுவதிலும் செலவிடுவாள். வாசிப்பது அல்லது வருகிறவர்களுடன் உரையாடுவது என்று நேரம் போகும். சில சமயம் குழந்தைகளுடன் கடைவீதிகளுக்கோ, நதிக் கரையில் உள்ள பூந்தோட்டத்துக்கோ சென்று வருவாள். குடும் பத்தில் உள்ள ஆண் உறுப்பினர்களோ அல்லது பாதுகாப்புப் பணி யாளரோ உடன் செல்வார்கள். ஆனால், வீதிகளில் சென்று வரு வதைவிட, சமுதாயத்தில் உயர்வகுப்பைச் சேர்ந்த இளம்பெண் களுக்கும், பெண்மணிகளுக்கும் வீட்டு மேல்மாடத்தின் வழியே அண்டை அயலில் உள்ளவர்களோடு பேசி மகிழ்வதில் விருப்பம் அதிகம். வீடுகளின் தளங்கள் ஒன்றோடொன்று இணைப்பு வழியைக் கொண்டிருந்தன. மீரும் அவளுடைய தாயும் சகோதரிகளும் வீட்டு மேல்தளத்தில் கூடி சிநேகிதிகளுடன் அரட்டை அடிப்பார்கள். தங்கள் கேசத்தை உலர்த்துவார்கள் அல்லது கேசத்துக்கு தைலமிடுவார்கள். மேலிருந்தபடி பரபரப்பாக இயங்கிக் கொண்டிருக்கும் வீதிகளை வேடிக்கை பார்ப்பார்கள் அல்லது வெயிலில் காய்ந்து கொண்டி ருக்கும் தானியங்களை ஊறுகாய் வகைகளைப் பார்த்திருப்பார்கள். துவைத்த துணிகளை பணிப்பெண்கள் கொடிகளில் தொங்கவிடும் போது இவர்கள் மனப்பாடம் செய்த கவிதைகளை ஒப்புவிப்பார்கள்.

ஃபதேபூர்-சிக்ரியின் அரைமைல் நீளமுள்ள பிரதான வீதியில் உள்ள மாளிகைகள் நடுவே கியாஸின் மாளிகை இருந்தது. அந்த வீதியின் மையத்தில் சந்தையும், நாலா பக்கமும் பிரிகிற சந்துகளும்

இருந்தன. ஒவ்வொரு சந்திலும் கடைகள், பெட்டிக்கடைகள் இடம் பெற்றிருந்தன. ஜமி மசூதியில் இருந்து ஐந்து வேளை தொழுகைக்கும் அழைப்பொலி கேட்கும். அது தொழிலாளிகளின் கைக் கருவிகள் எழுப்பும் அதிர்வொலியில், ஆடு மாடுகள் எழுப்பும் குற்றோசையில் அமுங்கிவிடும். போதாதற்கு, அவ்வழியே நடந்து செல்வோர்கள் சலசலப்பு. மீன், விறகு, சோப்பு, கட்டிட தளவாட சாமான்கள் இப் படி கணக்கற்ற பொருட்களை விற்கும் கடைக்காரர்கள், வியாபாரி களின் இரைச்சல் வேறு. இப்படி நானாவித ஒலிகளும் வீட்டின் மேல் மாடத்தில் இருக்கும் மீரின் காதுகளைத் துளைத்துவிடும்.

இங்கே ஃபதேபூர்–சிக்ரி வீட்டில் இருக்கும் போதுதான் மெஹர், பெர்ஸிய மொழியின் முதல் எழுத்தான 'அலிஃப்' என்பதை முதல் முறையாக எழுதினாள். இதன் பொருள் தொடக்கம். இந்திமொழி யையும் கற்றாள்.

மெஹருக்கு எட்டு வயதாகும் போது அக்பர் தம்முடைய தலைநகரை ஃபதேபூர்–சிக்ரியில் இருந்து லாகூருக்கு மாற்றினார். ஃபதேபூர்–சிக்ரியில் தண்ணீர்ப் பற்றாக்குறை ஏற்பட்டதே காரணம். கியாஸ் தம்முடைய குடும்பத்தை ஆக்ராவில் குடியமர்த்தினார், ஆக்ரா அரசுநிர்வாகத்தில் மற்றொரு மையமாக விளங்கியது. பிற் பாடு அதுவே தலைநகரமானது. மெஹருக்கும் குடும்பத்தார்க்கும் ஃபதேபூர் போலத்தான் ஆக்ராவும் இருந்தது. தங்கள் புதிய மாளிகை வாசத்தில் அவர்களுக்கு எந்த வித்தியாசமும் தெரியவில்லை. மீர் தன்னுடைய கல்யாணம் வரைக்கும் தன் தந்தையின் ஆக்ரா வீட்டில் தான் இருந்தாள்.

மெஹரும் அவளுடைய சகோதரிகளும் வளரும் நிலையில் பண்டிகைகள், சிறப்பு நிகழ்ச்சிகள், சடங்குமுறை கடைப்பிடித்தல் என்று தங்கள் தந்தையின் வீட்டுக்கு வெளியே உள்ள உலகத்துடன் மறைமுகமாகவேனும் தொடர்புகொள்ளும் வாய்ப்புகள் கிடைத்தன. ரமலான் மாதம் முழுக்க (இஸ்லாத்தின் ஐம்பெரும் கடமைகளில் ஒன்றான) நோன்பு இருந்து, பிறைபார்த்து, நோன்பை முறித்து கொண்டாடுவது *ஈதுல் ஃபித்ர்' ஆகும். பேரரசர் அக்பர் அன்று விருந்தளித்தார். பாணர்கள் அவையோர்க்கு ஞானம் என்னும் அருமருந்தை வழங்கினர். அவையில் உள்ளவர்கள் குதிரைமீது அமர்ந்து வில் திறம் காட்டுபவர்களையும் 'போலோ' விளையாட்

* ஈதுல் ஃபித்ர் : ரமலான் மாதம் முழுதும் இறைவனுக்காக நோன்பு நோற்றபின் ஷவ்வால் மாதம் முதல் பிறையைப் பார்த்தபின் கொண்டாடப்படும் பெருநாள் இது. இந்தப் பெருநாளில் அல்லாஹ் தன் அமரர்களை ஒவ்வொரு ஊருக்கும் அனுப்புகிறான். அவர்கள் மனிதர்களை நோக்கி, உங்கள் இறைவனின் சமூகம் செல்லுங்கள். அவன் அருளைச் சொரிகிறான், பெரும் வெகுமதிகளை வழங்குகிறான், பெரும்பாவங்களையும் மன்னிக்கிறான்' என்கின்றனர். பசித்திருந்து நோன்பு நோற்றவர்களுக்கு இறைவனின் பரிசாய் இது அமைந்தது.

டையும் வேடிக்கை பார்த்தனர். அக்பர் தானங்களையும், வெகுமதி களையும் வாரித் தந்தார். மீரின் தந்தையும், சகோதரர்களும் அந்த நிகழ்ச்சிகளை விவரித்து, வீட்டுப்பெண்களுக்கு மகிழ்ச்சியூட்டுவர்.

'ஈதுல்குர்பான்' பெருநாள் காலையில் பலியிடு விருந்து கொடுக்கப்படுகிறது. இப்ராஹீம் (அலை) அவர்கள் தம் மகன் இஸ் மாயில் (அலை) அவர்களைப் பலி கொடுப்பதாய் கனவு கண்டு அவ்விதமே செய்ய முற்பட்டார். குர்பானி கொடுப்பதன் பொருள் மக்கள் தன்னுடைய ஆணைக்குக் கீழ்ப்படிவதையும் பக்தியையுமே விரும்புகிறான் என்பதன்றி வேறில்லை. இஸ்லாமியர்கள் ஊருக்கு வெளியேயுள்ள வெட்டவெளியில் (ஈத்காஹ்) பெருநாள் தொழு கையை நிறைவேற்றுகிறார்கள். அதன் பிறகு குடும்பங்கள் தங்கள் வீடுகளில் பெரிய விருந்து நடத்தும். உயர்குடியினர் புதிய ஆடை களையும், ஆடுகளையும் இல்லாத நிலையில் இருப்பவர்களுக்கு வழங்குவார்கள். ஏழைகளும் பலியிட்டு மகிழ முடியும் என்பதே அவ்விதமாய் உறுதிப்படுத்துவார்கள். மீருக்கும் அவளுடைய உடன் பிறந்தவர்களுக்கும் அந்த விருந்து தினத்தின் செய்தி நம்பிக்கையின் முக்கியத்துவம் ஆகும். இறைவனின் ஆணைப்படி இப்ராஹிமின் நம்பிக்கை சோதிக்கப்பட்டது. பரந்த மனப்பான்மை ஆன்மா சார்ந்த தகுதியை ஏற்படுத்திக் கொடுக்கிறது.

மொஹரம் மாதத்தில் ஷியாபிரிவு முஸ்லீம்கள் நான்காவது காலிப்பான அலியின் மைந்தர் ஹுசேன் வீரமரணம் எய்தியதை முன்னிட்டு துக்கம் கொண்டாடுவார்கள். ஆண்கள் போலியான கல்லறை மாடம் ஒன்றை ஊர்வலமாய் எடுத்துச் செல்வார்கள். மொஹரத்தில் பிறை பார்த்ததும், இஸ்லாமிய சந்திரக் கணக்குப்படி புதிய ஆண்டு துவங்கிவிட்டதால் மக்கள் வாழ்த்துகளைப் பரிமாறிக் கொள்வார்கள். 'ஷபீபராத்' இதர முக்கிய நிகழ்வுகளில் ஒன்றாகும். இது பாவவிமோசன நாள். இந்நாளில் மக்கள் தாங்கள் செய்த பாவச் செயல்களைக் கருதிப் பார்ப்பதுடன், இனி பாவம் செய்வதில்லை என்று உறுதியான முடிவெடுக்கிறார்கள். இறை தூதரான முகம்மது நபி (ஸல்) அவர்களின் பிறந்தநாள், மற்றும் *நவ்ரோஸ் குறிப்பிடத் தக்கவை.

உயர்குடியில் பிறந்த பெண்கள் இத்தகைய சிறப்பு நிகழ்வு களிலும், விழாக்களிலும் நேர்படக் கலந்துகொள்ளாத போதும், தனிப் பட்ட முறையில் சடங்குகளைக் கடைப்பிடிக்கவே செய்கிறார்கள். அவர்கள் ஏழைகளுக்கு தானம் செய்வதோடு, உற்றார், நண்பர்களுக்கு பரிசுகளை வழங்குகிறார்கள். இறந்துபோன முன்னோர்களை

---

* நவ்ரோஸ் : இதன் பொருள் புதுநாள் என்பதாகும். ஒவ்வோராண்டும் மார்ச் 21ஆம் தேதி வருகிறது. ஈரானிய மக்கள் இந்நாளைத் தங்களின் தேசியப் பெருநாளாகக் கொண்டாடி வருகின்றனர்.

நினைவு கொள்கிறார்கள், விருந்துண்கிறார்கள். மெஹர் வெளிப் படையாக இவற்றில் பங்கேற்பதில்லை என்றாலும், அந்தக் கடைப் பிடிப்புகள் எப்படியோ அவளைத் தொடர்புபடுத்திவிடும்.

குழந்தைகள் வளர்ந்து பெரியவர்களாகிறபோது பையன்களுக்கு வழங்கப்படுகிற வாய்ப்புகள் பெண்களுக்குக் கொடுக்கப்படுவதில்லை. எடுத்துக்காட்டாக, முகலாய இந்தியாவில் பையன்களுக்கு தனி முறைப்பயிற்சி ஆசிரியர்கள் இருந்தார்கள், பெண்களுக்குக் கிடை யாது. குடும்ப உறுப்பினர்களில் பெண்கள்தான் பெரும்பாலும் பெண்குழந்தைகளைக் கல்வி கற்கும்படி தூண்டுகிறார்கள். சில சமயங்கள் தந்தைமார்களோ தாத்தாக்களோ அவர்களுக்குக் கணிதம் கற்பிப்பதுண்டு. கியாஸ் கையெழுத்துக் கலையில் தேர்ச்சி பெற்றவர் என்பதால் தம்முடைய மகன்களுக்கும், மகள்களுக்கும் நேர்த்தியாக எழுதும் முறையை நிச்சயம் கற்றுத் தந்திருப்பார்.

முஸ்லீம் உயர்குடிப் பெண்களுக்குக் கல்வித் தேவைகள் இருக்க வில்லை. திருக்குர்ஆன் பத்திகளை மனனம் செய்தால் போதும் என்று கூறப்பட்டது. பண்டிகைகளின்போதும், பலர் ஒன்றாகக் கூடும் வேளைகளிலும் அவற்றை அவர்கள் ஒப்பிப்பார்கள். ஹிந்து உயர்குடிப் பெண்களிடம் அதே மனப்போக்குதான் காணப்பட்டது. திருமறை நூல்களில் உள்ள விஷயங்களைக் கொஞ்சம் தெரிந்து கொண்டு, சில பக்திப் பாடல்களைப் பாடினால் போதும் என்று நம்பப்பட்டது. பெண்களுக்கான கல்வி அந்த அளவோடு சரி. இந்துக் கடவுள்களில் சரஸ்வதி கல்விக்கான அதிதேவதையாக இருந்த போதும் பெண்கள் வேதங்களையோ சாஸ்திரங்களின் மற்ற பிரிவையோ, நீதி நூல்களையோ கற்றிருக்கவில்லை.

எந்தவொரு இந்துப் பெண்ணும் பண்டிதர்களிடமோ, அறிஞர் களிடமோ சென்று கல்வி பயிலவில்லை. அந்தப் பெண்களில் யாருக்காவது சமஸ்கிருத அறிவு இருந்தது என்றால் அது அவர் களுடைய குடும்பத்திற்குள்ளாகவே இருந்து பெறப்பட்டது தான். தன்னைப் போலவே வளர்க்கப்பட்ட அக்கம்பக்கத்து இந்துப் பெண் களுடன் மெஹருக்குப் பரிச்சயந்தான். தங்கள் சமயங்களுக்குரிய நூல்களை அவர்கள் கற்றிருந்தார்கள். பொறுப்பு, ஒழுங்குமுறை இவற்றை வலியுறுத்தும் நீதிக் கதைகளை அவர்கள் வாசித்தனர். ஆனால் பெண்களுக்கான வாய்ப்பு நிலைகள் மிகக் குறைவு.

இருந்தும், பிந்தைய வாழ்க்கையில் புதிய நடையில் நுட்பமான கவிதைகளை அவள் எழுதவே செய்தாள். அவள் உயர் அளவில் படித்துத் தேர்ந்தவள் என்பதோடு, பெர்ஸிய இலக்கிய மரபிலும் ஆழ்ந்த ஞானம் உடையவளாக இருந்தாள். பேரரசி என்கிற முறையில் அவள் அடிக்கடி தன் தந்தையின் ஆலோசனைகள் பெறு வாள், அவை நிர்வாகத்தில் உடனடியாய் கவனிக்கப்பட வேண்டிய

விவகாரங்களாகவே இருக்கும். கவிஞர் ஹபீஸ் போன்ற ஈரானிய ஆசான்களை அவர்தான் அவளுக்கு அறிமுகப்படுத்தினார். மஸ்னவி என்ற பெயரில் (1258–1273 காலகட்டத்தில் தொகுக்கப்பட்டது) சூஃபி ஞானி ஜலாலுத்தின் ரூமி எழுதிய ஈரடிச் செய்யுள்களான நூலையுந் தான். ரூமியின் மனைவிக்கு, இந்தியாவில் இருந்து பறக்கும் ஆற்றலுள்ள புனிதர்கள் அற்புதமான பகா என்ற மலரைக் கொண்டு வந்து தந்ததைப் பற்றியும் அவர் கூறியிருக்கிறார். கண் உபாதைகளைத் தீர்க்கும் இந்த மலர் ஆயுர்வேத மருத்துவத்தில் முக்கியத்துவம் உடையதாகும்.

ஆண்டின் பல்வேறு காலப்பகுதிகளிலும் இந்துக்கள் புராணக் கதைகளையும், இராமாயணம், மகாபாரதம் போன்ற இதிகாச விஷயங்களையும் நினைவில் இருந்து ஒப்புவிக்கிறார்கள். தீயவைகளை எப்போதுமே நல்லவை வென்றுவிடும் என்பதையே அவை சுட்டிக் காட்டுகின்றன. இந்தியாவின் எழுச்சியூட்டும் வீரகாவியங்களைப் பெர்ஸிய மொழிபெயர்ப்பில் மெஹர் படித்திருக்கக்கூடும்.

அந்தக் காவியக் கதாபாத்திரங்கள், நீதிக்கதைகள் பற்றி முஸ்லீம் அல்லாத தங்கள் வீட்டுப் பணியாளர்களிடம் அவள் கேட்டுத் தெரிந்து கொண்டிருப்பாள். சகுந்தலை போன்ற பெண்களின் கதைகளைக் குழந்தைகளுக்கு அவர்கள் சொல்வதுண்டு (ஒரு அரசனின் மனைவி சாபத்தால் பிரிந்து, பின் சாபத்தை முறியடித்த கதை). தவறு செய்யும் குழந்தைகளை நீதிக்கதைகளில் உள்ள படிப்பினையைக் கூறித் திருத்துவார்கள். துணிவோடு இருங்கள், கீழ்ப்படிந்து நடவுங்கள், பெரியவர்களிடம் இருந்து கற்றுக்கொள்ளுங்கள் என்கிற மாதிரி கதைகளின் நீதிகள் இருக்கும்.

மெஹர் உரிய வயதை அடைந்ததும் தான் கேட்டிருந்த, படித்திருந்த கதைகளின் நுட்பங்களை கவனித்துப் பார்க்கலானாள். கதைகளிலும் கவிதைகளிலும் மறைமுகமாகச் சொல்லப்பட்ட உலகாயத விஷயங்களையும், தெய்வீக விஷயங்களையும் முறையான பயிற்றுவித்தலின்றி அவள் தானாகவே அறிந்து கொண்டாள். குர்ஆன் மறைநூல் செய்யுள் ஒன்றின் மூலமாக வாக் வாக் மரத்தின் கதை அவளுக்குத் தெரிந்திருந்தது. அந்தச் செய்யுளில் 'ஸக்கும்' மரம் என்று அது சொல்லப்பட்டிருக்கிறது. அதன் பழம் ஒரு பேயின் தலையாம். அந்தக் கதை மேலும் அழுத்தமான மூலகாரணங்களைக் கொண்டிருக்கக் கூடும். ஆறாம் நூற்றாண்டு சீன எழுத்தாளர் ஒருவர் அது போன்ற கதையொன்றை எழுதியிருக்கிறார். பாக்தாத் அப்பாஸித் வம்சத்தினரின் அவையில் (ஒன்பதாம் நூற்றாண்டு) இருந்த மிகப் பெரிய அறிஞர் ஒருவர் தாவரத்துக்கும் விலங்குக்கும் இடையே கலப்பில் உருவான மரம் அது என்று விவரித்திருக்கிறார். பத்தாம் நூற்றாண்டு அராபிய இலக்கியத்தில் இந்தியாவில் வளர்ந்த மரம்

என்று அது குறிப்பிடப்பட்டிருக்கிறது. அதை இந்தியக் கடலிலும், மடகாஸ்கர் அல்லது கிழக்கு ஆப்ரிக்கக் கடலோரத்திலும் பசிபிக் விளிம்பிலும் காணமுடியும் என்று பல நூற்றாண்டுகளாய் பல்வேறு நூலாசிரியர்களும் எழுதியிருக்கிறார்கள். மகாஅலக்சாண்டர் வாக் வாக் மரத்தைப் பார்த்ததாக கியாஸும் அஸ்மத்தும் அவளிடம் சொல்லியிருக்க வேண்டும். அந்த மரத்தில் உள்ள ஆண் பெண் தலைகள் அவனுடைய மரணம் பற்றி முன்னறிவிப்பு செய்தனவாம். அந்தக் கதையின் பல்வேறு வடிவங்களும், அவளுக்கு இலக்கியத் திலும் கவிதையிலும் இருந்த விருப்பத்தை சுவாலை விட்டெரியச் செய்தது.

மெஹரின் மனத்திறனையும், அறிவுநுட்பத்தையும், அவளுடைய இலக்கியம் சார்ந்த கற்பனை ஆற்றலையும் அவற்றின் தொடக்க அறிகுறிகளிலேயே கியாஸும், அஸ்மத்தும் கண்டுகொண்டிருப் பார்கள். கியாஸும் மற்ற பெர்ஸிய வந்தேறிகளும், வளர்த்துக் கொள்ள விரும்பிய அதே மரபு அவளுக்குள் தொடர்ச்சியைக் கொண்டிருந்தது மரபார்ந்த சிந்தனா முறை. நஸீருத்தீன் தூஸியின் ‘அஹ்லா கெ நஸீரி’ ஒழுக்கம் பற்றிய சிறந்த நூலாகும். குழந்தை வளர்ப்புக்கான கோட்பாடுகளைக் கொண்ட, முஸ்லீம் பெற்றோர் களிடையே பரவலாய் அறியப் பெற்ற நூல் அது. ‘நன்கு வளர்க்கப் பட்ட பையன்களும் பெண்களும் அசட்டுத்தனமானக் கவிதை, அதன் கருத்துகள், காதல், மது அருந்துதல் இவற்றில் இருந்து விலக்கி வைக்கப்பட வேண்டும்... கவிதை அவர்களைத் தூய்மை கெடச் செய்துவிடும்’ என்று தம்முடைய நூலில் அவர் குறிப்பிட்டிருக்கிறார். கியாஸிற்கு அதில் உடன்பாடில்லை. கவிதையில் வெளிப்படும் எண்ணங்களை உணர்ச்சிகளைப் புரிந்துகொள்ளும் ஆற்றல் அவரு டைய குடும்பத்தாரிடம் பேரளவாக இருந்தது. அவளுடைய தந்தை முகம்மது ஷரீஃப் திறன்மிக்க ஒரு கவிஞர். அவரது உடன்பிறந்தார் மகனான ஷூர் கியாஸிற்கு முன்பே இந்தியாவிற்கு வந்தவர், கவிதைத் தொகுப்பு ஒன்றைத் தயாரித்திருந்தார். இவர்களைப் பொருத்தவரை இறைவனுக்கும் மனிதனுக்கும் இடையே உள்ள எல்லை நுண்துளை கள் கொண்டது. வேறுபாடுகளைக் கடப்பதற்கான விருப்பமே இரு வரையும் ஐக்கியப்படுத்தும். கவிதையும், *இறையுணர்வுக் கோட் பாடும் இரட்டைத் தன்மைகளை மறையச் செய்வதில் விருப்பம் கொண்டவை.

சஃபாவித் ஆட்சிக்கால ஈரானில், இறைவனுடன் நேரடியான ஒன்றிணைவு பற்றிப் பேசினாலும், காதல் இளமை இவற்றின் மேன் மையைப் புகழ்ச்சி செய்தாலும் பலரும் காண ஒன்று பற்றி ஐயப்பாடு

* இறையுணர்வுக் கோட்பாடு : வழிபாடு, ஆழ்ந்த சிந்தனை, ஆன்ம வளர்ச்சி இவற்றின் வழியே இறையறிவை இறை பேருண்மையை அடைய முடியும் என்பதாம்.

எழுப்பினாலும் தன்னுடைய எண்ணங்களை உணர்வுகளைத் தனக்குத்தானே ஆய்வு செய்யும் மனோபாவம் கொண்டிருந்தாலும் அது தவறானதாகவே நம்பப்படும், சமயக் கொள்கைக்கு எதிரான செயலாகவே எடுத்துக் கொள்ளப்படும். கவிஞர்களும், மறைஞானிகளும், சிந்தனையாளர்களும் தெய்வநிந்தனை செய்ததாகக் கருதி கொடுமைப்படுத்தப் பட்டார்கள் அல்லது கொல்லப்பட்டார்கள்.

இந்தியாவில், தாம் மரபுரிமையாய்ப் பெற்று வந்ததை கியாஸ் வெளிப்படையாகவே போற்றி வளர்க்க முடிந்தது. அவருடைய மாளிகை கவிஞர்களின் புகலிடமாக விளங்கியது. ஹக்கீம் அரீஃப் போன்றவர்கள் அங்கே ஓய்வமைதி கொள்ள முடிந்தது. கியாஸின் இலக்கிய நாட்டம் அவரை நெகிழ்ந்துருகச் செய்தது. கியாஸ் தலீப் அமுலியையும் வரவேற்று உபசரித்திருக்கிறார். பிற்பாடு அவரை ஜஹாங்கீரிடம் அறிமுகப்படுத்தவும் செய்தார். அமுலியால் கவரப் பட்ட பேரரசர் அவருக்கு 'கவியரசர்' என்ற பட்டத்தை வழங்கினார். மெஹர் சிறு பெண்ணாக இருந்தபோது, பிறர் அறியாத வண்ணம் ஓசைப்படாமல் ஆண்கள் பகுதிக்குச் சென்று ஒளிந்து கொண்டு, அங்கே வரும் கவிஞர்கள் பாடும் கவிதைகளைக் கவனமாய்க் கேட்பாள்.

மெஹர் கதை நிகழ்ச்சிகளிலும், கவிதையிலும் ஒரு ரசனையை நட்பார்ந்த சூழலில் வளர்த்துக் கொண்டாள். தளையற்ற இலக்கியப் பயணம் அவளுடையது. திருக்குர்ஆன் செய்யுட்களை மனனம் செய்ததில் அதில் வரும் பாத்திரங்களின் உடல் மன வேதனைகளை அவள் நன்கு அறிந்திருந்தாள். அவளுடைய வாசிப்பு பெரும்பாலும் பெற்றோர்களின் பரிந்துரை சார்ந்ததாகவும், சமூகப் பழக்க வழக்கங்கள் சார்ந்ததாகவுமே இருந்தது. அவளும், அவளுடைய சகோதரிகளும் 'குலிஸ்தான்' (ரோஜாத் தோட்டம்) நூற்பகுதிகளை உரக்க வாசிப்பார்கள் என்று நம்பப்பட்டது.

கவித்துவ உரைநடையிலான அந்நூலை சாஅதி பிரபு 1258இல் எழுதினார். பெர்ஸிய இலக்கிய உலகின் ஷேக்ஸ்பியர் அவர். அந்த நூலின் உள்ளறிவு கியாஸ், அஸ்மத் இவர்களின் மென்நய மனோபாவத்துக்குப் பொருந்துவதாயிருந்தது. சாஅதியின் கதைகளில் வயதுவந்த பருவத்தில் சவால்களை எதிர்கொள்வதற்கும், தலைமைக்கானத் தகுதிகளைப் பெறுவதற்குமான விளக்கக் குறிப்புகள் இடம் பெற்றிருக்கும். நூலின் முதல் அத்தியாயத்தில் 'ஒரு அரசரிடம் நியாய உணர்வும் (நீதி), முன்யோசனையும் (விவேகம்) இருக்க வேண்டும்' என்கிறார் சாஅதி அவர்கள். மீரும் அவளுடைய பெற்றோர்களும், அவள் தாயகமாக சுவீகரித்துக் கொண்டிருக்கும் நாட்டை ஆளும்போது இந்த அறிவுரையை நடைமுறைப்படுத்துவாள் என்று

ஒருபோதும் கனவு கண்டிருக்க மாட்டார்கள். ஒரு பெண் அரசியல் அதிகாரத்தைப் பயன்படுத்தும் செயல்நிலை அவர்களுடைய உலகத்தில் சிறிதளவும் இருந்ததில்லை.

முகலாய இந்தியாவில் மேற்குடியினரான முஸ்லீம் குடும்பங்களில் சிறப்பியல்பை வலுப்படுத்திக் கொள்வதற்கே அதிக முக்கியத்துவம் இருந்தது. குழந்தைகள் ஒரு இளைஞனாக வளர்ந்து கனவானாக உருவெடுக்க எதையெல்லாம் கற்க வேண்டுமோ அவையே குழந்தைகளுக்குப் போதிக்கப்பட்டது. ஒரு பெண் இலட்சியப் பெண்மணியாவதற்கு என்னென்ன தேவையோ அவையே அவளுக்குக் கற்பிக்கப்பட்டன. அந்த விளக்கவுரைகள் அவர்களுடைய வாழ்வின் அனைத்து அம்சங்களையும் உள்ளடக்கியதாக இருக்கும். எங்கே உறங்குவது, எப்படி உடையணிவது, எதைக் கற்றுக்கொள்வது, எதை எப்படி உண்பது, அவர்கள் மதுபானம் பருகலாமா, கவிதை எழுதலாமா என்பது போன்ற சகலத்தையும் அவை உட்படுத்தியிருக்கும். யாருடன், எங்கே, எப்படி கலந்து பழகுவது, எங்கே பட்டம் விடலாம், புறாக்களுடன் விளையாடலாம் என்பதையும் அவை விட்டு வைக்கவில்லை.

'அக்லாக்இநஸீரி' 1235ஆம் ஆண்டில் வெளியான நூல். அக்பர் வழக்க முறையாகப் படிக்கச் சொல்லிக் கேட்கும் ஐந்து நூல்களுடன் இதுவும் ஒன்று. தூஸி இந்நூலைப் பெண்களுக்காகப் பரிந்துரைத்திருக்கிறார்.

'மகள்களைப் பொருத்தவரை எது அவர்களுக்கு உகந்ததோ, எது சரியானதோ அதையே ஒருவர் பயன்படுத்த வேண்டும். வீட்டுக்கு நெருக்கமாக அதே சமயத்தில், மற்றவர்களிடம் இருந்து தனிப்படுத்தி அவர்களை வளர்க்க வேண்டும். கடுமை காட்டி, இச்சைகளைக் கட்டுப்படுத்தி, 'மனைவியர்' என்கிற அத்தியாயத்தில் கூறிய இன்னபிற பண்டிகைகளை ஊட்டி வளர்ப்பதன் மூலம் அவர்களை மேம்படுத்த வேண்டும். எழுத, படிக்கக் கற்றுக் கொள்வதில் இருந்து அவர்களைத் தடுத்து வைக்க வேண்டும். ஆனால், பெண்களுக்குச் சிறப்பாகத் தேவைப்படும் அருங்கலைத் திறன்களை அவர்கள் பெற அனுமதிக்க வேண்டும்.'

இரண்டு நூற்றாண்டுகளுக்கு முன் நடத்தை முறை வழிகாட்டு நூலான க்வாபஸ் நாமாபும் அரசகுடும்பத்தினர், உயர்குடிப்பிறந்தோர் இடையே விருப்பத்திற்குரிய நூலாக இருந்திருக்கிறது. இதில் ஒரு பெண்ணின் வாழ்க்கை முறை பற்றி முற்றிலும் மனம் ஒவ்வாத (மாறுபட்ட) விதத்தில் சொல்லப்பட்டிருக்கிறது.

'உங்களுக்கு ஒரு மகள் இருந்தால் அவளைப் பரிவுடன் வளர்த்து, நற்பண்புகளை அவளுக்குக் கொடுங்கள். அவள் வளரும்

காலகட்டத்தில் ஒரு ஆசானிடம் அவளை வடிவமைக்கும் பொறுப்பை ஒப்படையுங்கள். ஆனால், படிக்கவோ, எழுதவோ அவளுக்குக் கற்றுத் தரவேண்டாம். மதசம்பந்தமான கடமைகளையும், புனித நூலையும் அவள் கற்றுணர்ந்தால் போதும். அவள் வளர்ச்சியுற்றபின் அவளைத் திருமணம் செய்து கொடுத்துவிடுங்கள். பெண் பிறவாதிருப்பதே சிறப்பு, பிறந்துவிட்டால் ஒன்று மண வாழ்வில் காலடி வைப்பது அல்லது மண்ணில் புதையுண்டு போவதே நல்லது. பெண்பிள்ளைகள் தங்கள் பெற்றோரிடம் சிறைப்பட்டவர்கள்... அவர்கள் தனித்துச் செயல்பட முடியாது. அவர்களால் வேலை தேடிக் கொள்ள முடியாது. பெண்ணைப் பற்றிய கவலையில் இருந்து தப் பிக்க வேண்டும் என்றால், அவளை யாருடைய கழுத்திலாவது கட்டி விடுங்கள்.'

எல்லாருக்கும் உரிய பொதுக்கல்வி பெண்களுக்கு வழங்கப் படாத போதும், பெண்களின் அறிவார்ந்த சாதனைகளை ஆண்கள் ஒப்புக்கொள்ளும் மரபு பெர்ஸியாவில் இருந்து வந்தது. இலக்கிய வானில் நட்சத்திரங்களாய் பிரகாசிக்கும் பெண்களைப்பற்றி கவிஞர் களும், வாழ்க்கை வரலாற்று ஆய்வாளர்களும் எழுதவே செய்தனர். அந்த நூல்களுக்கிணங்க பாக்தாதில் முப்பத்தியிரண்டு பெண் அறிஞர்கள் பதினோராம் நூற்றாண்டில் வாழ்ந்ததாய்த் தெரிகிறது. பன்னிரண்டாம் நூற்றாண்டில் டமாஸ்கஸில் இருநூறு முக்கியமான பெண்மணிகள் இருந்திருக்கிறார்கள். எகிப்தைச் சேர்ந்த அல் சக்வாய் தம்முடைய 'கிதாப்அல்நிஸா' நூலில் தமது சமகாலத்தவர்களான பெண்கள் பலரின் வாழ்க்கை வரலாற்றைத் திரட்டித் தந்திருக்கிறார். அவர்கள் அண்ணல் நபி (ஸல்) அவர்களின் மணிமொழிகளையும் அருஞ்செயல்களையும் பதிவுசெய்த 'ஹதீஸ்' மரபைப் பரப்பியிருக் கிறார்கள். மதிப்புணர்ச்சி ஏற்படுத்துகிற, பயபக்தியைத் தூண்டுகிற அரசிகளையும் இளவரசிகளையும் பற்றி மீர் கற்றுத் தேர்ந்திருக்கிறாள். துணிச்சல் மிக்க சஃபாவித் இளவரசியான பாரிகான் ஹனும் அவர் களுள் குறிப்பிடத்தக்கவள். அவள் கியாஸ், அஸ்மத் இவர்களின் பிறப்பிடமான ஈரானைச் சேர்ந்த நேர்த்தியான கவிதாயினி. அவர் களின் வாழ்விடமான முகலாய இந்தியாவில் அக்பரின் அத்தை குல்பதானின் துணிச்சலும், சுயேச்சையான செயல்பாடும் மீருக்குப் பிடிக்கும்.

பையன்களைப் பொறுத்தவரை பெற்றோர்கள் மற்றும் ஆசிரியர்கள் பயன்படுத்தும் தகுதியான நடத்தை பற்றிய நூல்களைப் படிக்கலாம். அவ்வப்போது ரொட்டி சாப்பிட அவர்கள் பழக்கப் படுத்திக் கொள்ளலாம். உண்ணும்போது தண்ணீர் குடிக்காமல் இருக்கவும் அவர்கள் பழகிக் கொள்ள வேண்டும். எக்காரணத்தை முன்னிட்டும் ஒயின் போன்ற மதுபானங்களை அவர்களுக்கு

வழங்கக் கூடாது. அவர்கள் நெடுநேரம் உறங்கவோ, பகலில் உறங் கவோ அனுமதிக்கக் கூடாது. ஏன் எனில் அது மனதை ஆர்வ மிழக்கவும், செயலற்றுப் போகவும் செய்துவிடும். நடத்தல், குதிரைச் சவாரி, உடற்பயிற்சி இவை வழக்கமாய் மேற்கொள்ளப்பட வேண்டி யவை.

தங்கள் சொத்துகள் உடைமைகள் பற்றியோ தாங்கள் உண்ணும் உணவு, உடுத்துகிற உடை பற்றியோ அவர்கள் பெருமை பேசாமல், தன்னடக்கத்துடன், பண்பு உடையவர்களாய் நடந்து கொள்ள வேண்டும். தங்கள் சமவயதுக்காரர்களிடம் கனிவு காட்டிப் பழக வேண்டும். ஆணவம், பிடிவாதம் இவற்றை அவர்கள் நெருங்க விடாமல் தடுத்துக் கொள்ள வேண்டும். இவர்களுக்கு வழிகாட்டுகிற ஆசான் மதநம்பிக்கையும், மதிநுட்பமும் உடையவராய் இருக்க வேண்டும். நடத்தை முறைகளைப் பயிற்றுவிப்பதில் அவர்கள் திறமை வாய்ந்தவர்களாய் இருப்பது முக்கியம். விரும்பத்தக்க பேச்சுமுறை, ஈர்ப்பாற்றல், மதிப்புணர்ச்சியைத் தூண்டுகிற நடத்தை, நற்பண்பு, தூய்மை இவற்றுக்கான பொதுமதிப்பீட்டைப் பெற்றிருப்பது நல்லது. அரசர்களின் சிறப்பியல்புகள் பற்றியும், அவர்களிடம் எப்படி நடந்து கொள்வது என்பதும் அவருக்குத் தெரிந்திருக்க வேண்டும்.

மெஹர் தன்னுடைய பிற்கால வாழ்க்கையில் நிகழ்த்திய அருஞ் செயல்களைப் பார்க்கும் போது மென்னயம் வாய்ந்த கியாஸும் அஸ்மத்தும் அவளுக்கு (மற்ற குழந்தைகளுக்கும்) பொறுமை, கூர்ந்து நோக்கும் திறன், சமயநம்பிக்கைக்கு மதிப்பளிப்பது போன்ற உயர்பண்புகளைப் பயிற்றுவித்திருப்பது தெரியவருகிறது. முறையான நடத்தை, மரியாதை இவற்றின் முக்கியத்துவத்தை தங்கள் குழந்தை களுக்கு அவர்கள் உணர்த்தியிருப்பார்கள் என்பது உறுதி. ஈர்ப்புத் திறனும் துணிவும் ஒரு ஆணுக்கு அடையாளம், ஈர்ப்புத்திறனும் தன்னடக்கமும் ஒரு பெண்ணுக்கு அடையாளம். எந்தவொரு சந்தர்ப் பத்திலும் நடைமுறைக்கு ஒவ்வாத, உணர்ச்சி நயமற்ற பேச்சுமுறைக்கு இடமளிக்கப்படவில்லை உரையாடலில் கவனத்தில் கொள்ளப்பட வேண்டியது அது சுருக்கமாகவும், மகிழ்ச்சியளிப்பதாகவும் இருக்க வேண்டும் என்பதுதான்.

மெஹரின் பெற்றோர்கள் தங்களுடைய புதல்விகள் அறிவு நுட்பம், சமயப் பற்று, சுயக்கட்டுப்பாடு, நல்ல மதிப்பீட்டுத்திறன், அன்பிரக்கம், மிதமான பேச்சு உடையவர்கள் தானா என்பதை நிச் சயம் கண்டறிந்து உறுதிப்படுத்திக் கொண்டிருப்பார்கள். அதே போன்று தங்கள் புதல்வர்களுக்கும், அவர்களை முகலாய அவையில் இடம்பெறச் செய்யத் தேவையான வலிமை, துணிவு கைத்திறன், மனஉறுதி, விசுவாசம் இவற்றை வழங்கியிருப்பார்கள் என்று நம்ப லாம்.

வில்வித்தை, வாள்வீச்சு, குதிரைச்சவாரி, யானைகளை அடக்கி யாளுதல் என போர்க்கலைகளில் தேர்ச்சி பெறுவதோடு, கையெ ழுத்துக் கலைத்திறன், பெரிதும் பண்பட்ட பேச்சுவகை இவற்றையும் அவர்கள் வசமாக்கியிருப்பார்கள்.

மெஹரும் அவளுடைய உடன்பிறப்புகளும் உரியவயதை அடைந்தநிலையில், அவளின் சகோதரர்களது உலகம் சமூக, அரசி யல், பழக்கவழக்கங்கள், கருத்துகள் சார்ந்த வகையில் தங்கள் சகோதரிகளுடையதில் இருந்து வேறாகிவிடுகிறது. முகம்மது, அஸஃப், இப்ராஹிம் இவர்கள் கியாஸ்பெக்குடன் கொண்டாட்டங்களிலும், முறை சார்ந்த பொது நிகழ்ச்சிகளிலும் சமயச்சடங்குகளிலும் இணைந்தே பங்கேற்றார்கள். அக்பர் தமது அவையில் இந்துக்களின் நடைமுறைகளை ஏற்றிருப்பதையும் பார்த்தார்கள். சிறப்பு நிகழ்ச்சி களின் போது அரசு அதிகாரத்தில் துணைநிலையில் இருக்கும் சிலருக்கு அக்பரே அவர்களுடைய நெற்றியில் சிந்தூரப் பொட்டு வைப்பதுண்டு. ஆண்டுக்கு இருமுறை துலாபார நிகழ்ச்சி நடத்தி, தமது எடைக்கு எடை பொருட்களை தானமாக வழங்குவார் அவர். சூரிய நமஸ்காரமும் அவருடைய வழக்க முறையாக இருந்தது. மெக்காவின் மேற்கு திசைநோக்கி நாளும் ஐந்துமுறை தொழுவது போலவே, இந்து சமய குருமார்கள் வடமொழியில் சூரியனின் திருநாமங்களை உச்சரிக்க, அவர் கிழக்கு நோக்கி நெடுஞ்சாண் கிடை யாக வணங்கவும் செய்வார்.

தம்முடைய அடுத்த வாரிசாக ஜஹாங்கீரை உருவாக்குவதில் அவர் அதிகக் கவனம் செலுத்தினார். முகலாய இளவரசர்களை முன்மாதிரியாகக் கொண்டு, கியாஸ்பெக் தம்முடைய மக்களை மேல்படி நிலைக்குரியவராய் வளர்த்து வந்தார். இளவரசர்களுக்கு பயிற்சியளிப்பதற்கு ஒரு பாதுகாப்பாளர் இருப்பார். அவர் 'அதாலிக்' எனப்படுவார். இளவரசரின் குர்ஆன் படித்தறிதல், பல்வேறு இஸ்லாமிய அறிவியல்களைக் கற்றல், போர்த்திறன்கள், முறையான பேச்சுத்திறன், கடிதம் எழுதும் முறை, சாதுர்யம் இவற்றை அவர் மேற்பார்வையிடுவார்.

முகலாய இளவரசர்கள் சுன்னத் செய்து கொண்ட பிறகு, முறை சார்ந்த கல்வி இறைவனின் திருநாமத்தை உச்சரிப்பதுடன் (பிஸ் மில்லாகானி) தொடங்குகிறது. வழக்கமாக நாலு அல்லது ஐந்து வயதில் தொடங்கும். முகலாய இளவரசர்களுக்கு நாள்தோறும் உதவிப்பணம் வழங்கப்படும். சாம்ராஜ்யத்தில் அவ்விதமாய் தங்களை இணைத்துக் கொண்டு அவர்கள் செயல்படத் தொடங்குகிறார்கள்.

ஆற்றலும், உற்சாகமும், தன்னிச்சையான போக்கும் உடைய சலீம், பேரரசர் பவனிவரும் போதும், வேட்டைக்குச் செல்லும்

போதும் அக்பரோடு இணைந்து கொள்வார். கியாஸும் அவருடைய புதல்வர்களும் சலீமை பலமுறை, பல்வேறு சூழலில் பார்த்திருக்கி றார்கள். பேரரசர் அக்பர் மாதந்தோறும் ஒருநாள் அரசு அதிகாரத் தில் உள்ளவர்களுக்காகச் சந்தையொன்றை அமைக்கச் செய்வார். அங்கே உலகெங்கிலும் இருந்து வியாபாரிகள் வந்து தங்கள் பொருட் களைக் காட்சிப்படுத்துவார்கள்.

சந்தையைக் காண்பதற்கு அக்பர், அவருடைய அந்தப்புரப் பெண்கள், மற்றும் சமுதாயத்தில் உயர்நிலை வகிப்பவர்களின் குடும்பங்கள் ஆகியோருக்கு அழைப்பு விடுக்கப்பட்டிருக்கும். மொழி கள் ஒன்றையொன்று குறுக்காக வெட்டிச் செல்லும். பெர்ஸியன் ப்ராஜ் மொழியோடும், பாஷ்டோ பாஷாவுடன் உரசிக் கொள்ளும். தொலைதூர நாடுகள், அருகில் உள்ள இடங்கள் பற்றியெல்லாம் வியாபாரிகளும், பயணிகளும் கதை கதையாய்ப் பேசிக் கொள் வார்கள். உலக அதிசயங்கள் புனைவியலாய் சொல்லப்படுகிறபோது அளவற்ற மகிழ்ச்சியை அள்ளித்தருவதாகிவிடும். அஸ்மத், திலாராம் இவர்களுடன் மீரும் அந்தக் கடைவீதிக்கு வருவாள். அதிகாரபூர்வ ஆதாரம் இல்லாவிட்டாலும் மெஹர் முகலாய அரண்மனைக்குப் பலமுறை சென்றிருக்க சாத்தியம் இருக்கிறது. தான் பேரரசராவ தற்கும், அவளை மணப்பதற்கும் முன்பே இளவரசர் சலீம் அவளை அடையாளம் கண்டிருக்கக் கூடும்.

முழு வளர்ச்சியடைந்த நிலையில் முகம்மது, அஸஃப், இப்ராஹிம் ஆகியோர் வீட்டைவிட்டு, வெளியேயிருக்கும் உலகை நாடிச் சென்று விடுகிறார்கள். முகம்மது முகலாய அரசுக்கு எதிராய் துரோகம் செய்த குற்றத்துக்காக 1605இல் அவனுக்கு மரண தண்டனை விதிக்கப்படுகிறது. அஸஃப், பெர்ஸிய பிரமுகர் ஒருவரின் மகளை மணந்து கொண்டு, அக்பருடைய அரசில் இராணுவ, நிதித்துறை களில் பதவி வகிக்கிறான். அவனுடைய மனைவி பற்றி முகலாய ஆவணங்கள் குறிப்பிடவில்லை என்றாலும் அவனுக்குக் குழந்தைகள் இருந்தன, உயர் சமுதாயப் பிரிவைச் சேர்ந்தவனாக நீண்டகாலம் வாழ்ந்திருக்கிறான் எனப் பதிவேடுகள் தெரிவிக்கின்றன. இப்ராஹிம் பற்றிய குறிப்புகள் அரசவை வரலாறுகளில் அஸஃபினுடைய வாழ்க்கை விபரத்தோடு இணைந்தே இடம்பெற்றிருக்கின்றன.

மெஹர், மனிஜா, கதீஜா இவர்களும் வீட்டில் இருந்து வெளி யேறுகின்றனர். ஆனால் அரசவைக்கோ, வேட்டைத் தலங்களுக்கோ, அரசகுடும்பத்து அந்தப்புரத்துக்கோ, அரசின் அலுவலகக் களத்துக்கோ அல்ல. அவர்கள் திருமணத்தின் மூலம் தங்களுடைய புதிய வாழ்க் கையை வாழ்வதற்காகவே அஸ்மத்தையும், கியாஸையும் பிரிந்து செல்கிறார்கள். காலகாலமாகவே இருந்துவரும் நடைமுறை ஒழுங்கிற் குட்பட்ட வாழ்க்கை!

அஸ்மத்தும் கியாஸும் நல்ல மரபுப் பின்னணி கொண்ட இளம் முகலாய உயர் அதிகாரிகளைத் தங்களுடைய மருமகன்களாகத் தேர்வு செய்திருந்தனர். மனிஜாவை மணந்து கொண்ட காசிம் வங்காள ஆளுநரின் கீழ் கருவூல அதிகாரியாக இருந்தான், அவன் சிறந்த கவிஞனும் கூட. தன் மனைவியின் பெயரையும் இணைத்துக் கொண்டு காசிம்கான் மனிஜா என்ற பெயரில் பிரபலமானான். அரசவையிலும் அந்தப் பெயரிலேயே அவன் அழைக்கப்பட்டான். அஸ்மத் கியாஸ் இருவரும் மனிஜாவை வல்லமை படைத்த பெண்ணாக வளர்த்தால் தான், அவளுடைய பெயரிலேயே அவளுடைய கணவனும் அறியப்பட்டான். கதீஜா சமுதாயத்தில் உயர்படி நிலையைச் சேர்ந்த ஹகீம்கான் என்பவனுக்கு மனைவியானாள். இவன் ஜஹாங்கீரின் அரசில் ஒரு அதிகாரியாக இருந்தான். மெஹரின் மண வாழ்க்கை எப்படியாயினும், முடிவில் ஏராள புகழையும், பழிகளையும் (உண்மையான விளக்கச் சான்றோ ஆதாரமோ இல்லாமல்) ஊகங்களையும், கதைகளையும் கொண்டதாக இருந்தது. மாகாண அலுவலகம் ஒன்றில் சாதாரண அலுவலராக இருந்த ஒருவனுடன் அவளுடைய முதல் மணவாழ்க்கை தொடங்கியது.

6

மங்கலக் குறியீடான கண்ணாடி

மணவினை நிகழுமிடத்தில் பூவேலைப்பாட்டுடன் கூடிய மரத்தடுப்பு ஒன்று ஆண்கள் பிரிவை பெண்கள் பிரிவிடம் இருந்து விலக்கி வைத்திருந்தது. பதினேழு வயதான மணப்பெண் மெஹரை அஸ்மத், அவளுடைய மகள்கள், மருமகள்கள் அவர்களுடைய குழந்தைகள் தை திலாராம் ஆகியோர் சுற்றிச் சூழ்ந்திருந்தனர். மற்ற பெண்களும் அவ்வாறே மணப்பெண்ணைச் சுற்றியிருந்தனர். கவர்ச்சியூட்டும் கருவிழிகளும், ஒல்லியான தேகவாகும் கொண்ட முழங்காலைத் தொடுமளவு மேற்சட்டையும், சல்வாரும் அணிந்திருந் தாள். நீண்ட கால்சட்டை வேறு. எல்லாமும் நேர்த்தியான மஸ்லின் துணியில் தயாரிக்கப்பட்டவை. அவை மனமகிழ்ச்சியூட்டும் வெண் ணிறத்தில் இருந்தன. சட்டையின் கைப்பகுதி, மடித்துத் தைக்கப் பட்ட ஓரங்கள் இவற்றைச் சித்திரவேலைப்பாடுகள் அணி செய்தன. சட்டைப் பித்தான்களில் ஏகம்பு வகை மணிக் கற்களும், கார்னீலியன் என்கிற மங்கிய சிவப்பு மாணிக்கக் கற்களும் ஒளிவீசின.

அவள் கற்கள் பதித்த காதணிகள் முத்துக்களும் மணிக் கற்களு மாய் அணிந்திருந்தாள். தலையையும் முகத்தையும் மினுமினுப்பான, பொற்சரிகை பூவேலைப்பாட்டுடன் கூடிய மெல்லிய துணியால் மூடியிருந்தாள். அது நழுவி நழுவி அவளுடைய பேரழகும் இன்ன லமும் வாய்ந்த முகத்தை ஓரளவேனும் வெளிக்காட்டவே செய்தது. கண்மை அவளுடைய வாதுமைக் கண்களுக்கு வடிவாகக் கோடிட்டி ருந்தது.

மரத்தடுப்பின் மறுபக்கத்தில் மணமகன் அலிகுலிபேக் அமர்ந் திருந்தான். அவன் முகலாய அரசில் ஒரு அதிகாரி, தொடக்கத்தில் இராணுவத்தில் பணிபுரிந்தவன். அவன் தளர்வான பட்டுச்சட்டை யும், பொற்சரிகைப் பூவேலைப்பாட்டுடன் கூடிய காற்சட்டையும் அணிந்திருந்தான். மெஹரின் சகோதரர்கள் அவனோடு உடனிருந் தார்கள். முகலாய அரசவைக்கு முதலில் பணியாற்ற வந்த அஸ்மத் தின் மாமாவும், உடன்பிறந்தார் மகனான ஜாஃபர் பெக்கும், அரசவை உறுப்பினர்களும், குடும்ப நண்பர்களும் கூடியிருந்தனர். குலியின்

இந்தியக் கொடையாளி அவனுக்குப் பேருதவி புரியும் படைத் தள பதி ஒருவரும் வந்து கலந்து கொள்வதாக இருந்தது.

1594இல் மெஹர் அலிகுலி திருமணம் எந்த இடத்தில் நடந்தது என்பது குறித்த நுட்பமான தகவல் பதிவு ஏதுமில்லை. பெரும்பாலும் அது அஸ்மத் கியாஸ் மாளிகையிலேயே நடந்திருக்க வேண்டும். சமுதாயத்தில் உயர்குடிப் பிறந்த ஒருவர் வீட்டுத் திருமணம் என்றால் அது விமரிசையாகவே நடந்திருக்கும். அந்த மாளிகையை மாலை, தோரணம், மலர்கள் கொண்டு அலங்கரித்திருப்பார்கள். இழைக் கண்ணிகளுடன் உருப்படிவங்களாக இழை நூல்களால் பின்னப் படும் துணி, பளபளப்பான நீண்ட வண்ணத்தாள் இழைகள், ஒலி யெழுப்பும் மணிகள் கோர்த்த இழைக் கயிறுகள் என்று உள்ளும் வெளியும் அழகுபடுத்தப்பட்டிருக்கும். முற்றத்தில் உள்ள மரங்களில் சாமந்தியும், மல்லிகையும் சரம் சரமாய் தொங்கவிடப்பட்டிருக்கும். நிகழ்ச்சிக்கு முன்பும், நிகழ்ச்சியின் போதும் உதவிக்கென இருக்கும் பணியாளர்கள் அங்குமிங்கும் ஓடியாடிக் கொண்டிருப்பார்கள். மாளிகைக்கு உள்ளேயும் வெளியேயும் பணியாளர்கள், பாடகர்கள், தையல் வேலை செய்பவர்கள் என்று கூட்டம் நிரம்பியிருக்கும். முன்பக்க வாயிலின் உட்புறம் பல்லக்குத் தூக்கிகள் காத்திருப்பார்கள். அண்டை அயலில் இருந்து பெண் விருந்தாளிகள் புதிதாய்த் திருமண மானவர்கள் முன்பே மணம் முடிக்கப்பட்டவர்கள், இளம்பெண்கள், மூதாட்டிகள் மெஹரின் தாய், சகோதரிகள், சகோதரர்கள் சகோதரர் களின் மனைவியருடன் பெண்களுக்கான பகுதியில் கூடியிருந்தனர்.

சமூகத்தின் மேல் படிநிலையைச் சேர்ந்த இந்தியக் குடும்பங் களில் தகவல் பரிமாற்ற வரைமுறையுடன் கல்யாண ஏற்பாடுகள் செய்யப்பட்ட இது பதினாறாம் நூற்றாண்டு இந்தியக் குடும்பங்களில் இருந்த மரபுச் சீர்முறை எனலாம். மெஹர், குலி இவர்களின் ஒன்றி ணைவு வழக்கமான இடையீட்டாளர் உதவியுடன் நடந்தது. அத் துடன் அசாதாரண ஒருவரின் உகந்த முறையிலான செயல்பாடும் அதில் இருந்திருக்கிறது. மரபுப்படி மணமகனின் தாய், சகோதரிகள் அல்லது உறவு முறையிலான பெண்மணி ஒருவர் மணமகளின் குடும்பத்தாரோடு பேச்சுவார்த்தை நடத்துவார்கள். மணமகனின் குடும்பத்தார் சுற்றித் திரிந்து பொருட்களை விற்கும் ஒருவரையோ அல்லது குழந்தைக்குப் பாலூட்டும் ஒரு தாதிப் பெண்ணையோ அல்லது மணமகளின் வீட்டில் பெண்கள் பகுதிக்குச் செல்லக்கூடிய வேறு எவரையோ கொண்டு குடும்பப் பின்னணி, நிதிநிலைமை இவற்றை இரகசியமாக விசாரித்தறிந்த பின்பே அந்தப் பேச்சு வார்த்தை நடக்கும். அந்தக் காலத்தில் வசதிபடைத்த முஸ்லீம்கள்

மத்தியில் ஒரு பழக்கம். மணமகன் வீட்டில் இருந்து கவாலி பாடுகிறவர்கள், அலிகள், சூஃபிமார்க்க பக்தி இசை இவற்றோடு மணமகளுக்கான பொருட்கள் அனுப்பி வைக்கப்படும். ஒரு இளம் பெண்ணை மணக்க விரும்புகிற ஒருவன் இருவகை பணத் தொகைகளைப் பெண்ணின் பெற்றோரிடம் கொடுத்துவிட வேண்டும். முதலாவது தொகை பெண்ணுக்குக் காப்புறுதியாக வழங்கப்படுவது. மணவிலக்கு அல்லது அவளுடைய கணவனின் இறப்பு காரணமாய் அவளுக்கு ஏற்படும் இழப்பை ஈடுசெய்வது. இரண்டாவது ஈரானிய வழக்கப்படியானது. மெஹரின் குடும்பத்தினரும் அதைக் கைக்கொண்டிருக்க வாய்ப்பிருக்கிறது. அது சிர்பெஹா எனப்படும் 'பாலுக்கான பணத்தொகை' என்று பொருள். தன் மகளை வளர்ப்பதற்கு தாய் செலவிட்ட தொகை திரும்பச் செலுத்துவதான குறியீடு அது. மணவினைக்கான ஒப்பந்தத்தின் பொருட்டு பேச்சுவார்த்தைகள் நடக்கும். ஏற்றுக்கொள்ளத்தக்க தொகையாக இருப்பின் உடன்பாடு ஏற்படும். மணப்பெண்ணின் பெற்றோர் திருமணக் கோரிக்கையை ஏற்பதும், நிராகரிப்பதும் அதைப் பொறுத்துதான். பெண்வீட்டார் சம்மதம் தெரிவித்தபின், மணமகன் வீட்டுப்பெண்கள் ஒரு சால்வை அல்லது மோதிரம் ஒன்றை பெண்வீட்டுக்குக் கொண்டு செல்வார்கள். அது திருமணம் உறுதி செய்யப்பட்டதைக் குறிக்கும். இரண்டு குடும்பங்களிலும் அதைத் தொடர்ந்து கொண்டாட்டங்களும், சடங்குகளும் நடக்கும். ஆனால், மணமகனும் மணமகளும் சந்தித்துக் கொள்வது அவர்களுடைய திருமணத்தன்றுதான்.

மெஹர் குடும்பத்தினரிடம் திருமணக் கோரிக்கையைக் கொண்டு வந்தது யார் என்பதைச் சமகாலத்திய எழுத்தாளர் யாரும் குறிப்பிடவில்லை, அவர்களிடையே எத்தகைய பேச்சுவார்த்தை நடந்தது என்பதையுந்தான். கல்யாண ஏற்பாடுகளைச் செய்ய, குலிக்கு உறவினர் என்று யாரும் இந்தியாவில் இருக்கவில்லை. இரண்டாம் ஷா இஸ்மாயில் அவர்களின் உணவுக்கூட பணியாளாய் இருந்தவன், 1578இல் அரசர் கொலையுண்டதும் ஈரானை விட்டு உடனடியாக ஓடிப் போனான். பெர்ஸிய எல்லைப் பகுதிகளில் பல ஆண்டுகாலம் சுற்றித்திரிந்தவன் தன்னை எப்படிக் காப்பாற்றிக் கொண்டான் என்பதற்கு எந்த ஆதாரமும் இல்லை. தற்போது பாகிஸ்தான் பகுதியான பஞ்சாபில் உள்ள முல்தான் நகரத்தை 1592இல் அவன் சென்றடைந்தான், அங்கே முகலாயப் படையில் சேர்ந்தான். முல்தானுக்கு தெற்கே, சஃபாவித் அரசின் எல்லையில் அமைந்துள்ள சிந்து மாகாண அரசரை எதிர்த்து பேரரசின் படைகள் போரிட்டன. அப்துல் ரஹீம் என்பவன் அந்தப்படையை நடத்திச் சென்றான்.

ரஹீமின் தந்தை, அக்பர் சிறுவராக இருந்தபோது அவருக்கு ஆட்சி நிர்வாகத்தில் துணைபுரிந்தவர். அவர் கவிஞர், அரசவை

உறுப்பினர், மொழிபெயர்ப்பாளர், படைத்துறை என்று பல பதவிகளை வகித்தவர். அவனுடைய தந்தை இறந்ததும், ரஹீமின் மாற்றாந்தாயான சலீமா பேகம் அக்பரை மணந்து கொண்டாள். முதலாம் முகலாயப் பேரரசரின் பேத்தியான சலீமா தனிச் சிறப்பு வாய்ந்த மரபு வழி கொண்டவள் என்பதோடு அறிவும், புரிந்துகொள்ளும் திறனும் உடையவளாக இருந்தாள். மெஹர் மற்றும் குலியின் வாழ்க்கைகளில் சலீமா பேகமும் ரஹீமும் முக்கிய நபர்களாகி விடுகின்றனர்.

போரில் முகலாயப் படை வென்றபோதும், தோற்றுப் போன சிந்து மாகாண அரசன் சரணடைவதில் தாமதம் செய்தான். அவ்வேளையில் மழைக்காலம் தொடங்கிவிட்டது. முகலாயப் படைக்கு உணவுப்பொருள்கள் தட்டுப்பாடாகிவிட்டது. போரின் போதும் அதற்குப் பிறகும் குலி தன்னுடைய வீரம், துணிவு, அச்சமின்மை இவற்றால் புகழ்பெற்று விடுகிறான். முகலாயப்படை கடைசியில் தங்கள் வெற்றியை உறுதிப்படுத்திக் கொண்டு லாகூரை நோக்கி முன்னேறியது. வீரம் மிக்க குலியை அரசுப்பதவிக்கு பரிந்துரை செய்தான் இப்ராஹீம்.

அந்த நேரத்தில், குலியின் அரசு தனித்திறப்பணி தொடங்கியது பற்றி பொது ஆவணங்களில் செய்தி வெளியாகி இருந்தது. கியாஸ் அநேகமாய் அந்த இளைஞனின் வருங்கால வாய்ப்பு நிலைகளைக் கருத்தில் கொண்டிருக்க வேண்டும். சிந்து மாகாணத்தில் (போரின் போது) குலி வெளிப்படுத்திய வீரத்தைப்பற்றி அவர் கேள்விப்பட்டிருக்கக் கூடும். ஈரானில் கொடுமைக்குள்ளாவதில் இருந்து தப்பித்து, இந்தியாவில் ஒரு நல்வாழ்க்கையைக் கண்டடைய வந்திருக்கும் அந்தப் பெர்ஸிய இளைஞன் மீது அவருக்கு இரக்கம் ஏற்பட்டிருக்கும். பதினைந்து ஆண்டுகளுக்கு முன்பு கியாஸும் அவருடைய குடும்பமும் அதைத்தானே செய்தது.

துணிச்சல் மிக்க இளைஞனான குலி அறிவுக்கூர்மையும் செயல் திறனும் கொண்ட மெஹருக்கு பொருத்தமான இணையாக இருப்பான் என்றே தோன்றியது. கியாஸ் அதுபற்றி முதலில் அஸ்மத்திடம் பேசத் தொடங்கினார், பிறகு முறைப்படி மகள் மெஹரிடம் தெரிவித்தார். தனது பெற்றோர்களின் விருப்பத்தை மீர் ஏற்றுக் கொண்டது, கியாஸ் அல்லது இடையீட்டாளர் ஒருவர் குலியிடம் அதுபற்றிப் பேசியிருப்பார்.

அண்மையில் உறவுக்காரர்கள் யாரும் இல்லாத நிலையில் குலி, தன்னுடைய நண்பர்களையும், ஆலோசகர்களையும், உடன் பணியாற்றுகிறவர்களையும் தன்னோடு அழைத்துக் கொண்டு கியாஸின் வீட்டுக்கு வந்தான். அவர்களில் பலரும் ஈரானில் இருந்து புலம் பெயர்ந்தோர் ஆவர். கியாஸ், வருங்கால மாப்பிள்ளையாகிற வாய்ப்புடைய குலியை வரவேற்று, தழுவிக் கொண்டார். அவர்களை தங்கச்

சரிகையிட்ட திண்டுகளும், நீளமெத்தையும் உடைய பெரிய அறை யொன்றுக்கு அழைத்துச் சென்றார். அங்கே மற்ற ஆண் விருந்தினர் களும் கூடியிருந்தனர். ஆண்களும், பெண்களும் அறையின் தனித் தனிப் பகுதிகளில் குழுமியிருந்தனர். கலைநுட்பச் செதுக்கல்கள் கொண்ட தடுப்புத் திரை ஒன்று அவர்களிடையே இருந்தது. பெண் கள் பகுதியில் இருந்த மெஹரிடம் குலி அனுப்பிய தட்டொன்றில் சர்க்கரை, சாம்பிராணி, மணம் மிக்க மஞ்சள் நிற மலர்கள் கொண்ட செடி, ஒரு பை நிறைய செம்பழுப்பு நிற வண்ணச் சாயம், சோப்புக் கட்டி ஒன்று, 'செங்கெக்' ரொட்டித்துண்டு, அதில் பொன்னிறத்திலும் சிவப்பு நிறத்திலும் பொறிக்கப்பட்ட மகிழ்ச்சிக்கான வாழ்த்து. அஸ் மத் கைப்பிடியளவு உலர் கனிகளையும் அத்துடன் சேர்த்திருந்தாள்.

திருமறை நூலான குர்ஆன், தொழுகைக்குப் பயன்படுத்தும் கம்பளி, மங்கலக் குறியீடான கண்ணாடி இவை மண ஒப்பந்தத்தை முன்னிட்டு மேடையில் வைக்கப்பட்டிருந்தன. குலிக்குப் பதிலாகப் பேசுவதற்கு ஒருவர், மெஹருக்குப் பதிலாகப் பேசுவதற்கு இன்னொரு வர் என்று இரண்டு முல்லாக்கள் வந்து ஆண்களுக்கான பகுதியில் அமர்ந்திருந்தனர். முல்லாக்களில் ஒருவர் திரைக்கு மறுபுறம் இருந்து கொண்டு மெஹரை அழைத்து, திருமணத்தில் அவளுக்குச் சம்மதமா என்று கேட்டார். அஸ்மத்தும், அவளுடைய சகோதரிகளும் அவளை ஊக்குவிக்கவும், உடல்சார்ந்த வகையில் அவளுக்கு உதவவும் தயாராக அவளோடு நெருங்கியமர்ந்திருந்தனர். தன்னடக்கத்தால் சற்றே தயங்கியிருந்த மெஹர் அருகில் இருந்தவர்களின் நினைவுத் தூண்டும் சொல்லால் வாய்திறந்து 'ஆம்' என்றோ, அல்லது தலையசைப்பிலோ சம்மதம் தெரிவித்திருக்க வேண்டும். மெஹருக்குப் பக்கத்தில் சாட்சி போல் அமர்ந்திருந்த பெண்கள் அவளுடைய சம்மதத்தை உறுதிப் படுத்தினர்.

'கொடுக்கல் வாங்கலில் உடன்பாடுதானே?' என்று முல்லா கேட்டார். மெஹர் 'ஆம்' என்றதும், முல்லா அவளிடம் கேட்டார், 'அவளைக் குலிக்குத் திருமணம் செய்து வைக்க, தமக்கு அவள் அதிகாரம் வழங்குகிறாளா?' என்று. அவள் மறுபடியும் 'ஆம்' என்றதும், இரண்டு முல்லாக்களும் எதிரெதிராய் நின்று, அதிகார பூர்வமாகத் தங்கள் வாழ்த்துகளை வழங்குகின்றனர். புதிதாய் மணம் செய்து கொண்டவர்களை ஆண்களும் பெண்களுமாய் அனைத்து விருந்தினர்களும் வாழ்த்தி, தங்கள் மகிழ்ச்சியை வெளிப்படுத்து கின்றனர். மணமக்கள் இன்னமும் மறைப்புத் திரையின் இருபக்கத்தி லுமாய் அமர்ந்திருக்கின்றனர். பெண்கள் உடனடியாக இனிப்பில் தோய்த்த வாதுமைகளை வழங்குகின்றனர். அவள் கண்களை மூடிக் கொண்டு ஓசைபட மென்று விழுங்குகிறாள். அவள் கண்களைத் திறந்த பொழுது தன் பார்வை கூட்டத்தில் யாரேனும் ஒரு சிறுவனின்

மீது பதிகிறதா என்று நிச்சயித்துக் கொள்கிறாள். அவளுக்குப் பிறக்கிற முதல் குழந்தை ஆணாய் இருக்கவேண்டும் என்று உறுதிப்படுத்திக் கொள்கிற ஒரு சடங்கு முறைதான் அது.

மரபுத்திரை எடுக்கப்பட்டு மெஹரின் தாயும் சகோதரிகளும் அவளை குலிக்கு அறிமுகப்படுத்தினர். அவளுக்குப் பக்கத்தில் அவன் அமர்ந்து கொண்டு மங்கலக் குறியீடான முகம் பார்க்கும் கண்ணாடியில் பிரதிபலிக்கிற அவளுடைய முகத்தைப் பார்த்தான். நறுமணமிக்க மஞ்சள்நிற மலர்ச்செடியை கனல்தட்டு ஒன்றில் இட்டு மூலையில் வைத்திருந்தார்கள். அது தீமைகளை அகற்றும் என்கிற நம்பிக்கை. குடும்பத்தாரும் உறவினர்களும் இனிப்பூட்டிய வாதுமை, நாணயங்கள் இவற்றைத் தம்பதிகளுக்கு வழங்கினார்கள். குலி தன்னுடைய மனைவி மீது நேர் கொண்ட பார்வையைச் செலுத்தி, அந்தப் பார்வை மதிப்புறும்படியாய் நகையொன்றை அவளுக்கு அன்பளிப்பாக்கினான்.

* * *

கதைகளும் பிற்பாடு வரலாறுகளும் மெஹரின் திருமணத்தில் சுவாரசியமான ஒரு திருப்பம் ஏற்பட்டது என்று குறிப்பிட்டிருக்கின்றன. அது, இளம்பெண்ணான மெஹருக்கும், வருங்காலப் பேரரசர் ஜஹாங்கீருக்கும் (அப்போது இளவரசர் சலீம்) இடையே உண்டான ஒரு ஈர்ப்பையே மறைமுகமாய் தெரிவித்திருந்தது.

***

பதினேழாம் நூற்றாண்டின் 'கியாத்' என்கிற இலக்கிய நடை, அரசின் ஆண்டுக்கணிப்பை மங்கிவிடச் செய்வதாய் ஒரு பிரசித்த கதையை வெளியிட்டிருந்தது. அது மேற்கிந்தியாவில் ஜோத்பூர் அரசரின் ஆளுகைக்குட்பட்ட பகுதியில் எழுதப்பட்டது.

'பேரரசர் ஜஹாங்கீர் இளவரசராயிருந்த போது நூர் மஹாலுடன் (மெஹர் உன்னிஸா) அவருக்குக் காதல் தொடர்பு ஏற்பட்டிருந்தது. அந்தப் பெண் இஸ்மத் தோலாவின் மகளும், அஸஃப்கானின் சகோதரியும் ஆவாள்.'

பதினெட்டாம் நூற்றாண்டின் தொடக்கத்தில் மெஹரின் பிறப்பு பற்றிய மாற்று வடிவங்களை மனக்கிளர்ச்சியூட்டும் தகவல்களை வெளியிடுவதில் முன்னணியில் இருந்தவர் காஃபி கான். அவள் பல முறை முகலாய அரண்மனைக்குத் தன் தாயுடன் சென்றிருக்கிறாள் என்று அவர் எழுதியிருந்தார். அவள் வரும் போதெல்லாம் இளவரசர் சலீம் அவளை நாடிப் பெற முயன்றிருக்கிறார். ஒருமுறை ஒதுக்குப்புறமான மூலை ஒன்றில் மெஹர் தனியாக இருப்பதைக் கண்ட இளவரசர் அவளுடைய கையைப் பற்றிக் கொண்டு அவள்மீது தனக்குள்ள

காதலை வெளிப்படுத்தியிருக்கிறார் என்று கூறுகிறார் கான். வியப்பு கலந்த அதிர்ச்சியுற்ற அப்பெண் அரசகுடும்பத்து முக்கியப் பெண் மணிகளிடம் அதுபற்றி முறையிட்டிருக்கிறாள். அந்த நிகழ்ச்சி பற்றிக் கேள்விப்பட்ட அக்பர், கியாஸுத்தீனை அழைத்து உடனே அவருடைய மகளை மணம் செய்து கொடுத்துவிடுமாறு கூறுகிறார். குலியை மாப்பிள்ளையாக்கிக் கொள்ளும்படி அவரே குறிப்பிடுகிறார். அக்பர் குலிக்கு வங்காளத்தில் நிலஉரிமை வழங்கி, தொலைதூரத்தில் உள்ள அந்த மாகாணத்துக்கு அனுப்பி விடுகிறார்.

பத்தொன்பதாம் நூற்றாண்டில் கடலோடியாய் இருந்து பிற்பாடு முகலாய வரலாற்றாளரான அலக்சாண்டர்டோ தம்முடைய 'இந்துஸ்தான் வரலாறு' நூலில் மாறுபட்ட தகவலைத் தந்திருக்கிறார். 'சலீம் கியாஸின் வீட்டுக்குச் சென்றிருந்தார். மரியாதைக்குரிய விருந்தாளிகளை உண்ணும்படியோ, பருகும்படியோ உபசரிப்பது வழக்கம். 'மேசைமீது ஒயின் கொண்டு வைக்கப்பட்டது. முகத்திரையிட்டிருந்த வீட்டுப் பெண்கள் முறைப்படி அறிமுகம் செய்து வைக்கப்பட்டனர். மெஹர், தன் கண்ணெதிரில் தோன்றியதும் சலீம் அவளுடைய உயரமான உடல்வாகு, வடிவமைப்பு நடையழகு கண்டு வியப்பிலாழ்ந்து விட்டார். மெஹர் இன்குரலெடுத்துப் பாடினாள், சலீம் பரவசத்தில் தன்னை மறந்தார். அவருடைய கண்கள் அவளை விழுங்கி விடுவது போல் பார்த்தன. அவள் தற்செயலாய் தன் முகத்திரையை நழுவ விட்டாள், தன் தண்ணொளி வீசும் பார்வையை அவளும் அவர்மீது செலுத்தினாள். அந்த விழிகளின் மயக்காற்றலை விவரிக்க இயலாது. அவளுடைய கலவரமுற்ற விழிகள் அவருடைய காதல் உணர்வை முழுமையாகத் தூண்டிவிட்டது. மிச்சமிருந்த மாலைப்பொழுதில் அவர் பேச்சற்று அமைதியாய் காணப்பட்டார். காமக் கனலின் தகிப்பில் தன் கவனத்தை ஒருமுகப்படுத்த முடியாமல் தவித்தார். மெஹரோ குலிக்கு மணஉறுதி செய்யப்பட்டிருந்தாள். அவன் உயர் குடியில் பிறந்தவனாகவும், தன் வீரதீரச் செயல்களால் சமுதாயத்தில் தனிமதிப்பு பெற்றவனாகவும் இருந்தான். சலீம் எவ்வளவோ மன்றாடியும், அக்பர் மெஹரின் திருமண ஒப்பந்தத்தை இல்லையென்றாக்க மறுத்து விட்டார். நாளை அரியணையில் அமரப் போகும் தன்னுடைய வாரிசு என்றபோதும், தன் மகனுக்கு அனுகூலமாக அவர் நடந்து கொள்ளவில்லை, இளவரசர் மனஉளைச்சலில் தனியே ஒதுங்கியிருந்தார்.

மெஹரிடம் சலீமுக்கிருந்த தீவிரக் காதல் பற்றி எத்தனையோ கதைகள். இளம்பருவத்தில் தோன்றிய அந்த விருப்பம் நாளுக்கு நாள் அதிகரித்ததேயன்றி குறையவில்லை. அது தணிக்க முடியாத பெருந் தீயாய் இருந்தது.

பிரிட்டிஷ் இந்திய அரசில் ஒரு நிர்வாகியாயிருந்த மவுண்ட் ஸ்டூவர்ட் எல்ஃபின்ஸ்டன் இதனைத் திரும்பவும் தன்னுடைய 'இந்திய வரலாறு' (1858) நூலில் உறுதிபடத் தெரிவித்திருக்கிறார். அத்துடன் இன்றைய இந்தியாவில் சொல்லப்படுகிற கதையையும் அதில் இணைத்திருக்கிறார்.

'இளவரசர் சலீம் இரண்டு புறாக்களைக் கொடுத்து, வைத் திருக்குமாறு கூற, அவற்றில் ஒன்று பறந்து சென்றுவிட்டது. சலீம் திரும்ப வந்தபொழுது இவள் ஒன்றை மட்டும் கையில் வைத்திருப் பதைக் கண்டு, 'எங்கே மற்றொன்று?' என்று கேட்டார். 'அது பறந்து போய்விட்டது' என்று நூர் (மெஹ்ருன்னிஸா) பதிலளித்தார். 'எப்படிப் பறந்தது?' என்று சலீம் வினவவும், 'இப்படித்தான் பறந்தது' என்று கூறி, மற்றொரு புறாவையும் நூர் பறக்கவிட்டார். அந்த பேதைப் பெண், தனது கபடமற்ற செய்கையால் சலீமின் உள்ளத்தில் இடம்பிடித்தாள் என்று போகும் கதையது. இன்னொரு தொகுப்பு நூல் 'பஞ்சாப் வரலாறு'. இதனை எழுதிய லத்தீஃப் என்பவர் பழங் கதையை விரிவாகத் திரும்பவும் கூறியிருப்பதோடு, மெஹருக்கும் அவளுடைய பெற்றோருக்கும், குலிக்கு அவளை மணம் செய்து கொடுக்கத் தீர்மானித்தபோது நிகழ்ந்த விவாதங்களையும் அத்துடன் இணைத்திருக்கிறார்.

அஸ்மத் எப்போதுமே சலீமின் தாய்க்கு அனுகூலமாக இருந்து அவருடைய அன்பாதரவைப் பெற்றிருந்தார். தன் இளைய மகளுடன் பலமுறை அரண்மனைக்குச் சென்றிருக்கிறார். 'மெஹர் மனமகிழ்ச்சி யோடு தன் அழகின் வசீகரங்களுடன், தனது சொந்த மண்ணின் இசையையும் நடனத்தையும் பயன்படுத்தி அன்பிரக்கமுள்ள அரசியை ஆனந்திக்கச் செய்வாள். 'அவளிடம் ஆயிரமாயிரம் கவர்ச்சிகளும், மயக்கும் திறன்களும் இருந்தன' என்கிறார் லத்தீஃப். ஒருநாள், அவள் ஆடிக்கொண்டிருந்தபொழுது அரசியின் அறைத்தொகுதிக்கு வந்த சலீம் அவளைப் பார்க்கிறார். இருவருடைய கண்களும் சந்தித்துக் கொண்டன. அவளது உடலழகும், நடைநயமும் செயல்வண்ணமும் கண்டு அவர் மயங்கிவிட்டார். அவளது அறிவுபூர்வமாகக் களிப் பூட்டும் திறனும் அவரை வெகுவாய் கவர்ந்துவிட்டது. இருவருமே ஒருவர்மீது ஒருவர் ஈடுபாடு கொண்டிருந்தனர்.

'மெஹர் முன்பே குலிக்கு நிச்சயம் செய்யப்பட்டிருந்த போதும், சலீம் அவளுடைய தாய்வீட்டில் அவளைச் சந்திக்கவே செய்தார். பல சந்தர்ப்பங்களில் அவர்கள் சந்தித்துக் கொண்டனர், அதற்கான வாய்ப்புகளை சலீம் கண்டுபிடித்திருந்தார்' என்று லத்தீஃப் குறிப்பிடு கிறார். அவர் நடந்து கொண்ட முறை அஸ்மத்துக்கு கவலை யளித்தது. அதுபற்றி இளவரசரின் தாயிடம் அவர் தெரிவிக்கவும் செய்தார். அரசிமூலம் அக்பருக்கு செய்தி எட்டுகிறது. சலீம் மெஹரைத்

திருமணம் செய்துகொள்ள விரும்பி, தம் தந்தையிடம் அனுமதி கேட்டார். ஆனால் அக்பரோ மிகவும் நேர்மையான மனிதர், சொன்ன சொல்லைக் காப்பாற்றுகிறவர் என்பதால் நியாயத்துக்குப் புறம்பாக நடக்க அவர் மனம் ஒப்பவில்லை. தம்முடைய தகுதி உடைய அமைச்சரின் மகளை, குலிக்கு மணமுடிக்கும்படி பரிந்துரைத்ததே அவரல்லவா. முடிந்தவரை சீக்கிரமே திருமணம் நடந்தாக வேண்டும் என்று அஸ்மத்திடம் வற்புறுத்திக் கூறிவிட்டார் அக்பர். தன்னுடைய விதிக்கு எதிராய் குரலெழுப்ப முடியாமல் போனது மெஹருக்கு. 'இளவரசருக்குத் தன்னை மணம் செய்து கொடுக்காவிட்டால், அவருடைய கோபத்துக்கு ஆளாக நேரும், அவர் குரூரமாகப் பழிவாங்கி விடுவார்' என்று தன் பெற்றோர்களையும், தன்னுடைய சகோதரன் ஒருவனையும் அவள் எச்சரிக்கவும் செய்தாள். தன்னுடைய எச்சரிக்கை பயனளிக்காத நிலையில், இளவரசரின் மகிழ்ச்சியே தன்னைத் திருமணம்செய்துகொள்வதில் தான் இருக்கிறது, தன்னுடைய மகிழ்ச்சியும் அவரை மணப்பதில்தான்! என்று மன்றாடுகிறாள். கொள்கை அடிப்படையில் இளவரசர் சலீமுக்கு மனைவியான ஜோதாபாய் பற்றி தனக்குப் பயமில்லை என்றும், தன்னால் சலீமைத் தன் விரல்களுக்கிடையில் மெழுகாய் வைத்து தன் விருப்பம் போல் வார்த்தெடுக்க முடியும்' என்று வாதிடுகிறாள்.

ஆனால் எதுவும் பலனில்லாமல் போய்விடுகிறது. மெஹர் குலியைத் திருமணம் செய்து கொண்டாள். அந்த ஆபத்தான அழகி தன் காதல் இளவரசனிடம் இருந்து பிரிக்கப்பட்டு தொலை தூரத்துக்கு அனுப்பி வைக்கப்பட்டாள். மணமகன் தன்னுடைய பண்ணை மாளிகைக்கு அவளைக் கொண்டு போனான்.

விவரங்களைத் தருவதில் கதைகள் வேறுபடுந்தான். மெஹரும் சலீமும் தங்கள் பதின்பருவத்தில் சந்தித்திருக்கலாம், இல்லாமலும் இருக்கலாம். சலீமைச் சந்திப்பதற்கு முன் குலியுடன் அவளுக்கு திருமணம் நிச்சயிக்கப்பட்டிருக்கலாம். அல்லது சலீம் அவள் மீது காதல் கொண்ட பின்னும் அது நிகழ்ந்திருக்கலாம். அக்பர் ஒழுக்கங்களைக் கடைப்பிடிப்பதில் முரட்டுத்தனமானவராக இருக்கலாம் நியாயமான அரசராகவும் இருக்கலாம். அல்லது இரண்டாகவும் அவர் இருந்திருக்கலாம். ஆனால் எல்லாக் கதைகளும் ஒன்றில் மட்டும் உடன்படுகின்றன, அது சலீம் மெஹரிடம் வசப்பட்டிருந்தார் என்பது.

1594இல் மெஹர் குலியை மணந்து கொண்டாள். அவர்கள் தூரக்கிழக்கு மாகாணமான வங்காளத்தில் உள்ள பர்த்வானுக்கு புறப்பட்டுச் சென்றனர். தந்தையின் வீட்டைவிட்டுச் சென்ற மெஹர், தன் தாயைப் போலவே தனக்கென்று ஒரு வீட்டின் பொறுப்பை ஏற்கிறாள். பாலூட்டும் தாதியின் மரபு காக்கும் விதமாய் விசுவாசமுள்ள தை திலாராம் மீருடன் செல்கிறாள். அவள் வளமான ஆறு

கள் கொண்ட நிலப்பரப்பில் பசேல் என்ற வயல்களும் செழிப்பானத் தோட்டங்களும், தன் குழந்தைப் பருவ வீட்டை விடவும் இயற்கைச் சூழல் நிறைந்த இடத்தில் தன் புதிய வாழ்க்கையைத் தொடங்கவும், அந்தத் தாதி அவளுக்கு ஆதரவாக இருந்தாள்.

அவர்கள் ஆக்ராவில் இருந்து வங்காளத்துக்கு பழைமை வாய்ந்த பெருவழியில் கிழக்குத் திசையில் பயணம் செய்தார்கள். எருதுகள் பூட்டிய வண்டிகள் மோசமான தட்பவெப்ப நிலையில் இருந்து அவர்களைப் பாதுகாத்தன. வளைந்தோடும் யமுனையின் பக்கமாகவே பின்தொடர்ந்து செல்லும் பாதையது. வழிநெடுகவும் பயணிகளுக்கு நிழல் கொடுக்க வேப்பமரங்களும், மாமரங்களும் இருந்தன. கங்கைக்கும் யமுனைக்கும் இடையே நிறைவாகப் பண்படுத்தப்பட்ட நிலப்பகுதியின் குறுக்காக மீர், குலி மற்றும் அவர்களுடைய பணியாளர்கள் பயணம் செய்தனர். வழிப் பறிக் கொள்ளை பற்றி எச்சரிக்க ஆங்காங்கே சுண்ணாம்புக் கல்லிலான கம்பங்கள் வைக்கப்பட்டிருந்தன. வழிப்பறி செய்வோருக்குத் தண்டனை தலத்திலேயே வழங்கப்பட்டது. அவர்களுடைய தலை கள் துண்டிக்கப்பட்டு குவியலாகச் சாலையில் கிடந்தன, உடலின் முண்டப் பகுதிகள் மரக்கிளைகளில் தொங்கவிடப் பட்டிருந்தன என்று போர்ச்சுகீசிய பாதிரியார் அறிவிக்கை செய்திருந்தார். குலி ஒரு இராணுவ அதிகாரி, ஆயுதம் தரித்திருந்தான் என்றபோதும், குலியும் மெஹரும் அந்த நிலப்பகுதியில் எப்போது வேண்டு மானாலும் ஆபத்தை எதிர்கொள்ள நேரிடலாம்.

பதினைந்து முதல் இருபது நாள் வரை பயணம் செய்து முந்நூறு மைல்களைக் கடந்த பிறகு மெஹரும், குலியும் அலகா பாத்தை அடைந்தனர். கங்கையும், யமுனையும் சங்கமிக்கிற இடத்தில் அமைந்த நகரம் அது. அங்கேயோ அல்லது அதற்கு 75 மைல் அப்பால் இருந்த இந்துக்களின் புனிதத்தலமான காசியிலோ அல்லது தொலைதூரக் கிழக்கில் உள்ள பாட்னாவிலோ (பீகார்) அந்தப் பயணக் குழு வண்டியில் இருந்து படகுகளுக்கு மாறியிருக்க வேண்டும். மறுகரை தெரியாத அகலத்தில், நிதானமாய் ஓடிக் கொண்டிருந்த கங்கையில் மேற் கவிகையுடன் கூடிய பெரிய படகில் அவர்கள் பயணம் செய்தார்கள். அந்தப் படகை இயக்கப் பட கோட்டிகள் பலர் இருந்தார்கள் என்பதில் இருந்தே அது பெரிய படகு என்பது தெரிய வருகிறது. வங்காள எல்லையில் அவர்கள் போகவேண்டிய இடம் பாட்னாவில் இருந்து 200 மைல் தொலை வில் இருந்தது.

என்னதான் அவர்கள் கவனமாகத் திட்டமிட்டுப் பயணம் செய்தும், ஆற்றைக் கடப்பதற்கு உரிய அரசு ஆவணங்கள் அவர் களிடம் இருந்தும் தாமதங்கள் ஏற்படவே செய்தது. ஆக்ராவில்

இருந்து தொலைதூரத்தில் தன்னுடைய வாழ்க்கை எப்படி இருக்கப் போகிறதோ என்று மெஹர் கவலைப்பட்டாள். வழிநெடுகவும் களைப்பும் சோர்வும் கேள்விகள் எழுப்பிக் கலக்கத்தை உண்டு பண்ணியது. நினைவுகள் தங்களைத் தாங்களே புதுப்பித்துக் கொண்டன. மீருக்கு ஆறுதல் அளிக்கும் வண்ணம் தை திலாராம், மெஹரின் பெற்றோர்கள் ஈரானில் இருந்து இந்தியாவுக்கு மேற் கொண்ட கடினமான பயணம் பற்றி அவளிடம் விவரித்தாள். குலி யிடமும் அவன் ஈரானில் இருந்து வெளியேறி சிந்துமாகாணத்தில் ரஹீமின் படையில் சேர்ந்து செய்த தீரச்செயல்கள் பற்றிக் கூறும்படி அவனைத் தூண்டினாள்.

ஆக்ராவை விட்டுப் புறப்பட்ட தம்பதிகள் வங்காளத்தின் தலைநகரான ராஜ்மஹலை அடைய ஒரு மாதத்துக்கும் மேலாகி விட்டது. அவர்களுடைய படகில் இருந்தே, சனங்கள் படகுகளில் கும்பல் கும்பலாகச் செல்வதையும், வியாபாரிகள் தங்கள் சரக்குகளை ஏற்றிக் கொண்டு பெரிய படகுகளில் போவதையும் அவர்களால் பார்க்க முடிந்தது. 'மிதக்கும் அரண்மனைகள் வரிசையாய் நங்கூர மிடப்பட்ட தெருக்கள், கவர்ந்திழுக்கும் கவர்ச்சியுடன் காட்சியளிக் கிற நகரம் அது' என்று ஐரோப்பிய வருகையாளர் ஒருவர் ராஜ் மஹலை வியந்துரைத்திருக்கிறார்.

1586இல் இருந்தே முகலாய நிர்வாகக் கட்டுப்பாட்டில் இருந்து வந்த வங்காளம் 1594இல் தான் பேரரசில் ஒரு மாகாணம் என் றானது. அந்த ஆண்டில் தான் மெஹரும், குலியும் அங்கே வந்து சேர்ந்ததும். முகலாய ஆட்சியில் முதல் வங்காள ஆளுநராக இருந்த ராஜாமான் சிங்கை குலி தெரிந்து வைத்திருந்தான். அவர் அக்பரின் அமைச்சரவையில் மிக முக்கியமான அமைச்சராக இருந்திருக்கிறார். தம்பதிகள் பர்த்வானுக்குப் போவதற்கு முன், குலி மான்சிங்கின் தலைமையகத்தில் நின்றுபோவது அவசியமாயிருந்தது. பர்த்வான் ராஜ்மஹலில் இருந்து தெற்கே 150 மைல் தொலைவில் இருந்தது. குலி போன்ற மாகாண அதிகாரிகளுக்கு ஆளுநருடன் நல்லுறவைப் பராமரித்திருப்பது மிக அவசியம். பேரரசர்தான் எல்லா பதவி நியமனங்களைச் செய்கிறவர் என்றாலும் லாகூர், ஆக்ரா என்கிற இரண்டு அதிகார மையங்களிலும் இருந்து தொலைவில் பணி யாற்றுகிற அதிகாரிகள் முகலாய அரசின் பணிமுறைக் கட்டளை களைச் சரிவர நிறைவேற்றுகிறார்களா என்பதை உறுதிப்படுத்திக் கொள்வது ஆளுநரின் கடமையாகும்.

பர்த்வான், தாமோதர் நதியின் வடகரையில், இன்றைய கொல் கத்தாவிற்கு எழுபத்தியைந்து மைல் வடகிழக்கில் அமைந்திருந்தது. பர்த்வான் முகலாயரின் ஆட்சிப்பரப்பின் எல்லைக் கோடாக உள்ள ஒரு முக்கியமான இராணுவப்புறக்காவல் பாசறை எனலாம். பர்த்

வானில் இருந்துதான், முன்பு ஆப்கானியரால் ஆளப்பட்டு வந்த வங்காளத்தை நோக்கி முகலாயப்படை அணிவகுத்துச் சென்றது. முகலாய நிர்வாகத்தின் எல்லைக் கோட்டைக் குறிக்க தாமோதர் நதி ஓர் அடிப்படைப் பகுதி. அந்த நதியின் தெற்காக பிஷ்ணுபூர் ராஜாவின் நிலப்பகுதி இருந்தது. அவர் சம்பிரதாயத்துக்கு முகலாய அரசுடன் நட்பு பாராட்டினாலும், கிட்டத்தட்ட முழுச் சுதந்திரத்தை அவர் அனுபவித்துக் கொண்டிருந்தார். பர்த்வானுக்கு மேற்கில் இருந்த வங்காளத்தின் இதர பகுதிகளில் பழங்குடி மக்கள் வாழ்ந் தனர். கிழக்கில் டாக்கா, சிட்டகாங் நகரங்கள் இருந்தன. இவை யெல்லாம் முகலாய அரசுடன் நிலையுறுதியற்ற உடன்படிக்கை களைச் செய்து கொண்டவை.

குலியும், மெஹரும் பர்த்வானுக்கு வந்த பொழுது அந்த நகரத்தில் ஒரு கோட்டை, ஒரு மசூதி, கடைவீதியொன்று இவற்று டன் சூஃபித் துறவி பஹ்ரம் சக்காவின் கல்லறையும் இருந்தது. இவர் நீர் சுமக்கும் பணியைச் செய்யுமளவிற்கு எளிமையும், பணிவுநயமும் கொண்டவர். அக்பரால் போற்றப்பட்டவர். பேரரசர் இவருக்கு சக்கா என்று அழைக்கப்படும் கிராமத்தை (பர்த்வான் அருகில், ஃபக்கிர்பூர் பக்கம்) வழங்கியிருந்தார். புதுமணத் தம்பதிகள் பர்த்வானுக்கு வந்து சேருவதற்கு முப்பது ஆண்டுகள் முன்பாக அந்தத் துறவி இயற்கை எய்தியிருந்தார். கிராமத்து மக்கள் சக்காவின் அன்பாதரவு பற்றிய கதைகளைச் சொல்லக் கேட்டு மெஹர் மனமுருகிப் போனாள். அவருடைய கல்லறையில் இப்படியொரு செய்தி பொறிக்கப்பட்டி ருந்தது,

'திருக்குர்ஆனின் அதிகாரபூர்வ ஆணைக்கிணங்க செல் வந்தர்கள் திக்கற்றவர்களுக்கும், யாசிப்பவர்களுக்கும், துன்புறுகிறவர் களுக்கும், வீடற்றவர்களுக்கும் உவப்புடன் உதவவேண்டும்.' மீர் குறிப்பிட்ட கால இடைவெளிகளில் பர்த்வானில் இருந்து சக்கா வுக்குப் போய் வந்துகொண்டிருந்தாள். தன் வாழ்வின் பிற்பகுதியில் அவள் நூற்றுக்கணக்கான திக்கற்ற பெண்களுக்குத் திருமணம் செய்துவைத்து உதவியிருக்கிறாள்.

தாமோதர் ஆறு வறண்டகாலத்தில் குறுக்கே கடந்து செல்லக் கூடியதாக இருக்கும். ஆண்டின் பெரும் பகுதியும் மக்கள் சிறிய படகு களில் ஆற்றைக் கடந்து செல்வார்கள். மழைக்காலத்தில் வெள்ளம் மண் சுவரமைப்புகளை உடைத்துக் கொண்டு வெள்ளநீர் நகரவாசி களின் வீடுகள், கடைவீதி, கோயில்கள், மசூதிகள் என்று முன்நோக்கி வந்துவிடும். ஆற்றோரம் சகதியாக, குட்டைகளில் நீர்தேங்கி, கொசுக் களின் இனப்பெருக்கத்துக்குக் காரணமாகிவிடும்.

மெஹர் மற்றும் குலியின் வீடு அந்தப்பகுதியில் உள்ள மற்ற மாளிகைகளைப் போலவே இருந்தது. பங்களா என்றும் வங்காள மொழியில் சௌசாலா என்றும் அதைச் சொல்வார்கள். பர்த் வானுக்குக் கிழக்கே முப்பது மைல் தொலைவில் முஸ்லீம்களின் குடியிருப்புகள் பெரிய அளவில் இருந்தன. படுவா, ஹுக்ளி பகுதி களில் அவர்கள் உயர்ந்து மேம்பட்டுக் கொண்டிருந்தனர். வருவாய்த் துறை அதிகாரிகளும், அறிஞர்களும், வியாபாரிகளும், முன்னால் இராணுவவீரர்களும் அங்கே வசித்தனர்.

சமுதாயத்தில் உயர்ந்திருப்பவர்களின் வீடுகள், அவர்கள் முஸ்லீம்களாயினும், இந்துக்களாயினும் அவை மூங்கில், பாக்குமரம் இவற்றின் இணைப்பில் செங்கற்களால் கட்டப்பட்டவை. சில வீடுகள் மூன்று தளங்கள் கொண்டவை. அவை விசாலமாகவும், அழகாகவும் பல கூடங்கள் அறைகளுடன் அமைக்கப்பட்டவை. அந்த வீடுகளில் தோட்டங்கள், உல்லாச நடைபாதைகள், புலிகள் நரிகளிடம் இருந்து பாதுகாக்கும் படியான சுவர்கள் இருந்தன. மெஹரின் புதிய மாளிகையில் இடம் மிகுதியாய் இருந்தது. குளிப்ப தற்குச் சுத்தமான நீர்த்தேக்கங்கள் இருந்தன. சில பங்களாக்களில் சுடுநீர்க் குளியல் வசதி இருந்தது. வங்காளத்தில் அரிதான இன்ப நுகர்வு அது.

நிர்வாகப் பொறுப்பு, வரிவசூல் போன்ற பணிகளைச் செய்யும் குலி போன்ற அதிகாரிகளுக்கு அவர்களது ஊழியத்தை ஈடு செய்யும் விதமாக *'ஜாகிர்'கள் வழங்கப்பட்டன. அப்படி நிலத்தைப் பெற்ற அதிகாரி தன்னுடைய மேற்பார்வையில் அதை வைத்துக் கொள்ள லாம். தங்களுக்குச் சொந்தமான நிலங்களில் ஜாகிர்தார் தங்கள் விருப்பம் போல் எதையும் செய்து கொள்ளலாம். குத்தகைதாரர் களையும் குடியானவர்களையும் அவர்கள் அதிகாரம் பண்ணவும், அடக்கி வைக்கவும் முடியும். அவர்களுக்கு விதிக்கப்பட்ட வரிகளை உயர்த்தலாம், அவர்களுடைய மகன்களையும், மகள்களையும் கூட அபகரித்துக் கொள்ளலாம்.

வங்காள நிலச் சுவான்தார்கள் விவசாயிகளைக் குறிப்பாக ஆண்டு வரிவசூல் காலத்தில் கசக்கிப் பிழிந்தார்கள். அத்துடன் அரசு சார்பாக ஆட்சியாளர் குழுவும் ஏற்றுமதி இறக்குமதி, நகரத்தில் உள்ள சிறு வியாபாரிகள், கடைகள், யாத்ரீகர்களுக்கான கடை வீதிகள் என்று எல்லா வகை வரிகளையும் விதித்தது.

உள்நாட்டுச் சாலைவரி, பாலச்சுங்கம் போன்றவையும் உண்டு. கூடுதல் நிதிச்சுமை கூறித் தீராத பெருந்தொல்லை. ஏராளமான

---

* ஜாகிர் : இதன் பொருள், 'ஒரு நிலத்தைப் பெற்றுக் கொள்பவர்' என்பதாகும். தமக்குச் செய்யும் ஊழியத்தைப் பாராட்டி அரசர் அளிக்கும் நிலம் 'ஜாகிர்' எனப்படும். அதனைப் பெறுபவருக்கு 'ஜாகிர்தார்' என்று பெயர்.

வரிகள், எண்ணற்ற அதிகாரிகள் (சிலர் அலுவலகம் இல்லாமலே இயங்கிக் கொண்டிருந்தனர்) இவையெல்லாம் உள்ளூர்வாசிகளுக்கும், பயணம் செய்பவர்களுக்கும் மாறாத குழப்பத்தை உண்டுபண்ணிக் கொண்டிருந்தன.

வங்காளம் போன்ற தொலைதூர மாகாணங்களிலும் அதிகார முதன்மை முகலாயப் பேரரசருக்கேயன்றி ஆளுநருக்கல்ல. அக்பருக்கும் மாகாண அதிகாரிகளுக்கும் இடையே நேரடித் தொடர்பு எப்போதும் இருந்து வந்தது. ஒருவரின் உழைப்பை அங்கீகரித்ததன் அடையாளமாக அவர் தம்முடைய பிரதிநிதி மூலம் பணம், குதிரைகள் அரசு கவுரவிப்பான அங்கிகள் போன்றவற்றை அந்த அதிகாரிகளுக்கு அனுப்பி வைப்பார். தம்முடைய ஊழியர்களில் யாரும் கீழ்ப்படியாதிருந்தாலோ, பணிப் பொறுப்புகளை அலட்சியம் செய்தாலோ அவர்களைத் தண்டிக்கவும் தயங்க மாட்டார். வளர்ச்சி நிலை குறித்த அறிக்கைகளை ஆளுநர் அனுப்பி வைப்பார். ஆனால் அதிகாரிகளும் பேரரசரிடம் தகவல் தொடர்பில் இருக்க ஆர்வம் காட்டுவர். உள்ளூரில் ஏற்பட்ட கலகத்தைத் தாம் அடக்கியது, அல்லது வெற்றிகரமாக வரிவசூல் செய்தது போன்ற தகவல்களுடன் பேரளவான பரிசுகளையும் அவர்கள் அனுப்பி வைப்பார்கள்.

ஆக முகலாய அரசின் பணியாளர்களாக வங்காளத்தில் அமர்த்தப்பட்டவர்கள் இரண்டு ஆற்றல் மிக்க மையங்களிடம் கவனமாக இருக்கவேண்டியிருந்தது. ஒன்று ராஜ்மஹல் மற்றொன்று முகலாயத் தலைநகரம். அதிகாரிகள் இந்த நகரங்களுக்குக் குறிப்பிட்ட கால இடைவெளிகளில் நேரில் சென்று வந்தார்கள். ஒன்று அங்கீகாரம் பெறுவதற்காகவோ, பணி மேம்பாடு குறித்தோ, பணியிட மாற்றம் வேண்டியோ அவர்கள் போய் வரும்படி இருக்கும். குலி மாகாண மற்றும் பேரரசுத் தலைநகரங்களுக்கு பயணம் போய்க் கொண்டிருந்தான்.

இரண்டு மையங்களிலுமே அண்மையில் நடந்த ஒரு சம்பவத்தில் அவன் பெயர் அடிபட்டது. அவனைப் பற்றி வதந்திகளும் இருந்தன. பேரரசரின் மகன்களில் ஒருவனோடு சேர்ந்து அரசுக்கு எதிராகக் கலகம் செய்தவர்களில் ஒருவனாக குலி சிக்க வைக்கப்பட்டிருந்தான். ஆட்சிக்கு எதிரான அந்தக் கிளர்ச்சி குலி, மீர் இவர்கள் வங்காளத்தில் வாழவிருந்த காலப்பகுதியை முடிவுக்குக் கொண்டு வந்துவிட்டது.

முகலாயர்களுக்கும் வங்காள மாகாணத்துக்கும் இடையிலான தொடர்புகள் நிலையுறுதி பெற்றிருக்கவில்லை. அங்கே பணியாற்றிக் கொண்டிருந்த அரசு அதிகாரிகள் வங்காளிகள் அல்லாதவர்கள் மட்டுமே. உள்ளூர்க்காரர்களில் நிலம்படைத்த மேனிலை மக்களில் சிலர் மட்டுமே அரசு அலுவலகத்திலும், இராணுவப் போர்க்கள

நடவடிக்கைகளிலும் பங்கேற்கத் தேவைப்பட்டனர். வேறு வங்காளி எவரும் பேரரசரின் எந்தப் படித்தரத்திலும் இடம்பெறவில்லை. ஆக, 'அயல்நாடுகளில் இருந்து பணிபுரியக் குழுவாக வந்து, சிறிது காலம் தங்கியிருந்து விட்டு, தங்கள் பணிக்காலம் முடிந்ததும் திரும்பிச் சென்றார்கள்' என்று ஒரு வங்காள வரலாற்றாசிரியர் குறிப்பிட்டிருக் கிறார். பேரரசின் அரசு அதிகாரிகளுக்கும், உள்ளூர் அதிகாரி களுக்கும் இடையே அடிக்கடி மோதல்கள் நடப்பதுண்டு.

அந்த வட்டாரத்தின் வெப்பநிலை ஆண்டு முழுதும் கதகதப் பாகவே இருக்கும். உறையும் பனிக்காலம் என்பது இல்லவேயில்லை. ஆக்ராவிலும், லாகூரிலும் உறைதட்பநிலை உண்டு. இலையுதிர் காலத்தில் இந்துக்களின் பண்டிகையான தீபாவளி கொண்டாடப் படும். அப்போது மாலைப்பொழுதுகள் புதுப்பொலிவுடன் இருக் காது. வங்காளத்தில் மழைக்காலத்தில் தட்பவெப்பநிலை இதமாயிருக் காது. புழுக்கமாக இருக்கும், ஈரப்பதமும் உயரளவில் இருக்கும். குலியும், மெஹரும் அவர்கள் அணியும் உடைகளில் மாற்றம் செய்ய வேண்டும் என்பதை அது குறிக்கும். வங்காளிகள் நேர்த்தியான பருத்தி உடை அணிவார்கள். குலிக்குக் கால்சராயும், முழங்காலைத் தொடுமளவு தளர்த்தியான மேலங்கியும் அணிவது பிடிக்கும். மெஹர் அலை அலையாய் தளர்வாகத் தொங்கும் முழுக்காற் சட்டையும், பெண்கள் அணியும் மேற்சட்டை இலேசான பருத்தித் துணியில் முக்காடும் அணிவாள். தை திலாராமின் உடைகளும் அதேபோல் தான். தம்பதிகளின் உணவு முறையிலும் மாற்றம் இருந்தது. வங்காளத்தில் நிறைய விளைகிற அரிசிதான் வங்காளிகளால் அதிகம் உண்ணப்பட்டது. மீரின் குடும்பம் ஆக்ராவில் சேர்த்துக் கொள்வதை விட அதிக மீனும், எலுமிச்சையும், காய்கறிகளும், தாவர வகைகளும் நிறையவே அவர்கள் சாப்பாட்டில் இடம்பெற்றது. வினிகரில் ஊற வைத்த பச்சைமிளகாயும் வட்டாரத்தில் சிறப்பு மிக்க உணவுப் பண்டந்தான்.

சரியாகச் சொன்னால் புதுமணத் தம்பதிகள் ஒருவருக்கொருவர் வேறுபட்டவர்களாகவே இருந்தனர். குலி வாள்வீச்சில் தேர்ந்த வனாகவும், வலிமை பொருந்தியவனாகவும், துணிவு மிக்கவனாகவும், விடாப்பிடித் தன்மை உடையவனாகவும் இருந்தான். இளவரசர் சலீம் ஒருநாள் 'ஷெர் ஆப்கன்' (புலிகளைக் கொல்கிறவன்) என்ற விருதை குலிக்கு வழங்கக்கூடும். மெஹர் மூளையைப் பயன்படுத்து கிறவள். அவளுக்கு ஆர்வப்பட பல்வேறு விஷயங்கள் இருந்தன. கவிதை முதல் வேட்டைக்குச் செல்வது வரை. அவர்கள் பெர்ஸிய மொழியில் பேசிக் கொண்டனர். ஈரானிய பாரம்பரியத்தை நன்கறிந்த வன் அவன், அவளோ அதுபற்றிக் கேள்விப்பட்டிருந்தாள். அவள் பிறவியிலேயே கொண்டிருந்த சிந்தனைத் திறத்தையும், அவளுடைய

அறிந்துகொள்ளும் ஆர்வத்தையும் அவன் வெகுவாகப் பாராட்டு வான். கிழக்கத்திய மாகாணங்களில் தனிமைப் படுத்தப்பட்டு இருப்பதைவிட, அவளுடைய தோளில் சாய்ந்து கொண்டு வியா பாரம், வரிகள், மக்களின் மனக்குறைகள், அவன் ராஜ்மஹலுக்கு சென்று வந்த விபரங்கள், முகலாயப் பேரவையில் இருந்து பெறப் பட்ட செய்திகள் பற்றி அவளிடம் விவாதிப்பதே அவனுடைய விருப் பத்திற்குரியதாய் இருக்கும். மெஹர் பிற்பாடு ஆட்சிமுறை பற்றிப் புரிந்து வைத்திருந்ததைப் பார்க்கும் போது, குலி இவை பற்றி யெல்லாம் அவளிடம் பேசியிருப்பான் என்றே தோன்றுகிறது அல் லது அவள் எதையும் கூர்ந்து கவனிக்கிறவள், நுண்அறிவு கொண்ட வள் என்பது நிச்சயம்.

தன் கணவன் வெளியில் சென்றிருக்கும் பொழுது, தான் எதிர் கொண்டிருக்கும் சமயம் சார்ந்ததும், தத்துவஞானம் பற்றியதுமான புதிய கருத்துகள் குறித்து மெஹர் நீண்ட நேரம் சிந்தித்தபடி இருப் பாள். பர்த்வான் பெருநகரங்களில் இருந்து தள்ளி அப்பால் அமைந் துள்ள பின்புலப் பகுதியாகும். அது எல்லைப் புறத்தில் இருக்கிற சிறு நகரம். அந்த மோசமான பகுதியில் மேலும் எரிச்சலூட்டும் விதமாய் குற்றம் காணும் அரசுத் துறை அதிகாரிகளும், கொடுமைக் கார நிலப்பிரபுக்களும் இருந்தனர். இருந்துங்கூட, மக்கள் நிலப் பரப்பின் தோற்றத்தை மேம்படுத்தும் இயற்கை எழிலையும், நதியின் அகல்பரப்புக் காட்சியையும் சிறப்பாகக் கருதி, கொண்டாடினர். வங்காளிகள் நதியை உயிருள்ள ஒன்றாகவே மதித்தனர். நதிக்கும் தங்கள் வாழ்விற்கும் உள்ள தொடர்பை நதிகளைப் பற்றிய பாடல் களில் அவர்கள் பிரதிபலித்திருக்கிறார்கள். வங்காளத்தில் புனிதத் தலங்களுக்கும், கோயில்களுக்கும் பஞ்சமேயில்லை. அவர்கள் கிருஷ்ணர், கணேசர், சிவன், சரசுவதி, இலட்சுமி, விஷ்ணு, நாக தேவதை மானஸா, துர்க்கா என்று பல தெய்வங்களை வணங்கினர். வங்காளத்தின் சராசரி ஆணும், பெண்ணும் ஆற்றல்மிக்க தனிப் பண்புடைய சூஃபிகளால் பெரிதும் ஈர்க்கப்பட்டனர், அதேபோல் தான் இந்துத் துறவிகளிடமும் இவர்கள் நிலையாக ஓரிடத்தில் இருப்பதில்லை, இடம்விட்டு இடம் போய்க் கொண்டேயிருப்பார்கள்.

பர்த்வானில் பல்வேறு படிநிலைகளில் உள்ள ஆண்களும் பெண்களும் பலவகை இயற்கை மருத்துவமுறைகளையும், ஆவியுரு வழிபாட்டையும், தன்வயமிழக்கும் வசியங்களையும் தங்கள் நடைமுறை வாழ்வில் இணைத்துக் கொண்டிருந்தனர். மரபு வழிப் பட்ட சமுதாய முறைமைகளில் அவர்கள் நம்பிக்கை வைத்திருந்தனர். முகலாய சிறையில் அடைபட்டிருந்த ஒருவரை விடுவிக்க காளிபக்தர் ஒருவர் தன்னுடைய அமானுஷ்ய சக்தியைப் பயன்படுத்தி சுரங்கவழி தோண்டியதை இங்கே கதைகதையாய்ச் சொல்வார்கள். இதுபோல்

பல கதைகள் உலவிக் கொண்டிருந்தன. பல இந்துக்கள் தங்கள் இஷ்ட தெய்வத்தை புதுப்புது வகை முறைகளில் வணங்கிக் கொண்டிருந்தனர். இந்துக்களின் விமோசனத்துக்கான அணுகுமுறை பக்திபூர்வமானது. அவர்கள் கிருஷ்ணரை மையமாய்க் கொண்டு வழிபாடு நடத்தினர். கிருஷ்ண நாம ஜபமே முழுநிறைவான வழி பாடாக இருந்தது. மெஹர், தன்னுடைய காலத்தில் இருந்த மற்ற முஸ்லீம் பெண்களைப் போலவே திருமறை குர்ஆன் நூற்பகுதிகளை வாசிக்கவும், நினைவில் இருந்து ஒப்புவிக்கவும் செய்தாள். மீர், குலி இவர்களின் பெண்ணும் அதையே செய்யக்கூடும்.

1600 அல்லது 1601ஆம் ஆண்டில் பர்த்வானில் இருந்தபொழுது மெஹர் அவர்களுடைய குழந்தையைப் பெற்றெடுத்தாள். தங்கள் குழந்தைக்கு ‘லாட்லி’ என்று அவர்கள் பெயரிட்டனர். பிரியத்தைக் குறிக்கும் சொல் அது. அனுபவமும் தன்னம்பிக்கையும் மிக்க தை திலாராம் மெஹர் குழந்தையைப் பிரசவித்தபோது உடனிருந்து பார்த்துக் கொண்டாள். வங்காளத்தின் புதிய நம்பிக்கை அல்லது செயல்முறைகள் லாட்லியின் பிறப்போடு சேர்ந்து கொண்டன. அவர் களுடைய மாளிகையிலும், அக்கம்பக்கத்திலும் இருந்த பெண்கள் கூரையில் வேயும் உலர்ந்த புற்கள் கொண்டு எரித்து, ஷஷ்தி என்கிற குழந்தைகளுக்கான தெய்வத்துக்கு ‘ப்ரீதி’ செய்தார்கள். பிரசவ அறைக்கு வெளியே பசுமாட்டின் மண்டையோட்டை வைப்பதன் மூலம் அசாதாரண நிகழ்வுகளைத் தடுத்து விடலாம், கண் திருஷ்டியை நீக்கிவிடலாம் என்றும் அவர்கள் நம்பினர். வீட்டுக்குள் காக்கை நுழைவதும், காட்டுக்கோழி வந்து புகுவதும் அசாதாரண நிகழ்வு என்றே நம்பப்பட்டது. உள்ளூர் மருத்துவர்களும், மருத்துவ நிபுணர்களும், சோதிடவியலில் தேர்ச்சி பெற்றவர்களும், அறிஞர் களும் மருத்துவ நெருக்கடிகளின் போது ஆலோசனைக்கு அழைக்கப் படுவார்கள். லாட்லி பிறந்ததைக் கொண்டாட வங்காளி மற்றும் வங்காளியல்லாத இசைக்கலைஞர்களும், நடனக்கலைஞர்களும் அழைக்கப்பட்டிருந்தனர். ஒரு பெண்ணின் பிரசவகாலத்தில் அவளுடைய தாயும் மற்ற உறவினர்களும் வந்து பார்ப்பார்கள். அஸ்மத்தும், மெஹரின் சகோதரிகளில் யாரேனும் அவளைக் காண பர்த்வானுக்கு வந்திருக்கக் கூடும்.

லாட்லி தளர் நடையிலும் பருவத்தில் கல்லில் செய்யப்பட்ட பொம்மைகளையும், ஆமை ஓடு போன்ற பொருட்களையும், சங்கு சோழி வகைகளையும் வைத்துக் கொண்டு விளையாடினாள். அவள் வங்காளிகளின் சிறப்புரிமைப் பொருள்களான வெள்ளாடு, செம்மறி யாட்டுக் கடா, சேவல், பறவையினங்களில் மைனா, கிளி இவற்றோடும் பழகியிருந்தாள். வில் வித்தை, ஊதுகொம்பு, சிறு ஈட்டி எறிதல் இவற்றையும் கற்றிருக்கக் கூடும். மெஹரும் குலியும் அவளுக்கு

பாம்பாட்டிகளையும், கழைக் கூத்தாடிகளையும் அழைத்துப் போய் காண்பித்திருப்பார்கள். பழுக்கக் காய்ச்சிய இரும்புச் சங்கிலியை உடம்பில் சுற்றிக் கொள்பவரையும் அவள் பார்த்திருப்பாள்.

அவள் புத்தம் புது மணம் பொருந்திய வங்காளத்து அரிசிச் சோற்றையும், மீனையும் உண்டு பழகியிருந்தாள். பெர்ஸியாவில் இருந்து தருவிக்கப்பட்ட உலர்பழங்கள் காஷ்மீரத்துக் கனிவகைகள், 'கிர்ஸா' எனப்படும் இனிப்புப் பொங்கல் இவற்றையும் அவள் புசித்திருப்பாள்.

தங்கள் வீட்டு வேலைக்காரர்களோ, அண்டை அயலார்களோ, மீனவர்களோ பாடும் நதிகளைப் பற்றிய பாடல்களே அவள் விரும்பிக் கேட்பது. அவளுடைய பெற்றோர்கள் அவளுக்கு பெர்ஸிய மொழியையும், இந்திய மொழியையும் கற்பித்திருந்தார்கள்.

வீணை இசை கேட்பதில் அலாதி ஆர்வம் அவளுக்கு. அந்த நரம்புக் கருவி சரஸ்வதி என்ற பெண்தெய்வத்தின் கையில் இருப்பது. அவள் கல்விக்கான அதிதேவதை. அந்தக் காலகட்டத்தில் வங்காளத்தில் பிரசித்தமான தெய்வம். சிறுமியான லாட்லி மாளிகைத் தோட்டத்தில் விளையாடுவாள் அல்லது வீட்டுப் பணியாட்களின் குழந்தைகளோடு விளையாடிக் கொண்டிருப்பாள். அவள் மசூதிக்கும், கடைவீதிக்கும் சென்றாள் அல்லது தன் தாய் மெஹருடன் பஹ்ராம் சக்காவின் கல்லறைக்குச் சென்று வந்தாள். ஒட்டகத்தின் தோலைக் கொண்டு தயாரித்த படுதா அல்லது செம்மறியாட்டு முடியிலான கம்பளத்தை மூடு திரையாகக் கொண்ட பல்லக்கில் அவர்கள் போவது வழக்கம். குலி, மெஹர் பணியாட்கள் ஒரு குழுவாக ஆற்றில் படகுப்பயணம் மேற்கொள்வதும் உண்டு. சதுரங்கம், போலோ, யானைச் சண்டை அல்லது வேட்டையில் கவனம் செலுத்துவார்கள். லாட்லி பழைமையான இந்தியக் கதைகளின் தொகுப்பை வங்காளி மொழியில் வாசிக்கக் கேட்பாள். தன் தாயைப் போலவே அவளும் பேச்சுக்கலை, தர்க்கம் பெர்ஸிய ஆசான்களின் கவிதை இவற்றின் தொடக்க நிலைப் பாடங்களைக் கற்றாள். திருக்குர்ஆனில் இருந்து சிறு சிறு பகுதிகளை மனனம் செய்தாள்.

அந்த நாளில் வங்காளத்தில் ஏழு வயதானதுமே பெண்ணுக்குத் திருமணம் செய்துவிட வேண்டும். அதுதான் உரிய திருமண வயதாகக் கருதப்பட்டது. அவள் பூப்பெய்திய பின் உடலுறவு கொள்வதன் மூலமாகத் திருமணம் நிறைவு பெறும். மணமாகாத பன்னிரண்டு வயதுப்பெண் உள்ள குடும்பம் சமுதாயத்தின் பழித் தூற்றலை ஏற்க நேரிடும். ஆனால் மெஹரும், குலியும் எவ்வகையிலும் பழைய வழக்கங்களைப் பின்பற்றவில்லை. 1608இல் மீர், வங்காளத்தை விட்டுப் புறப்பட்டு ஆக்ராவுக்குச் சென்றாள். அப்போது அவளுக்கு

வயது ஏழு அல்லது எட்டுதான் இருக்கும், அவள் ஒன்றும் பன்னி ரண்டு வயது கன்னியாகிவிடவில்லை.

லாட்லிக்கு பிறகு மெஹருக்கும், குலிக்கும் வேறு குழந்தை பிறக்க வில்லை. அநேகமாய் அவர்களுடைய மகள் பிறப்பதே சிரமமாயிருந் திருக்கும், அதனால் மேலும் குழந்தை பெறவேண்டாம் என்ற எண் ணத்தில் மீர் இருந்திருப்பாள். அரசர்களும், பெருங்குடி மக்களும், அதிகாரிகளும் ஆண் குழந்தை பெறுவதையே பெரிதும் விரும்பு வார்கள்.

உயர் குடிப் பிறந்தவர்களோ, சராசரிக் குடும்பத்தினரோ ஆண் குழந்தைக்கே முக்கியத்துவம் கொடுத்தனர். தாய்மார்கள் தங்கள் பெண்களை ஒரு ஆண்குழந்தை பெறும்வரை தொடர்ந்து குழந்தை கள் பெறுவதற்கு ஒப்புக்கொள்ளச் செய்தார்கள். தேவைப்பட்டால் இன்னொரு திருமணம் செய்துகொள்ளவும் தங்கள் மகன்களைத் தாய்மார்கள் வற்புறுத்தினார்கள். குலியோ, மெஹரோ அதுபற்றிக் கவலைப்படவில்லை. குலி ஆண் வாரிசுக்காக இன்னொரு திரு மணம் செய்துகொள்வான் என்பதற்கு எந்த அறிகுறியையும் காணோம்.

குலி, தன்னுடைய அலுவல் காரணமாய் பல நாட்கள் வீட்டுக்கு வெளியிலேயே தங்க நேரிட்டது. மற்ற முகலாய ஆண்களைப் போலவே அவனும் இருந்தான். அவர்கள் அரசியல், வியாபாரம், யுத்தம் தீரச் செயல்கள் என்று பயணம் மேற்கொண்டபடி இருப்பார்கள். பெண்களும் பெண்குழந்தைகளும் வீட்டோடு இருந்து கொள் வார்கள்.

பேரரசர் அக்பரின் மூன்றுபிள்ளைகளில் மூத்தபிள்ளை இளவர சர் சலீம் தொடர்பான விவகாரங்களில் சிக்கிக் கொண்ட குலி 1599இல் இருந்து கணவன் என்ற முறையிலும் தந்தை என்ற முறையிலும் வரவேண்டிய இடத்துக்கு வரத் தவறியவனானான்.

7

கவலைக்குரிய சூழல்கள்

மெஹருநம், குலியும் திருமணம் செய்து கொண்ட அதே ஆண்டில் சக்ரவர்த்தி அக்பர் கடும் நோய்வாய்ப்பட்டுத் துன்புற்றார். சிம்மாசனம் சீக்கிரமே காலியாகிவிடும் என்ற நினைப்பில் அவருடைய மகன்களுக்கிடையே கடுமையான போட்டி நடந்தது. இளவரசர் சலீம், தன்யால், முராது இவர்கள் முறையே இருபத்தியைந்து, இருபத்தி நான்கு, இருபத்தியிரண்டு வயதினர். வாரிசுரிமைப் போரை எதிர்நோக்கி மூவருமே ஆயத்த நிலையில் இருந்தனர்.

அக்பர் குணம் பெற்று எழுந்ததோடு மீண்டும் ஆட்சியதிகாரத்தைத் தொடர்ந்தார். தம்முடைய இறப்புக் கணக்கை அவர் நன்றாகவே அறிந்து வைத்திருந்தபடியால், தமக்குப் பின் அரசுரிமையைப் பெறுகிறவர் யார் என்பது பற்றி இடைவிடாத சிந்தனையில் ஆழ்ந்தார். தம்முடைய ஆட்சிக்காலத்தில் முகலாயப் பேரரசை வியக்கத்தக்க அளவிற்கு அவர் விரிவுப்படுத்தியிருந்தார். கிழக்கில் வங்காளத்தில் இருந்து மேற்கில் காபூர், காந்தஹார் உள்ளிட்ட ஆப்கானிஸ்தான் வரையும் வடக்கு வடகிழக்கில் இமாலயப் பிரதேசங்களுக்கும் அவருடைய பேரரசு பரந்து விரிந்து கிடந்தது. தெற்கில் கோதாவரியை ஒட்டியுள்ள நிலப்பரப்புகளும், அவருடையதாக இருந்தன. நல்ல முறையில் தாம் வளர்த்து, மேம்படுத்தியிருக்கும் இந்துஸ்தானத்தை தகுதியானவர் கையில் விட்டுச் செல்ல வேண்டுமே என்று கவலைப்பட்டார் அவர்.

கொள்கையளவில் அவரிடம் பல தேர்வுகள் இருந்தன.

முகலாய அரசர்கள், தங்கள் குடும்பத்தின் மூத்தவாரிசிடமே அரசுரிமையை வழங்க வேண்டும் என்ற விதியைப் பின்பற்றுவதில்லை. அரியணை தானாகவே மூத்த மகனுக்கு உரியதாகிவிடும். எனினும் சில உத்திகளைக் கொண்டு அரசகுடும்பத்தில் எந்த உறுப்பினரையும் தன்னுடைய வாரிசாக அரசர் நியமித்துக் கொண்டுவிட முடியும். அக்பர் தம்முடைய குடும்பத்தின் நேரடி வாரிசையே தாம் தேர்ந்தெடுக்கப் போவதாகவும், தூரத்து உடன்பிறந்தார் பிள்ளை யாருக்கும் அரசைக் கைக்கொள்ளும் வாய்ப்பு இல்லை என்றும்

அறிவித்துவிட்டார். ஆனால், இன்னமும் நிச்சயமற்றதன்மை நிலவவே செய்தது. வரலாற்று முன்னுதாரணங்களின் அடிப்படையில் அவருடைய மகன்களிடையே மனக்கலக்கம் ஏற்பட்டிருந்தது. முதல் முகலாயப் பேரரசரான பாபர், பத்தாண்டுகளுக்கு மேலாகத் தன்னுடைய மூத்தமகன் ஹுமாயூனைத் தனது அரசுக்கு சட்டப்படியாகவும், மரபுரிமையாகவும் வாரிசு எனச் சொல்லிக் கொண்டிருந்தார். ஆனால் தம்முடைய இறுதி நெருங்கும் சமயத்தில் தனக்குப் பின் தன் இளைய மகனே பேரரசராகத் தொடர்வான் என்று அறிவித்தார். ஆனால் தம் அரசவை ஆலோசனைக் குழுவினரின் வாதங்களுக்குப் பிறகு தாம் மரணப் படுக்கையில் இருந்தபொழுது கடைசியில் ஹுமாயூன் பெயரையே வாரிசாகக் குறிப்பிட்டார். ஆக, அக்பரின் தந்தையான ஹுமாயூன் பின்னுரிமையாளரானார்.

தம்முடைய மூன்று மகன்களையும் அக்பர் கவனமாக வளர்த்தார், குறிப்பாக சலீம் அவருடைய தனி விருப்பத்திற்குரியவராக இருந்தார். சலீமின் பிறப்பை முன்னறிவிப்பு செய்த ஒரு சூஃபி துறவியின் மகனே, பையனுக்கு கல்வி கற்பிக்கும் ஆசானாகவும், காத்துப்பேணும் பொறுப்புள்ளவராகவும் அமர்த்தப்பட்டார். அடுத்து மத்திய ஆசியாவைச் சேர்ந்த உயர்குடும்பப் பின்னணியுள்ள, படிநிலையில் மேம்பட்ட ஒருவர் சலீமுக்குக் கல்வியறிவை வழங்கினார். அடுத்து, குலியை முகலாய அரசவைக்குக் கொண்டு சேர்த்த அப்துர்ரஹீம் என்ற கவிஞர் கற்பிப்பவராக இருந்தார். சலீம் அனைத்துத் திறமைகளையும் பெற்று சிறப்பாக விளங்குகிறாரா என்பதை அக்பர் கவனித்திருந்தார். எதிர்காலப் பேரரசருக்கு இருக்க வேண்டிய தலைமைப் பண்புகளை, தலைமைக்கான தகுதிகளை வடிவமைத்துக் கொள்வதும் இளவரசரின் பயிற்சியில் ஒரு பகுதியாய் இருந்தது.

அக்பர், மரணம் பற்றிய எண்ணத்தைத் துடைத்தெறிந்துவிட்ட போதும் சலீமைப் பற்றிய கவலையில் அவர் அமைதியிழந்தார். சலீம் தன்னுடைய நிலையை உறுதிப்படுத்திக் கொண்ட இளவரசராக, அரசவையில் மாகாணத்துக்குரியதும், இராணுவத்துக்குரியதுமான பல பணிகளை அவர் ஏற்றிருந்தார். தனக்கென்று தனி ஏவலர்கள், சிறப்புரிமைப் பொருட்கள், அந்தப்புரம் என்று ஏற்படுத்திக் கொண்டார். சலீமின் தனித்தியங்கும் போக்கு ஆட்சிமாற்றப் போராட்டமாகி விடுமோ என்று அக்பர் கவலைப்பட்டார்.

1594இல் தாம் மீண்டும் நலம் பெற்றிருந்த நிலையில் அக்பர் மேற்கொண்ட ஒரு செயலால் அவருக்கும் சலீமுக்கும் இடையே மிகப்பெரிய கருத்து வேறுபாடு ஏற்பட்டுவிட்டது. அவர் சலீமுடைய ஏழு வயது மகன் குஸ்ராவுக்கு அரசின் படிநிலையில் மிக உயர்ந்த

இடத்தை வழங்கியதோடு, புதிதாய் வெற்றிகொள்ளப்பட்ட ஒரிஸ்ஸாவின் வருவாயில் ஒருபங்கு அவனுக்குக் கிடைக்குமாறு செய்தார். வங்காள ஆளுநரான ராஜாமான்சிங் குஸ்ராவின் தாய்மாமன் ஆவார். அவருக்குக் கீழேதான் குலி பணியாற்றி வந்ததும். அக்பர் அவரைப் பையனின் பாதுகாப்பாளராக நியமித்திருந்தார். அதுவுமல்லாமல் பேரரசர் தமது அவையில் வெளிப்படையாகவே தம்முடைய எல்லா மகன்களையும் விட தம் பேரன்கள் எல்லாரையும் மிக நேசிப்பதாய் தெரிவித்து விட்டார். சலீமின் பேரரசு தொடர்பான பேரார்வங்களுக்கும், உன்னதக் குறிக்கோளுக்கும் ஒரு கடும் சவாலாகவே அது இருந்தது. அக்பர் குஸ்ராவுக்கு ஒரு உயர்ந்த இடத்தை வழங்குவதற்கு முன்பே, படிநிலையில் மேம்பட்டிருந்த பலரின் அன்பையும் பெறும் முயற்சியில் தீவிரப்பட்டிருந்தார். தம்முடைய ஆதரவாளர்களின் எண்ணிக்கையை அதிகரித்துக் கொள்ளும் அவசியம் இருந்தது அவருக்கு.

இராஜபுத்ரர்களின் அரசான மேவார் மீது படையெடுத்துச் செல்லும்படி சலீமுக்குக் கட்டளையிட்டார் அக்பர். பேரரசர் பொதுவாக இராஜபுத்ரர்களுடன் நல்லுறவை வளர்த்து வந்தவர்தான். ஆனாலும் சில வேளைகளில் தமக்குக் கீழ்ப்படிய மறுக்கும் தலைவர்களைப் போரிட்டு அடக்கி வைக்க வேண்டியிருந்தது. சலீம் தயங்கினார், அவருடைய ஆதரவாளர்களும் அவர் தலைநகருக்குச் சமீபமாகவே இருந்து கொண்டிருக்க வேண்டும் என வாதிட்டனர். ஆனால், அக்பரோ சலீம் போயாக வேண்டும் என்று வற்புறுத்தினார். சலீம் வழி நடத்திச் செல்லும் பெரும்படையின் ஒரு பிரிவில் குலியும் இடம்பெற்றிருந்தான். அந்த மாகாண அதிகாரியின் வீரம் இளவரசரைப் பெரிதும் கவர்ந்துவிட்டது. பிற்பாடு தம்முடைய சுய சரிதையில் 'நான் அவனுக்கு ஷேர் ஆப்கான் (புலிகளைக் கொள்பவன்) என்ற விருதினை வழங்கினேன்' என்று பதிவு செய்திருக்கிறார்.

மேவாரில் இருந்து அவர் திரும்பி அதிக நாட்கள் ஆகியிராத நிலையில் மனஉறுதியும் பேரார்வமும் கொண்ட சலீம் தம் தந்தையை எதிர்த்து வெளிப்படையாகவே கலகம் செய்தார். அக்பர் ஒரு இராணுவ நடவடிக்கைக்காகத் தலைநகரை விட்டுச் சென்றிருந்த பொழுது, வெள்ளிக்கிழமை தொழுகையின் போது நிகழ்த்தப்படும் அறநெறி சார்ந்த உரையில் *(குத்பா) தம்முடைய பெயரை அவர் இடம்பெறச் செய்தார். அரசு வெளியிடும் நாணயத்திலும் தம்முடைய பெயர் இடம்பெறுமாறு பார்த்துக் கொண்டார். அந்த இரண்டுமே அக்பரின் சிறப்புரிமையாகும். சலீம் ஆக்ரா கோட்டையைக் கைப்பற்றவும் முயன்றார். ஆனால், அரசுத் துருப்புகளால் அவர் திருப்பி

* குத்பா : பேருரை, சொற்பொழிவு எனப் பொருள்படும். வெள்ளிக்கிழமையில் ஜும்ஆ தொழுகைக்கு முன் குத்பா ஓதப் பெறுகிறது.

அனுப்பப்பட்டார். 1599இல் இவர் மாற்று அரசவை ஒன்றையும் அலகாபாத்தில் அமைத்தார். அது ஆக்ராவுக்கும் வங்காளத்துக்கும் இடையே, சரிபாதி வழியில் இருந்தது.

அக்பர் அங்கே கட்டியிருந்த கோட்டையில் இருந்து கொண்டு மேற்கில் ஆக்ரா மீதும், கிழக்கில் வங்காளத்தின் மீதும் ஒரு கண் வைத்திருந்தார்.

அக்பரால் உயர்த்தப் பெற்ற பேரன் குஸ்ரா வங்காளத்தில் பிரபலமாகிவிட்டிருந்தார். மேலும், அலகாபாத் வேளாண்மையை அடிப்படையாய்க் கொண்ட ஊர். அங்கே இருந்த நிலச்சுவான் தார்கள் போர்ப்படைகளை வைத்திருந்தார்கள். அவர்கள் முரட்டுத் துணிச்சல் உள்ள இளவரசரின் திட்டங்களுக்கு உடந்தையாயிருந் தனர். 1604 வரை அலகாபாத் இளவரசர் அதிகாரத்திற்கு உட்பட்ட பகுதியாகவே இருந்தது.

குலி உட்பட உயர்அதிகாரிகளும், துணை அலுவலர்களும் அலகாபாத்தில் உள்ள சலீமின் அரசவையில் பணியாற்ற முனைந் தனர். அவர்களுடைய எண்ணிக்கை அதிகரித்துக் கொண்டே போனது. பல்வேறு குழுக்களிடம் செயல் உறவு உடன்பாடு கொள்வது, படைக்கு போர்வீரர்களைத் திரட்டுவது, சலீமின் சார்பாக முக்கியமானவர் களைச் சந்திப்பது, சமயத் தலைவர்களின் கருத்துகளைப் பெறுவது போன்ற பணிகள் குலியிடம் ஒப்படைக்கப்பட்டிருந்தன.

சலீமுக்கு பெருத்த ஆதரவு இருந்தது. காஷ்மீரைச் சேர்ந்த பெருங்குடி மக்களுடன் அவர் தொடர்பு கொண்டிருந்தார். அக்பர் வரிகளை அதிகரிக்க ஆணைகள் பிறப்பித்திருந்தார். தங்களுடைய ஆட்சிப்பகுதிகளை முகலாயர்கள் வென்று கைப்பற்றிக் கொண்டதில் இந்தியாவின் வடக்கு மற்றும் கிழக்குப் பகுதிகளில் இருந்த ஆப்கானி யர்கள் வெறுப்புணர்ச்சி கொண்டிருந்தனர். ஆனால் சலீமோ இந்துஸ்தான் முஸ்லீம்களிடமும் ஆப்கானியர்களிடமும் நட்புறவைப் பேணி வளர்த்தார்.

சலீம் ஏராளமான சலுகைகள் தந்து சமயத் தலைவர்களையும், அறிஞர்களையும், கவிஞர்களையும், கலைஞர்களையும் ஆதரித்தார். முகலாய ஓவியக் கலையில் புதிய அணுகுமுறையாக இருபத்தியோரு ஓவியர்கள் அவருடைய அவையை ஓவியங்களால் அலங்கரித்தனர். ஆர்வமிக்க இளவரசரின் ரசனைகளும் அவர்கள் உயிர் கொடுத்தனர் எனலாம்.

போர்க்களக் காட்சிகளையும் பெருவீரர்களையும் ஓவியத்தில் உருப்படுத்துவதற்குப் பதிலாக ஆண்களும் பெண்களும் கலந்துற வாடும் விருந்துகளையும், கொண்டாட்டங்களையும் அவர்கள் ஓவியமாய் தீட்டியிருந்தனர். ஜெரோம் சேவியர் என்பவர் எழுதிய

‘மிரர் ஆஃப் ஹேப்பினஸ் – எ லைஃப் ஆஃப் கிறிஸ்ட்’ நூலை அடிப்படையாய்க் கொண்டு வழக்கத்திற்கு மாறான ஓவியங்களை வரையும் பொறுப்பை அவர்களிடம் அவர் ஒப்படைத்திருந்தார். அருட்தந்தை ஜெரோம் சேவியர் அக்பருக்காக எழுதிய நூலது. இத்தகைய கருத்துகளும், பாணிகளும் ஓவியக்கலையின் புதிய கருத்துகளைச் சோதனை முறையில் முயன்று பார்க்கும் சலீமின் ஈடுபாட்டுக்கு அடையாளமாகும். அது கலைகளின் புரவலராக அவரைக் காட்டுவதோடு அவருடைய ஆட்சிக் கலைக்கும் அதுவே ஓர் சான்று எனலாம்.

சலீம் தனது படைத்துறை இடைநிலை அதிகாரிகளின் அர்ப்பணிப்பைக் கருத்தில் கொண்டு அவர்கள் மீது பெருமளவு நம்பிக்கை வைத்திருந்தார். குலி தன்னுடைய பர்த்வான் வீட்டில் பெரும்பாலும் இருப்பதில்லை. வழக்கத்துக்கு மாறாக பர்த்வானுக்கு வெளியேதான் அவன் சுற்றிக் கொண்டிருந்தான். நீண்ட நாட்கள் வீட்டுப் பக்கம் வராமல் வெளியிலேயே தங்கிக் கொண்டுவிடுவான். அலகாபாத் அவனுடைய அரைவாசி நிரந்தர இருப்பிடமாகி விட்டது. மெஹர் புலிகளும், கொள்ளைக்காரர்களும் மலிந்த தொலைதூரப் பிரதேசத்தில் தனியே இருந்தாள். அவளுடைய நம்பிக்கைக்குரிய தை திலாராம் உடனிருந்தாள். லாட்லியைக் கவனித்துக் கொள்ளவும், மற்ற வேலைகளுக்கு உதவியாகவும் ஆட்கள் இருந்தார்கள். மெஹரிடம் அவளுடைய குடும்பத்தைப் பாதுகாத்துக் கொள்ள பழங்கால நீண்ட துப்பாக்கி ஒன்று இருந்தது.

மெஹர் வேட்டைக் குழுக்களுடன் இணைந்து கொள்வது, விருந்துகளுக்குச் செல்வது, சமயமுக்கியத்துவம் வாய்ந்த இடங்களுக்குச் சென்று வருவது, அண்டை அயலாருடன் பழகுவது என்று மக்கள் தொடர்பைப் பராமரித்து வந்தாள்.

அவள் வங்காளத்தின் ஆட்சி முறையையும் அரசியல் அமைப்பையும் புரிந்து கொண்டாள். அரசுக் கொள்கைகள் எப்படி விவசாயிகளைப் பாதிக்கிறது, பெரும் நிலச்சுவான்தார்கள், பெண்கள் மற்றும் குழந்தைகள் எத்தகைய பாதிப்புக்குள்ளாகிறார்கள் என்பதை அவள் தெரிந்து வைத்திருந்தாள். பேரரசின் ஒட்டுமொத்த அரசியல், இராணுவ விவகாரங்கள் அவளுக்கு அத்துப்படி. சலீமின் ஆதரவாளரான தன் கணவனுடன் உரையாடுவதன் மூலம் சலீமுக்கும் அக்பருக்கும் இடையே என்ன நடந்துகொண்டிருக்கிறது என்பது பற்றிய பல நோக்கு முறைகளை உணரும் வாய்ப்பும் அவளுக்கிருந்தது. அக்பரிடம் விசுவாசம் உள்ள அவளுடைய தந்தையும் அரசவை நடப்புகள் பற்றி அவளுக்குக் கடிதங்கள் எழுதுவார். வருகையாளர்கள் மூலமும் பல தகவல்கள் அவளை வந்தடையும்.

சலீமின் திட்டங்களில் தடங்கல்களை ஏற்படுத்தவும், சலீமால் வசப்படுத்தப்பட்ட முக்கிய மனிதர்களின் விசுவாசத்தை மீட்டுப் பெறவும் அக்பர் ஒரு நடவடிக்கையை மேற்கொண்டார். அது எங்கே சலீம் நட்புறவுகளை, செயல் ஒற்றுமைக்கான உடன்பாடுகளை மேற்கொண்டிருந்தாரோ அந்த மத்திய ஆசியாவின் முக்கியத்துவம் வாய்ந்த இருவருக்கு தம்முடைய இரு மகள்களை மணம் முடித்துக் கொடுக்க பேரரசர் செய்த ஏற்பாடேயாகும். அடுத்து, சலீமுடன் இணைந்து செயலாற்றும் குழுக்களைப் பிடிக்கவும் முயற்சி மேற்கொண்டார், இளவரசருக்கு ஆதரவாக இருந்தவர்களை அரசுப் பதவிகளில் இருந்து நீக்கியதோடு, அவர்களைப் பகிரங்கமாகவே அவக் கேடான முறையில் நடத்தினார். இளவரசரின் கலகம் உச்சத்தை அடைந்த நிலையில் (1602) அக்பர் தமது நம்பிக்கைக் குகந்தரான அபுல் ஃபஸலை அழைத்து சலீமை வழிக்குக் கொண்டு வரும்படி வேண்டினார். அபுல் ஃபஸல் அவருக்கு நண்பர் மட்டு மல்ல கவிஞருங்கூட. ‘அக்பர் நாமா’ என்ற நூலை அவர்தான் தொகுத்தது. இளவரசர் அபுல் ஃபஸல் விவகாரத்தைக் கவனிக்கும் படி பொறுப்பை ஓர்ச்சா என்கிற நிலப்பகுதியின் ராஜாவிடம் ஒப்படைத்தார். அந்த ராஜா ஃபஸலைத் தாக்கி, தலையைக் கொய்து சலீமின் முன்னிலைக்கு அனுப்பி வைத்தான்.

அதே ஆண்டில் சலீமுக்கும் அக்பருக்கும் இடையேயான உறவில் மாற்றம் ஏற்படத் தொடங்கியதும், குலி அலகாபாத்தில் உள்ள சலீமையும் அவருடைய அரசவையையும் விட்டு நீங்கி விட்டான். அக்பரின் அந்தப்புரத்தைச் சேர்ந்த அவருடைய தாய் ஹமீதா, மனைவி சலீமா மற்றும் அவரது மூத்த அத்தை குல்பதான் ஆகிய மூவரும் தந்தைக்கும் மகனுக்கும் இடையே சமரசத்தை ஏற்படுத்த முயற்சி மேற்கொண்டனர். ‘நான் அலகாபாத்தில் இருந்து என் தந்தையைக் காண்பதற்காக வந்து காத்திருந்த பொழுது, என்னுடைய பணியாட்களும், அதிகாரிகளும் வெளிநாடுகளுக்கு ஓடிவிட்டனர். குலியும் அந்த நேரத்தில் என்னுடைய பணியில் இருந்து நீங்கிச் சென்றுவிட்டான்’ என்று சலீம் பிற்பாடு தன்னுடைய சுயசரிதையில் எழுதியிருக்கிறார்.

குலி, ஒருவேளை சலீமின் கணிக்க முடியாத போக்கு பற்றி சலிப்படைந்திருக்கக் கூடும். சலீம் சட்டப்படியோ நியாயப்படியோ சரியென்று பட்டதைச் செய்ய முயன்றிருக்கிறார். அவரை ‘நேர்மை யான இளவரசர்’ என்று சிலர் அழைத்தனர். ஆயினும் அவர் ஒருவருக்கு மரண தண்டனை கொடுத்ததோடு, இரண்டு பேரைச் சிறையிலடைக்கவும் செய்தார். காரணம், அவர் வேட்டையாடிக் கொண்டிருந்தபொழுது, அவர்கள் தற்செயலாக அவர் வேட்டை யாடவிருந்த விலங்கை அச்சுறுத்தி விட்டனர். சலீம் எப்போது

வன்முறையைக் கையில் எடுப்பார் என்று குறிப்பிட்டுச் சொல்வது கடினம். அவர் எப்பொழுதும் ஆபத்தானவராகவே காணப்பட்டார். குலி, அனேகமாய் அக்பருக்கான விசுவாசத்தால் இழுக்கப்பட்டு, சலீமின் தொடர்பைத் துண்டித்துக் கொண்டிருக்கக் கூடும். அல்லது அபுல் ஃபஸலின் படுகொலை அவனை அருவருக்கச் செய்திருக்கும் அல்லது சலீம் இவர்களுக்கிடையே விரைவில் நல்லிணக்கம் ஏற்பட்டுவிடும் என்கிற நிலையில், பேரரசரிடம் இருந்து தான் குற்றத்திற்கான தண்டனையை அனுபவிக்கும்படி ஆகும்' என்பது அவனுக்குப் புரிந்திருக்கும்.

உண்மையில், ஒரு சமரசம் ஏற்படவே செய்தது. சலீம் காட்டிய ஆட்சி எதிர்ப்பையும், அதிர்ச்சிதரக் கூடிய விதத்தில் ஃபஸல் கொலை செய்யப்பட்டதையும் அக்பர் முடிவில் மன்னிக்கவே செய்தார். 'முன் எச்சரிக்கையுடன் செயல்படும் அறிவின்மை' 'மதுமயக்கத்தில் தன்னிலை இழக்கும் இளமை' 'வெற்றிக்களிப்பு' இவற்றின் காரணமாகவே சலீம் தன் செயலின் விளைவுகளை எண்ணிப் பார்க்கவில்லை. அதே சமயம் அவற்றுக்காகவே அவர் மன்னிக்கப்பட்டார். (அக்பர் நாமாவை ஃபஸலுக்குப் பிறகு தொடர்ந்து எழுதி நிறைவு செய்த ஆசிரியர் இப்படிக் குறிப்பிட்டி ருக்கிறார்.) சமசரப் பேச்சுவார்த்தையில் முக்கிய பங்கேற்றிருந்த சலீமா (அக்பரின் இளைய மனைவி, சலீமின் சிற்றன்னை) இளவரசர் மன்னிக்கப்பட்டச் செய்தியை அறிவித்ததுடன், அவரை அரசவைக்கு நிரந்தரமாகவே கொண்டுவந்து சேர்த்தார். அவ்விதமாய் சலீமின் அரசுரிமைக்கு அவர் வழிவகுத்தார். விஷம் கலந்த மதுவை அருந்தி சமீபத்தில் தான் சலீமின் இளைய சகோதரர்கள் இருவரும் இறந்து போனார்கள். கேடாக எதுவும் நிகழ்ந்திருக்கும் என்று சந்தேகம் எழவில்லை. அக்பர் தம்முடைய பேரன் குஸ்ராவை வாரிசாக அறிவிக்க எண்ணிய போதும், அரசவையில் ஆற்றல்மிக்க பெருந் தகைகள் விதிமுறைகளுக்கு அது பொருந்தாது என்பதைச் சுட்டிக் காட்டினர். 'தந்தை இன்னும் உயிரோடு இருக்கும்போதே அரசுரிமை என்கிற துருப்புச் சீட்டைப் பயன்படுத்த முனைந்த இளைஞர்' என்று தற்கால துறை ஆய்வாளர் ஒருவர் குறிப்பிடுகிறார். பேரரசர் அவருக்கு எதிர்ப்பு காட்டாமல், அமைதியாகிவிட்டார்.

1605இல் பருவமழைக் காலம் கிட்டத்தட்ட முடிவுற்றபோது பேரரசர் அக்பர் ஆக்ராவில் இறந்துபோனார். அவர் சலீமைத் தனது வாரிசாகத் தேர்ந்தெடுத்தார் என்பதைவிட அவருடைய மரணச் செய்தி வேகமாய் எங்கும் பரவியது. 'அக்பரின் ஆட்சிப்பரப்பில் தொலைதூரப் பிரதேசங்களில் இருந்த மக்கள் தாங்கள் திக்கற்ற நிலைக்குத் தள்ளப்பட்டதாகவும், தங்களுக்கு இனிப் பாதுகாப்பு இருக்காது என்றும் உணர்ந்தனர்'. இப்படிப் பேரரசரின் மரணத்தை

நினைவுகூர்கிறார் பனாரஸி என்ற கவிஞர். இவர் ஒரு வணிகருங் கூட. 'பேரச்சம் எங்கும் பரவியிருந்தது. விரும்பத்தகாத ஏதோ ஒன்று நிகழக்கூடும் என்று எண்ணி மக்கள் கவலைப்பட்டனர். நடுக்க முற்றன இதயங்கள், அவர்களுடைய முகங்களோ பொலிவிழந்து காணப்பட்டன.' அக்பரின் மரணச் செய்தியைக் கேள்வியுற்ற பொழுது பனாரஸி, ஆக்ராவுக்குக் கிழக்கே 450 மைல் தொலைவில் உள்ள ஜான்பூரில் இருந்தார். தன்னுடைய வீட்டின் படிக்கட்டு மேற்பகுதியில் அமர்ந்திருந்தவர், அடக்கமாட்டாத மனக்கிளர்ச்சி யுடன், நிலைதவறி படிக்கட்டுகளில் உருண்டு விழுந்தார். மயக்க மடைந்தார்.

உண்மையில் ஜான்பூர் நகரம் முழுவதுமே கலவர உணர்ச்சிக் குள்ளாகியிருந்தது. அக்பரின் மரணத்துக்கு முன்பே வாரிசுரிமைப் பிரச்சனை தீர்க்கப்பட்டுவிட்டதை ஜான்பூர்வாசிகள் அறியாத காரணத்தால் அவர்கள் அச்சத்தின் பிடியில் இறுகிக் கிடந்தனர். பலரும் தங்கள் வீட்டுக்குள் பதுங்கிக் கொண்டனர். சிலர் ஆயுதங் களைக் குவிக்கத் தொடங்கினர். கடைக்காரர்கள் தங்கள் கதவுகளை அடைத்தனர். செல்வந்தர்கள் தங்கள் ஆபரணங்களை மண்ணுக் கடியில் புதைத்து வைத்தனர். கையில் ரொக்கமாகப் பணம் வைத்திருந்தவர்கள், மூட்டை முடிச்சுகளுடன் பாதுகாப்பான இடங் களுக்குப் பயணமாயினர். பணக்காரர்கள் தங்கள் உயர்படிநிலையை மறைத்து, ஏழைகளைப் போல் முரட்டுத் துணிகளால் உடம்பை மூடிக்கொண்டு தெருக்களில் நடந்தனர். பெண்கள் தங்களுடைய நகைகளைத் தவிர்த்து, நிறம் மங்கிய ஆடைகளை உடுத்தியிருந்தனர். முகலாயப் பேரரசரின் ஆளுந்திறம் அத்தகையதாக இருந்தது. அக்பர் உயிரோடிருந்தபோது மக்களுக்கு ஒரு நிலையுறுதியும், பத்திரத்தன்மை யும் இருந்தது. அவருடைய மரணமோ அச்சத்தையும், கவலையையும் ஏன், பெருங்குழப்பத்தையும் அல்லவா ஏற்படுத்தி விட்டது.

இளவரசர் சலீம் 1605ஆம் ஆண்டு அக்டோபர் 24 ஆம் நாள், தம்முடைய முழுப்பெயரான 'அபுல் முஸஃப்பர் நூருத்தீன் முகம்மது ஜஹாங்கீர்' என்ற பெயருடன் அரியணையேறினார். 'நூருத்தீன ஜஹாங்கீர்' என்றால் 'நம்பிக்கை ஒளி', 'உலகத்தையே வெற்றி கொண்டவர்' என்று பொருள். ஆக்ராவில் ஜஹாங்கீர் முடிசூட்டிக் கொண்ட செய்தி ஜான்பூரை அடைந்ததும், அந்த ஊர் மக்கள் 'அப்பாடா' என்று நிம்மதிப் பெருமூச்சு விட்டனர். புதிய பேரரசரை வாழ்த்தினர்.

***

தம்முடைய முப்பத்தியாறு வயதில், நான்காவது முகலாயப் பேரரசராக இந்தியாவை ஆளத் தொடங்கினார் ஜஹாங்கீர். அவரு டைய தந்தை அக்பரும், கொள்ளுப் பாட்டனாராகிய பாபரும்

சிறுவயதிலேயே ஆட்சிபீடத்தில் அமர்ந்தவர்கள். ஜஹாங்கீரோ மூன்று மகன்களுக்கு தந்தையாகிவிட்டவர். அறிவுமுதிர்ச்சியும், மனப்பக்குவமும் ஏற்பட்ட பின்பே அரியணையேறியவர். அவருக்கு முன்பே பலமுறை திருமணமாகியிருந்தது, பெரும் எண்ணிக்கையில் ஆசை நாயகியரும் இருந்தனர். அவரை மனம்கனிந்து பாராட்ட அந்தப்புரத்தில் மூத்த பெண்மணிகளும் இருந்தனர். அவர் நீண்ட கை கால்களை உடையவர். அவருடைய உடம்பு வலுவாகவும் கனத்தும் காணப்பட்டபோதும் நெகிழ்வுத் தன்மை கொண்டது. அங்கங்கே தசைகளில் மடிப்பு விழத் தொடங்கியிருந்தது. அவருடைய நிறம் கருப்பும் அல்ல, சிவப்பும் அல்ல. இரண்டுக்கும் இடைப்பட்ட ஏதோ ஒரு நிறம். அவரது கண்கள் கருமையானவை, வளைந்த புருவங்கள் கொண்டவை. புன்னகையில் குறும்புத்தனம். அவர்களுடைய முன்னோர்களுக்கிருந்த மத்திய ஆசியர்களுக்கே உரிய கழுகு மூக்கோ, பாபர், ஹுமாயூனுக்கிருந்த உயர்ந்த கன்ன எலும்புகளோ அவரிடம் இருக்கவில்லை. அவருடைய புறத்தோற்றம் இந்தியருக்கே உரியதாயிருந்தது.

இரண்டு வருடங்களுக்கு முன்புதான் இங்கிலாந்து ராணி எலிசபெத் காலமாகியிருந்தார். ஸ்பெயின் நாட்டவர் 'பெரு'வையும் 'மெக்ஸிகோ'வையும் வெற்றி கொண்டிருந்தனர். ஐரோப்பிய பாய்மரக் கப்பல்கள் இட ஆய்வுப் பயணமாக உலகத்தையே சுற்றிவிட்டு, அரைகுறைக் கண்டுபிடிப்புகளோடும், அதிசயக் கதைகளோடும் கிழக்கில் இருந்து திரும்பிக் கொண்டிருந்தன. முகலாயரின் வளமான வாழ்க்கை அவர்களை வசீகரித்திருந்தது. சில கடற்பயணிகள் முகலாயரின் ஆட்சிப்பரப்பு தலைநகரத்தில் இருந்து ஆயிரம் மைல்களுக்கு, துணைக் கண்டத்தின் விளிம்பு வரை பரவிக் கிடந்தது என்று தெரிவித்தனர். அது நுட்பமற்ற தகவலாயிருக்கலாம். ஜஹாங்கீர் வடக்கில் கங்கை பாயும் நிலப்பரப்பு முழுவதையும், இந்தியாவின் கிழக்கு, மேற்கு பிரதேசங்களில் பெரும்பகுதியையும் தமது கட்டுப்பாட்டில் வைத்திருந்தார். ஆனால், தமது பேரரசை தெற்கிலும் விரிவுபடுத்தும் கற்பனையில் அவர் இருந்தார் என்பது நிச்சயம்.

முகலாயச் சிம்மாசனத்தில் அமர்ந்தவுடன், தான் புதிதாய் பெற்ற கம்பீரத்தில், ஒரு பண்பட்டப் பேரரசருக்குரிய தனிச்சிறப்பை அடைவதென்று முடிவு செய்தார் அவர். தம் கொள்ளுப் பாட்டனாரிடம் (பாபர்) இருந்த கற்றறியும் ஆர்வத்தையும், பாட்டனாரிடம் (ஹுமாயூன்) இருந்த நியாய உணர்வையும் அவர் பெற்றிருந்தார். அத்துடன் விலங்குகளிடம் அன்பு காட்டுகிறவராகவும் இருந்தார். அவருடைய தந்தையின் செயலூக்கம் அப்படியே அவரிடமும் இருந்தது. அக்பர் உறுதியான ஒரு அரசை அவருக்கு விட்டுச் சென்றிருந்தார். அரசுக் கருவூலத்தில் ஏறக்குறைய 150 மில்லியன் ரூபாய்கள்

ரொக்கமாக இருந்தது. அது பேரரசரின் ஒட்டுமொத்த வருவாயில் 150 சதவீதம் எனலாம். அத்துடன், நடைமுறைச் சட்டத் தொகுப்பையும் மரபு வழியில் முன்னோர்களிடம் இருந்து அவர் பெற்றிருந்தார். தரமான இராணுவமும் இருந்தது. நிர்வாகம், வரிவிதிப்பு, வருவாய் தொடர்பாக மிகச் சிறந்த அமைவுகள் இருந்தன. எல்லாமே அவருடைய தந்தையால் ஒழுங்கு செய்யப்பட்டவை. தனிச்சிறப்பு வாய்ந்த அரசவை வரலாறுகளும், நுண்படிவ ஓவியங்களும், கட்டிடக்கலையும், மரபுரிமையால் அவருக்குக் கிடைத்திருந்தன. மெய்ப்பொருளியல் சார்ந்தும், அழகியல் சார்ந்தும் பல அருஞ்செயல்களை நிகழ்த்தி தம்முடைய அரசின் வளர்ச்சியை அவர் மேம்படுத்தியாக வேண்டும்.

ஜஹாங்கீர் ஆட்சியதிகாரத்தை மேற்கொண்ட ஆறு மாதங்களுக்குப் பிறகு ஆண்டுக் கணிப்புப் பதிவுகளில் அலிகுலி மீண்டும் தென்படலானான். புதிய பேரரசரின் ஆதரவு இருக்கிறதே. தன்னைக் கைவிட்டுச் சென்றவன் என்பதை அவர் உணராமலில்லை. ஆனாலும், அவனை அவர் மன்னிக்கவே செய்தார். 'நான் ஆட்சிப் பொறுப் பேற்றதும் அவனுடைய குற்றங்களுக்காக அவனைத் தண்டிக்காமல், பெருந்தன்மையுடன் மன்னித்து விட்டேன்' என்று தம்முடைய நினைவுக்குறிப்பில் அவர் எழுதியிருக்கிறார். மூன்று வருடங்களுக்கு முன்பே அலிகுலியின் மோசமான இயற்பண்பையும், அவனது தீயச்செயல்களையும் தம்முடைய அனுபவங்கள் பற்றிய பதிவேட்டில் அவர் விபரமாகவே கூறியிருக்கிறார். 'பஞ்சாப் வரலாறு' நூலாசிரியரான சையது எம் லத்தீஃப் அவர்களின் கருத்திற்கிணங்க, அக்பர் இறந்து, தாம் அரசரானதுமே மெஹர் மீதான ஜஹாங்கீரின் காதல் மீண்டும் வலுப்பெற்று விட்டது.

புதிய பேரரசருக்குத் தம்முடைய அதிகாரத்தின் அடையாளமாய் வெளிப்பகட்டுகளும் தேவைப்பட்டது. பிறருடைய கவனத்தை ஈர்க்கும் முறையில் முனைப்பும், தன்னம்பிக்கையும் வெளிப்படும் விதமாய் அவர் நடந்து கொண்டார். பளபளப்பான குதிரை வண்டிகளில் அமர்ந்து மைல்கணக்கில் அவர் பவனி வந்தார். தம்முடைய உருவம்பொறித்த நாணயங்களைப் பெரிய அளவில் வெளியிடச் செய்தார். அந்தத் தங்க நாணயங்கள் அவர் விரிவாக நடத்திய மதச் சடங்குகளில் சிறப்பாகப் பயன்படுத்தப்பட்டன. பொதுமக்களிடையே புழக்கத்தில் இருந்த வெள்ளி நாணயங்களின் அளவையும் இருபது சதவீதம் பெரிதாக்கும்படி உத்தரவிட்டார். இந்தச் செயலால் பொருளாதாரம் முடங்கிப்போனது. ஆறு வருடங்களுக்குப் பிறகு தான், தாம் அகலக்கால் வைத்து விட்டதை அவர் புரிந்துகொண்டு, தம் தந்தையின் அளவீடுகளுக்கே திரும்பிவிட்டார்.

சமயச் சடங்குகளில் மாத்திரமன்றி, அரசியல் நடைமுறை விவகாரங்களிலும் ஜஹாங்கீர் சில நடவடிக்கைகளைத் தொடங்கினார். முகலாய அரசில் பணியாற்றும் பல அதிகாரிகளின் மான்யத் தொகையை உயர்த்தினார். தம்முடைய தந்தையால் பெரிதும் மதிக்கப்பட்ட அபுல்ஃபஸல் கொலையுண்டதற்கு இழப்பீடாக, தம்முடைய குற்ற உணர்வின் காரணமாக அந்த அமைச்சரின் மகனை பீகார் ஆளுநர் பதவியில் அமர்த்தினார் அவர். பெருங்குடிமக்கள் பலருக்கு அரசவையிலும், மாகாண அரசிலும் உயர்பதவிகளையும், பதவி உயர்வுகளையும் வழங்கினார். மெஹரின் தந்தை கியாஸ் பெக்குக்கும் 'இஃதி மாதுத் தௌலா' –அரசாங்கத்தின் ஆதாரம் என்று பொருள் – என்ற விருது வழங்கிக் கவுரவித்தார்.

அரசில் பல களிப்பூட்டும் கொண்டாட்டங்கள் நிகழ்ந்து கொண்டிருந்தாலும், ஆக்ராவில் உருவாகியிருந்த இடர்ப்பாடுகளை மறைப்பதற்கில்லை. ஒரு சமயம் ஜஹாங்கீரின் சிம்மாசனத்துக்குப் போட்டியாகத் தெரிந்த குஸ்ரா தற்போது பதினெட்டு வயது இளைஞர், அவர்களுக்கிடையேயான தொடர்புகள் பதட்டத்தையும், கொந்தளிப்பையும் உண்டு பண்ணுவதாக இருந்தது. தம்முடைய பேரனைத் தமக்குப் பின் அரசனாக்கும் அக்பரின் ஆசை நிறைவேறாவிட்டாலும், குஸ்ரா தமக்கென்று ஆதரவுகளை அமைதியாய் திரட்டிக் கொண்டிருந்தார். ஜஹாங்கீர் ஒரு சமயம் செய்தது போலவே தாமும் தனித்து இயங்கத் தொடங்கினார். 1605ன் பிற்பகுதியில் தன்னுடைய நடத்தை முறையையும் உணர்ச்சிப் போக்கையும் அடிக்கடி மாற்றிக் கொள்கிற, தோற்றப் பொலிவுள்ள அந்த இளைஞர் பேரரசில் அடிக்கடி நிகழும் ஒரு நெடுங்கதையின் தொடர்ச்சியாகத் தாமும் இருந்தார். ஜஹாங்கீர் தம்முடைய தந்தைக்கு எதிராகக் கலகம் செய்தார். தற்போது, குஸ்ராவும் தம் தந்தைக்கெதிராக ஆயுதமேந்தலானார்.

தாம் ஆட்சி பீடத்தில் அமர்வதற்கு முன் குஸ்ராவிற்கு வங்காள ஆளுநர் பதவியைத் தர ஒப்புக் கொண்டிருந்தார் ஜஹாங்கீர். ஆனால், அரியணையேறிய சில மாதங்களில் தம்முடைய மனதை அவர் மாற்றிக் கொண்டார். குஸ்ராவிற்கு வங்காளத்தில் சொந்தமாகப் படை வைத்திருந்த செல்வந்தர்களின் ஆதரவு இருந்தது. இளவரசர் தம்முடைய தந்தைக்கெதிராகப் போர் செய்யும் பட்சத்தில் அவர்களுடைய உதவி கண்டிப்பாக அவருக்குக் கிடைக்கும்.

குஸ்ராவின் ஆதரவாளர்களைப் பின்வாங்கச் செய்வதற்காக, ஜஹாங்கீர் இளவரசரின் தாய்மாமனான மான்சிங்கின் வங்காள ஆளுநர் பதவியைப் பறித்தார். அவருக்குப் பதிலாகத் தம்முடைய உடன்பிறவாச் சகோதரர்களில் ஒருவரை அந்தப் பதவியில் அமர்த்தினார். முகலாயப் பண்பாட்டில் பாலூட்டி வளர்த்த தாதி இளவரசரின் வளர்ப்புத் தாய் ஆகிவிடுகிறாள். அவளுடைய பிள்ளைகள்

இளவரசருக்கு உடன்பிறவாச் சகோதரர்களாகி விடுவார்கள். வளர்ப்புத்தாய்மார்கள் மிகக் கவனமுடன் தேர்ந்தெடுக்கப்படுவார் கள். அவர்கள் சமச்சீர் மனநிலை உடையவர்களாகவும், ஆன்மீக இயல்பினராயும் இருக்க வேண்டும். அதுவுமல்லாமல் அவர்கள் உயர் குடிப் பிறந்த ஆண்களை மணந்தவர்களாகவும் இருக்க வேண்டும். இளவரசரும் அவருடைய உடன்பிறவாச் சகோதரர்கள் தங்கள் பால்யப் பருவத்தை ஒன்றாகக் கழித்திருப்பார்கள். ஒரு இளவரசர் பேரரசராக ஆட்சிபீடத்தில் அமர்ந்ததும் அந்த உடன்பிறவாச் சகோதரர்களுக்கும் அனுகூலம் கிடைத்துவிடுகிறது.

ஜஹாங்கீர் தம்முடைய விசுவாசிகள் பலரை வங்காளத்திலும், எல்லைப்புறப் பகுதிகளிலும் பணியிலமர்த்தி தம்முடைய நிலையை உறுதிப்படுத்திக் கொண்டார். ஆக்ராவில் உள்ள ஒரு மாளிகையில் குஸ்ராவும் அவருடைய மனைவியும் வீட்டுக் காவலில் வைக்கப் பட்டார்கள். தம்முடைய செயல்பாடுகள் கட்டுப்படுத்தப்பட்ட பொழுது குஸ்ரா தம்முடைய பெருங்கோபத்தைத் தம் தந்தையின் ஆலோசகர்கள் மீது வெளிப்படுத்தினார், அவர்களை அவமதிக்கவும் செய்தார் என்று ஒரு வரலாற்றாசிரியர் தெரிவிக்கிறார். 'ஜஹாங்கீர் தம்முடைய கண்ணைக் குருடாக்கக் கருதியிருப்பதாகத் தம் ஆதர வாளர் ஒருவர் மூலம் அறிந்த இளவரசர் குஸ்ரா உயிருக்கு அஞ்சி, மறுபடியும் தப்பிச் செல்லத் திட்டமிட்டார்' என்று டச்சு கிழக் கிந்தியக் கம்பெனியின் ஐரோப்பியப் பிரதிநிதி ஒருவர் எழுதி யிருக்கிறார். பேரரசருக்கும் அவருடைய மகனுக்கும் ஏற்பட்ட மூர்க்க மான போட்டியில் மெஹரின் கணவனான குலியும் இழுத்து விடப் பட்டான்.

* * *

1606 ஏப்ரல் 6ஆம் நாள் ஆக்ரா கோட்டையில் இருந்து தம்முடைய பாட்டனாரின் கல்லறைக்கு அஞ்சலி செலுத்தச் செல்வ தாகப் போலிக் காரணம் காட்டி, தப்பிச் சென்று விட்டார். அவ ரோடு உடன் சென்றவர்கள் பற்றி சர்ச்சை எழுந்தது. குஸ்ராவுடன் 350 குதிரை வீரர்கள் சென்றனர் என்று ஜஹாங்கீர் எழுதியிருக் கிறார். இன்னொரு ஆதாரம் அந்த எண்ணிக்கை 150 என்கிறது. ஆனால், ஒரு குழுவாக சிலர் மட்டுமே சென்றதாக இன்னொருவர் வாதிடுகிறார். ஜஹாங்கீரின் வரலாற்றுக் குறிப்புகள், குஸ்ராவும் அவருடைய ஆட்களும் பணம், குதிரைகள், உணவுப்பண்டங்களை நகரத்தின் பல பகுதிகளில் கொள்ளையிட்டதாகத் தெரிவிக்கின்றன. தொலைவில் உள்ள வங்காளத்தைவிட கலகம் செய்வதற்கு லாகூரை ஏற்ற இடமாய்க் கருதி லாகூரை நோக்கி முன்னேறிச் சென்றதாய் தெரிகிறது.

போகிற வழியில் குஸ்ராவும் அவருடைய குழுவினரும் பயணிகளின் பணம் பொருள் இவற்றைப் பறித்துக் கொண்டதோடு, வியாபாரிகளையும் தாக்கியிருக்கின்றனர். யாத்ரீகர்கள் தங்கும் விடுதிகளைத் தீயிட்டு எரித்தனர். மதுரா நகரத்திலும் கொள்ளையடித்தனர். நிலச்சுவான்தார்கள் அவருக்கு நிதியுதவி செய்ததோடு தங்கள் படையாட்களையும் வழங்கியிருக்கின்றனர். தாங்கள் விரும்பியோ, அச்சுறுத்தலுக்குள்ளாகியோ அவர்கள் அதைச் செய்திருக்கக்கூடும். ஒரு மதிப்பீட்டின்படி பார்த்தால் அவர் 12,000 படையாட்களைச் சேகரித்ததோடு அவர்களுக்குப் பணமும் கொடுத்திருக்கிறார். அந்தப் பணம் அரசுக்கருவூல வாகனம் ஒன்றைக் கொள்ளையிட்டுக் கவர்ந்ததாகும்.

மகனின் வன்முறைக் கிளர்ச்சி தந்தையைக் கோபமடையச் செய்தது. ஆனாலும், தம்முடையை செயற்குறிப்பில், 'தந்தை என்கிற முறையில் தாம் கொண்ட பாசமே இளவரசரை சுக சவுகரியமாய் விட்டு வைத்திருக்கிறது. குஸ்ரா தம்மைப் பகைப்பதற்குக் காரணம் எதுவுமில்லை' என்று ஜஹாங்கீர் குறிப்பிட்டிருக்கிறார். ஜஹாங்கீர் ஒன்றை மறந்துவிட்டார், முன்பு தம் தந்தைக்கு (அக்பர்) எதிராகத் தாம் செய்த கலகமே தற்போது தன் மகனுக்கு முன்னுதாரணமாகி விட்டது என்பதை. அத்துடன் குஸ்ரா சிறுவனாக இருந்தபோதில் இருந்தே அக்பர் அவனுக்குள் வாரிசுக்கான நம்பிக்கைகளை வளர்த்துவிட்டார் என்பதும் குறிப்பிடத்தக்கது. அரசுக்கு எதிராகக் கிளர்ச்சி ஏற்பட்டது. குஸ்ராவின் அனுபவமின்மைக் காரணமாக, தகுதியற்ற கூட்டாளிகளின் தவறான வழி நடத்தலில் ஒன்றைப் புரிந்து கொள்ளத் தவறிவிட்டார். அது சிம்மாசனமும் மணிமுடியும் விலைகொடுத்து வாங்க முடியாதவை என்று ஜஹாங்கீர் தெளிவான முறையில் தெரிவித்திருந்தார்.

கலகத்துக்கு எது காரணமாயிருந்த போதும் அதைத் தடுப்பதற்கான நடவடிக்கைகளை ஜஹாங்கீர் எடுத்திருந்தார், சூஃபி திருவிடங்களின் காப்பாளர்கள் தம் பக்கம் இருப்பதை உறுதிப்படுத்திக் கொண்டவர், தம்முடைய மகனின் ஆதரவாளர்களைப் பிளவுபடுத்துவதற்கு அவர்களுக்குப் பணம் கொடுத்தார். இளவரசரை அகப்படுத்தும் முயற்சியில் பஞ்சாப் நிலப்பகுதியை நன்கு அறிந்தவர்களைப் பயன்படுத்தினார். ஏப்ரல் மாதக் கடைசியில் லாகூரில் இருந்த குஸ்ராவிற்கு எதிராகத் தாமே நேரில் படையெடுத்துச் சென்றார் ஜஹாங்கீர்.

குஸ்ராவின் தாய் மன்பாய் இராஜபுத்ர இளவரசி, அவரே ஜஹாங்கீரின் முதல் மனைவியாவார். வங்காள ஆளுநராயிருந்து பதவி நீக்கம் செய்யப்பட்ட மான்சிங்கின் சகோதரியும் ஆகும். அந்தத் தாய் மகனின் தலைவிதியை எண்ணி மனம் கலங்கினாள். ஜஹாங்கீரைப் பொருத்தவரை குஸ்ரா மீண்டும் தவறு செய்தவன், ஆயிரம்

வகை தண்டனைக்கு உள்ளாக்கப்படத்தக்கவன். தங்கள் அதி காரத்துக்கு யாரேனும் அறைகூவல் விடுக்கும்போது, பேரரசர்கள் கொஞ்சமும் இரக்கமின்றி நடந்துகொள்வார்கள் என்பதை மன்பாய் அறிவாள். தன் மகனின் ஆட்சி எதிர்ப்புக் கலகத்தால் வேதனைக்கு உள்ளாகியிருந்தவள், தன் மகனுக்கு என்ன நேரிடுமோ என்ற கலக்கத்தில் அபின் என்கிற போதை மருந்தை அதிக அளவில் உட் கொண்டு தன் உயிரை மாய்த்துக் கொண்டாள். ஜஹாங்கீர் ஆழ்ந்த வருத்தத்திற்குள்ளாகி இப்படிப் புலம்பலானார்.

'அவள் ஆயிரம் மகன்களையும் சகோதரர்களையும் எனக்காகக் கைவிடுமளவிற்கு, என்மீது பேரன்பு கொண்டவள். என் தலை முடி ஒன்றிற்காக அவள் எதையும் அர்ப்பணித்துவிடுவாள். அவளுடைய நற்பண்புகளை சிறப்புகளை எப்படி நான் எழுத்தில் வடிப்பேன்? அவள் குஸ்ராவிற்கு பல முறை கடிதம் எழுதியிருக்கிறாள். என்னிடம் அன்பாகவும் எனக்கு உண்மையாகவும் இருக்க வேண்டும் என்று. அதுவெல்லாம் பயன்படாது என்பதை உணர்ந்த நிலையில், அவன் எந்த அளவிற்குத் தூண்டப்பட்டு அது எங்கே முடியும் என்பது தெரி யாமல் இராஜபுத்ரர்களுக்கே உரிய கோபத்தில், அதீத உணர்ச்சியில் அவள் உயிர்விடத் துணிந்தாள்... அது மரபு வழியில் வருகிற உணர் வெழுச்சி என்று.'

லாகூர் சென்று மகன் குஸ்ராவின் கலகத்தை அடக்கப் புறப் பட்ட ஜஹாங்கீர், ஆக்ரா கோட்டையைப் பாதுகாக்க தமக்கு நம்பிக் கையானவர்களைப் பணித்திருந்தார். அங்கேதான் அரசுக் கருவூல மும், அந்தப்புரமும் இருந்தன. நகரத்தின் பொறுப்பை கியாஸ்பெக்கி டம் விட்டுச் சென்றிருந்தார் அவர். தம்முடைய சிற்றப்பா பெரியப்பா பிள்ளைகள் மீதும் ஆண் உறவினர்கள் மீதும் ஒரு கண் வைத்திருக்கு மாறு தமக்கு விசுவாசமான உயர்குடிப் பண்பாளர்களுக்கு அவர் வேண்டுகோள் விடுத்திருந்தார். 'பெற்ற மகன்களின் செயல்முறைகளே அவர்களுக்குள் இருப்பதை வெளிக்காட்டி விடுகிறது. அப்படி இருக்கும்போது, மருமகன்களிடமும், உடன்பிறந்தார் மக்களிடமும் இருந்து வேறு எதை எதிர்பார்க்க முடியும்?' என்று தம் நடவடிக் கைக்கான காரணத்தை அவர் தெரிவித்திருக்கிறார். ஆக்ராவில் இருந்து டில்லிக்கும், அங்கிருந்து பானிபட், கர்னாலுக்கும் ஜஹாங்கீர் தமது படைகளை நடத்தி, லாகூரை நோக்கிச் சென்றார். தம்முடைய முன்னோர்களின் கல்லறைகளிலும், சூஃபி மகான்களின் நினைவிடங் களிலும் அவர்களுடைய ஆசிகளைப் பெறுவதற்காக இடையிடையே தங்கிச் சென்றார். வழிநெடுகிலும் இருந்த மாகாண அதிகாரிகள், தாங்கள் பேரரசருக்கு ஆதரவாய் இருப்பதாக வாக்குறுதியளித்தனர். பலருக்குப் பதவி உயர்வு வழங்கி, தம்முடைய கைப்பிடிக்குள் அவர் களைக் கொண்டு வந்தார் அவர்.

பேரரசருக்கு முன்பிருந்தே விசுவாசமான பலரும் லாகூரில் ஆயத்த நிலையில் இருந்தனர். குஸ்ரா திடுதிப்பென்று கோட்டையைக் கைப்பற்றியிருந்தாலும், அதற்கு முன்பாகவே அவருக்கெதிரான அரசு ஆணைகள் லாகூரை வந்தடைந்து விட்டது. அதற்கேற்ப கோட்டையின் உயர்ந்து ஒடுக்கமான பகுதிகளும், சுவர்களும் பாது காவலர்களால் பலப்படுத்தப்பட்டன. பழுதடைந்த பகுதிகள் செப்பமிடப்பட்டன. கோட்டைக் காப்பரண்கள் மீது பீரங்கிகளும், சுழல் துப்பாக்கிகளும் சண்டைக்குத் தயார் நிலையில் வைக்கப்பட்டன.

குஸ்ராவின் படைகள் லாகூரை அடைந்ததும், அவை மதில் களைத் தாண்டாமல், கோட்டை வாயில் ஒன்றுக்குத் தீயிட்டு உள்ளே புகுந்தன. அவர்கள் லாகூர் நகரத்தை ஏழு நாட்கள் சூறையாடினர். குஸ்ரா, தமது ஒற்றர்கள் மூலம் அரசுப்படைகள் நெருங்கி வரும் தகவல்களை உடனுக்குடன் அறிந்துகொண்டார். பல்வேறு சந்தேகங்களால் மூளையைக் கசக்கிக் கொண்டவர், இருந்தபோதும் தம் தந்தையின் படையோடு அவர் சண்டையிடத் தீர்மானித்தார். பேரரசர்களின் வழக்கப்படி தம் படையினரைத் தாம் வழிநடத்தாமல், ஈட்டியும் வாளும் ஏந்தி படையைத் தொடர்ந்து வந்தார். போர் நடந்தது. போரின் முடிவில் அரசுப்படை வெற்றி பெற்றது. குஸ்ராவின் படையாட்கள் சிதறியோடினர். பலரும் காபூலுக்குத் தப்பியோடினர். இளவரசர் தம்முடன் எப்போதும் வைத்திருக்கும் ஆபரணப்பெட்டியையும், விலைமதிப்புமிக்க பொருட்களையும் அரசுப்படைக் கைப்பற்றியது. படகுத்துறைகளிலும், பிரதான சாலை களிலும் நிறுத்திவைக்கப்பட்டிருந்த படைவீரர்களுக்கு குஸ்ராவையும் அவருடைய தப்பியோடிய படையாட்களையும் கண்காணிக்கும்படி எச்சரிக்கை அறிவிப்புச் செய்யப்பட்டது. இளவரசரின் நூற்றுக்கணக் கான ஆதரவாளர்களின் தலைகள் துண்டிக்கப்பட்டு, ஈட்டி முனை களில் செருகி வீதிகளில் வரிசையாய் வைக்கப்பட்டன.

நிறைவாக, பேரரசரின் படைப்பிரிவு ஒன்று இளவரசரைக் கண்டுபிடித்து விட்டது. குஸ்ராவின் கைகள் கட்டப்பட்டு, இடது கையில் இருந்து இடது கால்வரை சங்கிலியால் பிணைத்து வைத்து அவருடைய நெருங்கிய கூட்டாளிகளோடு ஜஹாங்கீரின் முன்னிலையில் கொண்டு நிறுத்தினர். இளவரசர் அச்சத்தில் நடுங்கி அழத் தொடங்கிவிட்டார். அரசுப்பணியாட்கள் அவருடைய ஆட்களில் இரண்டுபேரை, அப்போது உரித்தெடுத்த விலங்குத் தோல்களால் மூடி ஒருவரின் உடலை நரித்தோல் கொண்டும், மற்றொருவரின் உடலைக் கழுதைத் தோலாலும் சுற்றி வைத்து, அவர்களைக் கழுதைமேல், அவர்களுடைய முகம் வால்பக்கம் இருக்குமாறு அமர்த்தி நகரம் முழுக்க ஊர்வலம் விட்டனர். நரித் தோலில் மூடப் பட்டவன், விரைவில் தோல் உலர்ந்து இறுகியதால் மூச்சுத் திணறி

இறந்துவிட்டான். கழுதைத் தோலால் போர்த்தப் பட்டவன் உயிர் பிழைத்திருந்தான். ஜஹாங்கீர் குஸ்ராவை உயிரோடு விட்டுவிட்டார். ஆனால் பேரரசரின் சுயசரிதையில், குஸ்ரா கலகம் விளைவித்த குற்றத்துக்குத் தண்டனையாக அவருடைய கண்கள் சிதைக்கப் பட்டன என்ற குறிப்பு காணப்படுகிறது.

குஸ்ராவின் நடவடிக்கைகள் பற்றி எழுதும் போது, ஜஹாங் கீருக்கு பேரார்வம் கொண்ட ஒரு இளவரசனாக தம் தந்தையை எதிர்த்துத் தாம் கலகம் செய்தது நினைவுக்கு வந்திருக்க வேண்டும்; ஆனால் அது குறித்து வேறொரு நோக்கு முறையில் அவர் எழுதி யிருக்கக் கூடும். குறுகிய நோக்கம் உடைய சிலரின் தூண்டுதலால் தம் தந்தையைத் தாம் எதிர்க்கும்படி ஆயிற்று என்று அவர் குறிப் பிட்டிருக்கிறார். தந்தையிடம் பகைமை என்கிற அடித்தளத்தில் ஒரு சாம்ராஜ்யம் வெற்றிகரமாய் இயங்க முடியாது என்கிறார் அவர். அக்பரைத் தம்முடைய 'கண்கண்ட தெய்வம்' என்றும் அவர் எழுது கிறார். தற்போது, அரியணையில் அமர்ந்திருக்கும் நிலையில் தம் தந்தையின் நோக்குமுறையை அவரால் கண்டுணர முடிந்திருக்கிறது.

குஸ்ராவின் கலகம் என்கிற நெடுங்கதை அத்தோடு முடிந்துவிட வில்லை. 1607 ஆகஸ்டு மாதத்தில், அரசவையில் உள்ள குஸ்ராவின் ஆதரவாளர்கள், அவருக்குத் தெரியாமலே ஜஹாங்கீரைப் படு கொலை செய்யத் திட்டமிட்டிருந்தார்கள். மெஹரின் மூத்த சகோ தரன் முகம்மது ஷெரீஃப் அந்தச் சதியில் ஒரு அங்கமாக இருந்திருக் கிறான். கியாஸ்பெக், அந்தச் சதி அம்பலமானதும், நன்னடத்தைக் கண்காணிப்பில் வைக்கப்படுகிறார். முகம்மதுவின் தந்தை என்பதால் அவர் சந்தேகத்துக்கு ஆளானார் என்பதில் ஐயமில்லை.

ஜஹாங்கீர் முடிந்த அளவு சதிகாரர்களைப் பிடித்துவிட்டார் என்றே சொல்ல வேண்டும். முகம்மதுவும் மற்றும் பல முக்கிய சதிகாரர்களும் தங்கள் குற்றத்துக்குத் தண்டனையாய் கொலையுண் டனர். அவளுடைய தந்தை பணியிறக்கம் செய்யப்பட்டார். கீழ்படித் தரத்தைச் சேர்ந்த நூற்றுக்கணக்கான இளவரசரின் ஆதரவாளர்கள் ஈட்டியால் செருகியோ, தூக்கிலிட்டோ கொல்லப்பட்டார்கள். மற்றவர்கள் சிறையில் அடைக்கப்பட்டார்கள் அல்லது அவர்களு டைய தவறுக்குப் பிராயச்சித்தமாக மெக்காவுக்கு அனுப்பப்பட்டார் கள். சதித்திட்டத்தில் பங்கேற்றதாய் சந்தேகிக்கப்பட்ட சிலர் ஆக்ராவிலும், லாகூரிலும் வீட்டுக்காவலில் வைக்கப்பட்டனர்.

இளவரசருக்கு மறைமுக ஆதரவு தந்து கொண்டிருந்தவர்களில் மிச்சமிருந்தவர்களை சமரசத்தின் மூலம் தம் பக்கம் கொண்டு வந்தார் பேரரசர். தம்முடைய உருவம் பதித்த பதக்கங்களையும் நாணயங்களையும், சங்கிலியில் மாட்டிக் கொள்ளும் அணிமணி

வகைகளையும் தம் ஆதரவாளர்களுக்கு வழங்கியதோடு, அவர்களைத் தமது சீடர்கள் என்றும் அவர் அழைத்தார். 'தமக்கு அவர்கள் செய்கிற சேவை பேரரசுக்குச் செய்யப்படுவது' என்றும் அவர் வலியுறுத்தினார்.

* * *

ஜஹாங்கீருக்கு எதிராகத் தீட்டப்பட்ட சதித்திட்டத்தில் குலிக்கும் குற்றப்பொறுப்பு இருப்பதாக அவன் சந்தேகிக்கப்பட்டான் என்றும், பர்த்வானில் இருந்த அவனுடைய நிலங்கள் பறிமுதல் செய்யப்பட்டதாகவும் அரசவை நிலைச்சான்றுகள் தெரிவித்தன. போக்கிரித்தனமான அத்தகைய ஆசாமிகளை அங்கே (வங்காளத்தில்) விட்டுவைக்கக் கூடாது என்று அரசவை உறுப்பினர்கள் பேரரசருக்கு யோசனை கூறினர். எனவே குலியை ஆக்ரா அரசவையில் கொண்டுவந்து ஆஜர்படுத்தும்படி புதிய ஆளுநருக்கு ஜஹாங்கீர் ஆணை பிறப்பித்தார்.

ஆளுநர் யானைமீது அமர்ந்து பர்த்வானுக்குச் சென்றார். அவரைத் தொடர்ந்து சிறப்புப் பணிக்குரிய படைப்பிரிவினர் குதிரைச்சவாரியாய்ச் சென்றனர். அவர்களின் வருகையைக் கேள்விப்பட்ட குலி அவர்களை மரியாதையுடன் வரவேற்க, தன்னுடைய குதிரையில் சென்று எதிர் கொண்டான். தனது சொத்துகள் பறிமுதல் செய்யப்பட்ட போதிலும் தான் ஒரு மாகாண அதிகாரி என்கிற முறையில் அவனுக்கு முக்கியஸ்தரை வரவேற்கும் கடமை இருந்தது. அவனோடு இரண்டு பேர் உடன் சென்றிருந்தனர். அந்த நிகழ்வைக் கண்ணால் கண்ட சாட்சியான ஹைதர் மாலிக் சவுத்ரி குறிப்பிட்டவாறு, குலி ஆளுநரின் முகாமில் நுழைந்ததுமே படையாட்கள் அவனைச் சூழ்ந்து கொண்டனர். குலியின் கை உறையில் இருந்து வாளை உருவியது. அவனும் ஹைதர் அலியும் வாட்சண்டை செய்தனர். ஹைதர் மோசமாகக் காயப்பட்டார். அடுத்து ஆளுநரின் யானையைக் குலி தாக்கினான். ஆனால், தன்னுடைய குதிரையை அவனால் கட்டுப்படுத்த முடியாமல் அவன் கீழிறங்கினான். ஆளுநரின் படையாட்கள் அவனைக் கொன்று போட்டனர். ஆனால் ஜஹாங்கீரின் சுயசரிதையில் அந்த நிகழ்வு பற்றிய விளக்கம் வேறுபடுகிறது. 'குலி மரணாபத்தை உண்டுபண்ணும் அளவிற்கு ஆளுநரைத் தாக்கிக் காயப்படுத்தினான், அவருடைய ஆட்கள் குலியைத் துண்டு துண்டாக வெட்டி நரகத்துக்கு அனுப்பி வைத்தனர்' என்று மாகாண அதிகாரிகள் அனுப்பிய அறிக்கைகளின் அடிப்படையில் அது எழுதப்பட்டிருக்கலாம். விவரங்கள் எப்படியிருந்தாலும் மெஹர் ஒரு விதவையானாள்.

முகலாயர்களின் வாழ்க்கை வரலாறு தொகுப்பொன்று பதினெட்டாம் நூற்றாண்டில் வெளியானது. அந்நூலில் அந்த நிகழ்வு வேறுமாதிரியாய் விவரிக்கப்பட்டிருக்கிறது. குலி பயங்கரக் காயங் களுடன் வீட்டுக்குத் திரும்பினான். தன் மனைவி வன்முறைக்கும் அவமதிப்புக்கும் உள்ளாகிவிடக் கூடாதே என்பதற்காக அவளைக் கொல்ல முனைந்தான். மெஹர் முன்பே கிணற்றில் விழுந்து விட்டதாக அவனுடைய தாய் அழுதுகொண்டே சொன்னாள். பிறகு குலி இறந்து போனான். மெஹர், அவளுடைய கணவனால் கொல்லப்பட்ட ஆளுநர் பேரரசரின் உடன்பிறவாச் சகோதரன் என் பதால், அவமதிப்பிற்குள்ளாகிறாள்.

குலி இறந்து முந்நூறு வருடங்கள் கழிந்தபின், இருபதாம் நூற்றாண்டின் தொடக்கத்தில் பழைமை இந்தியாவின் வரலாற்றாளர் மவுலவி அப்துலவாலி தம்முடைய நூலில் (Proceedings of The Abiatic Society of Bengal) இப்படி எழுதுகிறார்.

'அந்தத் துயர நிகழ்வுக்குக் காரணமான மெஹர், அச்சமுற்ற வளாய் அஷ்கா ஜொலாஹா என்கிற நெசவாளியின் வீட்டில் அடைக்கலமாகிறாள். அங்கிருந்து வழிக்காப்பாளர் துணையுடன் ஜஹாங்கீரின் அரசவைக்கு போய்ச் சேர்கிறாள்.

சையது முகம்மது லத்தீஃப் தம்முடைய 'பஞ்சாப் வரலாறு' என்னும் நூலில் தன் கணவனின் சாவுக்கு மெஹர்தான் உண்மை யான காரணம் என்பதை விவரமாக எடுத்துரைக்கிறார். குலியுடன் அவளுக்குத் திருமண ஒப்பந்தம் நடக்கிறபோதே, பெற்றோருக்கும் மெஹருக்கும் இடையில் காரசார விவாதம் நடந்ததாக அவர் தெரிவிக்கிறார். அக்பர் இறந்தபிறகு, தனக்குத் தொல்லையாகத் தெரிந்த குலியிடம் இருந்து தன்னை விடுவித்துக் கொள்ளத் தீர்மானித்த ஜஹாங்கீர் அவனை ஆயுதம் ஏதுமில்லாமல் புலியுடன் சண்டையிடுமாறு உத்தரவிட்டார். குலி அதில் வெற்றி பெற்றான். ஜஹாங்கீர் அதன்பிறகு குலியைக் கொல்வதற்காக நாற்பது கொலை காரர்களை அவனுடைய படுக்கையறைக்கு அனுப்பினார். ஆனால், அவர்களை அவன் அழித்துவிட்டான். அதன்பிறகு, தன்னுடைய உடன்பிறவாச் சகோதரனை வங்காள ஆளுநராக நியமித்து, அவர் மூலம் குலி தன்னுடைய மனைவியை விவாகரத்து செய்யத் தூண்டுகிறார். ஒருவேளை அவன் விவாகரத்து செய்ய மறுத்தால் அவனைக் கொன்றுவிடவும் திட்டம் இருந்தது. குலி ஆளுநரின் கோரிக்கையை ஏற்கமறுத்ததால், அவரால் கொல்லப்படுகிறான். அந்த அழகான விதவை, காவல்துறை பாதுகாப்புடன் ஆக்ராவுக்குக் கொண்டு செல்லப்பட்டாள். அவள் குற்றச் செயலுக்கு உடந்தை யானவள் என்று கூறப்பட்டாலும், அவள் மீது குற்ற வழக்கு தொடரப் படவில்லை.

ஆளுநரின் முகாமில் குலியின் உடல் துண்டு துண்டாக சிதைக்கப்பட்டதும், குலியால் தாக்குதலின் போது காயமுற்ற ஹைதர் என்பவன் அங்கே என்ன நடந்தது என்பதை உடனே மெஹருக்கு எழுதித் தெரியப்படுத்துகிறான். குலி தன்னுடைய வீட்டில் ஆதர வாளர்கள் யாரையும் தங்க வைத்திருக்கிறானா என்பதைச் சோதித் தறிய படைவீரர்கள் அவனுடைய வீட்டுக்குச் சென்றனர். அரசுப் பிரதிநிதிகள், குலியின் வீட்டுப் பணியாளிடம் மெஹரையும் குழந்தை லாட்லியையும் ஹைதர் வீட்டில் கொண்டுவிடுமாறு அறிவுறுத்தி யிருந்தனர். ஆக்ராவில் அவர்களை அழைத்துச் சென்று ஆஜர் படுத்தும்வரை அவர்கள் ஹைதரின் கண்காணிப்பில் வைக்கப் பட்டிருந்தனர். ஹைதர் அதுபற்றி இவ்வாறு எழுதி வைத்திருந்தான். 'நான் எப்போதும் மரியாதையுடன் அவளுக்குப் பணிவிடை செய்து வந்தேன். துக்கம் கடைப்பிடிக்கப்பட்ட நாற்பது நாட்களும் ஷிஃபா (நிவாரணத்துக்கான காலம்) வரை என் வீட்டிலேயே அவள் தங்க வைக்கப்பட்டிருந்தாள்' என்று. பிறகு, மெஹரையும் லாட்லியையும் ஆக்ராவிற்கு அழைத்து வருமாறு அரசாணை வந்தது. அது வழக்க மான நடைமுறைதான். ஒரு முகலாய அதிகாரி கொல்லப்பட்டு விட்டால், உயிரோடிருக்கும் அவனுடைய மனைவி குழந்தைகளை பேரரசர் தம்முடைய கட்டுப்பாட்டில் கொண்டுவந்து விடுவார். அந்த நபரின் சொத்துக்களை அரசுக் கருவூலம் கையப்படுத்திக் கொண்டுவிடும்.

ஹைதரும் அவனுடைய சகோதரனும் வங்காளத்தின் தலை நகரமான ராஜ்மஹல் வரை மெஹர், லாட்லிக்குத் துணையாக உடன் சென்றனர். பேரரசரால் அனுப்பப்பட்ட மனிதர்கள் அங்கிருந்து அவர்களை அழைத்துச் சென்றனர். ஆண்டுக்கணிப்பேட்டில் தை திலாராமின் பெயர் குறிப்பிடப்படாவிடினும், மெஹரும் அவளு டைய மகளும் மேற்கு நோக்கி, முகலாய அரசு விவகாரங்களின் மையமான ஆக்ராவிற்குப் படகில் சென்றபோது, அவளும் அவர் களுடன் இணைந்தே சென்றிருப்பாள். மெஹர் பன்னிரண்டு வருடங் களுக்கு முன் புதுமணப்பெண்ணாக வங்காளத்துக்கு வந்தாள், அப்போது அவளுடைய உறவினர்கள் பலரும் அரசவையில் அதிகார முள்ள பதவிகளில் இருந்தனர். தற்போதோ அவள் ஒரு விதவை, அவளுடைய சகோதரர்களில் ஒருவன் தேசத்துரோகக் குற்றத்துக்காக மரணதண்டனை அடைந்தான், அவளுடைய தந்தை வீட்டுக் காவ லில் வைக்கப்பட்டார். அவளுடைய எதிர்காலம் நிச்சயமற்றதாய் இருந்தது.

ஆக்ராவில், துக்கம் கடைப்பிடித்து வந்த மெஹர் அவளுடைய தந்தை வீட்டுக்கு அனுப்பப்படாமல், அவளது சகோதரர்களிடமும் ஒப்படைக்கப்படாமல், அரசரின் அந்தப்புரத்துக்குக் கொண்டு

போகப்பட்டாள். கியாஸ் விடுவிக்கப்பட்டு மீண்டும் பழைய பணியிலேயே அமர்த்தப்பட்டார். அதற்குமுன் 2,00,000 ரூபாய் அபராதத்தை அவர் செலுத்தும்படியானது. அரசுப் பணியில் அவர் மீண்டும் அமர்த்தப்பட்டது அவர் மீது அரசு காட்டிய அன்பின் அடையாளமாக இருக்கலாம் அல்லது ஜஹாங்கீர் மெஹரின் நன்றி செலுத்தும் விருப்புணர்வைப் பெறுவதற்காகவும் இருக்கலாம்.

முகலாயரிடம் எதிர்ப்பு காட்டிய மண்டலத் தலைவர்களும், நிலப்பிரபுக்களும் சரணடைந்த பிறகு, தங்கள் மகள்களை சமாதானத்துக்கும், கீழ்ப்படிதலுக்கும் அடையாளமாக பேரரசருக்கு மணம் செய்து கொடுத்தனர். ஜஹாங்கீரின் அந்தப்புரத்தில் இருந்த பெண்களில் பலரும் அரசியல் பேரத்தில் அவருக்கு மனைவியாக்கப்பட்டவர்கள்தாம். கியாஸும் ஜஹாங்கீரும் அப்படியொரு திருமண ஏற்பாட்டைச் செய்து கொண்டிருக்கலாம், வழங்கப்படும் கதைகளிலும், பிந்தையத் தகவல்களிலும் சிறிதளவேனும் உண்மையிருப்பின், அந்த ஏற்பாட்டின் மூலம் ஜஹாங்கீரின் நீண்டநாள் ஆசை நிறைவேறியது எனலாம்.

8

மூடிய கதவுகளுக்கான திறவுகோல்

மக்கள் குடியிருப்பு அதிகமில்லாத, வனச்சூழலில் பத்தாண்டு களுக்கு மேலாக இருந்து கொண்டிருந்த மெஹர் 1608இல் ஆக்ராவிற்குத் திரும்பினாள். முன்பு அவள் வாழ்ந்திருந்த ஊர் என்றாலும் தற்போது மக்கள் நிறைந்திருக்கிற, மிகக் கம்பீரமான நகரமாக மாறியிருந்தது. நர்மதை ஆற்றங்கரை நெடுகவும் மேலும் பல மாளிகைகள் காணப்பட்டன, முன்பு அத்தனை இருந்திருக்க வில்லை. தோட்டங்களும், தோப்புகளும் அந்த மாளிகைகளைச் சுற்றி அழகுக்கு அழகு செய்தன. டச்சு தேசத்து வணிகர் ஒருவர் இப்படி எழுதியிருக்கிறார்– நதிக்கரைக்குப் பக்கமாய் தங்கள் வசிப்பிடங்களை அமைத்துக் கொள்ள எல்லாருமே முயன்றார்கள். அதன் விளைவாக நீர்முகப்புப் பகுதியில் வசதிமிக்க பிரபுக்கள் அதிக பொருட்செலவில் ஆடம்பர மாளிகைகளை எழுப்பிவிட்டனர். ஆக்ராவிற்கு வெளியே தூங்கி வழிந்து கொண்டிருந்த சிக்கந்தரா கிராமம், அக்பரின் கல்ல றையைக் கட்ட வந்த தொழிலாளர் கூட்டத்தால் பரபரப்பாகி விட் டது. புகழ் பெற்ற முகலாயரின் உடல் புதைக்கப்பட்டதால் ஊருக்கு புதிய அந்தஸ்தும், சொர்க்கபுரி என்கிற புதுப்பெயரும் கிடைத்து விட்டது.

யமுனை ஆற்றின் மேற்குக் கரையில் உள்ள ஆக்ராகோட்டை எப்போதும் போலவே உன்னதம் பெற்றதாயிருந்தது. கோட்டை முகப்பில், அகழியைக் கடக்க நகரும் பாலம் ஒன்றும் இயங்கியது. அந்த முகப்புப் பகுதி ‘அக்பாரி தர்வாஸா’ என்று அழைக்கப்பட்டது. (அக்பரின் வாசல் என்று பொருள்). அதில் பெரிய அளவில் கூர்மை யான உலோக முனைகள் கொண்ட கதவும் பொருத்தப்பட்டிருந்தது. பொன்னாலான உருள் வடிவங்களும் வளையங்களும் கொண்டு அலங்காரமாய் அது காட்சியளித்தது. உள்ளே பிரவேசிக்கிற படைப் பிரிவு தாமதிக்க வேண்டிய முதல் இடைநிறுத்தப்பகுதியது. அரசின் உத்தரவுகள் அங்கேயுள்ள பாதுகாவலரிடம் அளிக்கப்படும். ‘ஹாத்தி போல்’ என்கிற யானை வாசலும் இணையான பிரமிப்பூட்டும் பகுதி தான். அது பொதுமக்கள் செல்லும் வழி. அங்கிருந்து பேரரசரைப்

பொதுமக்கள் தரிசிக்கும் இடம் வரை ஒரு திறந்தவெளி சந்தையும் உண்டு.

அக்பரின் தர்வாஸாவைக் கடந்தபிறகு, மெஹரும் அவளுடைய சின்னஞ்சிறு மகளும் அந்தப்புரத்துக்குக் கொண்டு செல்லப் பட்டனர். அது அக்பரால் கட்டப்பட்டது என்றாலும் 'ஜஹாங்கீர் மகால்' என்றே அழைக்கப்பட்டது. அரசகுடும்பத்துப் பெண்களுக் கான அந்த அடுக்கு மாளிகையின் நுழைவாயிலை அடையாளம் காட்டுவது போல் நேர்த்தியான பூங்கா ஒன்றும் அங்கேயிருந்தது. அந்தப்புரம் உயர்ந்த மாடவிதானங்களுடன் மணிக்கோபுரங்களைக் கொண்டிருந்தது. கடினமானச் சுவர்கள் கோட்டையின் மற்றப் பகுதிகளில் இருந்து அந்தப்புரத்தைக் காண வரும் முற்றத்தில் இருந்து பார்த்தாலும், கோட்டைச் சுவர்களுக்கு வெளியே நின்று பார்த் தாலும் அந்தப்புரத்தின் மேற்கூரைகளும், குவிமாடங்களும் மட்டுமே காட்சியாகும்.

மெஹர் முப்பத்தியோரு வயதில் வனப்புடன் காணப்பட்டாள். அவள் காண்பவர் மதிக்கத்தக்க வகையில் கண்ணியமாக நடந்து கொள்கிறவள். நன்னயப் பாங்குடன் நடந்து கொள்ளப் பயின்றிருந் தாள். மாளிகை வாசிகளுக்கே உரிய நாகரீகமும், கடமைப் பொறுப்பு களும் கொண்டவள் அவள். பர்த்வானில் எதையும் சுயேச்சையாய்ச் செய்து பழகியவள். அந்தப்புரத்தின் கட்டுப்பாடான வாழ்க்கை முறைக்கு இனி உட்பட்டாக வேண்டும். அவளுக்கு இங்கே வரை யறுக்கப்பட்ட பணி இன்னதென்று அவள் அறிந்திருக்கவில்லை.

* * *

ஜஹாங்கீரின் அந்தப்புர பாதுகாப்புப் பொறுப்பில் இருந்த அகா அகாயன் கல்வியில் தேர்ச்சிபெற்ற, நம்பிக்கைக்குகந்த ஒரு முதிய பெண்மணி. அவள் மெஹரையும் லாட்லியையும் சிக்கலான வழியில் அந்த மாளிகையின் உட்புறத்துக்கு அழைத்துச் சென்றாள். சுவர் களின் சிற்பச் செதுக்கல்களுக்கும், சித்திர வேலைப்பாடுகளுக்கும் மட்டுமீறி செலவிடப்பட்டிருந்தது. பூக்கிண்ணங்களிலும் இலைகளும், பூக்களுமாய் செதுக்கல்கள். நீலமும் சிவப்புமாய் சரவிளக்குகள் குவி மாடக் கூரைகளில் தொங்கிக் கொண்டிருந்தன.

எண்ணற்ற நுழைவாயில்களும், பாதைகளும் நாற்கோண முற்றங் களைக் கட்டிடங்களுடன் இணைத்தன. முற்றங்களில் வரிசையாய் மரங்களும், தொட்டிச் செடிகளும் இருந்தன. அடுக்குமாடி அறைக் கட்டுகளைக் கொண்ட மனைகளுக்குப் பின்னால் தாழ்வாரங்கள் இருந்தன.

ஒவ்வொரு அறைத் தொகுதியும் பிரமிப்பூட்டும் விதத்தில் இந்துஸ்தான், மத்திய ஆசியா, ஈரான் முதலிய நாடுகளில் இருந்து

தருவிக்கப்பட்ட ஓவியங்களால் அழகூட்டப்பட்டிருந்தன. சில சுவர் களை குர்ஆன் திருமறைச் செய்யுட்கள் அணிசெய்தன. ஒவ்வொரு பாதையும், முற்றமும், அறைத் தொகுதிகளும் வெவ்வேறு பாணியில் தனிச்சிறப்புடன் அமைக்கப்பட்டிருந்தாலும் சிலவற்றில் வில் வளைவு அமைப்பு, செதுக்கப்பட்ட தூண்கள், சிலவற்றில் பால்கனிகள் என்றி ருந்தாலும் மொத்தத்தில் அவற்றிடையே ஒரு இணக்க நிலை இருக்கத் தான் இருந்தது.

மெஹர் இனியும் தன் வீட்டின் தலைவியல்ல. அந்தப்புரத்தில் கடல்போல் பரவியுள்ள கணக்கற்றப் பெண்களில் அவளும் ஒருத்தி. அங்கே கவனத்தை ஈர்க்கக் கூடிய தனிச்சிறப்பு வாய்ந்த பெண்கள் பலர் இருந்தாலும், வயதில் மூத்தவர்கள் மட்டுமே தன்னுரிமையுடன் இயங்கிக் கொண்டிருந்தனர்.

மெஹர் தற்பொழுது, முன்னாள் பேரரசர் அக்பரின் வயதான மனைவியருடன் வாழ்ந்து வந்தாள். அந்த முதிய பெண்மணிகளில் ஜஹாங்கீரின் தாயும், சிற்றன்னைமார்களும் இருந்தனர். அவர் களோடு தற்போதைய பேரரசரின் மனைவியரும், ஆசைநாயகிகளும் இருந்தனர். அவர்கள் எல்லாருமே பேரரசின் பல்வேறு பகுதிகளைச் சேர்ந்த அரசகுடும்பத்துப் பெண்களாவர். மத்திய ஆசியா, ஈரான், ஆப்கானிஸ்தான் போன்ற அண்டை நாடுகளைச் சேர்ந்த பெண் களும் இருந்தனர். திருமணத் தொடர்புகள் மூலம் இப்படியொரு இணைவமைப்பை ஏற்படுத்திக் கொள்வது பேரரசரின் அதிகாரத்துக் கும், பேராவலுக்கும் அவசியமாக இருந்தது. மண்டலாதிபதிகள் மற்றும் பன்னாட்டு அரசர்களின் மகள்களும் சகோதரிகளும் அந்தப் புரத்தில் இடம்பெறுவதன் மூலம் விசுவாசமான ஒரு வலையமைப்பு உருவாக்கப்பட்டு விடுகிறது. இந்திய முகலாயப் பெருங்குடிப் பெண் களும், வடமேற்கு இந்தியாவின் இராஜபுத்ர குலபதி ஒருவருடைய பெண்ணும், காஷ்மீர், கந்தேஷ், காபூல், பிக்கானீர் மற்றும் காக்கர் அரச குடும்பத்துப் பெண்களும் பேரரசரின் மனைவியருள் அடக்கம். திபெத்திய அரசர் ஒருவரின் மகளும், ஜஹாங்கீரின் மனைவியரில் ஒருத்தியாவாள். அந்தப்புரத்துப் பெண்களில் பலரும் மெஹரைப் போலவே புகழ்பெற்ற குடும்பத்தில் இருந்து வந்தவர்கள் தாம். எல்லாருமே பேரரசரின் தேவைகளைப் பூர்த்தி செய்வதோடு, ஏதோ ஒருவகையில் பேரரசுக்குப் பணியாற்றுகிறவர்களாகவும் இருந்தனர். நாட்டுக்காகத் தங்கள் மகன்களை அவர்கள் அர்ப்பணித்தார்கள், அரசருக்கு ஆலோசனை கூறவும் செய்தார்கள், ஆண்கள் இல்லாத நேரத்தில் நிர்வாகப் பொறுப்பைத் தாங்களே ஏற்றார்கள் அல்லது தோழமை உணர்வைப் பராமரித்தார்கள்.

வயதில் இளைய மகன்களும், மகள்களும் தங்கள் தாய்மார் களுடன் வசித்தனர். ஜஹாங்கீரின் ஆசைநாயகி ஒருத்தியின் மூன்று

வயது மகனான ஷாரியர் தன் தாயுடன் வசித்தது போன்று. பதின் பருவத்தில் இருந்த பையன்களுக்கு அந்தப்புரத்திலேயே தனி அறைத் தொகுதிகள் ஒதுக்கப்பட்டிருந்தன. வளர்ந்தவர்கள் திருமணம் அல்லது நிர்வாகப் படிநிலை மூலம் அடையாளம் காணப்பட்டு, வெளியில் தங்களுக்கான வசதிகளுடன் இருந்தார்கள். அவர்களுக் கென்று தனி குடும்ப அமைப்பு ஏற்பட்டு விடுகிறதே. ஜஹாங்கீருக்கு இராஜபுத்ர மனைவி மூலம் பிறந்த இளவரசர் குர்ரம் பதினாறு வயதினராய், மெஹர் வந்தபோது இளமைப் பருவத்தில் இருந்தும் மேலும் ஐந்து வருடங்கள் அங்கேயே தங்கியிருந்தார். பேரரசரின் பாலூட்டும் தாதியரும், வளர்ப்புத் தாய்மார்களும் அவர்களுடைய குடும்பங்களும் அந்தப்புரத்திலேயே தங்கிக் கொண்டனர்.

அரசகுடும்பத்தினரின் தேவைகளைக் கவனித்துக் கொள்ள, ஆக்ரா அந்தப்புரத்தில் ஒரு பணியாளர் குழுவும் இருந்தது. பேறு காலப் பணியாளர்கள், நகல் எடுப்பவர்கள், விளக்கேற்றுபவர்கள், வேலைக்காரச் சிறுவர்கள், உணவுத் தேவைகளைக் கண்காணிப்ப வர்கள், வாயிற்காப்போர்கள், எண்ணெய் தயாரிப்பவர்கள், சமையற் காரர்கள், தையற்காரர்கள், பல்லக்குச் சுமப்பவர்கள், சோதிடர்கள், நறுமணப்பொருட்களைத் தயாரிப்பவர்கள், நெசவாளிகள், தோல் பதனிடுபவர்கள், கொல்லத்துக்காரர்கள் என்று பல்வேறு பல்வேறு பணித்திறத்தினர். அத்துடன், அரசகுடும்பத்துப் பெண்களின் தனி முறையான தேவைகளைக் கவனிக்கவும், அவர்களுடைய குழந்தை களை வளர்ப்பது, குளிப்பாட்டுவது, உடை அணிவிப்பது அவர் களுடைய உடலுக்கு ஊறு நேராவண்ணம் அவர்களைப் பாது காப்பது, பெண்களின் குளியலுக்குத் தேவையானவற்றை ஆயத்தம் செய்வது, அவர்களுடைய ஹுக்காக்களை நிரப்புவது போன்ற பணிகளைச் செய்யவும் பெண்கள் இருந்தனர். அந்தப்புரத்துப் பெண் கள் தங்களோடு உடனிருப்பவர்களுடன் நெருக்கமான நட்பை வளர்த்துக் கொண்டனர். மெஹரின் தாய் அஸ்மத் போன்ற உயர் குடிப் பிறந்த பெண்கள், அக்பர் ஏற்படுத்தியிருந்த விதிகளின்படி அந்தப்புரத்துக்கு வந்து செல்ல முடிந்தது.

அந்தப்புரம், சிலவகை முறைகளில் பெண்களுக்கு வியப்பூட்டும் வாய்ப்புகளை வழங்கியிருக்கிறது. நெடிதுயர்ந்த மதில்களின் பின்னே விரிந்து பரந்த அறிவெல்லைகள். மூத்த பெண்மணிகளைப் பேரர சரும் அரசவை அதிகாரிகளும் அழைத்து ராஜிய விவகாரங்களில் அவர்களுடைய ஆலோசனையைக் கேட்டனர். இந்தக் குலத்தலைவி கள் அரசகுடும்பத்து இளம்பெண்களுக்கு செயல்முறை குறித்து அறிவூட்டினர். இளவரசர்களின் விவகாரங்களிலும் தலையிட்டு சலீமின் விசயத்தில் பயன் விளைவை ஏற்படுத்தியதுபோல் அவர் களைக் காப்பாற்றினர். அரசியலில் செல்வம், தகுதி இவற்றுக்காகக் கொள்ளப்படும் பேராவல், இரகசிய சதி, ஒன்றைச் செய்வதற்கோ

பெறுவதற்கோ கொள்ளும் பெருவேட்கை இவையெல்லாம் அந்தப்புரத்தில் வளர்ச்சி கண்டு, அரசவை விவகாரங்களில் இறுகக் கோத்துப் பின்னிக் கொண்டுவிடும். இங்கேதான், ஆட்சியை எதிர்த்துக் கலகம் செய்வது போன்ற குற்றச் செயல்களில் ஈடுபட்ட உடன் பிறவாச் சகோதரர்கள் ஒளிந்துகொண்டு விடுவார்கள். அக்பரின் காலத்தில் அப்படி நடந்திருக்கிறது. இங்கே தான் சதித் திட்டங்கள் தீட்டப்படுகின்றன, சமயத்தில் அவை குளறுபடியாகி விடுவதும் உண்டு, தந்தை ஜஹாங்கீருக்கு எதிராகக் கிளம்பிய குஸ்ரா தோல்வி கண்டது போன்று.

பெண்கள் தங்களை மேம்படுத்திக் கொள்ள ஆற்றல்மிக்க வழிகள் இருக்கவே செய்தன. பேரரசின் ஆவணங்கள் பலதும் அந்தப்புரத்தில் கட்டுக்காவல் மிக்க இடங்களில் பாதுகாப்பாக வைக்கப்பட்டன. அரசகுடும்பத்துப் பெண்கள் அவற்றைப் படித்து அவற்றின் நுட்பவிபரங்களில் மகிழ்வதுண்டு. சிலர் அந்த ஓலைச் சுவடிகளில் தங்கள் பெயர்களைப் பொறித்து, அவற்றுக்குச் சொந்தம் கொண்டாடினர். பெண்கள் கவிதைகளும், வசனங்களும் எழுதினார்கள். அவர்கள் தனிமுறையிலான விசயங்களையும், அரசியல் தொடர்பானவைகளையும் விவாதித்தனர். உலக விவகாரங்களைத் தனது சொந்த அறிவு உணர்வுக்கேற்ப அலசி ஆராயும் கருத்துவளம் மிக்க இடமாக அந்தப்புரம் இருந்தது.

அங்குள்ள பெண்கள் வலுவான விருப்பங்களுடனும், உள்ளார்ந்த அக்கறையுடனும் மனிதர்களோடு முரண்பட்டார்கள். அந்தப்புர வாழ்க்கையின் மையமாக பேரரசர் இருந்தாலும், எதையும் தொடங்க அவரையே அவர்கள் எதிர்பார்த்துக் கொண்டிருப்பதில்லை. அவர் எல்லாரையும் அடக்கியாளவோ, அவர்களுடைய கற்பனையை ஆக்கிரமிக்கவோ முயல்வதில்லை. அதேசமயம் புதுவழி காணும் இளம் பெண்கள் தங்கள் தனிப்பட்ட ஆவலைப்பூர்த்தி செய்து கொள்கிற இடமல்ல அது. ஆனால், அந்தப்புரத்துப் பெண்கள் ஆகாயத்து நட்சத்திரங்களைக் கவனித்தும், பாய்ந்தோடும் யமுனை ஆற்றைப் பார்த்துக் கொண்டும், ஹுக்கா பிடித்தபடி தங்கள் பாதங்களைக் குளிர்ச்சியான நீரூற்றில் நனைத்துக் கொண்டும் மகிழ்ச்சியடையலாம்.

ஜஹாங்கீரின் தாய், சிற்றன்னைகள் என்று மூன்று மூத்த பெண்மணிகள் மெஹரை அன்புடன் ஆதரித்து, பாதுகாப்பவர்களாக இருந்தனர். ஆதியில் மெஹரின் கணவன் குலியின் எசமானனாக இருந்த ரஹீமின் சிற்றன்னை சலீமா பேகம் அம்மூவரில் ஒருவர் ஆவார். அவர் பாபரின் பேத்தி. தன்னுடைய முதல் கணவர் இறந்ததும் அக்பரை மணந்து கொண்டார். சிறந்த மதியூகியும், நுண்ணுணர்வும் கொண்ட சலீமாவுக்கு வழிகாட்டும் துணையாக விளங்கினார்.

அக்பரின் முதல் மனைவியான ருகையா பேகம் அந்தப்புரத்தின் மற்றொரு முதுநிலைப் பெண்மணி ஆவார். இவர் மெஹரைப் பாது காத்ததோடு, அவளுக்கு ஆலோசனை வழங்கவும் செய்தார். ருகை யாவிற்குக் குழந்தைகள் இல்லை. ஆனால், ஜஹாங்கீரின் பிரியத் திற்குகந்த மகன் குர்ரமை இவர் வளர்த்தார்.

ஜஹாங்கீரின் சுயவரலாற்றுக் குறிப்புகளில் அவருடைய தாய் ஹர்க்கா என்கிற மர்யம் ஸமாம் (இராஜபுத்ர அரசி) வசம் மெஹ ரைப் பராமரிக்கும் பொறுப்பு ஒப்படைக்கப்பட்டதாகப் பதிவு செய்யப்பட்டிருக்கிறது.

அரசகுடும்பத்து மூத்த பெண்களின் பாதுகாப்பு மெஹரின் நிலையை உயர்த்தியது. கியாஸின் மகள் என்கிற முறையில் மெஹரின் தகுதி நிலையை அரசும், பேரரசர் தொடர்பானவர்களும் ஏற்றுக் கொண்டதையே இது குறிக்கிறது. இத்தனை நூற்றாண்டுகாலத்திலும் சில ஐரோப்பிய நூலாசிரியர்கள் குறிப்பிட்டு வந்தது போல் அவள் ஒன்றும் 'காலம் கடந்து வந்ததால் காத்திருப்பில் வைக்கப்பட்ட பெண்மணி அல்ல?'

வியப்பூட்டும் முகலாய சாம்ராஜ்யத்தின் மரபுவழி நெறி முறை கள் காக்கப்படுவதற்கு அரசவை ஆண்களும் பெண்களும் அதி முக்கியத்துவம் கொடுத்திருந்தனர். நாடோடிகளைப் போல் இடம் விட்டு இடம் போய்க் கொண்டிருந்த முதல் இரண்டு முகலாய அரசர்கள் காலத்திலும், விதிமுறைப்படியான அந்தப்புரம் இல்லாத நிலையில் பெண்கள் பேரரசரோடு சில நேரம் உடன் சென்றபோதும், அவர்கள் கீழ் நிலைப்படுத்தி, தனியாகப் பிரித்தே வைக்கப்பட்டார் கள். இயல்புக்கு மாறான எந்த நடத்தையும் வழக்கம் மீறிய ஒன்றாகவே கருதப்பட்டது.

1519இல் முதல் முகலாய அரசரான பாபர் காபூல் அருகே தனது பரிவாரங்களுடன் முகாமிட்டிருந்த பொழுது, ஹலூல் அனிகா என்ற பெண் (அரச குடும்பத்தைச் சேர்ந்தவள்) அவருடைய முகாமிற்கு வந்து, பாபருடனும் அவருடைய ஆட்களுடனும் குடித் தாள். பேரரசர் தம்முடைய நாட்குறிப்பில் அவள் ஆண்கள் மத்தி யில் வந்தமர்ந்ததும், அவளுடைய நடவடிக்கைகளும் தம்மை இரு மடங்கு வியப்பிலாழ்த்தி விட்டதாகக் குறித்திருக்கிறார். ஒரு பெண் ஒயின் குடிப்பதை அவர் அதற்கு முன் பார்த்ததில்லை. அவர் வெளிப்படையான உணர்வுகொண்ட ஒரு நாடோடிக் கவிஞன்தான். ஆனால், இன்னமும் பெண்கள் தங்களுக்குரிய இடத்தில் இருந்து கொள்ள வேண்டும் என்றே அவர் எதிர்பார்த்தார். பெண்கள் வெளி யுலகத் தொடர்பில் இருந்து தங்களைப் பாதுகாத்துக் கொள்ளும் மற்றப் பெண்களோடு இருந்துகொள்ள வேண்டும் என்பதே அவரு டைய விருப்பம்.

ஒரு சமயம் அக்பர், அரச குடும்பத்துப் பெண்கள் தனி ஒதுக்க மான இடத்தில் (அந்தப்புரம்) வைக்கப்பட வேண்டும் என்று உத்தர விட்டிருந்தார். குலத்தலைவி அல்லது குடியின் தலைமைப் பொறுப் பில் உள்ள பெண்ணின் பெயர் மட்டுமே அதிகாரபூர்வ ஆவணங் களில் இடம்பெறலாம் என்பதும் அந்த உத்தரவில் கண்டிருந்தது. அரச குடும்பத்துப் பெண்களின் புனிதமும், கண்ணுக்குப் புலனாகா திருக்கும் தன்மையும் ஊறுபடாதிருக்க, அவர்களுடைய பெயர்கள் அரசு ஆவணங்களிலும் இடம்பெற வேண்டாம் என்று அவர் கருதியிருக்கக் கூடும். அக்பரின் ஆட்சி பற்றி விவரிக்கும் 'அக்பர் நாமா' என்கிற தொடர் வரலாற்றில் தாம் பெரிதும் விரும்பியிருந்து பெற்ற மகன் ஜஹாங்கீரின் தாயான தம் மனைவி ஹர்க்காவின் பெயரைக் குறிப்பிட அவர் அனுமதிக்கவில்லை. அவள் பிறந்த இராஜபுத்ர நாட்டுப் பகுதியிலும் சரி, அவள் மணம் முடித்துக் கொடுக்கப்பட்ட முகலாய வம்சத்திலும் சரி – ஹர்க்காவின் காலத்துப் பெண்களுக்குத் தனி அடையாளம் இருந்திருக்கவில்லை. அவர்களுடைய பெயர் சர்வ சாதாரணமாகத் துடைத்தழிக்கப் பட்டது.

* * *

ஜஹாங்கீர் பல பெண்களிடம் ஈடுபாடு கொண்டிருந்தார், அவர்களைப் பற்றிய விபரங்களைப் பெயர் உட்பட அவர் எழுதி வைத்திருந்தார். ஹர்க்கா, ருகையா, குல்பதான், சலீமா இவர்களிடம் மிகுந்த பாசம் உடையவராயிருந்தார். அவர்கள் தாமே செயல்களை நிகழ்த்தும் திறன் படைத்தவர்கள், சூழ்நிலையைத் தங்கள் கட்டுப் பாட்டில் வைக்கக்கூடியவர்கள் என்று தம்முடைய சுயவரலாற்றில் அவர் குறிப்பிட்டிருக்கிறார். தம் தந்தையிடம் அவர் கருத்து வேறு பாடு கொண்டு பிரிந்திருந்த காலத்தில் அவருடைய சார்பாகவே அவர்கள் செயல்பட்டார்கள். தம்முடைய மனைவிகளிலேயே மன் பாய் மீது அதிகப் பிரியம் வைத்திருந்தார் அவர். அவள் இறந்த பொழுது அவர் வருந்திப் புலம்பியதில் வெளிப்பட்டது அவருடைய பேரன்பு. மரபு வழிக் கதைகளில் ஜஹாங்கீர் தம்முடைய இரண் டாவது மனைவி ஜகத் கொஸெய்னிடம் நெருக்கமாக இருந்ததாகக் கூறப்பட்டிருக்கிறது.

ஜஹாங்கீரின் மனைவிகளின் எண்ணிக்கையில் பல எழுத்தாளர் களும் கவனம் செலுத்தவில்லை என்றே தோன்றுகிறது. ஜஹாங்கீர் ஆட்சிக்காலத்தில், அரசுத் தூதராக இங்கிலாந்தில் இருந்து வந்த தாமஸ் ரோ பேரரசருக்கு ஓராயிரம் மனைவியர் இருந்ததாகக் கருதி னார். ரோவின் சமய குருவான எட்வர்டு டெர்ரி குறிப்பிடும் எண்

ணிக்கை, 'மனைவியர் நான்கு... அத்துடன் ஆசைநாயகிகள் இதர பெண்கள் என்று பலர்.' ரோ அவர்களோடு உடன் வந்திருந்த கடலோடியான வில்லியம் ஹாகின்ஸ், 'பேரரசருக்கு முந்நூறு மனைவிகள் இருந்தனர், அவர்களில் நான்கு பேர் மட்டுமே பட்டத் தரசிகள்' என்று பதிவு செய்திருக்கிறார். இருபதாம் நூற்றாண்டைச் சேர்ந்த வரலாற்றாளர் ஒருவர், 'ஜஹாங்கீர் ஒரு சிற்றின்பப் பிரியர், அழகும் இளமையும் பொருந்திய முந்நூறு பெண்கள் அவருடன் படுக்கையைப் பகிர்ந்து கொண்டார்கள்' என்று எழுதியிருக்கிறார். நவீன காலத்தில் இது புரிந்துகொள்ள முடியாத ஒன்று.

ஜஹாங்கீர் தம்முடைய மனைவிகள், குழந்தைகள் பற்றித் தாமே ஒரு பட்டியல் தயாரித்து வைத்ததோடு, தமது திருமணங்களுக்கு இருந்த அரசியல் முக்கியத்துவத்தையும் அவர் அழுத்தம் திருத்த மாகக் குறிப்பிட்டிருக்கிறார். அவருடைய கணக்குப்படி பத்தொன்பது மனைவியர் அவருக்கு. ஆம்பர் என்கிற ராஜஸ்தான் நிலப்பகுதியைச் சேர்ந்த இளவரசி மன்பாய் தான் அவருடைய முதல் மனைவி. 1585 பிப்ரவரியில் ஜஹாங்கீர் அவளை மணந்துகொண்ட பொழுது அவளுடைய வயது பதினாறு. அவர்களுக்கு ஒரு பெண்குழந்தையும், ஒரு மகனும் இருந்தனர். மெஹர் ஆக்ரா வருவதற்கு மூன்று ஆண்டு கள் முன்பே, மன்பாய் தன் மகன் குஸ்ரா செய்த கலகத்தின் விளை வாக அவனுக்கு என்ன நேருமோ என்ற அச்சத்தில் தற்கொலை செய்து கொண்டாள்.

ஜகத்கொஸெய்னும் இராஜபுத்ர இளவரசிதான். ஜஹாங்கீர் தம்முடைய முதல் திருமணம் நடந்த மறுஆண்டில் அவளை மணந் தார். அவள் மூலம் பிறந்த குர்ரம் அவருடைய செல்லப்பிள்ளை. 'அவனுடைய வருகையால் உலகம் ஆனந்த மயமானது' என்று அவர் குறிப்பிட்டிருக்கிறார். அதே ஆண்டில் திபெத்திய அரசரின் மகளை ஜஹாங்கீர் மணம் செய்து கொண்டார். அவருடைய மற்றொரு மனைவி பெயர் சாஹிபு ஜமால். ஜஹாங்கீர் அவளை 'அழகான இல்லத் தலைவி' என்பார். அவள் மூலம் அவருக்குப் பிறந்த மகன் பெயர் பர்வேஸ் ஆகும். ஒரு இராஜபுத்ர மனைவி இரண்டு பெண் குழந்தைகளைப் பெற்றாள். ஜஹாங்கீருக்குப் பல்வேறு உறவுகள் மூலம் பல குழந்தைகள் பிறந்திருந்த போதும், அநேகக் குழந்தைகள் சிசுக்களாகவே இறந்து போயினர். அவருடைய பெயர் குறிப்பிடப் படாத ஆசைநாயகியருக்குப் பிறந்த இரண்டு மகன்கள் உயிரோடு இருந்தனர். அவர்களுள் ஒருவர்தான் ஷாரியர். ஜஹாங்கீர் அரி யணையேறிய ஆண்டில் பிறந்தவர் இவர்.

1608ஆம் ஆண்டில் (சற்று முன்பாகவோ பின்பாகவோ) மெஹர் ஆக்ராவுக்கு வந்தபிறகு மேலும் இரண்டு பெண்களை ஜஹாங்கீர்

மணந்து கொண்டார். அவர்களுள் ஒருத்தி மான்சிங்கின் பேத்தி ஆவாள். (வங்காள ஆளுநராக இருந்து அவரால் பதவி நீக்கம் செய்யப்பட்டவர்). மற்றொரு பெண் பந்தள இனக்குழுவைச் சேர்ந்தவள். அந்த இனக்குழுவின் தலைவன் இராஜபுதன சிற்றரசுகள் பலவற்றை ஆண்டவன், பேரரசரிடம் போரிட்டுத் தோற்றபின், தன் மகளை அவருக்கு கொடுத்து நேசம் பாராட்டினான்.

ஜஹாங்கீரின் வாழ்வில் பல பெண்கள். அவர்கள் மட்டுமீறிய கட்டுப்பாடுகளுக்குட்பட்டே அவருடைய அந்தப்புரத்தில் வாழ்ந் திருக்கிறார்கள். அவர் எப்போது, யாருடன் இருப்பார், யாரோடு குழந்தை பெற்றிருப்பார். எத்தனை குழந்தைகள் என்பதெல்லாம் எந்த ஒழுங்கிற்குட்பட்டும் இருக்கவில்லை. எந்த அளவிற்கு ஒரு பெண்ணை அவர் ஆதரித்திருப்பார் அல்லது யாரிடம் அவருக்குப் பிரியம் அதிகம் என்பதையும் கூறமுடியாது. அந்தப்புர வாழ்வில் உள்ள வலிகள், பொறாமைகள், அவர்களுடைய காதல், செல்வாக்கு, மன அமைதிக்கானத் தேடல் பற்றியெல்லாம் கருத்தாளும் திறனுடன் சொல்வன்மையோடு குல்பதான் எழுதியிருந்தாலும், நாம் அவற்றை முழுமையாய் அறிவதற்கில்லை.

* * *

அந்தப்புரத்தின் படிநிலை சார்ந்த அமைப்பு, அறிவார்ந்த செயல்களில் மகிழ்ந்து ஈடுபடுதல், பண்பாடு இவை மெஹரிடத்தில் ஆர்வத்தை உண்டுபண்ணியிருக்குமா, சிறைப்பறவையாகிவிட்ட நிலையில் அவளுடைய உணர்வுக் கிளர்ச்சி எத்தகையது என்பதை யெல்லாம் சொல்வது சாத்தியமில்லை. அந்தப்புர வாழ்க்கை அவளு டைய மகளை எந்த அளவுக்குப் பாதித்திருக்கும் என்பதைச் சொல்வதும் இயலாத ஒன்று. காரணம், லாட்லி சில காலம் தன் தாயுடனும், சில காலம் தன் பாட்டனாருடைய மாளிகையிலும் தங்கியிருந்திருக் கிறாள். நூற்றுக்கணக்கான பெண்களோடு தானும் ஒருத்தியாய் அந்தப்புரத்தில் இருந்த மெஹர், எப்படி ஜஹாங்கீரின் மொத்தக் கவனத்தையும் தன்பால் ஈர்த்து, அவருடைய இதயத்தைத் தன்னு டையதாக்கிக் கொண்டாள் என்பது விளங்காத புதிர்.

ஜஹாங்கீர் ஆட்சியதிகாரம் பெற்ற ஆறாவது ஆண்டில், 1611 மே 11ஆம் நாள் பேரரசர் மெஹரைத் திருமணம் செய்து கொண்டார். அவளுக்கு மதிப்பு தரும் விதமாய் 'நூர்மஹால்' என்று பெயர் சூட்டினார். இதன் பொருள் 'அரண்மனையின் ஒளி' என்பதாகும். பின்னர் தம் பெயருக்கேற்ப அவளுடைய பெயரையும் 'நூர்ஜஹான்' (உலகத்தின் ஒளி) என்று மாற்றியமைத்தார். அவர்களுடைய திரு மணம் பற்றி பல கதைகளைப் பலரும் வெளியிட்டிருக்கலாம்.

ஆனால், ஜஹாங்கீரிடம் இருந்து எந்த விளக்கமும் கிடையாது. 'ஜஹாங்கீர் நாமா' என்கிற நூலில் அவருடைய வாழ்வின் அநேக நிகழ்ச்சிகள் பதிவு செய்யப்பட்டிருந்தாலும், இந்த நிகழ்வுகள் பற்றி எதுவும் குறிப்பிடப்படவில்லை. 'செம்மஞ்சள் நிறத்தில் ஆந்தையின் தலையளவிலான கனிகளைத் தம்மிடம் மண்டி யிட்டு இறைஞ்சுபவர்கள் கொண்டு வந்து தமக்குக் காணிக்கையாக்கு வார்கள்' என்றும், 'வெங்காய நிறத்தில் மாணிக்கக் கற்களைத் தமது முன்னிலையில் விரும்பிச் செலுத்துவார்கள்' என்றும் பலவற்றை அவர் குறிப்பிட்டிருக்கிறார். தம்முடைய மகன் குர்ரத்தின் படி நிலையை உயர்த்தியது பற்றியும், தாம் இரத்தினப் பரீட்சை செய்தது (மாணிக்கக் கற்களைச் சோதித்தறிதல்) பற்றியும் அவர் குறிப்பிட்டி ருக்கிறார். ஆனால், மெஹருடனான தமது திருமணத்தைப் பற்றி ஒரு வார்த்தையும் அவர் குறிப்பிட்டிருக்கவில்லை.

எனினும், மெஹரின் குடும்பத்தாருடன் தமக்கிருந்த பல தொடர்புகள் குறித்துத் தெரிவித்திருக்கிறார் அவர். குஸ்ராவின், ஆட்சிக்கெதிரான கலகம் அவருக்குப் பெரிய சவாலாக இருந்தி ருக்கிறது. ஆனால், கியாஸின் மகன் முகம்மது ஷெரீஃபின் ராஜ துரோகக் குற்றத்தைக் கருத்தில் கொண்டு அவர் கியாஸிற்கும், கியாஸின் குடும்பத்திற்கும் எதிராக எந்த நடவடிக்கையும் மேற் கொள்ளவில்லை. உண்மையில், 1607 தொடக்கத்தில் இளவரசர் குர்ரத்திற்கு மெஹரின் மருமகளுடன் (சகோதரன் அஸஃபின் மகள்) திருமண ஒப்பந்தம் நடந்திருக்கிறது. மெஹர் அந்தப்புரத்தில் இடம் பெற்றதே அரசகுடும்பம் அவளிடம் எந்த வேற்றுமையும் பாராட் டாமல் அவளோடு ஒத்திசைவு கொண்டதற்கான அடையாளம் எனலாம்.

1608இல் ஜஹாங்கீர் அரச குடும்பத்துப் பெண்கள் சிலருடன் ஆஸஃப்கானின் வீட்டுக்குச் சென்றதை மற்றொரு அறிகுறியாகக் கொள்ளலாம். திருமண நிச்சயத்தை முன்னிட்டு அன்றைய இரவை அஸஃபின் வீட்டில் அவர் கழித்தது அவர்கள் உறவினராகி விட்டதைக் குறிக்கும். அஸஃப் அவருக்கு பல லட்ச ரூபாய் மதிப்பில் அன்பளிப் புகளை வழங்கியதும் கவனத்தில் கொள்ளத்தக்கது. அவை விலை மிக்க ஆபரணங்கள், வைரங்கள் பதித்த அணிமணிகள், வினைமுறை நிகழ்ச்சிகளில் அணியக்கூடிய மேலங்கிகள், யானைகள், குதிரைகள் என்று பலவாகும். மாணிக்கக்கற்கள், முத்துக்கள், பட்டாடைகள், சீனத்தில் இருந்து தருவிக்கப்பட்ட பீங்கான் பொருட்கள் இவையும் பரிசாக்கப்பட்டன. ஜஹாங்கீர் மெஹரின் தந்தைக்கு ஒரே ஆண்டில் இருமுறை (1611இல்) படிநிலை உயர்வு வழங்கியிருக்கிறார். கியாஸின் நேர்மை, பணித்திறம் இவற்றைக் கருத்தில் கொண்டு ரூ.5000

சன்மானம் வழங்கியிருக்கிறார். பேரரசர் பிற்பாடு கியாஸ்பெக்கின் பதவியை வஸீர் என்கிற அளவிற்கு உயர்த்தினார். ('வஸீர்' என்பதற்கு உறுதுணையாளர் என்று பொருள். ஒரு அமைச்சரை வஸீராகக் குறிப்பிடுவதும் உண்டு)... அரசின் நிதிவிவகாரம், நில ஒப்படைப்பு, வரிவசூல் இவற்றை நிர்வகிக்கும் பொறுப்பு வஸீருடையது. இந்தப் பதவியைத் தாம் இறக்கும் வரை கியாஸ் வகித்திருந்தது குறிப்பிடத் தக்கது.

குஸ்ராவின் கலகத்தால் அதிர்ச்சியுற்ற ஜஹாங்கீர் தமக்குச் சாதகமானத் தொடர்புகளை வலுப்படுத்திக் கொண்டதோடு, பழையனவற்றைப் புதுப்பித்துக் கொள்ளவும் செய்தார். தம்முடைய அதிகாரத்தை உறுதிப்படுத்திக் கொள்ள இத்தகைய உத்தியை அவர் கடைப்பிடிக்க வேண்டியிருந்தது. கியாஸ்பெக்கைப் போல் புகழும் முக்கியத்துவமும் உடைய குடும்பங்களுடன் நல்லுறவைப் பராமரிப்பது அவசியமாயிற்று. தம் அதிகாரிகளின் சிறப்புரிமைகளை ஒரு வரம்புக்குள் கொண்டுவந்தார் அவர். அரசருக்குரிய அதே நடைமுறைகளை ஒரு மாகாண ஆளுநரும் கைக்கொள்வதைத் தவிர்க்க அரசாணை ஒன்றை அவர் பிறப்பித்தார். கண்ணைக் குருடாக்குவது போன்ற தண்டனையெல்லாம் கிடையாது.

உதாரணமாக, ஜஹாங்கீர் குஸ்ராவுடனான உறவைச் சீர்படுத்திக் கொண்டாலும் தம்முடைய மகனைத் தொடர்ந்து கண்காணிப்பிலேயே வைத்திருந்தார். தம் வாழ்க்கை மற்றும் அனுபவங்கள் குறித்து தம்மால் எழுதப்படும் விவரத்தொகுப்பில் அரசில் உடனடியாய்க் கவனிக்கப்பட வேண்டிய விவகாரங்கள், தாம் கலந்து கொண்ட பொது நிகழ்ச்சிகள் பற்றிய விவரணைகள், தம்முடைய முந்தைய திருமணங்கள் மூலம் தமக்கு அரசியலில் கிடைத்த ஆதாயங்கள், மன்பாய் இறப்பால் தாம் அனுபவித்த துயரம், இயல்பான உலகம் பற்றிய தமது கருத்துப் பதிவீடுகள் இவற்றை அவர் இடம் பெறச் செய்திருந்தார். ஆயினும், தமது நெருக்கமான, பிரிய மனைவி பற்றிய இனிய நினைவுகளை அவர் பதிவு செய்யவில்லை. அதில் விருப்பமற்றவராகவே அவர் இருந்திருக்க வேண்டும். மெஹர் பற்றி ஒரேயொரு குறிப்புகூட இருந்திருக்கவில்லை. 1614இல் அவருடைய நூல் வடிவிலான நாட்குறிப்பு ஒரு புதிய திருப்பத்தைக் கொண்டு விட்டது. நூரின் செயல்கள் பற்றிய அவளுடைய தனித்திறப் பணி மற்றும் சாதனைகளின் ஆவணமாகவே அது விளங்கியது. உண்மைக்கான நேர்த்தியான அத்தாட்சிகளில் அதுவும் ஒன்றாகி விட்டது. நுட்ப உணர்வுடைய ஒரு தோழியாகவே நூர்ஜஹானை அவர் சித்தரித்திருக்கிறார். தம்மை அக்கறையுடன் பார்த்துக் கொண்ட ஒரு உன்னதப் பிறவி, செயல்திறம் வாய்ந்த ஆலோசகரை, ராஜ

தந்திரியை, அழகியல் உணர்வுடையவரை தாம் என்றென்றும் போற்றும் எழுத்தோவியமாக அவர் வடித்திருந்தார். 1614ஆம் ஆண்டில் இருந்து நூர்ஜஹானைப் பற்றி அவர் எழுதிய எல்லாமே தனிச்சிறப்புடையதும், ஆர்வத்திற்குரியதுமான உறவைப் பற்றியதாகவே இருந்திருக்கிறது. வேறெந்த முகலாய ஆவணமும் ஒரு அரச குடும்பத்துப் பெண்ணைப் பற்றி அப்படியொரு வளமான வர்ணனையை வழங்கவில்லை எனலாம்.

பிரிட்டிஷ் நூலகத்தில் உள்ள 'ஜஹாங்கீர் நாமா' கையெழுத்துப் பிரதி ஒன்றின் குறிப்புரைக்கான பக்கத்தில் ஜஹாங்கீர் 1611 மே மாத இறுதியில் நூர்ஜஹானைத் திருமணம் செய்து கொண்டதாய் குறிக்கப்பட்டிருக்கிறது. ஆனால், அது பேரரசரால் எழுதப்பட்ட குறிப்பு என்று நாம்கொள்வதற்கில்லை. உண்மை நிலை எதுவாயினும், மெஹர், ஜஹாங்கீர் ஒன்றிணைந்தது பற்றி விரிவான விவரங்கள் நிறையவே உண்டு. பதினெட்டாம் நூற்றாண்டின் வரலாற்றாளரான முகம்மது ஹாதியின் தெளிவான மனக்காட்சியை உண்டு பண்ணுகிற பதிவொன்று (உதாரணத்துக்கு).

'... அவப்பேற்றை உண்டு பண்ணிய நாட்கள் ஒரு முடிவுக்கு வந்ததோடு, அவளது நற்பேற்றுக்கான நட்சத்திரங்கள் ஒளிவீசத் தொடங்கிவிட்டன. மணமகளுக்கான அறை தயார் செய்யப்பட்டது, மணமகள் அலங்கரிக்கப்பட்டாள். வேட்கை மேலெழத் தொடங்கிவிட்டது. நம்பிக்கையே மகிழ்ச்சியளிப்பதாய் இருந்தது. மூடிக் கிடந்த கதவுகளுக்கானத் திறவுகோல் கண்டெடுக்கப்பட்டது. உடைந்த இதயங்களை முன்பிருந்த நிலைக்குக் கொண்டு வருகிற ஒன்று கண்டடையப்பட்டது. ஒரு புத்தாண்டுக் கொண்டாட்டத்தின் போது, அரசரின் காதலையும், பிரியத்தையும் அவள் வசீகரித்துக் கொண்டுவிட்டாள்.

9

உயர் அதிகாரம் பெறுதல்

வடமேற்கு இந்தியாவில் அஜ்மீர் நகரத்துக்கு வெளியே மூன்று மைல் பரப்பிற்கு, திறந்தவெளியில் அரசு முகாம் அமைந்திருந்தது. கூடாரங்களின் மேற்கவிகைகள் தையல் பூவேலை செய்யப் பட்டிருந்தன. சில கவிகைகள் தங்கச் சரிகையில் சித்திர வேலைப் பாட்டுடன் காணப்பட்டன. அந்தக் கூடாரங்கள் மெலிதான மரக் கம்புகளாலான கனமற்றச் சட்டங்களை ஆதாரமாய்க் கொண்டவை. நூற்றுக்கணக்கில் வட்டமாகவும், வில்வளைவானதாகவும், செவ்வக வடிவுடையதாகவும் அமைக்கப்பட்ட கூடாரங்கள் அவை. மரச்சட்டங் களை மெழுகுப் பூச்சுடன் கூடிய துணிகள் மூடியிருந்தன. கூடாரத் தின் ஒரு பகுதியை மற்றொரு பகுதியில் இருந்து பிரிக்க, பூப்போல் உருவச் செதுக்கல்களுடன் கூடிய மரத்தடுப்புகள் இருந்தன. உயர மான சிவப்பு நிறத்திரைகள் அந்தப்புரக் கூடாரங்களை அடையாள மிட்டன.

இந்த இடைத்தங்கல் மனையின் பெயர் 'முஅஸ்காரி இக்பால்' (நற்பேற்றுக்கானது) ஆகும். இது ஜஹாங்கீர், நூர்மஹல் மற்றும் அரசவை உறுப்பினர்கள் பலரும் அடுத்த ஆறு ஆண்டுகளின் பெரும்பகுதியை இத்தகைய மனைகளில்தான் கழிப்பார்கள். மேற்கு இந்தியாவின் பல்வேறு பகுதிகளுக்கும் இடம்விட்டு இடம் பெயர்ந்தபடி இருப்பார்கள். 1613இல் இது தொடங்கியது. இந்த நற்பேற்றுக்கான முகாமை எளிதாய் இடம் பெயர்க்கத்தக்க பெரிய நகரம் என்றே கூறலாம். அலைந்து திரிவதில் ஆர்வம் கொண்ட ஒரு அரசரின் ரசனைகளுக்கும், விருப்பங்களுக்கும் இது பொருத்த மானது எனலாம்.

ஆக்ரா, லாகூர் அரண்மனைகளில் போலவே இதுவும் 'நக்கர் கானா' என்கிற பிரதான வாயிலைக் கொண்டதாகும். இது முரசு ஒன்றைக் கொண்டது. முக்கியமானவர்களின் வருகை அல்லது புறப்பாட்டை முரசறைந்து அறிவிப்பார்கள். நுழைவாயிலின் இடது பக்கம் பேரரசுக்குச் சொந்தமானக் குதிரைகளை வைத்துப் பராமரிக் கும் 'லாயம்' இருந்தது. திறந்தவெளியில் குதிரைகளுக்கும் யானை களுக்கும் தனித்தனி அடைப்புகள் இருந்தன. மேற்பார்வை

செய்கிறவர்களுக்கும், பணியாளர்களுக்கும் கூடாரங்கள் இருந்தன. குதிரைச்சவாரிக்குப் பயன்படுத்தப்படும் சேணங்கள், பெரிய ஆணிகள், கயிறு போன்றவற்றை வைப்பதற்கும் தனி அறைகள் அமைக்கப்பட்டிருந்தன. நுழைவாயிலின் வலதுபக்கம் 'தஃப்தார்' எனப்படும் அரசு அலுவலகம் இருந்தது. அங்கே அதிகாரிகள் கணக்குகளையும், வருவாய் விவகாரங்களையும் கவனித்தார்கள். அன்றாடச் செலவுகள் மற்றும் சம்பளம் வழங்குதல் இவையும் அவர்களுடைய பணியில் உள்ளிட்டவைதாம். பல்லக்குகளும், வண்டிகளும், கனமானத் துப்பாக்கிகளும் தஃப்தாருக்கு அடுத்த கூடாரங்களில் இடம்பெற்றிருந்தன.

வருகையாளர்கள் முரசு அமைக்கப்பட்டிருக்கும் பகுதி வழியே சென்று, நிறைய விளக்குகள் ஒளிவிட்டுக் கொண்டிருக்கும் நடைக் கூடத்துக்குள் போய், அங்கிருந்து அரசரைக் காண மக்கள் கூடும் இடத்துக்குச் செல்ல வேண்டும். அங்கேதான் ஜஹாங்கீர் அரசின் நடைமுறை விவகாரங்களைக் கவனிப்பது. உதாரணமாக பதவி உயர்வு அளிப்பது, சடங்குகளுக்குரிய தளர்த்தியான மேலங்கிகளை மற்றும் பரிசுகளை வழங்குவது எல்லாம் அங்கேதான். அதற்குப் பின்னால் முக்கிய நபர்களைச் சந்திப்பதற்கான சிறப்புக் கூடம் இருந்தது. அரசர் அங்கே வைத்து அரசின் இரகசிய விவகாரங்களைக் கையாள்வதோடு, தம் கைப்பட ஆணைகள் அறிக்கைகளை எழுதவும் செய்வார். அவர் பெருங்குடி மக்களைச் சந்திப்பதும் இங்கேதான். இரண்டு கூடங்களுமே மேற்கவிகைகளுடன் கூடியவை. சித்திரவேலைப்பாட்டுடன் கூடிய சிவப்பு, பொன்னிறத் துணிகளால் அலங்கரிக்கப்பட்டவை. விலைமிக்க கம்பளங்கள் தரையை மூடியிருந்தன. அந்தரங்க ஆலோசனைக்கான சிறப்புக்கூடம் ஜஹாங்கீரின் தந்தை அமைத்திருந்த கூடம் போலவே இருந்தது. அது 72 அறைகள் கொண்டது. தரையில் ஆயிரத்துக்கும் மேற்பட்ட விரிப்புகள் விரிக்கப்பட்டிருந்தன. கதவுகளும், அவற்றில் பூட்டுகளும் உரிய முறையில் பொருத்தப்பட்டிருந்தன.

சந்திப்புக் கூடங்களின் பின்னால் அந்தப்புரம் இருந்தது. பேரரசர் முகாமிடும்போது உடன் பயணிக்கிற அத்தனை அரச குடும்பத்துப் பெண்களுக்கும் தனித்தனி கூடாரங்கள் அமைக்கப்பட்டிருந்தன. பேரரசரின் கூடாரத்தைப் போலவே அந்தப்புரத்தையும் காவலர்கள் பாதுகாத்தனர். அந்தப்புரத்துக்கு வலதுபக்கம் பேரரசரின் கூடாரமும், இடதுபக்கம் இளவரசர்களின் கூடாரங்களும் அமைந்திருந்தன. நூரின் தந்தை மற்றும் சகோதரன் ஆஸஃப் போன்ற பெருங்குடி மக்களின் கூடாரங்கள் அரசகுடும்பம் தங்கியிருந்த பகுதிக்கு அருகிலேயே இடம்பெற்றிருந்தன. அவற்றுக்கும் அப்பால் அதிகாரிகளின் கூடாரங்கள் இருந்தன. எதுவுமே பேரரசரின் கூடாரத்தைக் காட்டிலும் உயரமாய் அமைக்கப்படவில்லை.

சமுதாயத்தில் முதன்மையாய் கருதப்பட்டவர்களின் குடியிருப்பு களுக்கு அப்பால் அரசு அதிகார அமைப்பில் எஞ்சியவர்களுக்கு இடம் ஒதுக்கப்பட்டிருந்தது. இந்தப் பிரிவுகளில் கூடுதல் குதிரை களுக்கான கொட்டில்களும், போர்க்கருவிகள் வெடி மருந்துகள் வைப்பதற்கான கிடங்குகளும், பண்டகச் சாலைகளும், பணிப் பட்டறைகளும், சமையலறைகளும், கைவினைஞர்கள், பணியாட்கள், தொழிலாளர்கள், குதிரைப்படையினர், காலாட்படையினர், கனரகத் துப்பாக்கிப்படையினரின் தங்குமிடங்களும் அமைக்கப்பட்டிருந்தன. செவ்வக வடிவிலான முகாமின் புற எல்லையில் இருந்த கூடாரங்கள் பாசறையாகச் செயல்பட்டன.

'நற்பேறு முகாம்' கிட்டத்தட்ட 3,00,000 பேர்களைக் கொண்டி ருந்தது, அரச குடும்பத்தினர், அரசவை உறுப்பினர்கள், சிப்பாய்கள், வேலையாட்கள் என்று.

அஜ்மீரில் உள்ள நற்பேறு முகாமிற்கு 1614ஆம் ஆண்டில் இளவரசர் குர்ரம் வந்திருந்தார். அப்போது இருபத்தியோரு வயது அவருக்கு. சிறப்புக் கூடத்தில் இருந்த தம் தந்தையின் பாதங்களை மரியாதை நிமித்தம் அவர் தொட்டு வணங்கினார். பெருங்குடி மக்கள் சூழ அவையில் அமர்ந்திருந்த ஜஹாங்கீர் தம் மகனை வரவேற்றார். அரசுப்படைகளையும் இளவரசருக்குரிய தரைப் படையையும் வழி நடத்திச் சென்று மேவார் அரசை வென்று கைப் பற்றியதற்காக அரசர் தமது மகனைப் பாராட்டினார். பல கால மாகவே முகலாய அதிகாரத்தை, முகலாயப் பேரரசர்களுக்குக் கீழ்ப் படியாதிருந்ததாயிற்றே மேவார் அரசு! அதற்கு முன் மேவாரைக் கட்டுப்பாட்டிற்குள் கொண்டுவர மேற்கொண்ட முயற்சிகள் பலதும் பலனளிக்கவில்லை. ஜஹாங்கீர் தாமே ஒருமுறை படையெடுத்துச் சென்றும் மேவாரைப் பணிய வைக்க முடியவில்லை. அவர் இளவர சர் சலீமாக இருந்த காலத்தில் நடந்த முயற்சி. ஆனால் இம்முறை, பல மாதங்கள் கொடூரமாய்ப் போரிட்ட பின்பே மேவார் தன் தோல்வியை ஒப்புக்கொண்டது.

இளவரசரும், பேரரசரும், அரசவையின் முக்கிய உறுப்பினர்கள் தொடர அந்தப்புரத்துக்குச் சென்றனர். அங்கே நூர் தனது மாற்றாள் மகனைப் பாராட்டி, இளவரசருக்குச் சிறப்பான உடை வழங்கிக் கவுரவித்ததுடன், கற்கள் பதித்தவாறும், குதிரையும், யானையும் பரிசாக அளித்தார். முகலாயர்கள் பரிசுகளிலும் அவற்றை வழங்கும் முறையிலும் நுட்பமாய் கவனம் செலுத்துகிறவர்கள் என்பதை நூர் அறிவார். அரசியலில் யாருடன் யார் செயலுறவு உடன்பாடு கொண் டிருக்கிறார்கள் என்பதை பகிரங்கமாய் அறிவித்துக் கொள்ளும் ஒரு வழிமுறையாகவே அரச குடும்பங்களில் பரிசுப் பரிமாற்றங்கள் நிகழ்ந்தன. இந்தச் செயல்முறை நுட்பங்களையெல்லாம் நூர் தன்னு டைய அனுபவம் மிக்க தந்தையிடம் கற்றிருந்தார். அவருடைய

தாயிடம் இருந்தும், அந்தப்புரத்தில் அவரது நெறியாளர்களாயிருந்த மூத்த முகலாயப் பெண்களிடம் இருந்தும் இப்படிப் பல மறைமுக மான வழிமுறைகளைக் கையாளக் கற்றார் அவர்.

அந்தப்புரத்தில் நடந்த அந்த நிகழ்ச்சியில் இரண்டு விசயங்கள் மிகவும் குறிப்பிடத்தக்கவை. முதலாவது இளவரசர் குர்ரத்தை வரவேற்றுக் கவுரவித்தது நூர் தானேயன்றி, குர்ரத்தின் தாய் ஜகத்கொஸெய்ன் அல்ல. நற்பேறு முகாமிற்கு பயணம் செய்த அரச குடும்பத்தினரில் ஜகத்கொஸெய்ன் பங்கேற்றிருக்கவில்லை என்றே தோன்றுகிறது. பேரரசருடன் திருமணம் நடந்த மூன்று ஆண்டு களுக்குப் பிறகு நூர், அந்தப்புரத்தில் ஒப்புயர்வற்ற நிலையை அடைந் திருந்தார். குர்ரம் அரசருக்கும் அரசிக்கும் சம்பிரதாய மரியாதை செலுத்தவே தம் தந்தையையும், சிற்றன்னையையும் காண வந்தது.

நூர், தம்முடைய இரண்டாவது திருமணம் நடந்தபின், தொடக்க ஆண்டுகளில் அறிவுநுட்பத்துடன் அரசியல் தொடர்பு களை உருவாக்குவதிலும், அரசு விவகாரங்களைக் கூர்ந்து கவனிப்ப திலுமே தம்முடைய நேரத்தையும் ஆற்றலையும் செலவிட்டுக் கொண்டிருந்தார். ஆனால், தன்னுடைய அன்பை வெளிப்படுத்தும் செயல்கள் மூலமே அந்தப்புரத்தில் முதலில் அவருடைய செல்வாக்கு வளரத் தொடங்கியது. ஜஹாங்கீரின் ஆட்சிக்காலத்தில் அரசவையில் பணிபுரிந்த ஃபரீது பக்காரி குறிப்பிட்டவாறு 'நூரின் பெருந்தன்மை அளவற்றதாகவும், எல்லையற்றதாகவும் இருந்தது.' பக்காரி இராணு வம் நிதித்துறை சார்ந்த திறன்களைப் பெற்றிருந்ததோடு நூலாசிரிய ராகவும் இருந்திருக்கிறார். பெருங்குடி மக்கள், அறிஞர்கள், செல் வாக்குமிக்க முகலாயர்கள் இவர்களின் வாழ்க்கை வரலாற்று அகராதி ஒன்றை இவர் தொகுத்திருந்தார்.

நூருக்காக இவர் ஒதுக்கியிருந்த அத்தியாயத்தில், தம்மைச் சுற்றி யிருந்த அரச குடும்பத்து ஆண்களுக்கும், பெண்களுக்கும் ஆடைகள், ஆபரணங்கள், குதிரைகள், யானைகள் இவற்றுடன் ரொக்கமாகப் பணமும் தம் கைப்பட நூர் வழங்கியதாகக் குறிப்பிட்டிருக்கிறார். ஏராளமானப் பணத்தை ஏழைகளுக்கும் அவர் வாரி வழங்கியிருக் கிறார் என்றும் தெரிவிக்கிறார். யாரேனும் திக்கற்ற பெண்ணொருத்தி, திருமணம் செய்துகொள்ள விரும்பினால் நூர் அவளுடைய திரு மணத்துக்கு ஏற்பாடு செய்து, அவளுக்காக வரதட்சணைத் தொகை யில் ஒரு பகுதியையும் வழங்கிவிடுவார் என்றும் பக்காரி குறிப்பிடு கிறார். இவ்வாறு ஐந்நூறு கதியற்ற பெண்களுக்கு நூர் உதவியிருக் கிறார். அத்துடன் மணப் பெண்ணுக்காக விலை அதிகமற்ற திருமண உடையையும் அவரே வடிவமைக்கவும் செய்தார்.

தம் தோழியர் பலரின் திருமணத்தையும் பேரரசி தாமே முன் னின்று நடத்தியிருக்கிறார். அவர்களை ஜஹாங்கீரின் நாற்பது

வயதுக்குக் குறைவான படைவீரர்களுக்கும், ஊழியர்களுக்கும் மணம் செய்து கொடுத்தார். நாற்பது முதல் எழுபது வயது வரையிலான பெண்கள் தங்களுக்கென்று கணவனைத் தேடிக்கொள்ள அரண் மனையில் இருந்து வெளியேறவும் அல்லது அவர்கள் விரும்பினால் தம்முடனேயே இருந்து கொள்ளவும் அவர் அனுமதி வழங்கினார்.

எல்லாமே அதுவரை மேற்கொள்ளப்படாத நடவடிக்கைகள். அந்தப்புரத்தை வாழிடமாய் கொண்டவர்களில் தாழ்நிலையில் உள்ளவர்களுக்கும், எதிர்ப்பாற்றல் குன்றியவர்களுக்கும் தேர்வுரிமை வழங்கியதன் மூலம் நாம் அழைக்கிற பெண்ணுரிமை இயக்கத்தை அன்றே அவர் நடத்திக் காட்டியிருக்கிறார். பர்த்வானில் வசித்த போது தாம் பின்பற்றிய புனிதரான பஹ்ரம்சக்காவின் செய்தியை அதில் உள்ளடக்கியிருந்தார் அவர். சக்கா கதியற்றவர்களுக்கும், யாசிப்பவர்களுக்கும், வீடற்றவர்களுக்கும் உதவும்படி செல்வந்தர் களுக்கு அறிவுறுத்தியிருந்தார். சக்கா எழுதி வைத்திருந்தபடி அனைத்து அறச்செயல்களையும் நூர் நிறைவேற்றியிருந்தார். அந்தச் சாதனை யைத் தன்னடக்கத்தோடும், பெருந்தன்மையோடும் அவர் நிகழ்த்தி யிருந்தார். அதுவே அவருடைய பலம்.

நூர் பெருந்தன்மையோடு செய்த காரியங்கள் பலரிடம் இருந்து நற்பெயரையும், பாராட்டையும் அவருக்குத் தேடித்தந்தன, முக்கிய மாக ஜஹாங்கீரிடம் இருந்து பெற்றது. அந்தப்புரத்தில் ஒரு ஆற்றல் மிக்க ஆளுமையாக நூர் உருவெடுத்தார். அவருடைய பண்பின் சிறப்பில், பலத்தில் மோகம் கொண்டார் ஜஹாங்கீர். தம்முடைய சுயவரலாற்றில் 1614 ஜூலையில் நூரைப் பற்றி முதல் முதலாய் அவர் இப்படிக் குறிப்பிடுகிறார்: நூர் மீது அவர் கொண்ட பிரியமும், நம்பிக்கையும் மிகத் தெளிவானது. திருமணமாகி மூன்று ஆண்டுகள் கழிந்த நிலையில், நற்பேறு முகாமிற்காக அவர்கள் பயணத்தைத் தொடங்கிய பொழுது ஜஹாங்கீர் கடும் தலைவலி காய்ச்சலில் அவதிப்பட்டார். ஆனால் நாட்டுக்கும், கடவுளின் ஊழியர்களுக்கும் அது அச்சத்தை உண்டுபண்ணிவிடக் கூடாது என்பதற்காக அவர் அதை மறைத்தார். ஜஹாங்கீர் தம்முடைய குறிப்புரையில் ‘எனக்கு மிக நெருக்கமானவர்களுக்கும் நான் நோயுற்றிருப்பது தெரியக் கூடாது என்று மறைத்தேன். மருத்துவர்களிடம் கூட அதுபற்றித் தெரிவிக்கவில்லை. இந்த நிலையிலேயே சில நாட்கள் சென்றன. நான் நூரிடம் மட்டுமே அதைத் தெரிவித்தேன். நூர்ஜஹான் பேகத்தைத் தவிர்த்து வேறெவரும் என்னிடம் அத்தனை பிரியம் வைத்திருக்க முடியாது?' என்று எழுதியிருக்கிறார். பிற்பாடு, அரசர்க் குரிய வழக்கமுறையை ஒட்டி இரகசிய ஆலோசனைக் கூடத்துக்குச் செல்வதற்கு முன், பால்கனியில் நின்று அவர் காட்சியளித்தார். அப்போது அவர் பலவீனமுற்றிருப்பது தெளிவாகத் தெரிந்தது.

உடனே ஹக்கீம்கள் அழைக்கப்பட்டனர். காய்ச்சல் குறையாத நிலையில், மூன்று இரவுகளிலும் நான் வழக்கம் போல் ‘ஒயின் பருகினேன்’. சிறிதளவு உணவு, மருத்துவர்கள் தந்த சூரணங்கள், சர்க்கரையும் பழச்சாறும் கலந்த ‘சிரப்’கள் இவற்றில் உடல்நலம் தேறியது. ஆனாலும் அப்போதிருந்து அவர் அடிக்கடி நோயின் வீச்சுக்குள்ளானார்.

நூரின் செல்வாக்கு அந்தப்புரத்தில் மட்டுமன்றி கணவரிடமும், நிறைவாக அரசு நிர்வாகத்திலுங்கூட அதிகரித்தது. அவருடைய வளர்ச்சிக்கு அவரது குடும்ப உறவுகளும் பெரிதும் துணைபுரிந்தி ருக்கிறது. 1611இல் நூர் ஜஹாங்கீரை மணந்து கொண்டதும் கியாஸ்பெக் அரசின் முதன்மை நிதியமைச்சரானார். அவருடைய குடும்பம் உண்மையிலேயே செல்வவளம் மிக்கதாய் மாறிவிட்டது. 1612இல் கியாஸின் பேத்தி அர்ஜுமண்ட் இளவரசர் குர்ரத்தின் பிரியமான இரண்டாவது மனைவியானாள். அந்தப் பெண்ணின் தந்தையான ஆஸஃப்கான் அரசின் செயல் முகவர் பணியிலமர்த்தப் பட்டார். அரச குடும்பப் பராமரிப்பு, கருவூலங்கள், நாணயச் சாலை கள், கட்டுமானச் செயல் திட்டங்கள் இவற்றுக்கு அவரே பொறுப் பாக இருப்பார். கியாஸின் படித்தரத்தில் மேலும் ஒரு உயர்வைப் பேரரசர் அவருக்கு வழங்கினார். சில ஆண்டுகளுக்குப் பிறகு லாகூரின் ஆளுநர் என்கிற சிறப்பும் அவரை வந்தடைந்தது. அத் துடன் ஆஸஃப்கான் அரசவையின் பிரதான அமைச்சராக்கப்பட் டார். தனியாக எந்தத் துறையையும் அவர் கவனிக்கிற அவசிய மில்லை. அரசவையின் மூன்று முக்கியக் கடமைப் பொறுப்புகளில் அதுவும் ஒன்றாகும். நூரின் இளைய சகோதரர் பீகார் மாநில ஆளுநராக்கப்பட்டார்.

முகலாய உலகம் அதுவரை கண்டிராத அதிகாரக் குவிப்பு அது. நிதித்துறை, உளவுத்துறை, இராணுவத்துறை என்கிற மூன்று முக்கிய அதிகாரப் பொறுப்புகளை நூரின் தந்தையிடமும், சகோதரர் களிடமுமே அரசர் ஒப்படைத்திருந்தார். 1620இல் நூரின் விரிவாக்கம் பெற்ற குடும்பம் லாகூர், காஷ்மீர், வங்காளம், ஒரிஸ்ஸா, அவாத் இவற்றையும் நிர்வகிக்கத் தொடங்கியது.

நூர், அரசின் முக்கிய நடைமுறை ஒழுங்கான பேரரசரின் துலா பார நிகழ்ச்சியிலும் பங்கெடுத்துக் கொண்டார். அது ஆண்டுக்கு இருமுறை அந்தப்புரத்தில் நிகழ்வது. சூரியன் சார்ந்த காலக்கணிப்பு முறை மற்றும் சந்திரன் சார்ந்த காலக்கணிப்பு முறை இவற்றின் படி கணக்கிட்டுப் பேரரசரின் பிறந்த நாள் இரண்டுமுறைக் கொண் டாடப்பட்டது.

அரசுப் பரிவாரங்கள் நற்பேறு முகாமிற்கு புறப்படுவதற்கு முன் பாய் (1613), ஆக்ராவில் உள்ள அந்தப்புரத்தில் ஜஹாங்கீரின் தாய்

ஹர்க்கா வசிக்கும் மாளிகையில் அந்தச் சிறப்பு நிகழ்ச்சி நடைபெற்றது. ஜஹாங்கீரின் எடைக்கு எடை தங்கம், பாதரசம், பட்டு, வாசனைத் தைலங்கள், செப்பு உலோகம், போதைப் பொருட்கள், உப்பு, பழங்கள், கடுகு எண்ணெய், காய்கறிகள் வைக்கப்பட்டன. பிறகு அந்தப்பொருள்கள் புனிதர்களுக்கும், அரசவை உறுப்பினர்களுக்கும் விநியோகம் செய்யப்பட்டன. அத்துடன் ஆடுகளும், வெள்ளாடுகளும், கோழிகளும் பேரரசரின் வயதுக்குச் சமமான எண்ணிக்கையில் அதிர்ஷ்டம் உள்ள சில விவசாயிகளுக்கு வழங்கப்பட்டன. அரசரின் துலாபார நிகழ்ச்சி முடிந்தபின் அந்தப்புரப் பெண்களில் அன்பாதரவு உள்ள சில பெண்களுக்குச் சிறப்புப் பரிசுகள் வழங்குவதும் உண்டு. சில நேரங்களில்தான் அப்படி நடக்கும். ஜஹாங்கீர் நூருக்கு அத்தகைய பரிசுகளை மழையெனப் பொழிந்திருக்கிறார். நிறைவாக ஆண்டுக்கு இருமுறை நடக்கிற நிகழ்ச்சிக்கு நூர் பொறுப்பேற்றார். 1621இல் ஜஹாங்கீர் தம்முடைய சுயசரிதையில் இப்படி எழுதுகிறார்: ‘சூரிய, சந்திர காலக் கணிப்புப் படி ஆண்டுக்கு இருமுறை நடக்கும் நிகழ்ச்சிக்கான ஏற்பாடுகளை நூர் தகுதியாகச் செய்திருக்கிறாள். என்னைத் திருமணம் செய்து கொண்டதில் இருந்து அதைச் செய்வதில் தனக்கு மகிழ்ச்சி ஏற்படுவதாய் அவள் கருதினாள்’ என்று.

அன்றாட வாழ்வின் ஓட்டத்தையும், முக்கிய நிகழ்வுகளையும் நூர் கருத்தூன்றி கவனித்துக் கொண்டிருக்கையில், அந்தப்புரத்துப் பெண்களும் அவரைக் கூர்ந்து கவனித்தபடி இருந்தனர். பொது நிலைக்கு அப்பாற்பட்டு, முழுமையான கடந்தகால அனுபவங்களை உள்ளடக்கியிருந்த அவர் அரசரின் புதுமையான மனைவிதான். அவர் விதவையாகவும், முன்பே ஒரு தாயாகவும் உள்ள நிலையில் தான் அந்தப்புரத்துக்கு வந்திருந்தார். வங்காளத்தில் பெரிய பண்ணை நிலத்தைக் கவனித்ததோடு, அங்கே இருந்தபோது பலமுறைத் துப்பாக்கியைக் கையாண்டு பழகியிருந்தார். மாகாணத் துக்கும், மைய அரசுக்கும் இடையே பூசல் எழுந்து, அதனால் விளைந்த இடர்ப்பாடுகளை அவள் ஒரு சாட்சி போல் இருந்து பார்த்திருக்கிறார். பேரரசருக்கும் இளவரசருக்கும் இடையே ஏற்பட்ட மோதலில் பேராவலும், அகந்தையும், அதிருப்தியையும் நிலைமையைச் சிக்கலாக்கிவிட்டிருந்தது. அவர், வயதில் தம்மையொத்த அரச குடும்பத்தின் மற்ற பெண்களை விட மிகச் சாமர்த்தியமானவர். பேரரசின் செயல்பாடுகளைப் பற்றி அறிந்திருந்ததோடு, தன்னை வழிநடத்திய அந்தப்புரத்தின் மூத்த பெண்களிடம் எதிர்பார்க்கப் படும் அறிவு நுட்பத்தையும் அவர் பெற்றிருந்தார்.

குர்ரமுடன் அர்ஜுமண்டிற்குத் திருமணம் நடந்தபின் வந்த இலையுதிர் காலத்தில், மதிக்கத்தக்க அதிகாரமுடைய ஒரு பெண்ணின் துணையை நூர் இழந்துவிட்டார் என்றே சொல்ல வேண்டும்.

ஜஹாங்கீர், நூர் இவர்களுடன் மற்ற அரசகுடும்பத்துப் பெண்களும் ஆக்ராவுக்கு வெளியேயுள்ள தஹ்ரா கார்டனில் ஒரு வேட்டை முகாம் அமைத்திருந்தார்கள். அப்போது ஜஹாங்கீரின் நோய்வாய்ப் பட்டிருந்த, எழுபத்தி நான்கு வயதான சிற்றன்னை சலீமா பேகம் இறந்துவிட்ட தகவலை ஒரு தூதன் கொண்டு வந்திருந்தான். சலீமா வின் உடலைக் கல்லறைக்குக் கொண்டு போகும் பணியை கியாஸ்பெக் கவனித்துக் கொண்டார். சலீமாவின் மறைவு நூருக்கு வருத்தத்தைத் தந்திருந்தாலும், நூருடைய தாய் அஸ்மத், தன் மகளின் வாழ்வில் ஒரு வலுவானச் சக்தியாக மேலெழ அதுவே வாய்ப்பாகிவிட்டது.

நூர் 'ஜஹாங்கீர் நாமா'வில் இடம்பெற்ற அதே ஆண்டில் அஸ்மத்தும் முதல் முறையாக அதில் இடம்பெற்றார். ஒருநாள் அஸ்மத் பன்னீர் தயாரித்துக் கொண்டிருந்த பொழுது, சூடான பன்னீர் சாடிகளில் இருந்து தட்டுகளில் ஊற்றப்படும் போது அவற்றின் மேற்பரப்பில் ஒரு நுரைப்பொருள் உருவாகியிருந்ததை ஜஹாங்கீர் கவனமுடன் பார்த்திருந்தார். 1614ஆம் ஆண்டு டிசம்பர் தொடக்கத்தில் இது நடந்தது. எண்ணெய் போன்ற அந்த நுரைப் பொருளில் இருந்து இனிய நறுமணம் வெளிப்படவும் அந்த மிதக்கும் பொருளை நீக்கியெடுத்தார். அத்தர் எனப்படும் அந்த நறுமணத் தைலத்தை தன் மருமகனிடம் அவர் கொடுத்தார். ஜஹாங்கீர் அது பற்றி இப்படிக் குறிப்பிட்டிருக்கிறார்: 'அதன் நறுமணம் அடர்த்தி யாகவும், தீவிரமாகவும் இருந்தது. ஒரு துளி அத்தரை உள்ளங்கையில் தேய்த்துக் கொண்டாலே போதும், அதன் வாசனை ஒட்டுமொத்த அரசவையிலும் பரவியிருக்கும். எண்ணற்ற ரோஜாக்கள் ஏக காலத் தில் மலர்ந்து மணம் வீசுவது போன்ற வாசனை!' என்று அஸ்மத் ஜஹாங்கீரிடம் அந்த நறுமணத் தைலத்தைக் கொடுத்தபோது அங்கே இருந்த சலீமா அந்த வாசனைத் திரவியத்துக்கு 'இத்ரி ஜஹாங்கீர்' – ஜஹாங்கீரின் நறுமணப் பொருள் – என்று பெயரிட்டார். ஜஹாங்கீர் இதனை நினைவுபடுத்தி தம்முடைய குறிப்பேட்டில் பதிவு செய்தார்.

நறுமணப் பொருள் கண்டுபிடிப்பு குறித்த ஜஹாங்கீரின் நினைவு மற்றொரு பழைய நினைவையும் தூண்டுவதாய் இருந்தது. வணிகப் பெருமக்கள் சிலர் அவருக்காக இன்சுவையும் நறுமணமும் மிக்க மாதுளைகளையும் முலாம் பழங்களையும் கொண்டு வந்திருந் தனர். அவை பெர்ஸியாவில் இருந்து கொண்டு வரப்பட்டவை. அவற்றை அரசவைப் பெருங்குடி மக்களிடமும், பணியாளர்களிட மும் அவர் பகிர்ந்து கொண்டார்.

ஏக்க உணர்வு மேலிட்டவராய் ஜஹாங்கீர், தம் தந்தைக்கு முலாம் பழங்களில் இருந்த அலாதி விருப்பத்தைப் பற்றி எழுதினார். அக்பரின் காலத்தில் அவை பெர்ஸியாவில் இருந்து இங்கே வந்திருக் கவில்லை என்பதை வருத்தத்துடன் அவர் குறிப்பிட்டிருந்தார். 'இத்ரி

ஜஹாங்கீர்' என்கிற அத்தரின் வாசத்தை அவருடைய நாசிகள் அனுபவித்து மகிழவில்லையே என்கிற வருத்தமும் எனக்கு உண்டு. நூர்ஜஹான் பேகத்தின் தாய் இந்த அத்தரை என்னுடைய ஆட்சிக் காலத்தில் கண்டுபிடித்தார்' என்றும் அவர் எழுதியிருந்தார். அந்தக் கண்டுபிடிப்பை நிகழ்த்திய அஸ்மத்திற்கு ஒரு முத்துமாலையை அவர் பரிசாக அளித்தார். இப்படி சின்னச் சின்ன வகை முறைகளில் பேரரசருக்கும் நூரின் குடும்பத்துக்கும் இடையேயான தொடர்பு மேலும் வலுப்பெற்றது.

அந்த நறுமணத் தைலம் புலன்களுக்கான அனுபவத்தை விடவும் கூடுதலாக இருந்தது. அந்த வாசனையை ஜஹாங்கீர் முகர்ந்த பொழுது அஸ்மத், நூர், சலீமா மற்றும் அந்தப்புரப் பெண்களும் அங்கிருந்தனர். அவர்கள் எல்லோருமே அந்த நறுமணத்தை சுவாசித் தனர். அதன் கண்டுபிடிப்பு, அறிமுகப்படுத்திய விதம், பெயர் சூட்டு விப்பு, மனக்கிளர்ச்சியூட்டும் இனிய மணம் இவை ஜஹாங்கீருக்கும், அந்தப் பெண்களுக்கும் இடையேயிருந்த நெருங்கிய தொடர்பை மேலும் ஆழப்படுத்தியது எனலாம். மக்ஃபி என்ற புனை பெயரில் நூர் எழுதிய கவிதைகளில், ஒரு கவிதைக்கு அவருடைய தாய் ரோஜாக்களில் இருந்து காய்ச்சி வடித்தல் முறையில் நறுமணப் பொருள் தயாரித்ததும் தூண்டுகோலாய் இருந்திருக்கிறது.

'வீசுகின்ற மென்காற்று போதும்
　　ரோஜா மொட்டு பூப்பதற்கு
மெல்லியலாள் புன்னகை போதும்
　　பூட்டியிருக்கும் இதயம் திறப்பதற்கு
அழகுக்கும், காதல் கேளிக்கைக்கும்
　　அடிமைப்பட்டால் அந்த இதயம்
அறியாது பூக்களை நிறத்தை மணத்தை
　　அதன் முகத்தை, குழற்கற்றைகளை?

பெர்ஸிய மொழியில் எழுதப்பட்ட சூஃபி மறைஞானிகளின் பல கவிதைகளைப் போலவே, நூரின் கவிதையும் இருவேறு உலகிற்கு மான தளங்களில் காதலின் சிறப்பை நேர்த்தியாக வெளிப்படுத்து கிறது.

அந்தப்புரத்தில் ஒப்புயர்வற்ற நிலை, கணவரின் பாராட்டு, அரசின் உயர்மட்டத்தில் குடும்ப ஆதிக்கம் இவற்றைக் கொண்டிருந்த நூர், இணைப்பு முறைகளைக் கையாண்டு அரசு விவகாரங்களை வடிவமைத்தார். அவ்விதமாய் தம்முடைய நிலையை மேலும் வலுப் படுத்திக் கொண்டார். நூரின் பண்பும், பெருந்தன்மையும் கியாஸ் பெக்கின் ஒட்டுமொத்த குடும்பத்துக்கும் உயர்வைத் தேடித்தந்தது. அரசின் செல்வாக்குமிக்க ஆலோசகர்கள் கொண்ட உள்வட்டத்தில்

நூரும் ஓர் அங்கமாய் விளங்கினார். கியாஸ்பெக், அவருடைய மகன் ஆஸஃப் கான், அந்தப்புர மூத்த பெண்மகளான ஹர்க்கா, ருகையா, சலீமா, அஸ்மத், தை திலாராம் இவர்களும் அந்த வட்டத்தில் இடம் பெற்றிருந்தனர்.

இளவரசர் குர்ரம், அவருடைய மனைவி அர்ஜுமண்ட் இவர்கள் சீக்கிரமே அந்த வட்டத்தில் இணையக் கூடும். குர்ரம் படை நடத்தி வெற்றி கண்டபோதெல்லாம் நூர் மகிழ்ச்சியுடன் வெளிப்படையாகக் கொண்டாடி அந்த இளவரசரின் உயர்வுக்கு உதவினார். இளவரசின் மேவார் வெற்றி குறிப்பிடத்தக்கதாய் இருந்தது. ஆனால், நூரின் செல்வாக்கு பெரும்பாலும் அதற்கு முன்பே பெருகத் தொடங்கிவிட்டது. குர்ரத்தின் தலைமையில் மேவாருக்குப் படைகளை அனுப்புவது பற்றி ஜஹாங்கீர் நூருடன் கலந்து பேச வாய்ப்பிருக்கிறது. பேரரசர் நிச்சயம் நூரின் தந்தையோடும், மூத்த சகோதரனோடும் அதுபற்றி ஆலோசித்திருப்பார். அவருடைய முதன்மை ஆலோசகர்களும் அதில் பங்கேற்றிருப்பார்கள். அதற் காகப் பேரரசரின் நம்பிக்கைக்கும் பாராட்டுக்கும் உரிய மனைவி யான நூர் ஆலோசனையில் பங்கேற்றிருப்பார் என்பதற்கில்லை.

மூன்றாவது இளவரசரான குர்ரம் மீது அதிகப் பிரியமும், உயர் அளவிலான எதிர்பார்ப்புகளும் இருந்தது ஜஹாங்கீருக்கு. மூத்த இளவரசரான குஸ்ரா கலகக்காரர் என்பதால் அரசியல் களத்தில் இருந்து அவரை நீக்குவது அவசியமாயிற்று. இரண்டாவது மகனான பர்வேஸ் தொடர்ந்து இராணுவ மற்றும் நிர்வாகப் பொறுப்புகளைப் பெற்று வந்தார். ஆனாலும், ஜஹாங்கீரிடம் அவர் எந்தத் தாக்கத் தையும் ஏற்படுத்தவில்லை. பர்வேஸ் மிதமிஞ்சிய குடிகாரராக இருந்தார். 1614இல் நான்காவது மகன் ஷாரியர் ஒன்பது வயதுச் சிறுவர். குர்ரம்தான் வலிமையும், திறமையும் மிக்க இளவரசராக உருவெடுத்தார். அவருடைய படித்தரம் துரிதமாய் அதிகரித்து, அவ ரது நிதிசார்ந்த அடிப்படை விரிவடைந்தது. தமக்கென்று ஒரு படைப்பிரிவையும், பலம் மிக்க ஆதரவாளர் மையத்தையும் அவர் உருவாக்கிக் கொண்டார்.

குஸ்ராவின் ஆட்சிக்கெதிரான கலகங்கள் பேரரசரைக் கலக்க முறச் செய்தது, அவர் மனமுடைந்தார். முகலாய வம்சத்தின் எதிர்காலம் குறித்து கவலைப்பட்டார். குர்ரத்தை ஆதரிப்பதன் மூலம், தம் கணவரின் இறப்புக்குப் பிறகு ஆட்சி மாற்றம் சிக்கலின்றி நடந்தேறும் என்ற நம்பிக்கையை அவருக்கு ஊட்ட முயன்றார் நூர். தம்முடைய எதிர்காலம் பற்றிய சூழலையும் நூர் ஆராய்ந்து தெளிந் திருப்பார் என்பதில் ஐயமில்லை. இளவரசர்களிலேயே கூர்ந்த அறிவும், செயலாற்றலும் உடைய குர்ரம், தந்தைக்குப் பிரியமானவர் என்பதால் உத்தேச வாரிசாகக் கருதப்பட்டது இயல்பே. என்றாவது

ஒருநாள் அவருடைய அரசியல் ஆலோசகராக இருந்து, அரசில் தம்முடைய செல்வாக்கை நூர் தொடரக் கூடும். நூர் பலமுறை கொண்டாட்டங்கள் நடத்தி இளவரசரை மகிழ்வித்திருந்தார், இளவரசரும், முகலாய வாரிசைத் தீர்மானிப்பதில் நூர் முக்கியப் பங்கேற்க வாய்ப்பிருக்கும் என்பதைப் புரிந்துகொண்டு, முன் எப்போதும் இருந்திராத அளவு அவருக்கு மரியாதை கொடுத்து வந்தார். உதாரணமாக, குர்ரம் அர்ஜுமண்டை 1612இல் திருமணம் செய்து கொண்ட பிறகு, அரச குடும்பத்துப் பெண்கள் சில சமயம் இளவரசரின் அரண்மனையிலேயே இரவைக் கழிப்பதுண்டு. அவர்களுள் இளவரசரின் தாய் ஜகத் கொஸெய்ன் சிற்றன்னை நூர் இவர்களும் உண்டு. அப்படித் தமது மாளிகையில் தங்கிச் செல்கிற எல்லாருக்கும் அவர் பரிசுகள் கொடுத்து அனுப்புவார். நூர் சீக் கிரமே மிகவும் விரும்பப்படுகிறவராகி விட்டார். மேவார் வெற்றிக்குப் பிறகு நற்பேறு முகாமிற்கு (1614) திரும்பி வந்த இளவரசரை வரவேற்றது நூர்தானேயன்றி அவருடைய தாயல்ல, குர்ரத்தோடு தாமும் இணைந்து செயலாற்றுவதன் மூலம் புதிய அதிகார வகை முறையான அமைப்பை ஏற்படுத்த முடியும் என்று நூர் நம்பினார். கியாஸ், ஆஸஃப்கான் நூர், பேரரசரின் முதல் குடும்பத்தார். இவர் கள் குர்ரத்துக்குச் சார்பாக இருப்பதன் மூலம் அந்த இளவரசரின் எதிர்காலம், அவ்விதமாய் முகலாய வம்சத்தின் எதிர்காலம் இவை பாதுகாப்பாக இருக்கும் என்று நம்பப்பட்டது.

முந்தை மூன்று முகலாய ஆட்சிக்காலத்திலும் பல அரச குடும்பத்துப் பெண்கள் பேரரசருக்கும், அவருடைய அதிகாரிகளுக் கும் விவேகத்துடன் ஆலோசனை வழங்கி கலகக்கார இளவரசர் களுக்கும் அவர்களுடைய தந்தையர்க்கும் இடையே ஒத்திசைவை உண்டுபண்ணி அதிகாரம் செலுத்தியிருக்கிறார்கள். நூர் அதி காரத்தைக் கைக்கொள்ளும் முயற்சியில் நேரடியாகவே இறங்கினார். ஜஹாங்கீருக்கு அவர் தேவைப்பட்டபோதெல்லாம், அதிகாரபூர்வ மாக ஒன்றைச் செய்யும்படி கோரிய போதெல்லாம் நூர் அவருக்கு இசைவாக நடந்து அவருடைய நம்பிக்கையையும், பாராட்டையும் சம்பாதித்துக் கொண்டார். பேரரசர் தம்முடைய நலக்குறை பற்றிக் கவலைப்படாதபடி, அவருக்கு மனஅமைதியை அளித்தார். தமது பேரரசு, மகன்களின் பாதுகாப்பு பற்றிய அவருடைய கவலைகளைப் போக்கினார். நூர், தம்முடைய கணவரின் தேவைகளை முன் கூட்டியே உணரக் கூடியவர். ஜஹாங்கீரின் மற்ற மனைவியர் மிகுந்த அக்கறையுடன் அவரைக் கவனித்துக் கொண்டபோதும், நூரைப் போல் உள்ளுணர்வுத் திறனுடன் செயல்பட்ட போதும் தம்முடைய சுயவரலாற்றில் நூரைப் பற்றி மட்டுமே அவர் பதிவு செய்திருந்தார். தம்மிடம் நூருக்கு இருந்த பிரியத்தை மட்டுமே அவர் போற்றி யுரைத்திருக்கிறார்.

அரசின் உத்தேச வாரிசுக்குத் தாயான ஜகத் கொஸெய்ன் தனக்குரிய சிறப்பிடத்தை நூர் தவறான முறையில் கைப்பற்றக் கூடும் என்பதை உணர்ந்திருந்தார். ஜஹாங்கீரின் அத்தை குல்பதான் தம் அனுபவங்கள் பற்றித் தாம் எழுதிய விவரத் தொகுப்பில், 'ஒரு கணவரைத் தங்களிடையே பகிர்ந்து கொள்வதென்பது அரசரின் மனைவிகளுக்கு எப்போதுமே எளிதான காரியமாய் இருப்பதில்லை' என்று குறிப்பிட்டிருக்கிறார். நூரின் இரண்டு தலைமுறைகளுக்கு முன், 'தம்மையும் மற்ற அரசகுடும்பத்துப் பெண்களையும் தம் கணவரும் பேரரசருமான ஹுமாயூன் அலட்சியப்படுத்தியதாக, பிகே பேகம் குறைப்பட்டிருக்கிறார்.

'பல நாட்களாகவே இந்தப் பூவனத்துக்கு வந்து செல்கிற தாங்கள், எங்களுடைய வீட்டுக்கு மட்டும் ஏனோ வரவில்லை. ஒருநாள்கூட எங்கள் வீட்டில் தங்கியதில்லை. பாதையில் ஒன்றும் முட்செடிகள் ஊன்றப்படவில்லை. தங்கள் ஆதரவை எதிர்பார்த்திருக்கும் எங்களிடம் தாங்கள் பாராமுகமாய் நடந்து கொள்வது எந்தவிதத்தில் நியாயம்?' என்கிறார் பிகே பேகம்.

"அவர் ஒன்றும் கூறவில்லை. அதனால் அவர் கோபத்தில் இருப்பதாக எல்லாரும் எண்ணிக் கொண்டார்கள். கொஞ்சம் அவகாசத் துக்குப் பிறகு அவர் பேசத் தொடங்கினார், 'பீவி, என்னைப் பற்றிக் காலையில் நீ குறைப்பட்டுக் கொள்ளுமளவிற்கு என் கரங்கள் உனக்குச் செய்த கொடுமைதான் என்ன? அந்த இடம் முறையிடுவதற் கான இடமல்ல. நான் மூத்த உறவினர்களின் குடியிருப்புப் பகுதியில் இருந்தது உனக்குத் தெரியும். அவர்களை மகிழ்ச்சியாக வைத்தி ருக்கும் கடமை எனக்கு அளிக்கப்பட்டிருக்கிறது. நான் இங்கே வந்து போவதில் தாமதம் ஏற்பட்டால் என்னிடம் கோபம் கொள்ளாதே. அதற்குப் பதிலாக எனக்கொரு கடிதம் எழுதி, 'இங்கே வருவதில் உங்களுக்கு மகிழ்ச்சி என்றாலும் அல்லது மகிழ்ச்சியில்லை என்றாலும் நாங்கள் மனநிறைவோடு இருக்கிறோம், உங்களுக்கு நன்றி' என்று தெரிவித்து விடு.

ஜகத் கொஸெய்ன் சீற்றமடைந்திருந்ததாக அதிகாரபூர்வமாய் பதிவுகள் எதுவும் தெரிவிக்கவில்லை. தங்கள் மகனின் சிறப்பார்ந்த செயல்களைப் பாராட்டி தம் சுயவரலாற்றில் குறிப்பிட்ட ஜஹாங் கீருக்கு, நூரைத் தவிர வேறெந்த மனைவியரையும் பற்றி எழுத ஆர்வம் இருந்திருக்கவில்லை. ஆவணச் சான்று எதுவும் இல்லை யென்றாலும் பிந்தைய வரலாற்றாளர்கள் நூருக்கு ஜகத் கொஸெய் னுக்கும் இடையே இருந்த போட்டி மனப்பான்மையைக் குறிப் பிடவே செய்தார்கள். சாதாரண மக்களின் அறிவுக்கும் சுவைக்கும் ஏற்பத் தயாரிக்கப்பட்டக் கதைகளை அவர்கள் தழுவியிருக்கக்கூடும். கஃபிகான் (18ஆம் நூற்றாண்டு) தம்முடைய நூலில் பேரரசருக்குப்

பிரியமான மனைவி ஜகத் கொஸெய்ன் என்று குறிப்பிட்டிருக்கிறாரே தவிர, நூரையல்ல.

ஜஹாங்கீர் தம்மோடு நூர், அவருடைய தாய் அஸ்மத், ஜகத் கொஸெய்ன் உடன்வர வேட்டைக்குச் சென்றதாக ஒரு கதையைச் சொல்கிறார். அரச குடும்பத்தினரின் துப்பாக்கிகளுக்கு இலக்காக ஒரு சிங்கத்தை விரட்டிவரும் செயலில் ஈடுபட்டிருந்தனர். அப்போது, ஜஹாங்கீர் தமது பக்கத்தில் இருந்த பெண்களின் மடியில் உறங்கிக் கொண்டிருந்தார். திடீரென்று சிங்கம் கர்ச்சனையுடன் வெளிப் பட்டுத் தோன்றியது. நூர் அச்சத்தில் செயலற்றிருந்தார். ஜகத் கொஸெய்ன் தான் பேரரசரின் துப்பாக்கியை எடுத்துச் சுட்டு, சிங்கத்தைக் கொன்றார் என்று கஃபிகான் எழுதுகிறார். அப்போது ஜஹாங்கீர் உறக்கத்தில் இருந்து எழுந்து கொண்டார். செத்துக்கிடந்த சிங்கத்தையும் துப்பாக்கியுடன் கொஸெய்னையும் கண்டவர் அவளுடைய துணிச்சலைப் பாராட்டினார். பயத்தில் உறைந்திருந்த நூரைக் கண்டு அவர் அதிருப்தி அடைந்தார் என்றும் கஃபி சொல் கிறார். அஸ்மத் உடனே குறுக்கிட்டு ஆயுதங்களைக் கையாள்வது ஆண்களின் வேலை, அவர்கள்தாம் களத்தில் தங்கள் வீரத்தைக் காட்ட வேண்டியவர்கள். பெண்கள் தங்கள் இன்னயப் பேச்சுக் காகவே கருதப்படுகிறவர்கள் என்று சமாளிக்கிறார்.

பேரரசில் தன்னுடைய இலக்கை அடையும் முயற்சியில், இடர்ப் பாடுகளைப் பொருட்படுத்தாத நூர் சிங்கத்தைக் கண்டு திகைத்துப் போனார் என்பதை நாம் நம்ப வேண்டுமா? அல்லது, அஸ்மத் தனது மகளுக்குச் சார்பாக பெண்கள் மென்மையானவர்கள் என்று குறிப் பிட்டார் என்பதையா? கஃபிகான் நூரைப் பாராட்டி எழுதியவர் தான், ஆனால் இளவரசர் குர்ரம் பேரரசர் ஷாஜஹான் ஆனப் பின் நூருக்கும் மாற்றாள் மகனுக்கும் இடையே இருந்த உடன்பாடு காற்றோடு போய்விட்டதும் நூருக்கு எதிரான கதைகளைத் தயார் செய்யத் தொடங்கிவிட்டார். பிந்தைய கதையொன்றிற்கேற்ப, நூர் ஒரு சமயம் ஜஹாங்கீரின் வாய் மணப்பதைக் கவனித்தார், அதைக் குறிப்பிடவும் செய்தார்.

அரசர் மகிழ்ச்சியுடன் அதைப் பற்றி ஜகத்திடம் சொன்ன போது, ஜகத் இப்படிக் கூறினார், 'மாண்புடையீர்! வாழ்க்கையில் ஒரேயொரு மனிதனின் வாயை முகர்ந்த பெண்ணால் அதன் வாசனையை மதிப்பிட முடியாது. ஒன்றுக்கு மேற்பட்ட ஆணைக் கண்டுணர்ந்த பெண்ணால்தான் இனிய வாசனை, கெட்ட வாசனை என்று வேறுபடுத்திக் காணமுடியும் என்று, இத்தகைய கதைகளில் அந்தப்புர பெண்களிடையே போட்டியிருந்ததாய் கற்பனை செய்வ தும் தவிர்க்க முடியாதது. பேரரசரின் இந்து, முஸ்லீம் மனைவிகள் ஒருவருக்கொருவர் கடும் எதிர்ப்புக் கொண்டிருந்தனர் என்றும் நம்பப்பட்டது.

ஜஹாங்கீரின் சுயவரலாற்றின் இருபத்தியோராம் நூற்றாண்டைச் சேர்ந்த மொழிபெயர்ப்பாளர் ஒருவர் வியக்கிறார், 'அவருடைய சுவாசம் எப்போதாவது குடிமயக்கமற்றதாய் இருந்திருக்குமா' என்று. பேரரசர் தம்முடைய வாழ்நாள் முழுக்க நீடித்திருந்த குடிப் பழக் கத்தைப் பற்றி விரிவாகவே சொல்லியிருக்கிறார். பதினெட்டு வயதில் இளவரசர் சலீமாக இருந்தபொழுது அவர் தம்முடைய தந்தை அக்பருடன் பஞ்சாப் நிர்வாகப் பகுதிக்குச் சென்றிருந்தார். அங்கே யூசுஃப்ஸை இனக் குழுவினருடன் (ஆப்கானியர்கள்) யுத்தம் நடந்து கொண்டிருந்தது. ஒருசமயம் சிந்துநதிப் பக்கம் வேட்டையாடிக் கொண்டிருந்த சலீம் களைத்துப் போனார். ஒரு கோப்பை ஒயின் பருகினால் அவருக்கு ஊக்கமும் மகிழ்ச்சியும் உண்டாகும் என்று துப்பாக்கி சுடுபவர் ஒருவர் தெரிவித்தார். தண்ணீர் சுமக்கும் பணி யாள் அரைகோப்பை இனிய மஞ்சள் நிற ஒயினைக் கொண்டு வந்து கொடுத்தான்.

அதன்பிறகு தாம் பருகும் மதுவின் அளவை, போதை தலைக் கேறுமளவிற்கு சலீம் படிப்படியாக அதிகரித்துக் கொண்டார். கொஞ்சநாளில் அவர் அரிசி நொதிப்பில் இருந்தும் பேரீச்சம் பழரசத் தில் இருந்தும் வடித்தெடுக்கப்படும் சாராயச் சத்துமிக்க குடிவகை களுக்கு மாறிவிட்டார்.

தினமும் இருபது கோப்பை மதுவை, பகலில் பதினாறு கோப்பை இரவில் மீதம் என்கிற கணக்கில் அவர் குடிக்கலானார். அவருடைய உணவு கோழி, ரொட்டி, முள்ளங்கி மட்டுமே. அவரது குடிப் பழக்கத்தை யாராலும் கட்டுப்படுத்த முடியவில்லை. 'என்னுடைய கோப்பையைக் கையால் எடுத்துப் பருக முடியாத அளவிற்கு எனது கைகள் நடுக்கம் கொண்டன. மிதமிஞ்சிய குடியால் ஏற்பட்ட விளைவு அது' என்று அவரே குறிப்பிட்டிருக்கிறார். '1600இல் தாம் அரியணையில் அமர்வதற்கு ஐந்தாண்டுகள் முன்பே தாம் பருகும் பானத்தில் இரண்டு பங்கு ஒயினும் ஒரு பங்கு வெறியூட்டும் மதுவகையில் கலக்கப்பட வேண்டும் என்று இளவரசர் உத்தரவிட்டிருந்தார். ஒரு நாளைக்கு ஆறு கோப்பையளவே உட் கொண்டார்! தற்போது பதினைந்து ஆண்டுகளாகிறது' என்று அரசு மருத்துவரான ஹக்கீம் ஹுமாம் குறிப்பிட்டிருக்கிறார் (1615இல்). போதையை இன்பப் பொழுதுபோக்காகக் கொண்ட இளவரசர், அந்த அனுபவத்தை மதுவில் இருந்து பெறுவதற்குப் பதிலாய் 'ஃபிலுனியா' என்ற – கிரேக்க மருந்தில் இருந்து தயாரிக்கப்பட்ட போதைப் பொருளில் பெறத் தொடங்கினார். ஒரு கட்டத்தில் ஃபிலுனியாவிற்கு மாற்றாய் அபினை அவர் பயன்படுத்தலானார். அபினை ஒயினுடனோ அல்லது சாராயச் சத்துமிக்கக் குடிவகை யுடனோ கலந்து பயன்படுத்தினார்.

அப்போதெல்லாம் ஆண்கள் பலரும் ஒன்றாகக் கூடும் வேளையில் ஒயினும், கவிதையும் முக்கியத்துவம் பெற்றிருந்தன. அவர்கள் சேர்ந்து குடிப்பது விசுவாசத்துக்கு அடையாளமாகவும், அரச குடும்பத்துக்கு அனுகூலமாகவும் கருதப்பட்டது. பேரரசர் பாபர் தம்முடைய மது விருந்துகள் பற்றி விரிவாகவே எழுதியிருக்கிறார். தம்முடைய மகன் எதிலும் ஈடுபாடு கொள்ளாமல் பிறரிடம் இருந்து விலகியிருந்ததையும், மதுவருந்தத் தயங்கியதையும் உண்மையில் கண்டிக்கவே செய்தார் அவர்.

தாம் அபினைப் பயன்படுத்தியதை ஹுமாயூன் வெளிப்படையாகவே தெரிவித்ததுண்டு.

ஜஹாங்கீரின் இரண்டு மகன்கள் விடமுடியாத குடிப்பழக்கத்தால் உண்டான நோய்த்தன்மையில் இறந்து போயினர்.

மதுவிற்குத் தடைபோடும் இஸ்லாமிய விதிமுறைகள் இருந்தும் கூட, தாம் ஆட்சி பீடத்தில் அமர்ந்ததும் முதலாம் புத்தாண்டு கொண்டாட்டத்தின் போது ஆடிப்பாடி உண்டு களித்துக் கும்மாளமிடுபவர்களை, மதுவிலும் போதைமருந்துகளிலும் இன்பம் துய்க்கும்படி ஜஹாங்கீர் ஊக்குவித்தார். மதுபோதையில் தமக்கிருந்த ஆர்வத்தை நியாயப்படுத்த புகழ்பெற்ற சூஃபி கவி ஹஃபீஸின் வாசகத்தை அவர் மேற்கோள் காட்டினார்.

'கோப்பையைக் கொண்டு வருவோனே!
திராட்சை மதுவின் ஒளியில், என்
கோப்பையை மேலும் பளிச்சிடச் செய்வாய்
பாணனே நீ பாடுக! இவ்வுலகம் தன்னை
சீர்படுத்திக் கொண்டது நான் விரும்பிய வண்ணமே!

ஜஹாங்கீரின் தொடர்ச்சியான குடிப்பழக்கத்தால் அவருக்கு இருந்த நாட்பட்ட சுவாசக்கோளாறு மேலும் மோசமானது. அது ஆஸ்துமாவாக இருந்திருக்கக் கூடும். 1621இல் பேரரசர் இப்படி எழுதியிருக்கிறார்: 'நூர்ஜஹான் பேகத்தின் அனுபவமும் திறமையும் மருத்துவர்களுடையதை விடவும் மேலதிகமாக இருந்தது. அவள் என்னுடைய 'ஒயின்' அளவைக் குறைத்ததுடன், எனக்குப் பொருத்தமற்றவைகளில் இருந்து என்னைத் தடுத்து வைத்தாள், எனக்கு உகந்ததல்லாத உணவு வகைகளையும் நான் உட்கொள்ளாதபடி அவற்றை விலக்கி வைத்தாள்.'

தம்முடைய குடிப்பழக்கம் குறித்து நூர் சீற்றம் அடைந்ததாக ஜஹாங்கீர் ஒருபோதும் விவரித்ததில்லை. நூர் தமக்கு எப்படியெல்லாம் உதவியாக இருந்தார், தம்மைச் சீர்படுத்தினார் என்பதை அவர் எழுதியிருக்கிறார். ஆனால் ஐரோப்பிய கருத்துரையாளர்கள், ஜஹாங்கீரின் குடிப்பழக்கம் நூரிடம் கோபத்தை உண்டுபண்ணியது

என்று தங்கள் கட்டுக்கதைகளால் பிரபலப்படுத்தியிருந்தனர். நிக்காலோ மனூக்கி தம்முடைய நூலில் விவரித்திருந்த ஒரு சண்டைக் காட்சி (நூர் இறந்து அறுபது ஆண்டுகளானப் பின் பதிவு செய்யப்பட்டது, இன்றளவும் மக்கள் எண்ணிப்பார்க்கவே செய்கிறார்கள்.)

மாலைப்பொழுதில் ஒன்பது கோப்பைகளுக்கு மேல் மது வருந்தக்கூடாது என்று நிபந்தனை விதித்த நூர் ஜஹாங்கீரை அதற்கு இணங்கச் செய்வதில் வெற்றி பெற்றார். ஒரு மாலை நேரத்தில் தமது கலைஞர்களின் இசை விருந்தில் களிப்புற்ற ஜஹாங்கீர், முன்பே ஒன்பது கோப்பை மதுவைப் பருகியிருந்த நிலையில் மேலும் குடிக்க விரும்பினார். அரசி தம்முடைய வார்த்தையைக் காதில் போட்டுக் கொள்ளவில்லை என்ற கோபத்தில் ஜஹாங்கீர் அரசி மீது அளவற்ற கோபம் கொண்டு அவரைப்பற்றி உலுக்கி, நகங்களால் பிறாண்டி விட்டார். அரசியும் ஜஹாங்கீரைக் கையால் பற்றிப் பிடித்து சண்டையிட்டு அவரைக் கட்டுக்குள் கொண்டுவர முயன்றார். அவர் கடிக்கவும், கீறவும் செய்தார். அவர்களை விலக்கும் தைரியம் யாரிடமும் இருக்கவில்லை மனூக்கி இப்படி எழுதுகிறார். இரைச்சல் தொடரவும், இசைக்கலைஞர்கள் அழுது புலம்பி தங்கள் உடைகளைக் கிழித்துக் கொண்டார்கள், தங்களை யாரோ துன்புறுத்துவதுபோல் கைகளால் அறைந்து கொண்டும், கால்களால் தரையை மோதிக் கொண்டும் இருந்தார்கள். நடக்கிற எல்லாவற்றுக்கும் தாங்களே காரணம் என்பதைப் புரிந்துகொண்ட நூரும், ஜஹாங்கீரும் வாய் விட்டுச் சிரித்தனர். ஆக அவர்களுடைய சண்டை ஒரு வழியாய் ஓய்ந்தது.

ஆனால், நூரின் கோபம் தணிவதாக இல்லை. ஜஹாங்கீர் மிதமிஞ்சிக் குடிப்பதைத் தான் மன்னிக்க வேண்டும் என்றால் அவர் தன்னுடைய காலில் விழவேண்டும் என்று தன் கணவருக்குத் தெரிவித்துவிட்டார். மனூக்கி தொடர்ந்து எழுதுகிறார்: ‘நூர்ஜஹான் இல்லாமல் தம்மால் வாழ முடியாது என்று நம்பிய அரசர் அரசியின் விருப்பத்தை நிறைவேற்றத் தயாரானார். ஆனால், தம் செய்கை குறித்து மக்கள் பரவலாகப் பேசத் தொடங்கிவிட்டால் என்ன செய்வது என்று ஒரு தயக்கம். அந்நிலையில் தமக்கு ஏற்பட்டிருக்கும் சங்கடத்தை மதிநுட்பம் வாய்ந்த முதியவள் ஒருத்தியிடம் தெரிவித்து, அதற்கு வழி சொல்லும்படி வேண்டினார். அவள் சொன்னாள், ‘சூரிய ஒளிமிக்க ஒரு நாளில் அரசிக்கு முன்பாக ஜஹாங்கீர் நின்று, தம்முடைய நிழல் நூரின் பாதங்களில் விழுமாறு செய்தால், தம் மனதுக்குப் பிரியமானவளின் காலில் அவர் விழுந்தது போல் ஆகிவிடும்’ என்று... ஜஹாங்கீரும் அவ்வாறே தம்முடைய நிழல் நூரின் பாதங்களில் படுமளவு நெருங்கி நின்று, ‘கண்ணே பார்த்துக்

கொள், என்னுடைய ஆன்மா உன் காலடியில் விழுந்து கிடக்கிறது' என்றார்.

தாம் அந்தத் தகவலை தொமாஸியர் மார்ட்டின்ஸ் என்கிற போர்ச்சுகீசியப் பெண்மணியிடம் இருந்து பெற்றதாக மனூக்கி எழுதியிருக்கிறார். அரசகுடும்பத்தின் மேசைகள் மீது பொருட்களை வைக்கும் பொறுப்பில் அந்தப் பெண்மணி இருந்திருக்கிறார். ஷாஜஹானின் மகள் ரோஷனாரா பேகத்துக்கு அவரைப் பிடிக்கும். அரண்மனையில் நடக்கும் பல விசயங்களை தொமாஸியாவிடம் அந்த இளவரசி பகிர்ந்து கொள்வதுண்டு (நூர்ஜஹான் இறந்தபோது ரோஷனாராவிற்கு வயது இருபத்தியெட்டு). பல ஆண்டுகளுக்கு முன் நடந்தது அதன் பிறகு அரண்மனைப் பெண்களின் வம்பளப் பில் தொடர்ந்து இடம்பெற்று வந்திருக்கிறது. அப்படி அவை தொடர்வதற்குக் காரணம், கற்பனையான விவரக்கூறுகளை ஒவ்வொரு முறையும் அவர்கள் சேர்த்துக் கொண்டே போக, அந்தக் கதைகள் மேலும் கவர்ச்சியுடையதாகிவிடுவதுதான். அவை இயல்பாகவே மக்களிடம் ஆர்வக் கிளர்ச்சியை உண்டுபண்ணுவ தோடு அவர்களுக்கு மகிழ்ச்சியூட்டவும் செய்யும். அவர்கள் வரலாற்றுப் பாத்திரங்களுக்கு உயிரூட்டி, அவற்றை அப்போதைய அரசியலுடன் பொருத்திப் பார்க்கவும் முடிந்திருக்கிறது.

நூரின் குறுக்கீடுகள் இருந்தும்கூட, குடியும், போதை மருந்து களும் ஜஹாங்கீரின் நிர்வாகத் திறனைக் குன்றச் செய்துவிட்டன. முகலாய அரசவையில் இடம்பெற்றிருந்த அப்போதைய ஆங்கிலேய அரசுப் பிரதிநிதியான தாமஸ் ரோவும், டச்சுக்கிழக்கிந்திய நிறுவனத் தைச் சேர்ந்த இரண்டு சார்பாளர்களும் தங்கள் விவரக் குறிப்பில் இத்தகவலை இடம்பெறச் செய்திருக்கின்றனர். 1620களில் டச்சுகிழக் கிந்திய நிறுவனம் முகலாய அரசுடன் தொடர்பில் இருந்திருக்கிறது. ஜஹாங்கீரின் போதைப் பழக்கங்கள், நூரின் அதிகாரம் பெருக இட மளித்ததை அவர்கள் உணர்ந்திருந்தனர். டச்சுக்காரர்களில் ஒருவரும், இந்தியாவின் மேற்குப் பகுதியில் துணி ஆலை நிறுவியிருந்தவருமான 'பியத்தோர்வான்டென் – ப்ரோக்'கின் கூற்று இன்னும் ஒருபடி மேலே சென்று, "ஜஹாங்கீர் கேளிக்கைகளில் மூழ்கிக் கிடந்தார், பெண்களின் தவறான வழிகாட்டுதலை அவர் ஏற்றிருந்தார், தம்மு டைய அரசு பற்றிய அக்கறை சிறிதும் இல்லாமல் குடிப்பழக்கத்துக்கு அடிமையாகி இருந்தார்...." தமது கடைசிக் கோப்பையை அவர் குடித்து முடித்ததும் அங்கிருந்து எல்லாரும் சென்றுவிடுவார்கள். அரசி பொலிவுடன் வெளிப்பட்டு, அரசரின் உடைகளைக் களைந்து, அவரைப் படுக்கையில் படுக்க வைப்பார். அந்தப் படுக்கை ஊஞ் சலைப் போல் அசைந்தபடி இருப்பது. அதை ஆட்டிக் கொண்டி

ருந்தால் தான் அவருக்குத் தூக்கம் பிடிக்கும். வாய்ப்புகளை எப்படிப் பயன்படுத்திக் கொள்ள வேண்டும் என்பது அரசிக்கு நன்றாகவே தெரிந்திருந்தது. அரசி கேட்கிற எல்லாவற்றையும் ஆமோதிப்பவ ராகவும், அரிதாகவே ஒன்றை மறுப்பவராகவும் இருந்தார் அவர்.

முகலாயப் பெருங்குடி மக்களின் வாழ்க்கை வரலாற்று ஆசிரிய ரான பக்காரி போன்ற சமகாலத்திய அரசவை உறுப்பினர்கள், ஜஹாங்கீரின் குடிப்பழக்கம் போன்றவற்றை அதிகாரத்தில் இருப்ப வர்களுக்கே உரிய நடத்தை முறையாகக் கருதினர்.

நூரின் அதிகாரம் உயர்நிலை நோக்கிச் செல்வதையும், ஜஹாங் கீரின் போதைப் பழக்கத்தையும் முகலாய நோக்கர்கள் தொடர்புப் படுத்திப் பார்க்கவில்லை. அதற்குப் பதிலாக, நூரின் முக்கியத்துவம் அதிகரிக்க அவருடைய பேரார்வமும், சாமர்த்தியமாகச் செயல்படும் திறனுமே காரணம் என்று அவர்கள் குறிப்பிட்டிருந்தனர். 'பிறருக்குச் சங்கடம் உண்டாக்குவதிலும் எரிச்சலூட்டுவதிலும் நூருக்கு அலாதி விருப்பம்' என்பார் பக்காரி. ஜஹாங்கீர் பிற்பாடு சில அரசுக் கடமைப் பொறுப்புகளை நூரிடம் ஒப்படைத்தது, அவர் தம்முடைய மனைவிக்கு அடங்கி அடிபணிந்தார் என்பதாகாது. ஆனாலும், ஒரு பெண்ணிடம் அத்தனை அதிகாரங்கள் குவிந்திருக்கக் கூடாது என்பதே அந்த அரசியல் நோக்கர்களின் கருத்து.

பதினேழாம் நூற்றாண்டு இந்தியாவின் நிகழ்வுகளைப் பதிவு செய்த அப்போதைய அரசவைக் கணிப்பாளர்கள், ஜஹாங்கீரும் மற்ற அரசர்களைப் போன்றே சில சமயங்களில் பண்பட்டவராகவும் நுட்ப உணர்வு உடையவராகவும், சில சமயம் புயலின் சீற்றத்தோடும் மோசமான மனநிலையிலும் இருந்திருக்கிறார். அவருடைய ஆட்சி முறை அக்பருடைய ஆட்சிமுறையில் இருந்து முற்றிலும் மாறு பட்டதாக இருந்தது என்பதை அவர்கள் ஒப்புக்கொள்ளவே செய்தனர். தம்முடைய தந்தையார் பிரகடனம் செய்திருந்த பரந்த மனப்பான்மைக் கோட்பாட்டையும், எல்லாவற்றையும் உட்படுத்திச் செல்கிற கொள்கையையும் ஜஹாங்கீர் ஏற்றுப் பின்பற்றிய போதும் முகலாய அரசர்க்குரிய சடங்கு முறைகள், அழகியல் சார்ந்த கலை நயம், தத்துவஞானம் போன்ற கூறுகளிலேயே அதிக ஆர்வம் காட்டி னார். நன்கு ஒழுங்கமைவு செய்யப்பட்ட, அக்பர் காலத்தில் விரிவாக் கம் செய்யப்பட்டிருந்த ஒரு பேரரசை அவர் மரபுரிமையில் பெற்றி ருந்தார்.

இராஜபுதன அரசான மேவாரைத் தமக்குப் பணியச் செய்வதில் ஜஹாங்கீர் வெற்றி பெற்றிருந்தாலும், தக்காண பீடபூமிக்குத் தொடர்ந்து தொல்லை கொடுக்க முடிந்திருந்தாலும் அவருடைய அரசுத்திட்டம், அக்பரின் வெற்றிக்கான விருப்பத் தேர்வு போல் அமைந்திருக்கவில்லை. ஜஹாங்கீர் ஒரே ஒரு முறைதான் தாமே

நேரில் சென்று போர் செய்தது. அது குஸ்ராவின் கலகத்தில் இருந்து தம் அரியணையைப் பாதுகாத்துக் கொள்வதற்காக நடத்தப்பட்ட போர். அவருக்குப் பதிலாய்ப் போரிட படைத்துறை முதல்வர்கள் இருந்தனர்.

சிறந்த முறையில் சடங்குகளைச் செய்வது, வறியவர்களுக்கும், பிணியுற்றவர்களுக்கும் பொருளுதவி செய்வது போன்று அரசவையின் நடையொழுங்கு நியதிகளை ஊக்குவிப்பது அரண்மனை மாடி முகப்பில் இருந்து கொண்டு தம் குடிமக்களுக்கு அருட்காட்சி வழங்குவது இவற்றிலேயே ஜஹாங்கீர் அதிக ஆர்வம் காட்டினார். தம்மைப் போர்த்திறம் மிக்கவராகக் காட்டிக் கொள்வதைவிடவும், தாம் ‘கலைகளின் காவலர்’ என்று மக்களால் போற்றப்படுவதையே அவர் பெரிதும் விரும்பினார். தம் ஆளுகைக்குட்பட்ட நிலப்பகுதிகளில் பயணம் செய்வதில் அவருக்கு அதிக நாட்டம் இருந்தது. நிலத்தின் பல்வேறு தன்மைகளை ஆராய்வதிலும், மக்களைச் சந்திப்பதிலும் அவர் அக்கறை கொண்டிருந்தார். அந்தந்த நிலப் பகுதிகளில் உள்ள தாவரங்களையும், உயிரினங்களையும் அறிவதில் கவனம் செலுத்தினார். அவர் ஒரு இயற்கை நேசர் மட்டுமல்ல, புத்தகப் பிரியருங்கூட. எடுத்துக்காட்டுகள், ஓவியங்கள் இவற்றைப் பயன்படுத்தி விளக்கும் நூல்கள், குறிப்பாக இரத்தினங்களைப் பற்றிய நூல்கள் அவரைப் பெரிதும் ஈர்ப்பவை. தம் அரசின் நிலப்பரப்புகளை அளப்பது, விலங்குகள், தாவரங்கள், கனிமங்கள் இவற்றின் புள்ளிவிவரங்களைத் தொகுப்பது இவற்றிலும் அவர் முனைப்பாக இருந்தார். சமயத் தலைவர்களையும் சோதிடர்களையும், கவிஞர்களையும் ஒன்று கூட்டி அவர்களுடன் கலந்துரையாடித் தம் அரசை அவர் வலிமைப்படுத்தினார்.

அறிஞர்களுடனும், துறவிகளுடனும் ஆலோசிப்பதில் அவர் ஆவல் உள்ளவராக இருந்தார். ஒரு ஞானியின் ஆன்ம சிந்தனையும், தேடலும் அவரிடம் எப்போதும் இருந்து கொண்டிருந்தது. சமணத் துறவி சித்தி சந்திரர் என்பவருடன் பலமுறை அவர் உரையாடியதுண்டு. அகிம்சை, பற்றின்மை, தன்னொழுக்க நெறிகளில் கண்டிப்பாய் இருப்பது இவற்றை வலியுறுத்துவது சமண சமயம். அது தொன்மையான இந்திய மதங்களில் ஒன்று.

ஒருநாள், மேற்றிசைப் பயணம் மேற்கொள்ளும் முன் ஆக்ரா அரண்மனையில், ஜஹாங்கீரும் நூர்ஜஹானும் அந்த இளந்துறவியுடன் உரையாடிக் கொண்டிருந்தனர். நூர் அந்தத் துறவியைச் சீண்டும் விதத்தில், ‘மனிதர்களுக்கு தேகசுகம் முக்கியந்தானா?’ என்று கேட்டார். உரையாடல் தீவிரமடைந்து விவாதமானது. அந்நிலையில் சமணத்தின் சியாத்வதம் என்கிற மெய்ப்பொருட் கோட்பாட்டை அடிப்படையாய்க் கொண்டு ஜஹாங்கீர் வாதம் செய்தார்.

‘தன்னளவில் எதுவும் நல்லதுமில்லை, கெட்டதுமில்லை, தகுதி வாய்ந்ததுமில்லை, தகுதியற்றதுமில்லை. நம் சிந்தனைக்கேற்பவே எதுவும் இருக்கும்’ என்று சித்தி சந்திரரிடம் அவர் கூறினார்.

ஜஹாங்கீரின் குடிப்பழக்கமும் அறிவார்ந்த ஆன்மீகம் சார்ந்த சிந்தனைகளும் நூருக்கு தலைமைப் பண்புகளை செயல்படுத்துவதற் கான வாய்ப்பை வழங்கியதாய்க் கருதப்பட்டாலும், தம்முடைய அதிகாரத்தைத் தாம் துறந்துவிட்டதாய் ஜஹாங்கீர் ஒருபோதும் எண்ணியதில்லை. ஜஹாங்கீரின் கட்டற்ற இன்ப நுகர்வும், விருப்பங் களும், அரசு நிர்வாகத்தில் நூருக்கு இருந்த தொடர்பும், ஆட்சி செய்வதில் அவருடைய நாட்டமின்மையைக் குறிப்பதாகாது. எந்த வொரு அரசியல் நோக்கமும் அவ்வாறு முடிவுக்கு வந்தால் அது தவறு. அவருடைய விடமுடியாத பழக்கங்களும், தீவிர விருப்பங் களும், அவரது அரசக் கடமைப் பொறுப்புகளில் ஒருபோதும் குறுக் கிட்டதில்லை.

ஜஹாங்கீர் தம்முடைய படைத்தலைவர்களையும், ஆட்சிப் பொறுப்பாளர்களையும் தமது கட்டுப்பாட்டில் வைத்திருந்ததோடு, அவர்களுடைய நடவடிக்கைகளைத் தொடர்ந்து கண்காணிக்கவும் செய்தார். அரசுப்பணிக்கான அலுவல் நேரத்தை அவர் முழுமை யாகச் செலவிட்டிருக்கிறார். தம்முடைய குடிப்பழக்கமோ, தாம் பயன்படுத்தும் போதைப்பொருட்களோ அதற்குத் தடையாகி விடக் கூடாது என்பதில் அவர் உறுதியாயிருந்தார். குஸ்ரா கலகம் செய்த போது அதை ஆற்றல்மிக்க விதத்தில் முடிவுக்குக் கொண்டு வந்த தோடு, தமக்கெதிராக வேறு யாரும் இல்லை என்பதையும் உறுதிப் படுத்திக் கொண்டார். தம்முடைய இறையாண்மையில் அவருக்கு ஒருபோதும் சந்தேகம் ஏற்பட்டதில்லை. அவருடைய உச்ச அதி காரத்தைக் குடும்பத்தாரும், அவையோரும் அரசு அதிகாரிகளும் உணர்ந்தேயிருந்தார்கள். தம்முடைய புதல்வரான குர்ரமிற்கு, 1618இல் அவர் வழங்கிய ‘ஜஹாங்கீர் நாமா’ நூலில், தம் இறையாண்மை பற்றி வெளிப்படையாகவே அவர் தெரிவித்திருந்தார். தம்மை, ‘ஒரு நேர்மை யான, நடுநிலை தவறாத அரசர்’ என்று உரத்த குரலில் அவர் கூறி யிருக்கிறார். தாம் நீதி பரிபாலனத்தில் சிறந்து விளங்கியதன் மூலம் கிலாத் என்கிற கவுரவ அங்கியை அணியும் தகுதி தமக்கிருப்பதாக அவர் குறிப்பிட்டிருக்கிறார்.

ஜஹாங்கீர் ஆட்சியின் குறிப்பிடத்தக்க அடையாளமாக நடமாடும் நீதிமன்றம் இருந்தது. அதுவும் நூருக்குச் சாதகமாகவே செயல்பட்டது எனலாம். பேரரசரும் அவருடைய பரிவாரமும் பெரும்பாலும் பயணம் செய்து கொண்டேயிருந்தனர். முதல் முகலாயப் பேரரசரான பாபர் மத்திய ஆசியாவில் நாடோடிகளாய் அலைந்து திரிந்த தம் முன்னோர்களின் வழக்க முறையை மரபு

வழியில் தாமும் கைக்கொண்டிருந்தார். அவருடைய வாரிசுகள் ஆக்ரா, லாகூர், ஃபதேபூர்–சிக்ரி இவற்றைத் தலைமையிடமாய் அமைத்துக் கொண்டபோதும், பாபரின் நடைமுறையைத் தாங்களும் பின்பற்றவே செய்தனர்.

அக்பர் வேட்டையாடும் பொருட்டும், புனிதத் தலங்களுக்கு யாத்திரையாகவும், போரிடவும் பயணங்களை மேற்கொண்டார். ஆனால், ஜஹாங்கீர் தாம் கலகக்கார இளவரசராய் இருந்த போதிருந்தே கொள்ளுப்பாட்டனாரான பாபரைப் போலவே அலைந்து திரியும் மனப்போக்கைக் கொண்டிருந்தார். பாபர் முகாம்களில் தங்கி வசித்த போதெல்லாம், சாலையிலேயே தமது அரசவையை நடத்தியிருக்கிறார். ஜஹாங்கீர் பயணம் செய்வதற்கு பல காரணங்கள் இருந்தன. மேவார் அரசை வெல்வது போன்ற போர்க்களச் செயல்பாட்டுக்காகவும், வேட்டையாடவும், தனது நாட்டின் சிறப்புத்தன்மைகளைக் கூர்ந்து கவனித்து, பட்டியலிடவும், புதுமைகளைக் கண்டு மகிழ்ச்சியடையவும் அவர் பயணங்களை மேற்கொண்டார். ஒருவேளை இடம்விட்டு இடம் நகர்ந்து கொண் டேயிருக்கும் அரசு முகாம், அச்சமூட்டுகிற அரசரின் அதிகாரத் துக்கு ஓர் அடையாளக் குறியாக இருந்திருக்கும்.

அது முகலாயரின் இறையாண்மையை எப்போதும் நினைவூட்டு வதாகவே இருந்தது. கீழ்ப்படிதல் இல்லாது, கிளர்ச்சி செய்யும் மனப்பாங்குடைய எந்தவொரு ஜமீந்தாருக்கும் மாறாத அச்சுறுத் தலை அது ஏற்படுத்தியது. அரசின் வரவேற்பு நிகழ்ச்சிகள், நன் மதிப்புச் செயல்கள், தடபுடலான விருந்துகள், நட்புறவு பாராட்டி நடத்தப்படும் கொண்டாட்டங்கள் இவற்றுக்கு திறந்தவெளி முகாம் கள் உகந்ததாய் அமைந்தன.

ஆக்ரா நகரம் வழக்கத்துக்கு மாறாய் அமைதியில் உறைந்திருந்த காலகட்டத்தில் ஜஹாங்கீர் நூர்ஜஹானை மணந்து கொண்டார். ஏறக்குறைய இரண்டாண்டு காலம் தம்பதிகள் இன்பஉணர்வுடன் சிறுபொழுதுபோக்குப் பயணங்களை மேற்கொண்டிருந்தார்கள். ஒரு சமயம் க்வாஜா ஜஹான் காபூலி என்பவருடைய முலாம்பழத் தோட்டத்தைக் காண, ஆறு பாயும் திசையில் ஜஹாங்கீரும் நூரும் அரசகுடும்பத்துப் பெண்களும் படகில் போனார்கள்.

க்வாஜா ஜஹான் காபூலி, முன்பு குஸ்ரா கலகம் விளைவித்த போது ஆக்ராவைத் தாக்குதலுக்கு உள்ளாகாமல் பாதுகாத்தவர். இயல்பாகவே தனிச்சிறப்பு வாய்ந்த அந்த மனிதர், அது காரணமாய் மேலும் புகழ்பெற்றிருந்தார். பேரரசர் சென்ற படகுத் தோட்டத்தை அடையும்போது சூரியன் மறைந்து இருள் கவியத் தொடங்கி யிருந்தது. அரசகுடும்பத்தைச் சேர்ந்தவர்கள் இரவுப் பொழுதைக் கழிக்க ஆட்கள் கூடாரங்களை அமைத்தனர். பேரரசரும், அவரது

குழுவினரும் முலாம்பழப் படுகைகளில் நடந்து மாலைப்பொழுதைச் செலவிட்டனர். திடீரென்று பலத்த காற்று சுழன்றடித்துக் கூடாரங் களையும், திரைச்சீலைகளையும் புரட்டிப் போட்டுவிட்டது. ஜஹாங் கீரும், நூரும் மற்ற பெண்களும் படகில் படுத்துறங்கினர். மறுநாள் நகரத்துக்குத் திரும்பும் முன் பாதி நேரத்திற்கு முலாம் பழத் தோட்டத் திலேயே சிறு நடை பயின்றனர்.

1613ஆம் ஆண்டின் பிற்பகுதியில் மேவார் போர்க்களத்தில் தாமும் பங்கேற்கிற விருப்பத்தால் தூண்டப்பட்டும், சுற்றித் திரிவதில் இருந்த இச்சையாலும் தமது மேற்கிந்திய ஆட்சிப்பரப்பெல்லைகளில் ஜஹாங்கீர் பயணம் செய்வதில் உற்சாகமாயிருந்தார். அப்போது, மற்ற மனைவியரை விடவும் தம்மால் பெரிதும் விரும்பப்படுகிற நூர்ஜஹானை அவர் உடனழைத்துச் சென்றார். வம்சத்தின் தொடக்க காலத்தில் முகலாயர்களின் இடம்விட்டு இடம் செல்கிற பழக்கம் பெண்களுக்கு பெருமளவில் சுதந்திரத்தை இசைவுடன் வழங்கியிருந்தது. அதனால் அவர்கள் சுயசிந்தனையோடு செயல்பட முடிந்தது. அக்பர் காலத்திலோ பெண்கள் அரண்மனையின் நேர்த்தியான அந்தப்புரங்களில் தனிமைப்படுத்தப்பட்டிருந்தனர். தற்போது தம் கணவருடன் பயணப்பட்டிருந்த நூர், ஓர் இடவரம் பிற்குள் கட்டுப்படுத்தப்படாமல் வெளியே வந்திருந்தார். தன் வாழ்க்கை நெடுகிலும், பரந்து விரிந்த பேரரசு முழுவதிலுமாய் அவர் பயணம் செய்தபடி இருப்பார். நூர், ஒரு கூடாரத்தில் இருந்து கொண்டு தம்முடைய முதல் அரசாணையைப் பிறப்பித்தார்.

பலமுறை இடம்விட்டு இடம் சென்ற பிறகு, நற்பேறுக்கான முகாம் 1616 மார்ச் 20ஆம் நாள் அஜ்மீருக்குத் திரும்பியது. அப்பொழுது ஜஹாங்கீர் தம்முடைய மனைவியைப் புதுமையான முறையில் கவுரவித்தார். பேரரசரும் நூரும், அரசகுடும்பத்துப் பெண்களின் குழுவொன்றுடன் அவளுடைய தந்தையின் பொறுப் புணர்ச்சி வாய்ந்த நடத்தையைக் கவுரவிக்கும் விதமாக அவருடைய கூடாரத்துக்குச் சென்றதாக ஜஹாங்கீர் எழுதியிருக்கிறார். கியாஸ் மிகவும் அரிய வகை முத்துக்களையும், மாணிக்கக் கற்களையும் பேரரசருக்கு வழங்கினார். மனதுக்குகந்தவர்கள் ஒன்று கூடியிருந்த மகிழ்ச்சியான தருணமது. பெருங்குடிமக்களும் ஏன் பணியாளர் களும்கூட உற்சாகமாய் மதுவருந்தினர். தங்கள் கோப்பைகளை மீண்டும் மீண்டும் அவர்கள் நிரப்பிக் கொண்டனர். கொண்டாட்ட உணர்வுடன் கூடியிருந்தவர்கள் கலைந்தபின், தம்மை மன்னிக்கும்படி கியாஸிடம் ஜஹாங்கீர் வேண்டிக் கொண்டார். தம்முடைய கூடாரத்துக்குத் திரும்பியவர் அதிகாரபூர்வ ஆணையொன்றைப் பிறப்பித்தார். 'நூர்மஹல் பேகம் இனி நூர்ஜஹான் பேகம் என்ற பெயரில் அழைக்கப்பட ஆணையிடுகிறேன்' என்று. 'நூர்மஹல்'

என்பதற்கு 'அரண்மனையின் ஒளி' என்று பொருள். 'நூர்ஜஹான்' என்ற பெயரின் பொருள் 'உலகத்தின் ஒளி' என்பதாகும்.

இஸ்லாமிய உலகில் அரசகுடும்பத்தைச் சேர்ந்தவர்கள் மத்தியில் பெயர்களுக்கு என்று ஒரு தனிச்சிறப்பு இருந்தது. அரசர்கள் மிகப் போற்றப்படுகிறதும், கவித்துவம் கொண்டதுமான பெயர்களைத் தங்கள் குடும்பத்தில் உள்ளவர்களுக்கும், அரசவை உறுப்பினர் களுக்கும் வழங்கினர். பெயர்கள் அவர்களுடைய படித்தரத்தையும், சிறப்புரிமையையும் குறிப்பதாக இருந்தன. அக்பரும் அவருடைய அவையில் இடம்பெற்றிருந்த வரலாற்றாளர்களும் அந்தப்புரத்தில் உள்ள மூத்த பெண்மணிகளை அவர்களுடைய பண்புநலன்களைச் சிறப்பிக்கும் விதத்தில் அடைமொழிகளைப் பயன்படுத்தினர். 'அதிர்ஷ்டக்காரப் பெருமாட்டி', 'போற்றுதலுக்குரிய ராணி', 'ஆற்றல்மிக்க பெண்மணி' என்று ஜஹாங்கீர் தம்முடைய அந்தப்புர செவிலியர்கள் சிலரை அடைமொழிப் பெயரில் அழைப்பதுண்டு. ஆனாலும் தம் மனைவியர்க்கும், ஆசைநாயகியர்க்கும் அவர் சூட்டியிருந்த பெயர்களில்தான் அவருடைய அழகுணர்ச்சியும், ரசிப்புத்தன்மையும் வெளிப்பட்டிருந்தது. தம்முடைய மனைவி ஸாஹிப் ஜமாலை 'அழகிய இல்லத் தலைவி' என்று அழைத்த மாதிரி, ஆசை நாயகியரை 'அச்சமற்ற பார்வையினாள்', 'வனப்புள்ள உடம்புக்காரி' என்று அழைத்தார். ஆடிப்பாடும் பெண்களையும் அதுபோல் முத்து, மாணிக்கம், வைரம், ரோஜா, குங்குமப்பூ, என்று அவர் அழைப்பதுண்டு.

நூர்ஜஹான் (உலகின் ஒளி) என்று மனைவி நூருக்கு மறுபெயர் சூட்டியபொழுது தம்முடைய பெயருக்கு அதுவே இசைவானது என்று அவர் கருதியிருக்க வேண்டும். பேரரசரின் முழுப்பெயர் நூர் அத்தின் முகம்மது ஜஹாங்கீர் என்பதாகும். நூர் அத்தின் என்றால் 'நம்பிக்கையின் ஒளி', ஜஹாங்கீர் என்பதற்கு 'உலகத்தை வெற்றி கொள்பவர்' என்று பொருள். ஜஹாங்கீரின் தந்தையான அக்பர் பெர்ஸிய தத்துவ சமய ஒழுங்குமுறைமையுடன் ஒத்துப்போகிறவர் என்பதால், உலகின் அத்தனை ஒளிகளுக்கும் மூல ஒளியான இறைவ னின் அருளொளி கொண்டே உயிரினங்கள் வாழ்வதாக நம்பினார். பெர்ஸிய மொழியில் 'நூர்' என்றால் 'ஒளி' என்றும், முகலாயர் களுக்குப் பரிச்சயமான ஆப்கானிஸ்தான் மொழியான 'பாஷ்டு'வில் 'பாறை' என்றும் பொருள். பேரரசர் தம்முடைய மனைவிக்கு அளித்த பெயர் 'மிகப் பிரகாசமான' 'மனஉறுதி' கொண்ட என்ற இரு பொருள்களை உள்ளடக்கியதாகும். 'அரண்மனை ஒளி'யானது 'உலகின் ஒளி'யாய் உயர்ந்தது.

நூருக்கு மறுபெயர் சூட்டப்பட்டதை அடுத்து கொண்டாட் டங்கள் தொடர்ந்தன. பேரரசர் ஜஹாங்கீரும் பேரரசி நூர்ஜஹான்

பேகமும் மாளிகை போல் அலங்கரிக்கப்பட்டிருந்த ஆஸஃப்கானின் கூடாரத்துக்குச் சென்றிருந்தனர். அரசகுடும்பத்தினர் தங்கியிருந்த இடத்தில் இருந்து இரண்டரை மைல் தொலைவில் அது இருந்தது. ஆஸஃப்கான் அதில் பாதித் தொலைவு வரைத் தமது உயர்நிலை வகிக்கும் சகோதரியையும், அவளுடைய கணவரான பேரரசரையும் கவுரவிக்கும் பொருட்டு அவர்கள் வரும் பாதையை வெல்வெட்டும் சித்திர வேலைப்பாடுடைய துணிகளும் கொண்டு அலங்கரித் திருந்தான். ஆபரணங்களையும், தங்கத்தாலான நீர்மக்கலன்களை யும், நேர்த்தியான துணிகளையும், நான்கு குதிரைகளையும், ஒட்டகம் ஒன்றையும் அவர்களுக்குப் பரிசாக வழங்கினான். அந்த நிகழ்வுக்குப் பிறகு வெகு சீக்கிரமே ஜஹாங்கீர் கியாஸின் படிநிலையை மீண்டும் உயர்த்தினார். அவருக்கு 'துமான்தக்' என்கிற குதிரைவால் பதாகை யையும் அளித்தார். முகலாயர்களின் மத்திய ஆசிய மூதாதைகளிடம் அப்படியொரு வழக்கமுறை இருந்து வந்தது. பேரரசரின் பிரியத்தைக் காட்டும் அசாதாரணமான அடையாளமாக அது இருந்தது.

தம்முடைய மனதைக் குடைந்து கொண்டிருக்கும் ஒரு பிரச்சனைக்குத் தீர்வுவேண்டியே ஜஹாங்கீர் கியாஸிடம் வந்திருந்தார். கியாஸின் உதவியையும், அறிவுரையையும் அவர் எதிர்பார்த்தார். பிரச்சனை இதுதான் – தக்காணப் பீடபூமியில் ஏற்பட்டிருந்த இடர்ப் பாடான நிலை. முகலாய சாம்ராஜ்யத்துக்கு தெற்கே அமைந்தது அந்தப் பீடபூமி. இன்றைய மகாராஷ்ட்ரம், கர்நாடகம், இவற்றில் பெரும்பகுதியை தன்னுள் கொண்டது. இந்தப் பிரச்சனை முகலாய வரலாற்றில் நெடுகிலும் தொடர்ச்சியாக இருந்து வந்ததுதான். தக்காணப் பீடபூமியை ஆண்ட சுல்தான்கள் தங்கள் நிலப்பகுதியை முகலாயர்களிடம் விட்டுக் கொடுக்க விரும்பாமல் தொடர்ந்து அவர்களை எதிர்த்து வந்தனர். அக்பர்கூட தக்காணத் தின் சிறு பகுதியான அகமத் நகர் கோட்டையை மட்டுமே கைப்பற்ற முடிந்தது.

தற்போது, சுயேச்சையாய் இயங்கி வந்த அகமத் நகரின் முதல மைச்சரான மாலிக் அம்பர் பேரரசுக்குப் பெருந்தொல்லையாக மாறி யிருந்தான். மாலிக் ஒரு எத்தியோப்பிய அடிமை. ஆனால் இப்போதோ ஒரு போர்வீரனாகவும், அரசியலில் தேர்ச்சி பெற்றவ னாகவும் உருவெடுத்திருந்தான். முகலாயர்கள் தெற்கே படை யெடுத்து வருவதைத் தடுக்க தக்காணத்தின் மற்ற அரசுகளின் ஆதரவைத் திரட்டியிருந்தான்.

அகமத் நகர் மாகாணத்தின் முந்தைய முதலமைச்சராக இருந்த வர், பல ஆண்டுகளுக்கு முன் மாலிக் அம்பரை ஒரு அடிமையாக விலைக்கு வாங்கியிருந்தார். அந்த முதலமைச்சர் இறந்ததும் அவருடைய மனைவி மாலிக் அம்பருக்கு விடுதலை வழங்கினாள்.

மாலிக் அம்பர் திருமணம் செய்துகொண்டு, குதிரைப்படையில் ஒரு ஈட்டி வீரனானான். 1595இல் அக்பர் அகமத் நகர் கோட்டையையும் நகரத்தையும் தாக்கினார். அவருடைய நோக்கம் ஒட்டுமொத்த அரசையும் தம் ஆளுகையின் கீழ் கொண்டுவருவதுதான். மாலிக் அம்பர் சிறுபடையுடன் எதிர்த்து முகலாயரிடம் தோற்றான். அம்பர் பின்வாங்கி, காட்டுக்குள் புகுந்து கொண்டு சிதறியோடிய தனது படையை மீண்டும் திரட்டலானான்.

முகலாயப் படைக்கும் அகமத் நகர் சுல்தானுக்கும் இடையே அடுத்த ஐந்தாண்டு காலமும் விட்டு விட்டு போர் நடந்து கொண்டிருந்தது. 1600இல் முகலாயர்களால் அகமத் நகர் கோட்டையைக் கைப்பற்றி, சுல்தானைச் சிறையிட மட்டுமே முடிந்தது. மாகாணத்தின் எஞ்சிய பகுதிகளை அவர்கள் வெற்றி கொள்ளத் தவறிவிட்டனர். அகமத் நகரின் சுயேச்சையான பகுதியில் இருந்த 7,000 படையாட்களுக்கு அம்பர் தலைமையேற்றான். முகலாய அரசகுடும்பத்தைச் சேர்ந்த இருபது வயது இளைஞன் ஒருவனுக்கு தன் மகளை மணம் செய்து கொடுத்த அக்பர், சிறையில் அடைக்கப்பட்ட சுல்தானின் அரியணையில் அந்த இளைஞனை அமர்த்தினார். அம்பர், மருமகனின் பிரதிநிதியாக அகமத் நகரைத் தானே ஆட்சி செய்ததுடன், முதலமைச்சராகவும் இருந்தான்.

1605இல் தாம் பேரரசரானதில் இருந்து ஜஹாங்கீர் தம் படைத் தலைவர்களை ஒருவர் பின் ஒருவராக மாலிக் அம்பரையும் அவனுடைய கைப்பாவையான சுல்தானையும் அழிப்பதற்காக அனுப்பிக் கொண்டிருந்தார். ஆனால் அதில் அவருக்கு வெற்றி கிட்டவில்லை. தக்காணத்துக்குப் படை நடத்திச் சென்று ஆம்பரை வெற்றிகொள்வதற்கு மேவாரை வென்ற இளவரசர் குர்ரமே தகுதியான நபர் என்று ஜஹாங்கீர் நம்பினார். கியாஸ், நூர் மற்றும் பேரரசரின் உள்வட்ட ஆலோசகர்களும் அதற்கு இணங்கினர். குர்ரம் ஒரு நிபந்தனையின் பேரில் போருக்குப் புறப்பட ஒப்புக் கொண்டார். தனது ஒன்றுவிட்ட உடன்பிறந்த சகோதரனான குஸ்ராவை ஆஸஃப்கான் பொறுப்பில் விட்டுவைக்க வேண்டும் என்பதுதான் அந்த நிபந்தனை. அந்தப்புரப் பெண்களின் அன்பிற்குரியவனான குஸ்ராவை ஆசஃப்கானிடம் ஒப்படைப்பது என்பது ஒருவகை வீட்டுக்காவலில் வைப்பது போலத்தான். குஸ்ரா தனது தந்தையான பேரரசருக்கும் தனக்கும் இருந்த கருத்து வேறுபாட்டைப் போக்கிச் சமரசம் செய்து கொள்ளும் முயற்சியில் இருந்தான். தான் வெளியில் சென்றிருக்கும் போது குஸ்ரா எங்கே தந்தையின் அன்பைப் பெற்று, வாரிசுரிமையில் தனக்குப் போட்டியாகி விடுவானோ என்ற அச்சம் இருந்தது குர்ரத்திற்கு.

ஆஸஃப்கானிடம் குஸ்ரா ஒப்படைக்கப்பட்ட நாளில் பல்வேறு படிநிலைகளில் இருந்த அந்தப்புரப் பெண்கள் அனைவரும் அழுது புலம்பினர். மனத்தளர்ச்சியுற்ற அரசர் தம் மகனுக்கே கொடுமை இழைத்துவிட்டதாய் சப்தம் போட்டுக் கொண்டு, தங்கள் உணவை மறுத்தனர். இளவரசனுக்குத் தீங்கு செய்யும் எண்ணம் தமக்கு இல்லையென்று அரசர் தெளிவாகச் சொன்னார். அந்தப் பெண் களின் கோபத்தைத் தணிக்க நூரையும் அவர்களிடம் அனுப்பி வைத்தார்.

ஆனால் அவர்களோ சபித்துக் கொண்டும், உயிர் மிரட்டல் விடுத்துக் கொண்டும் நூரைப் பார்க்க மறுத்துவிட்டனர் என்று தாமஸ் ரோ எழுதுகிறார். ஜஹாங்கீரின் தாயும், குஸ்ராவின் பாட்டி யுமான ஹர்க்கா இளவரசரை ஆஸஃப்கானிடம் ஒப்படைத்ததற்குக் கடும் எதிர்ப்பு தெரிவித்தார். இளவரசருக்கு உடல் ரீதியாகத் தீங்கு நேரிட்டுவிடும் என்று அவர் வாதிட்டார். ஹர்க்காவின் அச்சங் களைப் போக்கி, நூர் அவரை அமைதிப்படுத்தினார். குஸ்ராவிற்குக் கூடுதல் சுதந்திரம் வழங்கும்படி உயர் அதிகாரிகள் பேரரசரிடம் விண்ணப்பம் செய்துகொண்டனர். ஆனால் பேரரசரோ தம்முடைய மகனைத் தண்டிப்பதில் நிலையுறுதியோடு இருந்தார். அரசரைக் கொண்டு நூர்ஜஹானும், குர்ரமும் தாங்கள் எண்ணிய காரியத்தை எளிதாய் நிறைவேற்றிக் கொண்டனர் என்றே சொல்ல வேண்டும்.

குர்ரம், 1616இல் தக்காண மாகாணங்களுக்குப் புறப்பட்டுச் சென்றுவிட்ட பிறகு நடமாடும் நீதிமன்றம் போரைவிடவும், குஸ்ராவின் தொடர் வீட்டுக்காவல் குறித்தே அதிகம் விவாதித்தது. ஜஹாங்கீரோ சீர்கெட்டுப் போன இரண்டு நீர்த்தேக்கங்களையும், பழுதாகியிருந்த அணைக்கட்டு ஒன்றையும் ஒழுங்கமைப்பு செய்வ தற்கு உத்தரவிட்டுக் கொண்டிருந்தார். அவரும் நூரும் அஜ்மீரில் இருந்த ஒரு சூஃபி மகானின் கல்லறைக்கு ஒன்பது முறை போய் வந்தனர். இந்துக்கள் புனிதமாய்க் கருதும் புஷ்கர் ஏரிக்கும் பதி னைந்து முறை அவர்கள் பயணம் போனார்கள். அரசரின் முகாம் ஓரிடத்தில் கொஞ்சநாள் இருந்துவிட்டு, திரும்பவும் இடம்பெயர்வ தாய் இருந்தது.

குர்ரம் புறப்பட்டுச் சென்று ஒருமாதம் கழிந்தபின் பேரரசரும் பேரரசியும் அரசகுடும்பத்துப் பெண்கள், அவை உறுப்பினர்கள், அதிகாரிகள், பணியாட்கள் கொண்ட ஒரு குழுவுடன் ராம்ஸர் என்ற இடத்தில் முகாமிட்டிருந்தனர். ராம்ஸர் அஜ்மீருக்கு தென்கிழக்காய் இருபது மைல் தொலைவில் இருந்த ஒரு ஜாஹிர் ஆகும். ஜஹாங்கீர் நூர்ஜஹானுக்கு அளித்த இரண்டு பெரிய ஜாஹிர்களில் முதலாவது ராம்ஸர் ஆகும். அது, பல கிராமங்களை உள்ளடக்கிய பெரிய நிலப்பகுதி ஆகும். சமுதாயத்தில் குறிப்பிட்ட படிநிலையில் இருப்ப

வர்களுக்கே ஜாஹிர் வழங்கப்பட்டது. ஜாஹிருடன் அந்த நிலப்பகுதியில் வரிவசூல் செய்வது, விற்பனையாகும் பொருட்களின் இலாபத்தில் ஒரு பங்கு, வெளியில் இருந்து வரும் பொருட்களுக்கு வரிவிதிப்பது என்று பல உரிமைகளும் ஜாகிர்தாருக்குக் கிடைக்கும். அரசின் உயர்நிலை அதிகாரிகளின் பட்டியலிலும் நூரின் பெயர் இடம்பெற்று இருந்தது.

ராம்ஸரில் அரசரின் குழுவினர் எட்டு இரவுகளைக் கழித்தனர். அங்கிருந்த நாட்களில் ஜஹாங்கீர் மீன்பிடிப்பது, மான்கள், நீர்ப் பறவைகள் இவற்றை வேட்டையாடுவது என்று பொழுது போக்கினார். நூர் தனது பண்ணை விவகாரங்களைத் தன்னுடைய கருவூல அதிகாரியுடன் கலந்தாய்வு செய்தார். அவர்கள் அங்கே தங்கியிருந்த கடைசி நாள் இரவில், நூர் விருந்தொன்று நடத்த உத்தரவிட்டார். ஏரியின் கரைகளும், நடுப்பகுதியுங்கூட தீபவரிசைகளால் அலங்கரிக்கப்பட்டன என்று ஜஹாங்கீர் தம்முடைய சுயசரிதையில் குறிப்பிட்டிருக்கிறார். மாணிக்கக் கற்கள், நவமணி பதித்த கலன்கள், தங்க மணிகளால் அழகூட்டப் பெற்ற துணிகள் இவற்றுடன் கண் கவரும் பல்வகைமைப் பொருட்களும் பேரரசர் கண்டு மகிழும்படியாய் காட்சிப்படுத்தப்பட்டன. மறுநாள் அரசப்பரிவாரம் அங்கிருந்து இடம்பெயர்ந்தது.

1616ஆம் ஆண்டின் எஞ்சிய பகுதியை ஜஹாங்கீரும், நூரும் இப்படி இடம்விட்டு இடம் பயணம் செய்தே கழித்தனர். அவர்களுடைய பல்வேறு இடை நிறுத்தங்களில் 'லஸா' என்கிற சிற்றூரும் ஒன்று. வெற்றி கொள்ளப்பட்ட மேவார் அரசில் அந்த ஊர் இருந்தது. 'லஸா' கிராமமும் நூரின் சொத்துகளில் ஒன்றானது. தக்காணத்தில் பணி ஒதுக்கீடு செய்யப்பட்டிருந்த படைத்துறை முதன்மை அதிகாரிகளுக்கு அமீர்களைக் கவுரவிக்க வழங்கப்படும் குளிர்ப்பருவ அங்கிகள் வழங்கப்பட்டன. இருபத்தியோரு படைத் தலைவர்கள் அந்தச் சிறப்பைப் பெற்றனர். நூரின் ஏற்பாடு இது.

அடுத்து, சாலையிலேயே *காஜாகிஸருக்கு மரியாதை செய்யும் 'கிஸ்ரி' விருந்து நாளை அவர்கள் கொண்டாடினர். கிஸர் முஸ்லீம்களாலும் அதேபோன்று இந்துக்களாலும் போற்றப்படுகிற ஒரு புனிதர். கிஸரின் அங்கவடிமைப்பு பழைய, புதிய ஏற்பாடுகளில் இடம்பெற்றிருக்கும் எலிஜாவினுடையது போன்றதாகும். திருமறையிலும் கிஸர் இடம்பெற்றுள்ளது. மெஸபொடோமிய தெய்வமானுடனான கில்கமேஷின் கலப்புருவாகவும் கிஸரைச் சொல்வார்கள். தண்ணீர், மீன், புத்திளமை இவற்றுடன் தொடர்புடைய கிஸர் அருவ நிலையில் உலகெங்கும் சுற்றித்திரிபவர். சமயத்தில் மனிதர்களுக்கு

* காஜாகிஸர் : காஜா என்று உச்சரிக்கப்படும் சொல்லாகிய குவாஜாவின் பொருள் அறிவில் சிறந்தவர் என்பதாகும். ஆன்மீக ஆசான்களுக்கும் இச்சொல் பயன்படுத்தப் பட்டது.

ஞானத்தை வழங்குவதற்காக அவர் வெளிப்படையாய் காட்சியளிப்பதும் உண்டு. சூஃபி ஞானிகளைப் பொருத்தவரையில் அவர் உலகில் உள்ள அனைத்து மறைபொருள்களின் கருவூலம், 'கிஸ்ரி'த்திருநாள் ஜஹாங்கீருக்கு விசேஷமான நாளாகும். அவரும் ஒருவகையில் சுற்றித் திரிகிறவர்தான், இயற்கையின் விளங்காத புதிர்களை விளங்கிக் கொள்வதில் நாட்டம் கொண்டவர். கிஸ்ரி திருநாள் கொண்டாட்டங்களுக்குப் பிறகு நூரின் தந்தையுடைய கூடாரத்தில் இருந்தபடி கியாஸின் முன்னிலையில் அந்தப்புரத்துப் பெண்கள் முகத்திரையிட்டிருக்க வேண்டியதில்லை என்று ஜஹாங்கீர் ஆணையொன்றை பிறப்பித்தார். வாழும் கலைக்கு முன்மாதிரியான, மதியூகமிக்க ஒரு சூஃபி போன்ற அந்த முதியவரிடம் மறைப்பதற்கு எதுவும் இல்லை.

1617ஆம் ஆண்டின் இளவேனிற்காலத்தின் பெரும்பகுதியும் மால்வா வட்டாரத்திலேயே அவர்கள் பயணம் மேற்கொண்டிருந்தனர். மால்வா ஆக்ராவின் தென்மேற்கே ஐந்நூறு மைல் தொலைவில் அமைந்திருந்தது. அந்தப் பகுதி மிதமான தட்பவெப்பநிலை உடையது. பல ஏரிகளையும், பசுமையான பள்ளத்தாக்குகளையும், கம்பீரமான மாளிகைகளையும், 360 குறிப்பிடத்தக்க இந்து ஆலயங்களையும் (அக்பரின் ஆட்சிக் காலத்திய விவரத் தொகுப்பு அகராதியில் கண்டபடி) அது தன்னகத்தே கரையோரம் *வில்லோ மரங்களும், **ஹையசின்த்களும் அணி செய்தன. கோதுமையும், கசகசாச் செடிகளும், கரும்பும், மாவும், முலாம்பழக் கொடிகளும், திராட்சையும் செழித்து வளர்ந்திருந்தன. 1617ன் பிற்பகுதியில் அரசு முகாம் மால்வாவில் உள்ள மாண்டு என்னும் சிறிய நகரத்துக்கு இடம்பெயர்ந்தது. கோட்டையுடன் கூடிய அந்த நகரத்துக்கு வெளியே முகாம் அமைக்கப்பட்டது. ஜத்ரூப் என்கிற புகழ்பெற்ற சூஃபித் துறவியும் அங்கே அருகாமையில் தனியே வசித்திருந்தார். பாலைவனத்தின் தொலைதூர மூலையில் எங்கோ சமயம் சார்ந்த ஒதுக்கிடமொன்றில் இருந்தவர், பல ஆண்டுகளுக்குப் பிறகு பழைமை வாய்ந்த உஜ்ஜைனி நகரத்துக்குப் பக்கத்தில் ஓரிடத்துக்குத் திரும்பியிருந்தார். ஜஹாங்கீர் அவரைக் கண்டுவருவது என்று தீர்மானித்தார்.

ஜத்ரூப் ஒரு மலையின் நடுவேயிருந்த சிறிய குகையொன்றில் வசித்து வந்தார். அவர் அமர்ந்திருந்த இடத்துக்குப் போகும் வழி ஆறடி நீளமும், மூன்றடி உயரமும், இரண்டடிக்குச் சற்றுக் குறைவான அகலமும் கொண்டது என்று ஜஹாங்கீருக்குத் தெரிவிக்கப்

---

* வில்லோ : கீழ்நோக்கித் தொங்கும் நீண்டு மெலிதான கிளைகளை உடைய நீர்ப்பக்கத்தில் வளரும் மரவகை.

** ஹையசின்த் : இனிய மணம் கமழும் மலர்கள் கொண்ட ஒருவகைச் செடி.

பட்டிருந்தது. அந்த வழியில் செல்வதற்கான மனஉரம் கொண்டவ ராகவே பேரரசர் காணப்பட்டார். மகாஞானியான ஜத்ரூப்பிடம் உரையாட வேண்டும் என்பதில் உறுதியாக இருந்தார் அவர். அங்கே அமர்வதற்கு பாயோ, உலர்ந்த புற்களாலான விரிப்போ கூட இருந்திருக்கவில்லை. ஜஹாங்கீர் இப்படிக் குறிப்பிட்டிருக்கிறார்:

'குளிர்ப்பருவத்தின் வெடவெடத்து நடுங்கச் செய்யும் அந்த நாட்களில் அவர் வெற்றுடம்பாய் அமர்ந்திருந்தார். அவருடைய இடுப்புப் பகுதியைக் கந்தலான ஒரு துணி மூடியிருந்தது. அவர் கணப்பு எதையும் பற்ற வைத்திருக்கவில்லை, தம் உறைவிடத்துக்கு அருகில் இருந்த சிறிய நீர்நிலையில் ஒவ்வொரு நாளும் இரண்டு முறை அவர் நீராடினார், தாம் ஏற்றுவந்த பிச்சையுணவில் ஐந்து கவளம் மட்டுமே அவர் விழுங்கினார். உணவின் ருசியில் அவருக்கு நாட்டமில்லாத காரணத்தால் உணவை மென்று தின்னாமல் அப்படியே விழுங்கி வைத்தார். சூஃபி கோட்பாட்டு அறிவியலான வேதாந்தத்தில் அவர் தேர்ச்சி பெற்றவர், அவர் என்னிடம் நன்றாகப் பேசி, வியக்கத்தக்க எண்ணப்பதிவை, உணர்ச்சி விளைவை என்னுள் ஏற்படுத்திவிட்டார்.

ஜத்ரூப் இந்து மதத்தில் – வைணவப் பிரிவைச் சேர்ந்த புகழ் பெற்ற ஓர் வைணவர்.

முஸ்லீம் சூஃபிகளுடைய நம்பிக்கைகளும், இந்துக்களின் கோட்பாடும் ஏறக்குறைய ஒரேமாதிரியானவை என்பதில் ஜத்ரூப் மூலம் ஜஹாங்கீருக்கு நம்பிக்கை உண்டானது. இந்தியாவின் புனிதத் திருநூல்களாகக் கருதப்படும் வேதங்களை அடிப்படையாய்க் கொண்டது வேதாந்தம். மனித ஆன்மாவின் தெய்வத் தன்மையையும் மத நல்லிணக்கத்தையும் உறுதிப்படுத்துகிற வேதாந்தம் இந்து மதத்தின் தொன்மையான அடிப்படைகளில் ஒன்றாகும்.

ஜஹாங்கீர் ஜத்ரூப்பைக் கண்டுபிடித்துப் பேசுவதற்கு பலமுறை முயன்றிருக்கிறார். பேரரசரைப் பொருத்தவரை துறவிகள், கவிஞர்கள், அறிஞர்கள், கலைஞர்கள் கூட்டுறவில் இருப்பது அவருடைய மனதுக்கும், ஆன்மாவுக்கும் மகிழ்ச்சியளிக்கிற காரியமாய் இருந்திருக் கிறது. இலக்கின்றிச் சுற்றித்திரிவதிலும், உயர்நிலை மாந்தருடன் உரையாடுவதிலும் தம்முடைய பெருங்குழப்ப நிலைகளில் இருந்து தாம் விடுபட முடிவதாக அவர் நம்பினார்.

தமது சுயசரிதையில் நூரின் பிரவேசம் பற்றிக் குறிப்பிட்ட ஜஹாங்கீர், அடுத்தடுத்த பக்கங்களில் நூரைப் பற்றிய பாராட்டுரை களுக்கே அதிக இடமளித்திருக்கிறார். நூரின் வேட்டையாடும் திறன் தம்மை வெகுவாய் ஈர்த்ததாக அவர் எழுதியிருந்தார். வேட்டை என்பது முகலாய அரசர்களைப் பொறுத்தவரை முக்கியத்துவம்

வாய்ந்த ஒன்றாகும். நூரின் வேட்டையாடும் திறனைப் புகழ்ந்து பேசுகிற ஜஹாங்கீர், அவருடைய ஆட்சி நடத்தும் வல்லமை பற்றி முறையான அங்கீகாரமாய் நேரடியாக எதுவும் குறிப்பிடவில்லை.

வேட்டையாடுதல் என்பது ஓழிந்த நேரத்தில் செய்கிற காரியமல்ல. முகலாயர்களுக்கு, அது தங்களுடைய அதிகாரப் பண்பை வெளிப்படுத்துகிற அடையாளக் குறியாகும். அதைத் தங்களுடைய மூதாதையரான மங்கோலியர்களிடம் இருந்தும், துருக்கியர்களிடம் இருந்தும் மரபு வழியில் அவர்கள் கொண்டிருக்க வேண்டும். காட்டு விலங்குகளைப் பின்தொடர்வதும், அவற்றைச் சுட்டுவீழ்த்துவதும் ஒரு அரசர் மூர்க்கமானவைகளை அடக்கியாளும் தமது இயல்பைப் பகிரங்கமாய் வெளிப்படுத்தி, தம்முடைய துணிவை மற்றவர்கள் அறியும்படிக்கு செய்ய இடமளிக்கிறது. அத்துடன், அரச குடும்பத்தினரின் பயணம் போன்ற பொதுப்படையான நோக்கங்களையும் அது பூர்த்தி செய்கிறது. பேரரசரும் அவருடைய அதிகாரிகளும் உள்ளூர் தகவல்களையும், நிலவருவாய், வணிகம், உற்பத்தி போன்றவற்றின் மெய்யான விபரங்களையும் சேகரிக்க முடிகிறது. தம்முடைய குடிமக்களைச் சந்திக்கும் வாய்ப்பும் ஆட்சியாளருக்குக் கிட்டுகிறது. விவசாயிகளும் வியாபாரிகளும் நேரில் வந்து மரியாதை செலுத்தவோ, தங்கள் குறைகளைக் கூறவோ செய்வார்கள். அது உள்ளூர் பணி முதல்வர்களுடனும் ஒரு பிணைப்பை ஏற்படுத்தித் தரும். முகலாயப் போர் முறை நிபுணர் ஒருவர், 'முகலாய அரசுக்கு வேட்டை ஒரு முக்கிய சாதனம்' என்று குறிப்பிடுகிறார். சில சமயங்களில் கீழ்ப்படிய மறுக்கிற அல்லது கிளர்ச்சி செய்கிற நிலச்சுவான்தார்களைத் தங்கள் நிலையில் இருந்து பின்வாங்கச் செய்யவும் வேட்டைக்குழு பயன்படும். வேட்டை என்கிற போர்வையில், முகலாயர்கள் தங்கள் வேட்டைக் களன்களைச் சுற்றியிருக்கும் அண்டை நாட்டுப் படையின் ஆற்றலைச் சீண்டிப் பார்க்கவும், அடக்கி ஒடுக்கவும் செய்வதுண்டு. குதிரைப்படைக்குப் பயிற்சியளிக்கவும், போருக்குப் படையாட்களைத் திரட்டவும் வேட்டைப் பயணங்கள் ஏற்பாடு செய்யப்படுவர்.

ஜஹாங்கீர் இளவரசர் சலீமாக இருந்தபொழுது ஒருசமயம் வேலையாள் ஒருவன் போட்ட சப்தத்தில் வேட்டை இலக்காயிருந்த விலங்கு மருண்டோடிவிடவும் அவனுக்கு மரணதண்டனை விதிக்கப்பட்டது. அது ஒன்றும் தன்முனைப்பாளர் ஒருவரின் கண்மூடித்தனமான செயலல்ல, ஆற்றல்மிக்க ஓர் அமைப்பின் விதிமுறைக்குக் கீழ்ப்படிந்து நடக்கச் செய்வதாகும். ஜஹாங்கீர், தம்முடைய நாட்குறிப்பேட்டில் தாம் 1616ஆம் ஆண்டு நெடுகிலும் வேட்டையாடிய விலங்குகளின் பட்டியலைக் கருத்தார்ந்த முறையில் பதிவு செய்திருக்கிறார். 1 சிறுத்தைப்புலி, 1 ஒட்டகச்சிவிங்கி, 15

புலிகள், 33 மான்கள், 53 மறிமான்கள், 80 காட்டுப்பன்றிகள், 340 நீர்க் கோழிகள் என்று அவருடைய மெச்சத் தகுந்த பண்பை அது உறுதிப்படுத்துகிறது. நூரின் வேட்டைத் திறனைப் பற்றி மட்டற்ற மகிழ்ச்சியுடன் அவர் எழுதியிருக்கிறார்.

1617 ஆம் ஆண்டு ஏப்ரல் 16ஆம் நாள் நூர்ஜஹான் மால்வா பிரதேசத்தில் யானைமீது அமர்ந்து வேட்டைக்குச் சென்றார். அப்பொழுது முகலாயர்கள் வழக்க முறையாக மேற்கொள்ளும் உத்தியை அவரும் மேற்கொண்டார். எளிதில் வேட்டையாடும் வகையில் விலங்குகளை ஓரிடத்திற்கு துரத்திச் செல்லும் வேட்டை அது. வேட்டையின் போது நாய்களின் உதவியோடு விலங்குகளின் இருப்பிடத்தைக் கண்டுபிடிக்க வீரர்கள் நான்கு புலிகளைக் கண்டார்கள். விலங்குகளை அவற்றின் இருப்பிடத்தில் இருந்து கிளப்பும் முரசு கொட்டுபவர்கள் பேரொலி எழுப்பி, கோல் கொண்டு புதர்களை வன்மையாகத் தாக்கி அந்தப் புலிகளை ஒரு திறந்தவெளிக்குத் துரத்தினர். பேரரசி ஆறுமுறை சுட்டு நான்கு புலிகளையும் தனியொருவராக தானே வீழ்த்தினார்.

பேரரசர் ஜஹாங்கீர் பெருமளவில் பாராட்டுணர்வும், மதிப்பு ணர்ச்சியும் கொண்டார். 'இதுவரை அதுபோல் விரைவாகத் துப் பாக்கியைப் பயன்படுத்திக் கண்டதில்லை. ஆறு தோட்டாக்களில் ஒன்றுகூட வீணாகவில்லை, அதனால் நான்கு புலிகளுக்கும் தப்பி யோட வாய்ப்பில்லாமல் போனது. பேரரசர் அளவற்ற மகிழ்ச்சி யுடன் நூர்ஜஹான் மீது பொற்காசுகளை வாரியிறைத்தார்.' அப் போது கவிஞர் ஒருவர் இரண்டடிச் செய்யுளொன்றை உரக்கக் கூறினார்:

'நூர்ஜஹான் உருவத்தில் ஓர் பெண்ணாயிருப்பினும்,
போர்வீரர்களின் படிநிலையில் அவர் புலிகளைக் கொன்றவர்'

என்று. ஒரு பெண்ணின் குறிபார்த்துச் சுடும் திறன் கவிஞரை வியப்பும் திகைப்பும் கொள்ளச் செய்துவிட்டது. மதிப்புணர்ச்சி அவருக்கு மட்டுமா?

10

வியத்தலுக்குரிய காலப்பகுதி

'நற்பேறு முகாம்' மேற்கிந்தியாவின் வழியே ஆக்ராவின் வடக்கு, தெற்கு பகுதிகளுக்கு இடம்பெயர்ந்தது. அப்போது நூர்ஜஹானின் அதிகாரம் முழுவீச்சில் உயரத்துக்குச் சென்றுவிட்டது. தக்காணத்தில் விடாது தொடரும் போர்த்திட்டம் தொடர்பான ஆலோசனையில் ஜஹாங்கீரின் உள்வட்ட ஆலோசகர்களில் ஒருவராக நூரும் இடம்பெற்றிருந்தார். இந்தியாவில் வர்த்தகம் செய்வது தொடர்பாக அயல்நாட்டுப் பிரதிநிதிகளின் வேண்டுகோள்களைப் பரிசீலிப்ப திலும் அவர் பங்கேற்றார். ராம்ஸர் பகுதியில் உள்ள தனது ஜாகீரின் வணிகம், வரிவிதிப்பு போன்ற விவகாரங்களில் நூர் தாமே முடி வெடுத்தார். விவசாயிகளைத் துன்புறுத்தலில் இருந்து பாதுகாக்கவும், மாகாண அதிகாரிகள் சுமத்தும் கூடுதல் வரிகளால் அவர்கள் பாதிக்கப்படாதிருக்கவும் அவர் நேரடியாகத் தலையிட்டார்.

பேரரசி, குர்ரம் அர்ஜுமண்ட் இவர்களின் மகனான வலிப்பு நோயால் அவதிப்பட்ட சிறுவன் ஷுஜாவின் பராமரிப்பிலும் கவனம் செலுத்தினார். லாட்லியின் திருமணத்துக்கான வாய்ப்பு நிலைகளை யும் அவர் சிந்திக்க வேண்டியிருந்தது. அரசியல் சார்ந்த வகையிலும் தனிப்பட்ட முறையிலும் அது முக்கியத்துவம் வாய்ந்த ஒரு பிரச்சனை தான். குர்ரமின் வாரிசுரிமைக் கோரிக்கையை ஏற்று ஒற்றுமையாய் செயல்படுவதன் மூலம் தம்முடைய நிலையை அவர் வலுப்படுத்திக் கொண்டார்.

நூரும் ஜஹாங்கீரும் வழக்கமான அரசவை நடவடிக்கைகளிலும், கேளிக்கைகளிலும், அதிகாரப் பொறுப்புக்குரிய செயல்களிலும் ஈடுபட்டிருந்தனர். இந்தக் காலகட்டத்தில் பேரரசர் துறவி ஜத்ரூப் புடன் தாம் மேற்கொண்டிருந்த உரையாடல்கள், மாண்டுவில் உள்ள உன்னதமானக் கட்டிடங்கள் பற்றி எழுதுவதில் மும்முரமாயிருந் தார்.

அவர் 1617 மார்ச்சில், ஈரானில் இருந்தது போன்ற ஒரு தடையுத் தரவைப் பிறப்பித்தார். அது அவருடைய ஆட்சிப் பரப்பிற்குட்பட்ட எவரும் புகைபிடிக்கக் கூடாது என்பதாகும். அந்தத் தடையுத் தரவுக்குக் காரணம் புகைப்பழக்கம் தீங்குவிளைவிக்கும், மக்கள் அந்தப் பழக்கத்துக்கு அடிமையாகிவிடக்கூடும் என்பதுதான்.

1617 ஜூலை மாதத்தில், நூருக்கு, 'சிறந்த குறி தவறாது சுடுகிற பெண்மணி' என்ற நற்பெயர் ஏற்பட்டிருந்த பிறகு, நற்பேறு முகாம் மாண்டுவிற்கு அருகில் கூடாரம் அமைத்திருந்த நிலையில், குர்ரம் அனுப்பிய சிறப்புத் தூதன் ஒருவன் வந்திருந்தான். தக்காணத்தில் போர் நடவடிக்கை நல்ல பயன் ஏற்படுத்தியிருப்பதாகவும், தக்காணப் பீடபூமியில் உள்ள தலைவர்களில் பலர் சரணடைந்திருப்பதாகவும் அவன் தெரிவித்தான். அக்பரால் முதலில் வெற்றி கொள்ளப்பட்டு பிற்பாடு பலரிடம் கைமாறியிருந்த அகமது நகர் கோட்டையை அரசுப்படைகள் கைப்பற்றியிருந்தன. மாலிக் அம்பர் இன்னும் சரண டையவில்லை என்கிற குறிப்பு மட்டுமே இடர்ப்பாடாய்த் தெரிந்தது.

தமக்கு உற்சாகமளிக்கும் செய்தியை நூர் கொண்டு வந்திருந்த தாக ஜஹாங்கீர் தம்முடைய நாட்குறிப்பேட்டில் எழுதியிருக்கிறார்: 'அல்லாவுக்கு, நன்றி. கைவிட்டுப் போயிருந்த நாட்டுக்குச் சொந்த மான நிலப்பகுதியை அரசின் சேவையில் இருப்பவர்கள் மீட்டெடுத் திருக்கிறார்கள். திட்டமிட்டபடி எல்லாமும் நல்ல முறையில் நடந்து விட்டால் தக்காணம் பேரரசின் தலைசிறந்த வெற்றிப் பெருமிதமாக இருக்கும்' என்று.

குர்ரமின் வெற்றிகள் குறித்த பொருத்தமான செய்தியைத் தம்மிடம் கொண்டுவந்ததற்கு பரிசாக நூருக்கு மற்றொரு ஜாஹிரை ஜஹாங்கீர் வழங்கினார். அந்த ஜாஹிர் அஜ்மீர் மாகாணத்தில் உள்ள தோடா என்கிற நிலப்பகுதியாகும். பல கிராமங்களையும், ஒரு பெரிய நகரத்தையும் அது உள்ளடக்கியிருந்தது. தோடாவில் இருந்து கிடைத்த வரி முதலான வருவாய் நூருக்குப் பெருமளவில் பணத்தை ஈட்டித் தந்தது. ராம்ஸரில் இருந்த அவருடைய மற்றொரு நிலப் பரப்பும் ஆதாயமளிப்பதாகவே இருந்தது. அங்கே வெளியில் இருந்து விற்பனைக்கு வரும் பொருட்களுக்கு விதிக்கப்படும் வரியிலும் அவருக்குப் பங்கு கிடைத்தது.

ஜூலை மாத பிற்பகுதியில் மால்வாவில் பருவமழை பெய்யத் தொடங்கியிருந்தது. பலத்த காற்று, மழையில் கட்டிடங்கள் சேதமடைந்தன. தங்கள் வாழ்நாளில் அப்படியொரு மழை கொட்டித் தீர்த்ததை தாங்கள் பார்த்ததேயில்லை என்று கிழவர்கள் பேசிக் கொண்டனர். எனினும், ஜஹாங்கீர் இப்படி எழுதியிருக்கிறார்: 'இந்த உலகில் மாண்டுவைப் போல் இன்ப உணர்வூட்டும் காற்றும், மகிழ்ச்சி தரக்கூடிய நிலப்பகுதியும் கொண்ட இன்னொரு இடம் இருக்குமா என்று தெரியவில்லை' குறிப்பாக மழைக்காலத்தில். ஒருவேளை குர்ரமின் வெற்றிகளால் அவருடைய எண்ணங்களும் உணர்வுகளும் எழுச்சியுற்றிருக்கலாம்.

ஜஹாங்கீரும் நூரும், மால்வாவை ஆண்டவர்களால் கட்டப் பட்ட ஷங்கர் டாங்க் அரண்மனைகளையும் மற்ற கட்டிடங்களை

யும் காண வருகை புரிந்தார்கள். ஆகஸ்டில் மழை குறைந்தது. சீக்கிரமே திருமறை நூலின் முதல் வெளிப்படுத்துகை தொடர்பான நினைவுநாள் விழா நடைபெறவிருந்தது. நட்சத்திரங்களும் ஒரு நேர்க்கோட்டு வரிசைக்கு வந்து, ஜஹாங்கீர் ஆட்சிப் பொறுப்பேற்ற தற்கான ஆண்டுவிழா, இந்துப் பெண்கள் தங்கள் பிணைப்பை வலுப்படுத்தும் குறியீடாக தங்களுடைய சகோதரர்கள் அல்லது தங்களைவிடப் பெரியவர்களின் மணிக்கட்டில் ரட்சா பந்தன் கட்டும் ராக்கி பண்டிகை என்று தொடர் கொண்டாட்டங்களுக்கு வழி வகுத்திருந்தது. மூன்று ஒத்த நிகழ்வுகளுக்கான விடுமுறை களைக் கொண்டாட, தமது ராம்ஸர் எஸ்டேட்டின் ஏரிக்கரை அரண்மனையில் பேரரசி விருந்துக்கு ஏற்பாடு செய்திருந்தார்.

பேரரசருக்கு மரியாதை செலுத்தும் முகமாகவும், நூரின் சமூக முக்கியத்துவத்தை உறுதி செய்யும் வகையிலும் அந்த விருந்து நடைபெற்றது. ஏராளமாய் செலவிடப்பட்ட அந்த விருந்தில் ஆண் களுக்கு முதலில் உணவும், பானங்களும் பரிமாறப்பட்டன. அரசு மற்றும் தனிமுறையான நிகழ்ச்சிகளில் நூரே முதன்மை வகித்தார். அவரை மையமாகக் கொண்டே எல்லாமும் நடந்தன. துலாபாரம், விடுமுறைக் கொண்டாட்டம், ஆண்டின் குறிப்பிட்ட காலப்பகுதி களில் நிகழும் பண்டிகைகள், பேரரசைச் சார்ந்த அங்காடி வீதிகள், திருமணங்கள் என்று எல்லா நிகழ்ச்சிகளிலும் நூர் பங்கேற்பார், சிலவற்றுக்கு அவரே முன்னிலை வகிப்பார், தலைமை வகிப்பார். பலவற்றிலும் அவர் கையால் பரிசுகள் வழங்கப்படும். அரச குடும்பத் தினரும், அரசவை உறுப்பினர்களும் அவருக்கு மரியாதை செலுத் தினர்.

இந்த முக்கூட்டு விடுமுறை விருந்தில் ஒவ்வொரு விருந்தினரும் அவரவருடைய சமுதாயப் படிநிலை, பணியிடம் இவற்றுக்கேற்ப இருக்கையில் அமர்த்தப்பட்டனர். பழங்களும், வறுத்த இறைச்சி களும், களிப்பூட்டும் பானவகைகளும் அவர்களுக்குப் பரிமாறப் பட்டன. பொழுதுசாயும் வேளையில் பணியாளர்கள் ஏரியைச் சுற்றிலும், அண்டை அயலில் உள்ள கட்டிடங்களிலும் கண்ணாடிக் கூட்டு விளக்குகளையும், தீபங்களையும் ஏற்றி வைத்தனர். அந்த விளக்கொளிகளை ஏரி நீர் பிரதிபலித்தது. நீர்ப்பரப்பு முழுதும் தீப்பற்றி எரியும் சமவெளிபோல் காணப்பட்டது. குடிப்பவர்கள் தங்கள் இயல்பு மீறி கோப்பைகளை மேலும் மேலும் உள்ளே தள்ளிக் கொண்டிருந்தார்கள் என்று ஜஹாங்கீர் எழுதியிருக்கிறார். விருந்து முடிய இரவு வெகுநேரமாகி விட்டது. ஆண்கள் புறப்பட்டுச் சென்ற பின், பெண்கள் மகிழ்ச்சி ஆரவாரம் பொழுது விடிவதற்கு மூன்று மணிநேரம் இருக்கும் வரை நீடித்தது.

தக்காணத்தில் அரசுக்குக் கிடைத்த வெற்றிகள் குறித்து குர்ரமின் தூதுவன் முன்பு அறிவிக்கை செய்ததற்குப்பின், வேறெந்தத் தகவலும் அங்கிருந்து வரவில்லை என்பதால் ஜஹாங்கீர் பொறுமையிழந்தார். ஒருமாத காலம் கடந்துவிட்டிருந்தது. மாலிக் அம்பரால் உருவாகி யிருந்த அபாயநிலையை ஜஹாங்கீரும், நூரும் அறிந்திருந்தார்கள். 'அம்பர் மோசமான நட்சத்திரக்காரன்', 'கலகக்கார அம்பர்', 'இருண்ட முகம் உடைய அம்பர்', 'அதிர்ச்சியூட்டுகிற ஆசாமி' என்றெல்லாம் அவனைப் பற்றி எழுதியதில் இருந்தே அவருடைய கவலையைத் தெளிவாக உணரமுடிகிறது.

எட்டாம் நூற்றாண்டு முதல் பதின்மூன்றாம் நூற்றாண்டு வரை பாக்தாதை ஆட்சி செய்த *அப்பாஸிய கலீபாக்கள் மிகுந்த புகழ் பெற்றவர்கள். அவர்கள் தொலைதூரத்துக்குச் செய்திகளை அனுப்ப புறாக்களைப் பயன்படுத்தி வந்தனர் என்பதை ஜஹாங்கீர் அறிந்திருந்தார். அவர் முன்பே புறாக்களை வளர்க்கப் பணியாளர் களை நியமித்திருந்தார். அவர் சிறுவனாக இருந்தபொழுது அவர் தந்தையார் புறாக்கள் வளர்த்ததையும், அவை பறப்பதில் தந்திர மானவை என்பதையும் அவர் அறிவார். அப்போதே நிறைய புறாக் களை அவரும் வைத்திருந்தார். தம்முடைய புறா வளர்க்கும் பணி யாளர்களிடம் மாண்டுவில் இருந்து தக்காணத்தில் உள்ள பர்ஹன் பூருக்கு தகவல் கொண்டு செல்ல புறாக்களுக்குப் பயிற்சியளிக்கும்படி அவர் ஆணை பிறப்பித்திருந்தார். சீதோஷ்ண நிலை சரியாக இருந்தால் புறாக்கள் நூறுமைல் தூரத்தை மூன்றே மணிநேரத்தில் சென்றடைந்துவிடும். மழை பெய்து கொண்டிருந்தால் அதன் பயணநேரம் ஏழரை மணி நேரமாயிருக்கும்.

ஆகஸ்டு 14இல் அரசிடம் இருந்து பர்ஹன்பூருக்கு செய்தி கொண்டு சென்ற புறாக்கள், ஒரு வாரத்தில் நம்பிக்கையூட்டும் செய்திகளோடு திரும்பி வந்தன. அம்பர் இன்னமும் தோற்கடிக்கப் படவில்லை என்றாலும் குர்ரமிற்கு அந்த வட்டாரத்தில் பெருமளவு ஆதரவு கிடைத்திருந்தது. தக்காணத்தில் நம்பத்தகுந்த விசுவாசி களிடம் நிலப்பரப்புகளை அவர் ஒப்படைப்புச் செய்ததோடு, வட் டார நிர்வாகத்துக்கான ஏற்பாடுகளையும் செய்து முடித்தார். தக்காணத்தின் பல்வேறு மாகாணங்களுக்கும் ஆளுநர்களை நியமிக்க அனுமதி கேட்டிருந்த இளவரசர், சீக்கிரமே வடக்கே பயணமாவ தாகவும் தெரிவித்திருந்தார்.

தாம் கையகப்படுத்தியிருந்த நிலப்பகுதிகளில் 30,000 குதிரைப் படை வீரர்களையும், துப்பாக்கி ஏந்திய 7,000 காலாட் படையினரை யும் விட்டுவிட்டு, தம்மோடு 25,000 குதிரைப்படை வீரர்களையும்,

---

* அப்பாஸிகள் : அண்ணல் நபி(ஸல்) அவர்களின் பெரியதந்தை அப்பாஸ் (ரலி) அவர்களின் வழித் தோன்றல்களுக்கு அப்பாஸிகள் என்று பெயர்.

2000 துப்பாக்கி ஏந்திய வீரர்களையும் அழைத்துக் கொண்டு இளவரசர் அங்கிருந்து புறப்பட்டார். குர்ரத்தின் வருகைக்காகக் காத்திருந்த ஆஸஃப்கான் விழா எடுத்து, விருந்தளித்தார். வெற்றி வீரரான இளவரசர் அவனுடைய மருமகன் அல்லவா. நிழல் தரும் மாமரங்கள் நிறைந்த இடத்தில், நீர்வீழ்ச்சிகளை நோக்கியவாறு அமைந்திருந்தது ஆஸஃப்கானின் கூடாரம். அந்த முகாமில் நடந்த விருந்தில் நெருக்கமானவர்களும், அரசவையைச் சேர்ந்தவர்களும் கலந்து அங்கே இன்னமும் வந்திராத வல்லமைமிக்க பெருந்தகையை வாழ்த்தித் தங்கள் மதுக்கோப்பைகளை உயர்த்தினர்.

1617 அக்டோபர் 1ஆம் நாள் குர்ரம் வந்து சேர்ந்தார். அவர் தெற்கே சென்று பதினோரு மாதங்கள் கழிந்துவிட்டிருந்தன. அவர் திரும்பி வந்தபோது அவருக்கும் அர்ஜுமண்டிற்கும் பிறந்த மகளின் வயது ஒரு மாதமே ஆகியிருந்தது. மாலிக் அம்பர் இன்னமும் போர்த்திறக் கட்டமைப்புடன் கூடிய கோட்டைகளில் ஆதிக்கம் செலுத்தி வந்ததோடு, வேறு தலைவர்களைக் கூட்டு சேர்த்துக் கொண்டிருந்தான். ஆனால், தக்காணத்தில் தாம் ஒட்டுமொத்த வெற்றியைப் பெற்றுவிட்டதாக ஜஹாங்கீர் கருதிக் கொண்டார். நற்பேறு முகாம் அமைந்திருந்த நிலத்தை குர்ரம் முத்தமிட்ட பொழுது அங்கிருந்தவர்கள் அடைந்த மகிழ்ச்சிக்கு அளவேயில்லை. தம் கூடார மாளிகையின் மாடி முகப்புக்குத் தாம் பெரிதும் மதித்துப் போற்றும் மகனை அழைத்த ஜஹாங்கீர் எழுந்து, அவரைத் தழுவிக் கொண்டார். குர்ரம் ஆயிரக்கணக்கான பொற்காசுகளைத் தமது தந்தையாருக்கு அன்பளிப்பாக வழங்கினார். அதேயளவு பொற்காசுகளை ஏழைகளுக்கு வாரி வழங்கவும் செய்தார். பீஜப்பூர் சுல்தானை வெற்றி கொண்டதன் அடையாளமாகத் தாம் கொண்டு வந்திருந்த 'ஸிர்-நாக்' என்கிற அருமையான யானை உள்ளிட்ட வேறு பல பரிசுகளையும் தம் தந்தைக்குக் கொடுத்தார் அவர். விலைமிக்க இரத்தினக்கற்கள் அடங்கிய பேழை ஒன்றும் அந்தப் பரிசுத் தொகுதியில் இருந்தது.

அந்த வெற்றி விழாக் கொண்டாட்டத்தில் ஜஹாங்கீர் தம்முடைய மகனுக்கு சிறப்பு அங்கி ஒன்றை அளித்து கவுரவித்தார். பொன்னிழைகளால் பூவேலை செய்த கழுத்துப் பட்டை, சட்டைக்கை முன்பகுதி இவற்றில் முத்துக்கள் பதித்த அங்கி அது. அத்துடன் இரத்தினக் கற்கள் பதித்த வாளொன்றும் இளவரசருக்கு வழங்கப்பட்டது. பிறகு, ஒரு தட்டு நிறைய நவமணிகளைக் கொண்டுவரச் செய்து இளவரசரின் தலைமீது அள்ளிப் பொழிந்தார். முன்பு நூர்ஜஹான் நான்கு புலிகளைச் சுட்டு வீழ்த்தியபோதும் அதேமுறையில் பேரரசர் தம்முடைய மகிழ்ச்சியை வெளிப்படுத்தி யிருந்தார். ஆனால், அன்றிரவு தம் மகனுக்கு 'ஷாஜஹான்' என்று

பெயர் சூட்டியதன் மூலம் மகனைப் பகிரங்கமாகவே அவர் புகழ்ந்து விட்டார் எனலாம். ‘ஷாஜஹான்’ என்றால் ‘உலகின் அரசர்’ என்று பொருள். அந்தப் பெயரின் மூலமே உலகம் அவரை அறிந்திருக்கிறது.

‘ஜஹாங்கீர் நாட்டின் பேரரசராக இருந்தார், ஷாஜஹான் நாட்டை ஆள்பவராக இருந்தார்’ என்று பிரிட்டிஷ் தூதரான தாமஸ் ரோ இளவரசரின் வெற்றி விழாக் கொண்டாட்டப் பிரமிப்புடன் குறிப்பிட்டிருக்கிறார்.

ஷாஜஹானின் அண்மைக்கால வெற்றிகளுக்கு ஜஹாங்கீரின் ஒப்புகை அரசின் அங்கீகாரம் எனக் கொள்ளலாம். பிற்பாடு, முகலாயப் பேரரசின் ஒவ்வொரு குறிப்பிடத்தக்க நிகழ்வும் இரட்டை அங்கீகாரம் பெறுவதற்கு முன்னறிவிப்பாக அமைந்தது ஷாஜஹானின் வெற்றிவிழாக் கொண்டாட்டம். ஆம், ஒரு அங்கீகாரம் பேரரசருடையது என்றால் மற்றொன்று பேரரசியினுடையது. ஜஹாங்கீர் நிகழ்த்திய கொண்டாட்டத்திற்குப் பிறகு ஒரே வாரத்தில் பேரரசியும் குர்ரமின் வெற்றிக்கு இன்னொரு விழா எடுத்தார். அந்த விழாவில் பேரரசி வெளிறிய பழுப்பு கலந்த மஞ்சள் நிறத்தில் மேலாடையும், மங்கலான ஊதா நிறத்தில் காற்சட்டையும் அணிந்திருந்தார். தோளைச் சுற்றி ஒளி ஊடுருவுகிற மாதிரி ஒரு பட்டை இருந்தது. முத்துத் தொங்கல்களுடன் கூடிய மாணிக்கம் பதித்த காதணிகளை அவர் அணிந்திருந்தார். கைகளில் வளையல்களும் கழுத்தில் கண்டசரமும் அழகுக்கு அழகு செய்தன. பேரரசரை நேருக்கு நேர் பார்க்கிற மாதிரி அவருக்கு இருக்கை போடப்பட்டிருந்தது. திறந்த முற்றத்தில் பறவைகள், மரங்கள், செடிகொடிகள் என்று சித்திரங்கள் நெய்யப்பட்ட காட்சிக்கினிய தரை விரிப்புகள் அலங்கரித்தன. விரிப்பு போர்த்திய உயரமான மேடையில் குர்ரம், நூர், ஜஹாங்கீர் ஆகிய மூவரும் ஒன்றாக அமர்ந்திருந்தனர். தம் தந்தைக்கும் சிற்றன்னைக்கும் சற்றே தாழ்நிலையில் குர்ரம் அமர்ந்திருந்தார். இளவரசர் ஜஹாங்கீரைப் போல் அதே நீண்ட கிருதாவுடனும், நுனி நோக்கி சிறிது சிறிதாக சிறுத்துச் செல்கிற மீசையோடும் காணப்பட்டார்.

நூர் குர்ரத்துக்கு மணிக்கற்களும், முத்துக்களும் கொண்டு சித்திர வேலைப்பாடு செய்த அங்கியொன்றை வழங்கிக் கவுரவித்தார். முத்துக்கள் கோர்த்த தலைப்பாகை இடுப்புப்பட்டி, இரத்தினங்கள் பதித்த வாள், இரண்டு குதிரைகள், அவற்றில் ஒரு குதிரை மதிப்புமிக்க மணிக்கற்கள் பதித்த சேணத்துடன் கூடியது மற்றும் அரசின் பட்டத்துயானை ஒன்றையும் பரிசாக்கினார். அடுத்து இளவரசரின் மற்றும் குழந்தைகளுக்கு தங்க ஆபரணங்களையும், தலா ஒன்பது உடைகளையும் வழங்கினார். இளவரசரின் முக்கிய அதிகாரிகளுக்கும் கவுரவ அங்கிகளும், கற்கள் பதித்த குத்துவாள்

களும் வழங்கப்பட்டன. நூர் ஏற்பாடு செய்திருந்த அந்தக் கூட்டத்தில் இளவரசரின் தாய் ஜகத் கொஸெய்ன் பங்கேற்கவில்லை. அவர் தன்னுடைய மகனுக்கு தனியே விருந்தளித்ததாகவும் தெரியவில்லை.

தற்போதைய ஷாஜஹானான குர்ரம், தக்காணப் போர்த் திட்டத்துக்கு இறுதி முடிவு எடுத்தது தம்முடைய தந்தை என்றாலும், அந்தத் திட்டத்தை இரகசியமாய் வடிவமைத்தது நூர்ஜஹான், கியாஸ், ஆஸஃப்கான் என்பதைத் தெரிந்துகொண்டார். அதுமட்டுமல்ல, அரசகுடி இளவல் யாரும் தனக்கு எதிராகச் சதிசெய்ய அவர்கள் இடமளிக்கவில்லை என்பதும் அவருக்குப் புரியவந்தது. குறிப்பாக குஸ்ராவை செயல்படவிடாமல் முடக்கிப் போட்டு தம்முடைய ஒளிமயமான எதிர்காலத்தை அவர்கள் உறுதி செய்திருப் பதையும் அவர் உணர்ந்தேயிருந்தார். இந்த உலகத்தில் ஏதோ ஒன்றின் அடிப்படையில், ஏதோ ஒன்றுக்கு அடையாளமாகவே கொடுக்கலும் வாங்கலும் நடக்கிறதில்லையா. நூருக்குத் தாம் கடமைப்பட்டிருப் பதை வெளிப்படையாகத் தெரிவிக்க வேண்டியிருக்கும் என்பதையும் அவர் அறிவார். அவர் திரும்பி வந்த மூன்று வாரங்களுக்குப் பிறகு, நூர் தமக்கு விருந்தளித்ததைத் தொடர்ந்து, தம்முடைய வழங்கீடுகள் மூலம் நூர் அதிகாரத்தில் உயர்ந்து செல்வதை ஷாஜஹான் முறைப் படி அங்கீகரித்தார் என்றே கொள்ளலாம். அரசருடைய மாளிகை முகப்புக்குக் கீழேயுள்ள முற்றத்தில் பேரரசருக்காக இரத்தினக் கற்களையும், கற்கள் பதித்த ஆபரணங்களையும், 150 யானைகளையும், 100 அரேபிய, பெர்ஸிய நாட்டுக் குதிரைகளையும் ஷாஜஹான் காட்சிப்படுத்தியிருந்தார். அவை தங்கத்திலும் வெள்ளியிலுமான அடையாளச் சின்னங்களைக் கொண்டிருந்தது குறிப்பிடத்தக்கது. ஜஹாங்கீர் கீழே இறங்கி வந்து அவற்றை மிகுந்த கவனத்துடன் ஆராய்ந்து பார்த்தார். அவற்றுள் பிற்பாடு ஜஹாங்கீரின் கருவூலத்தில் இடம்பெற்ற திடமான பெரிய மாணிக்கக் கல் ஒன்றும், மதிப்புமிக்க நீலக்கல் ஒன்றும் இருந்தது. அப்படியொரு உயர்தரமான நீலக் கல்லைத் தாம் அதற்கு முன் பார்த்ததில்லை என்று ஜஹாங்கீர் அப் போது தெரிவித்தார்.

ஷாஜஹான் தன்னுடைய சொந்தத் தாயாகவே பாவித்த நூர்ஜ ஹானுக்கு 2,00,000 ரூபாய் மதிப்புள்ள வெகுமதிகளை அளித்த தாகவும், மற்ற தாய் முறையில் உள்ளவர்களுக்கும், மனைவியர்க்கும் 60,000 ரூபாய் மதிப்பில் பொருட்களைப் பரிசாக்கியதாகவும் ஜஹாங்கீர் தம்முடைய நாட்குறிப்பேட்டில் பதிவு செய்திருக்கிறார். தன்னைப் பெற்ற தாய்க்குக் கொடுத்ததைவிடவும் மூன்று மடங்கு கூடுதலாக ஷாஜஹான் நூருக்குக் கொடுத்திருந்தார். நூரின் தனிச் சிறப்பு இதில் தெளிவாகிறது. 'இத்தகைய பரிசுகள் இந்த வம்சத்தில் ஒருபோதும் வழங்கப்பட்டதேயில்லை' என்றும் ஜஹாங்கீர் அழுத்தம்

திருத்தமாய் தெரிவித்திருக்கிறார். ஜஹாங்கீரின் ஆட்சிக்காலத்தில் அந்தப்புரத்துப் பெண்களின் படிநிலை மற்றும் பேரரசருடன் அவர்களுக்குள்ள நெருக்கத்தைப் பொருத்து ஆண்டுக்கு 2000 ரூபாயில் இருந்து 3400 ரூபாய் வரைதான் உதவித் தொகையாக வழங்கப்பட்டிருந்தது. அத்துடன் ஷாஜஹான் வழங்கியதை ஒப்பிட்டுப் பார்த்தால் பிரமிப்பூட்டுவதாகவே இருக்கும்.

* * *

முகலாய அரசவை உறுப்பினர்களும், நெருக்கமானவர்களும் நிர்வாகம் இராணுவம் தொடர்பாய் அரசு எடுக்கும் முடிவுகளில் நூரின் பங்கு அதிகரித்துக் கொண்டிருப்பதை நிச்சயம் அறிந்தே யிருப்பார்கள். நூர் முதல் முதலாய் அந்தப்புரத்தில் பிரவேசித்த போதிருந்து தன்னுடைய மருமகளுக்கு ஆலோசனை வழங்கி வந்த இராஜமாதாவான ஹர்க்கா அது குறித்து பெருமைப்பட்டுக் கொள்ள எல்லா உரிமையும் இருந்தது. செல்வாக்குமிக்க தங்கள் சிற்றன்னையிடம் வலுவான பந்தத்தை ஏற்படுத்திக் கொள்வது எல்லா இளவரசர்களுக்கும் குறிப்பாக அதிகாரத்தில் அதிக விருப்பம் கொண்ட ஷாஜஹானுக்கு முக்கியமாய்த் தெரிந்தது.

அரசகுடும்பத்துக்கு சேவை செய்துகொண்டிருக்கும் நீண்டகால அரசவை உறுப்பினரான இனாயத்கான் போன்றவர்கள் நூரின் முக்கியத்துவம் பெருகிக் கொண்டிருப்பதை அறியவே செய்தார்கள். இனாயத்கான் மதுவிற்கு அடிமையாகி இருந்த போதும் தம்மிடம் விசுவாசம் மிக்கவர் என்பதைப் பேரரசர் தம்முடைய மனதில் இருத்தியிருந்தார். ஜஹாங்கீரின் இளமைப்பருவத்தில் இருந்தே அவருடைய அந்தப்புரத்திற்கு பொறுப்பு வகித்து வந்த அகா அகாயனும் அப்படியொரு பற்றுறுதி கொண்ட பெண்மணிதான். அரசகுடும்பத்தின் ஒவ்வொரு பயணத்திலும் இன்பச் சுற்றுலாக்களிலும் அவர் தம்முடைய பணியில் இருந்து ஓய்வு பெறும்வரை பங்கேற்றிருந்தார். நூரை பிறந்ததில் இருந்தே அறிந்தவளும், அகாயனிடம் இருந்து சீக்கிரமே பொறுப்பேற்கவிருந்தவளுமான தை திலாராமிற்கு நூரின் சாதனைகள் கட்டாயம் அதிக மகிழ்ச்சியைத் தந்திருக்கும்.

நூரின் ஆதிக்கம் மேலோங்குவதைக் கண்ட சிலர், அதைக் கலந்தாய்வுக்குரிய பிரச்சனையாக்கவும் செய்தார்கள். 1612ன் தொடக்கத்தில் அக்பரின் உடன்பிறவாச் சகோதரர்களில் ஒருவர் இந்திய முஸ்லீம்களுக்கும், குராஸானிகளுக்கும் (குராஸானில் இருந்து வந்த ஈரானியர்கள்) ஆதரவு காட்டி நடக்கும் ஜஹாங்கீரின் கொள்கையை வன்மையாகக் கண்டித்து அவருக்குக் கடிதம் எழுதவும் செய்தார். இராஜபுத்ர இந்துக்களிடமும், மத்திய ஆசியாவைச் சேர்ந்த முஸ்லீம்களிடமும் அவர் பாரபட்சம் காட்டுவதாகவும் அந்தக் கடிதத்தில்

குறிப்பிட்டிருந்தார். நூர் மற்றும் அவருடைய குடும்பத்தின் ஆதிக்கத்தைக் குறிவைத்தே எழுதப்பட்ட கடிதம் அது. நூரின் எழுச்சியிலும் அவரது குடும்பத்தார் அரசில் உயர்பதவிகள் வகிப்பதிலும் பெரிதும் சங்கடத்துக்குள்ளான மற்றொருவர் மகபத்கான் ஆவார். ஜஹாங்கீர் இளவரசர் சலீமாக இருந்த போதிருந்தே அவருக்கு விசுவாசமாய் பணிபுரிந்து வந்த இராணுவத் தலைவர் அவர். நூரின் பெருமை மேலோங்கிக் கொண்டிருப்பது அவரைச் சங்கட உணர்வுக் குள்ளாக்கியது. பேரரசியைச் சுற்றிச் சூழ்ந்திருந்த ஈரானியக் குழுவின் பூசல்களும் அவரைக் கவலைப்பட வைத்தது. தம் மனதில் இருப் பதை எவ்வளவு காலந்தான் அவரால் வெளிக்கூறாமல் இருக்க முடியும்?

பேரரசர் முகாமிட்டிருந்த இடத்துக்குச் சற்று தொலைவில் அமைந்த அங்காடி வீதியில், நூரின் கொடிகட்டிப் பறக்கிற அதிகாரம் பற்றி மக்கள் பேசவே செய்தார்கள். அரசவையில் அவருடைய கை ஓங்கியிருப்பது பற்றி எழுத்து வகையிலும் தங்கள் கருத்துக்களைப் பரிமாறிக் கொண்டார்கள். இங்கிலாந்து அரசர் முதலாம் ஜேம்ஸ் அவர்களின் அரசுத் தூதுவராக அனுப்பப்பட்டிருந்த தாமஸ் ரோ வணிக உரிமைகள் பெறுவதற்காக வந்திருந்தார். அவருக்கு முன் பக்கத் தலையில் வழுக்கை, இராஜபுத்ர வீரரைப்போல் முறுக்கி விடப்பட்ட அடர்ந்த மீசை. முகலாயப் பண்பாடு பற்றி அரைகுறை யாய்த் தெரிந்து வைத்திருந்தார். ஜஹாங்கீர் மற்றும் நூரிடம் அதிகாரபூர்வ இசைவைப் பெறுவதில் அவருக்குச் சிரமம் இருந்தது. ஜஹாங்கீரின் நற்பேறு முகாம் செல்லும் இடங்களுக்கெல்லாம் அவருடைய அரசவையும் உடன் சென்று முகாமிடும். அதேபோன்று அங்காடி வீதியொன்றும் அருகாமையில் கூடாரம் அமைக்கும். அந்த அங்காடிக்காரர்களுடன் தாமும் பின்னொட்டிச் செல்வதென்று தாமஸ் ரோ தீர்மானித்தார். அந்த அங்காடி வீதியில் சிகையலங்காரம் செய்பவர்களும், மருத்துவர்களும், தையற்காரர்களும், சலவைத் தொழிலாளர்களும், கருமான்களும், ஆயுதங்களை விற்பவர்களும், இசைக்கலைஞர்களும், உணவு விற்பனை செய்பவர்களும், தேநீர்க் கடைக்காரர்களும் இடம்பெற்றிருந்தனர். அத்துடன் விருந்தினர்களுக் கான தங்கும் விடுதிகளும் உண்டு. 'ரோ'வைப் போன்ற சிறப்பு வருகையாளர்கள் அங்காடி வீதிக்கு அருகில் உள்ள விடுதிகளிலோ அல்லது பக்கத்து நகரங்களிலோ தங்கிக் கொண்டார்கள்.

அரசவைக்குள் பிரவேசிக்க அறிமுகம் தேவைப்பட்டதால், ஜஹாங்கீரின் நடுமகன் இளவரசர் பர்வேஸைத் தொடர்புகொள்ள எண்ணியிருநதார் ரோ. ஆனால் பர்வேஸிற்கு அரசியல் தந்திரத்தை விடவும், மதுபானத்திலேயே அதிகம் நாட்டம் இருந்தது. முகலாய

அரசவைச் செயல்பாடுகள் பற்றி ரோ தெளிவாகத் தெரிந்து வைத் திருக்கத் தவறிவிட்டார். வியாபாரச் சலுகைகளைத் தாம் பெறுவ தற்கு முக்கிய நபரான நூர்ஜஹானிடம் தொடர்பு கொண்டிருக்க வேண்டும் என்பதைப் புரிந்துகொள்ளவே அவருக்குப் பல மாதங் களாகிவிட்டது.

பேரரசியை ரோ சந்திப்பதற்கு இடையீட்டாளர் ஒருவர் தேவைப்பட்டார். அஜ்மீரைச் சேர்ந்த 'ஜது' என்கிற நபரைப் பிடித் தார் அவர். சந்திப்புத் திட்ட ஏற்பாட்டுக்கும் மொழிபெயர்ப்புக்கும் அந்த ஆள் உதவக்கூடும் என்று நம்பினார் ரோ. 'ஜது' என்றால் இந்தியில் மாயவித்தை என்று பொருள். மாயவித்தை வேலை செய்தது. தம்முடைய அதிகாரபூர்வ முத்திரையை பேரரசியிடம் காண்பிக்கும்படி ரோவிற்கு தகவல் அனுப்பினார் ஜஹாங்கீர். ஆனால், ரோ எதிர்பார்த்திருந்த பேரரசியின் சந்திப்பு நிகழவில்லை. அவருடைய அதிகார முத்திரை திருப்பியனுப்பப்பட்டுவிட்டது. நூர் மரியாதையில்லாமல், நடந்து கொண்டதாகவும் அவருடைய செய்கை ஆணவம்மிக்கது என்று ரோ கருதினார். நூரின் அதிகாரத்தை ஏற்க மனமில்லாதவராய் அவர் இப்படி எழுதியிருக்கிறார்—

'ஜஹாங்கீர் இணக்கமானவர், பழகுவதற்கு இனிமையானவர். ஆர்வத்துடன் மனதில் வாங்கிக் கொண்டு, விளக்கமாய் பேசக் கூடியவர். இரவில் அவர் குடித்துவிட்டு, விரிவாகப் பேசும்போது முக்கியத்துவம் வாய்ந்தவர்கள் மட்டுமே அருகில் இருக்க அனுமதிக் கப்படுவார்கள். இந்த நடைமுறை தவறாமல் தொடர்ந்தது. அவர் பிணியுற்றச் சந்தர்ப்பங்களில் மட்டும் அது நடவாமல் இருந்திருக் கலாம். மக்கள் முற்றிலும் சரியான காரணத்தை எதற்கும் கேட்டுப் பெறக் கூடியவர்கள். தங்கள் அரசர் உரிய இடத்தில் இல்லாமையை அவர்கள் ரொம்ப நாள் சகித்துக் கொள்ள மாட்டார்கள். அவரைக் கவனித்துப் பார்த்துக் கொள்ள ஆயிரம் பேர் அவருக்கிருந்தாலும், ஒருவர் மட்டுமே அவரைக் கட்டுப்படுத்தி அவர்மீது ஆளுமை செலுத்திக் கொண்டிருக்கிறார் என்று.

பிரிட்டிஷ் அரசின் பிரதிநிதியான ரோ, ஜஹாங்கீருடன் நேர்முகமாய் நடந்த தமது சந்திப்புகள் பற்றியும் விரிவாகவே எழுதி யிருந்தார். ஆனால், முகலாய அரசு ஆவணங்களில் அப்படியொரு சந்திப்பு நடந்ததாய் எந்தவொரு சான்றும் இருக்கவில்லை. தம்முடைய சுயசரிதையில் ஜஹாங்கீரும் ரோவைப் பற்றிக் குறிப் பிட்டிருக்கவில்லை. இன்னமும் சொல்லப்போனால், அவர் இங்கி லாந்துக்கு வியாபாரச் சிறப்புரிமை வழங்கியதாக ஆதாரத் தகவல் எதுவும் இல்லை. முகலாய அரசவைக்கு வந்துசென்ற ஐரோப்பிய

நோக்கர்கள் பேரரசருடனான தங்கள் தொடர்புறவுகள் பற்றி அவர்கள் கதை கட்டிவிடுவது அடிக்கடி நடப்பதுதான். அந்தக் கதைகளுக்குத் தங்கள் கற்பனையால் அவர்கள் மெருகேற்றியிருக்கக் கூடும்.

* * *

நூரின் அடுத்த வெளிப்படையான நடவடிக்கை மனஎழுச்சியும், கற்பனையும் உள்ள இந்தப் பெண்மணி கண்டிப்பாகத் தன் மனதில் ஆட்சியதிகாரத்தை வைத்திருக்க வேண்டும் என்பதையே மறைமுகமாய்த் தெரிவிக்கிறது. தம்முடைய முதல் அரசாணையை அவர் பிறப்பித்தார். அதில் பயன்படுத்தப்பட்டிருக்கிற சொற்களும், அதைத் தொடர்ந்து பிறப்பிக்கப்பட்ட உத்தரவுகளும் ஆட்சியதிகாரத்தில் மற்றும் அவருடைய குடிமக்களிடத்தில் அவருக்கிருந்த ஆழ்ந்த ஆர்வத்தையே வெளிப்படுத்துகிறது.

1617 டிசம்பரில் முகலாய அரசவையினர் ஆக்ரா திரும்புவது பற்றிச் சிந்தித்தார்கள். ஆனால், ஜஹாங்கீர் குஜராத் மாகாணக் கடற்கரைக்குச் சென்று கடலைப் பார்க்க ஆசைப்பட்டார். அதுவரை கடலையே அவர் பார்த்ததில்லை. அவருடைய தாயாரும், அவருடன் எப்போதும் பயணம் செய்கிற அந்தப்புரத்துப் பெண்களும் தங்களுடைய பெட்டிகள் மற்றும் மிகைப்படியான பொருட்களுடன் ஆக்ராவுக்கு புறப்பட்டுச் சென்றனர்.

நூர்ஜஹான் ஜஹாங்கீருடன் குஜராத்திற்குப் போகவுமில்லை, மற்றவர்களைப்போல் ஆக்ராவிற்குத் திரும்பவுமில்லை. மாறாக, அவர் அஜ்மீர் அரசில் உள்ள பண்ணைகளில் தங்கி ஓய்வெடுத்துக் கொண்டு இருந்தார். (வேட்டைக்குச் சென்றிருக்கவும் கூடும்) கவிதைகள் எழுதினார், தமது சொத்துகளை நிர்வகிக்கும் அதிகாரிகள் முறையாகப் பணிபுரிகிறார்களா என்பதைக் கண்காணித்தார். பிக்கானீர் அரசரின் அதிகாரி ஒருவன், நூரின் பண்ணைப் பொருளாளர் பரோமனிடம் செலுத்த வேண்டிய பணத்தைச் செலுத்தாமல் இருந்திருக்கிறான். பரோமனின் சார்பில், பிக்கானீர் அரசர் உடனே அந்தப் பணத்தைச் செலுத்தும்படி நூர் ஆணை பிறப்பித்தார். அந்த அதிகாரபூர்வ ஆணை, எதிர்த்து வாதிட முடியாத இறையாண்மையின் எச்சரிக்கைக் குறியாக இருந்தது.

'மாட்சிமை தங்கிய பேரரசியாரின் கருவூல அதிகாரியான பரோமன்னுக்கும் அவருடைய தந்தை கிஷன்தாஸிற்கும் கொடுக்கப்படாமல் இருக்கும் தொகை பற்றி ராஜா சூரத் சிங்கிற்கு தெரிந்தேயிருக்கவேண்டும். அந்தக் கடன் தொகைகளை அவர் உடனே செலுத்தியாக வேண்டும் என்று உத்தரவிடப்படுகிறது. இதற்குக்

கீழ்ப்படிய அவர் மறுக்கக்கூடாது, அத்துடன் இதனைத் தம்முடைய கடமையாகக் கவனத்தில் கொள்ளவேண்டும்.'

இதனை நகல் எடுப்பவரைக் கொண்டு ஒரு சுருள்வடிவக் காகிதத்தில் எழுதுவித்து, நேர்த்தியாய் மெழுகுமுத்திரையிட்டு அது அனுப்பப்பட்டது. உத்தரவின் உச்சிப்பகுதியில் 'அல்லாஹு அக்பர்' என்று ஒன்றையொன்று தொட்டுக்கொண்டிருக்கும் எழுத்துப் பாங்கில் அது எழுதப்பட்டிருந்தது. மெழுகு முத்திரை மீது பொறிப்புக் கருவியை அழுத்தி கீழ்க்கண்டவாசகம் பொறிக்கப்பட்டிருந்தது:

'ஒளிவிடும் (நூர்) சூரியனான (மெஹர்) ஜஹாங்கீர் மற்றும் இறைவனின் திருவுளப்படி, நிலவைப் போன்ற நூர்ஜஹானின் முத்திரை உலகை ஒளிமயமாக்குகிறது.'

மற்றொரு எழுத்து வடிவத்தின் இறுதி வாக்கியத் தொடர் இப்படி இருந்தது: 'யுகாந்திரப் பேரரசியான நூர்ஜஹானின் (நூர்ஜஹான் பாத்ஷா பேகம்) அதிகார முத்திரை நிலவைப் போல் பிரகாசிக்கிறது' 'நூர்' என்ற சொல்லின் பொருள் 'ஒளி'. பேரரசர் மற்றும் பேரரசியார் இருவரின் பெயரிலும் இந்த நூர் ஒரு பகுதிச் சொல் நூர் அத்தீன் என்றும் நூர்ஜஹான் என்றும் முறையே இடம்பெற்றிருக்கிறது. ஒளிவிடும் சூரியனும் ஒளிமயமான நிலவும் ஒன்றன் பின் ஒன்றாக வந்தாலும் இரண்டுமே விண்ணுலகின் சிறப்பு கள் அல்லவா.

முகலாயர்கள், பெண்களால் பிறப்பிக்கப்படும் பணிமுறைக் கட்டளை அல்லது அதிகாரபூர்வ ஆணைக்கு இரண்டு சொற் றொடர்களைத் தங்கள் மத்தியில் ஆசிய முன்னோர்களிடம் இருந்து மரபுரிமையாகப் பெற்றிருந்தனர். ஒரு அரசரின் தாய் பிறப்பிக்கும் ஆணை அல்லது கட்டளை *'ஹுகும்' எனப்பட்டது. அரசரின் மனைவியோ இளவரசியோ அல்லது இளவரசரின் மனைவியோ பிறப்பிக்கும் ஆணை 'நிஷான்' எனப்பட்டது. பேரரசரின் ஆணைக் குரிய சொல் 'ஃபர்மன்' ஆகும். அரசு முத்திரையிட்ட ஆணை **'துஃரா' எனப்படும். அதில் பேரரசரின் தனிவகையான அழகிய கையெழுத்து இருக்கும்.

ஜஹாங்கீர் அரசுத் தொடர்பாய் பிறப்பித்த ஆணைகளில் பல இன்னமும் இருக்கின்றன. அவை நிலத்தை அளந்து ஒன்று சேர்க்கவோ, இராணுவப் பணிநியமனம் குறித்தோ, நிலப்பிரபுக்களிடம் இருந்து விவசாயிகளைப் பாதுகாப்பது பற்றியோ ஒரு உயர் அதிகாரிக்கு பிறப்பிக்கப்பட்ட உத்தரவுகளாய் இருக்கும். ஹுகும்களும், நிஷான்

---

* ஹுகும் : சட்டங்களையும், சட்டத் தீர்ப்பையும் குறிக்கப் பயன்படுத்தப்படும் சொல்.

** துஃரா : துருக்கிச் சொல்லான இதன் பொருள் அடையாளம், சின்னம் என்பதாகும். துஃரா என்ற பறவையின் வடிவத்தை சில அரசர்கள் அடையாளமாகப் பயன்படுத்தினர்.

களும் குறைந்த அளவு அதிகாரத்துடன் பிறப்பிக்கப்படுபவை. அவை அதிக முக்கியத்துவம் இல்லாத காரியம் பற்றியதாகவோ, முன்பே பேரரசரால் பிறப்பிக்கப்பட்ட ஒரு உத்தரவை மீண்டும் வலியுறுத்துவ தாகவோ இருக்கும். நூருக்கு முன்பே முகலாயப் பெண்கள் குறைந்த பட்சம் இருமுறை ஹுகும்களைப் பிறப்பித்திருக்கிறார்கள். ஜஹாங் கீரின் தாய் ஹர்க்கா, அதற்கும் முன்பாய் அக்பரின் தாய் ஹமீதா பானு பேகம் ஆகியோர் உத்தரவு பிறப்பித்திருக்கின்றனர் – இருவருமே தங்கள் மகன்களின் ஆட்சியில் சமயம், வேளாண்மைக் கொள்கைகள் சார்ந்து பிறப்பித்த உத்தரவுகளாகும்.

தம்முடைய மகன் இறைப்பற்றுடைய ஒருவருக்கு வரிவிலக்கு அளித்து, அவருடைய பசுக்கள் எவ்விதத் தடையுமின்றி மேய்வதற்கு அனுமதி தந்து அறிவித்ததையே ஹமீதா திரும்பவும் உத்தரவாகப் பிறப்பித்தார். இத்தகைய குடும்ப அதிகாரத்தைத் தங்களிடம் வைத்திருக்கும் மதிநுட்பம் வாய்ந்த பெண்கள் ஆலோசனை வழங்கும் தகுதியுடைவர்களாய் இருந்திருக்கிறார்கள். பேரரசர் பாபர் தம்முடைய சுயசரிதையில் இப்படிக் குறிப்பிட்டிருக்கிறார்: ‘என்னுடைய பாட்டி எஸான் தௌலத் பேகத்தைப் போல் வெகு சிலரிடமே சாதுர்யமும், செயல்திற நுட்பமும் இருந்திருக்கிறது. பாட்டி சிந்திக்கும் ஆற்றலும், நன்கு திட்டமிடும் திறனும் உடையவர். அவருடைய ஆலோசனைப் படியே பல காரியங்கள் நடந்திருக் கின்றன’ என்று.

நூர்தான் தன்னுடைய உரிமையைப் பயன்படுத்தி, பிறருடைய தாக்கம் இல்லாமல் தன்னியல்பாக உத்தரவுகளைப் பிறப்பித்த முதல் முகலாயப் பெண்மணி ஆவார். கடன், வரிவசூல், நிலமான்யம், இராணுவ விவகாரங்கள், குற்ற வழக்குகள் தொடர்பாய் ஜஹாங்கீர் பிறப்பித்த உத்தரவுகளில் இருந்து நூர் பிறப்பித்த உத்தரவுகள் எந்தவிதத்திலும் வேறுபட்டிருக்கவில்லை. அவர் முந்தைய இரண்டு அரசிகளின் ஹுகும் உத்தரவுகளைப் போலன்றி, தகுந்த முன்னு தாரணங்களைக் கொண்டே இதனைச் செய்திருக்கக்கூடும். முக லாயர்களின் நீண்ட அரசியல் பாரம்பர்யமும், நாடோடிகளாய் திரிந்த மங்கோலியர்களும் மற்றும் மத்திய ஆசிய மூதாதைகளும் கொள்கையளவில் பெண்களின் அதிகாரத்துக்கு இடமளித்திருக்க லாம். ஆனால் நூர் முகலாய வம்சத்தைச் சேர்ந்தவரல்ல. எனினும் முகலாய இந்தியாவில் வேறெந்தப் பெண்ணும் அவரளவிற்கு அதிகாரத்துடன் செயல்பட்டிருக்கவில்லை. அரசியலில் கூட்டுத் தலைமையேற்கும் அளவிற்கு அவர் முன்னேறியிருந்தார். அது செயலாற்றுவதில் அவர் முதன்மையாக இருந்ததைக் குறிக்கிறது. தம்முடைய சொந்தக் கையொப்பத்துடன் முக்கிய உத்தரவுகளைப் பிறப்பித்த பெண்மணி அவர்.

கடந்தகாலத்தில் 'ஹுகும்'களும், 'நிஷான்'களும் பேரரசரின் தாய், மகள் அல்லது சகோதரி என்ற தோரணையில் பிறப்பிக்கப் பட்டிருந்தன. ஆனால் அவரோ 'நூர்ஜஹான் பாத்ஷா பேகம்' என்று ஒரு அரசரைப் போல் உயர் அதிகாரத்துடன் கையொப்பமிட்டார். பாத்ஷா என்றால் 'உச்ச அதிகாரம் உடையவர்' என்று பொருள். இப்படிக் கையொப்பமிட்டதன் மூலம் ஜஹாங்கீருடன் தாம் ஏற்றிருந்த கூட்டுத்தலைமையை அவர் பகிரங்கமாக அறிவித்துக் கொண்டார். தம் கணவரின் குறிப்பால் உணர்த்தப்பட்ட அங்கீகாரத் துடனேயே அவர் அப்படிச் செயல்பட்டிருக்கிறார்.

நூர் பல ஆணைகளைப் பிறப்பித்திருந்தார். அவற்றுள் பத்து மட்டும் சேதாரமின்றி அருங்காட்சியகத்தில் இடம்பெற்றிருக்கின்றன. அவை பெரும்பாலும் 1622–27 காலகட்டத்தில் அவர் அதிகாரத்தின் உச்சத்தில் இருந்தபோது பிறப்பிக்கப்பட்டவையாகும். அவருடைய அதிகாரம் சட்டப்படி எப்படியாயினும், நடப்பில் உண்மையாக இருந்தது. மேன்மை தங்கிய அரசியாரின் அரசாணைகள் தனித் தன்மை வாய்ந்த ஒரு கலவையாக இருந்தது. நூரின் உத்தரவுகளின் தலைப்பில் இடம்பெற்றிருந்த அவருடைய அழகான கையொப்பம் அவை 'ஹுகும்'கள் என்பதை அடையாளம் காட்டுவதாய் இருந்தன. ஆணையின் எழுத்துருப் பகுதி ஒரு நிஷானின் வடிவத்தைக் கொண்டிருந்தது. முகலாயப் பெண்களுக்குச் சமுதாய அமைப்பு முறையில் வழங்கப்படும் அதிகாரத்துடன், அரசரின் மனைவி என்கிற உரிமையையும் இணைத்துக் கொண்டு அதிகாரத்தில் ஒரு புதிய தகுதி நிலையை அவர் உருவாக்கியிருந்தார். அதற்கான தொழில்நுட்பச் சான்றாகவே அவருடைய ஆணைகள் அமைந்தன.

தமக்குப் பிற்பாடு வரும் முகலாயப் பெண்கள் பெரிய அளவில் ஆணைகள் பிறப்பிப்பதற்கு, இவரைப் போல் கூட்டுத் தலைமை இல்லாத போதும், நூர் அவர்களுக்கு வழியமைத்துக் கொடுத்தார். அவருடைய இறப்புக்குப் பிறகு அவரது பேத்தியான ஜஹானாராவும் (அர்ஜுமண்டின் மகள்), நூரின் கொள்ளு மருமகனின் மனைவியான நாதிராபானுவும் கணக்கற்ற ஆணைகளைப் பிறப்பித்துள்ளனர். பதினேழாம் நூற்றாண்டின் பிற்பகுதியில் இது நடந்திருக்கிறது என்பது குறிப்பிடத்தக்கது.

உத்தரவுகளைப் பிறப்பிப்பது என்பது முகலாய ஆட்சியாளர் களின் சட்டப்பூர்வமாய் ஏற்கப்பட்ட மூன்று சிறப்புரிமைகளில் ஒன் றாகும். மற்ற இரண்டு வெள்ளிக்கிழமை வழிபாட்டில் உரை நிகழ்த்து வதும் அரசரின் பெயரில் நாணயங்களை வெளியிடுவதும் ஆகும். 1617இல் நூர் மற்றும் ஜஹாங்கீர் பெயர்களில் தங்க, வெள்ளி நாண யங்கள் புழக்கத்தில் இருந்திருக்கின்றன. பேரரசரின் பெயர் நாணயத் தின் முன்புறத்திலும், பேரரசியின் பெயர் நாணயத்தின் பின்புறத்திலும்

இடம்பெற்றிருந்தது. நூரின் பெயர் மட்டுமே கொண்ட நாண யங்களும் இருந்திருக்கிறது. பேரரசியின் இந்தப் புதிய அதிகாரம் அவருடைய பெயர் பொறித்த நாணயங்களைப் பரிசாகப் பெற்ற அரசகுடும்பத்துப் பெண்களுக்கு எளிதாய்ப் புரிந்துகொள்ளும்படி இருந்தது. சாதாரண மக்கள் மத்தியிலும் அது கவனம் பெற்றிருக்கக் கூடும். உப்பு உற்பத்தியாளர்களும், சீரகம் விற்பனை செய்பவர்களும் தங்கள் சரக்குகளைத் தொலைதூரத்தில் இருந்து அரசவைக்குக் கொண்டுவந்து கொடுத்துவிட்டு, இந்த நாணயங்களைப் பணத் தொகையாக அவர்கள் பெற்றுச் சென்றிருப்பார்கள்.

ஒரு நாணயத்தின் மீது அரசர், அரசி இருவரின் பெயர்களோடு, கீழ்க்கண்ட வாசகமும் அதில் பொறிக்கப்பட்டிருந்தது:

> '*ஷாஹ் ஜஹாங்கீர் ஆணைப்படி
> நூர்ஜஹான் பாத்ஷா பேகம் பெயர்
> பதித்த இத்தங்கம் நூறு சிறப்புடன்
> தன் மதிப்பைக் கூட்டிக் கொண்டுள்ளது.'

தற்போது லக்னோ அருங்காட்சியகத்தில் இடம்பெற்றுள்ள அரை அவுன்ஸ் (14.17 கிராம்) எடையும், ஒரு அங்குல விட்டமும் கொண்ட தங்க நாணயத்தில் உள்ள வாசகம்:

> 'ஷாஹ் ஜஹாங்கீர் ஆணைப்படி
> நூர்ஜஹான் பாத்ஷா பேகம்
> பெயர் பொறித்த இத் தங்கம்
> நூறு அழகைப் பெற்றதாகும்.'

நூர்ஜஹான் பெயருடன் தற்போதுள்ள பதினோரு நாணயங் களின் அளவு, எடை, ஆக்கக்கூறுகள் இவற்றை நாணய ஆய்வுத் துறையினர் ஆராய்ந்திருக்கிறார்கள்.

இந்த நாணயங்கள் தற்போது இந்திய அருங்காட்சியகங்களிலோ அல்லது வேறெங்குமோ இருக்கக்கூடும். வரலாற்றாளர்கள் மட்டுமன்றி சிறப்பறிவு இல்லாதவர்களும் அவற்றின் குறியீட்டுச் சிறப்பில் ஆர்வம் காட்டுகிறார்கள். ஆக்ரா கோட்டையில் சுற்றுலா வழிகாட்டியாய் செயல்படுகிறவர்களும், உள்ளூர் வருகையாளர்களும் முகலாய வரலாற்றில் ஒரு பெண்ணின் பெயரோடு நாணயங்கள் வெளியிடப்பட்ட அந்தத் தருணத்தை பெருமிதத்துடன் நினைவு கூர்கிறார்கள்.

ஜஹாங்கீர், அரசு விவகாரங்களுக்கென பெருமளவு நேரத்தைச் செலவிட்டபோதும், இயற்கையைக் கருத்தூன்றிக் கவனிப்பதிலும்,

---

* ஷாஹ் – இச்சொல் பார்ஸி மொழியில் அரசர்களைக் குறிக்கப் பயன்படுத்தப்பட்டது. இந்தியாவை ஆண்ட முஸ்லிம் மன்னர்கள் பலரும் இப்பட்டத்தைப் புனைந் திருந்தார்கள். ஷாஹ் என்னும் சொல் 'ஆட்சி செலுத்துவது' என்று பொருள்படும்.

தத்துவ விசாரணையிலும் தன்னை ஈடுபடுத்திக் கொள்ளத் தவறவில்லை. தம்மை வியப்பிலாழ்த்தக் கூடிய எந்த ஒரு நபரிடமும், எந்த ஒரு பொருளிடத்தும் அவர் கண்டிப்பாய்க் கவனம் செலுத்தினார். ஒரு துறவியுடனான உரையாடல், மாணிக்கம் நீலம் போன்ற இரத்தினக் கற்கள், காபூலில் இருந்து தருவிக்கப்படும் விதையில்லாத திராட்சை, முகரஃப்கான் (மேற்கிந்திய காம்பே பகுதி ஆளுநர், அறுவை சிகிச்சை நிபுணர்) அனுப்பிய வான்கோழி என்று அவரை ஈர்த்தவை அநேகம். குஜராத்தில் இருந்து ஆக்ரா திரும்பும் வழியில் 'தர்' என்னும் புராதன நகரத்தில் தங்கி, வேட்டையாடிய ஜஹாங்கீர் ஆயிரம் ஆண்டுகளுக்கு முன் அது சிறந்த புலமை பெற்றிருந்த அரசன் போஜராஜனின் வாழிடம் என்பதையும் கவனித்து, மனதில் பதித்துக் கொண்டார். புகழ்பெற்ற பாரசீகக் காதலர்களான லைலா – மஜ்னு பெயர் கொண்ட ஒரு சோடி நாரைகளும் ஜஹாங்கீரோடு பயணம் செய்தன. அந்த நாரைகள் எப்போது இணை சேர்கின்றன என்பதைக் கவனித்து தமக்குத் தெரிவிக்கும்படி ஒரு அலியையும் அவர் நியமித்திருந்தார். தினமும் அந்த நாரைகளைக் கருத்தூன்றிக் கவனித்து, விபரக் குறிப்புகளை அவர் தயார் செய்து வந்தார். அவருடைய பேரரசியார் நிர்வாகத்தில் பல விவகாரங்களைக் கவனித்தது போலவே, இயற்கையான உலகத்தை அறிந்து கொள்வதிலும், வியந்து பாராட்டுவதிலும் அவர் ஆர்வமுடன் ஈடுபட்டிருந்தார்.

* * *

அரசவை ஓவியரான அபுல் ஹஸனுக்கு பேரரசி நூர்ஜஹானை ஓவியமாய் வரைவது ஒரு சவாலாக இருந்தது. அவர் நூரின் சமகாலத்தவர், பேரரசியின் தனிச்சிறப்புக்குரிய வாழ்க்கையையும் அவர் நேரில் கண்டிருக்கிறார். நூர் இயல்புமீறிய புகழைப்பெற்ற எல்லாருடைய கவனத்தையும் ஈர்த்திருந்தார். அவருடைய இருப்பையும், அதிகாரத்தையும் நியாயப்படுத்துகிற விதமாய் ஓவியத்தை அவர் வரைய வேண்டியிருந்தது.

ஜஹாங்கீர் 1618 வரை தம்முடைய சுயசரிதையில் அபுல் ஹஸனைப் பற்றிக் குறிப்பிடாதிருந்த போதும், அந்த ஓவியர் அரசவையுடன் நீண்டகாலத் தொடர்புடையவர்தான். இளவரசர் சலீமாக இருந்தபோது, அவர் ஹஸனின் தந்தையும், தேர்ச்சி பெற்ற ஈரானிய ஓவியருமான அகாரெஸாவைத் தம்முடைய கலைக்கான பணிமனையில் ஓவியராக அமர்த்தியிருந்தார். சஃபாவித்களின் ஓவியப்பாணி மீது பெருவிருப்பம் கொண்டவர் ரெஸா. சஃபாவித் ஓவியப்பாணி மனித உருவங்களை இயற்கைப் பின்னணியில் சித்தரிப்பது. ஓவியத்தின் பக்க விளிம்புகள் பளபளப்பாய் அலங்கரிக்கப்பட்டிருக்கும். வேடிக்கையான முறையில் கோட்டுரு, ஓரளவு

இருண்டபகுதி, ஒளிமிக்க பகுதி இவற்றைக் கொண்டிருக்கும். அரசவை உறுப்பினர்கள் ஓய்வுநேரம், அடர் வண்ணத்திலான நாடகமேடைப் பின்புற ஓவியத்திரை, நீதிக்கதைகளுக்கான காட்சிகள் இவற்றை வரைவதில் கைதேர்ந்தவராயிருந்தார் அவர். ஐரோப்பிய இந்திய ஓவியப்பாணிகளை இணைத்து முகலாய உலகில் செயல் பட்ட முதன்மை ஓவியர்களில் அவரும் ஒருவர். நாதிரா பானு உட்பட பல முகலாய ஓவியர்கள் அவரிடம் பயிற்சி பெற்றிருந்தனர். தம்முடைய மகனுக்கும் ஓவியக் கலையை அவர் பயிற்றுவித்தார். மகன் ஹஸன் தம்முடைய பதின்பருவத்தின் தொடக்கத்திலேயே வரையத் தொடங்கிவிட்டார்.

ஜஹாங்கீர் குறிப்பிட்டபடி ஹஸன் ஒரு கட்டத்தில் புகழிலும், படித்தரத்திலும் தம்முடைய தந்தையையே மிஞ்சிவிட்டார். அவருடைய ஆற்றலும், திறனும் அத்தகையது. பல்வேறு மூலங்களில் இருந்தும், பல கோட்பாடுகளை எடுத்துக்கொண்டு செயல்பட்டார் அவர். குறிப்பாக ஐரோப்பிய, பெர்ஸியக் காட்சியுருக்களைத் தோற்று விக்கும் முறைகளில் அவர் கவனம் செலுத்தினார். ஆடைகள் மூலம் ஓவியத்துக்கு எப்படி உயிரோட்டம் அளிப்பது என்பதையும் அவர் தெரிந்து வைத்திருந்தார். தாம் ஓவியமாக்கும் நபரின் பண்புநலன் களைச் சரியாகப் புரிந்துகொண்ட பின்பே அவர் வரையத் தொடங் குவார். அவர் மகான்களையும், யாத்ரீகர்களையும், பலமுறை பேரரச ரையும் ஓவியம் தீட்டியிருக்கிறார். ஹஸனைப் பற்றிய ஜஹாங்கீரின் முதல் குறிப்புரை பேரரசர் அரியணையேறிய நிகழ்ச்சியை அவர் வரைந்து தமக்கு அன்பளிப்பாக்கியதைத் தெரிவிக்கிறது. அந்தப் படைப்பு பிற்பாடு 'ஜஹாங்கீர் நாமா' நூலின் முகப்புத் தாளுக்கு எதிர்ப்புறப்பக்கத்தில் இடம்பெறுமாறு செய்யப்பட்டது. தம்முடைய சுயசரிதையில் ஜஹாங்கீர் ஹஸனை 'நாதிர் உஸ்ஸமான்' என்று அறிவித்திருக்கிறார். இதன் பொருள் 'யுகத்தின் அதிசயம்', 'உலகத்தின் வான்முகடு' என்பதாகும்.

ஹஸன் முறையான கலைத்திறன் கொண்ட ஒரு பாரம்பர யத்தில் வந்தவர். அந்த மரபில் முகலாயப் பெண்களை நடைமுறைக் குரிய பாணியில் இல்லாமல் அணிகலன்களால் அழகுசெய்து வியக்கத்தக்க அழகிகளாய் வரைவதுதான் வழக்கம். வரலாற்றாளர் கள் குறிப்பிடும் துணிச்சல் மிக்க, அருஞ்செயல்புரியும் வீராங்கனை களாகவே அவர்கள் சித்தரிக்கப்பட்டார்கள். அரசவையை அலங் கரிக்கும் பாடகிகளும், நடனமாதர்களும் பணிப்பெண்களும்கூட அவ்வகையிலேயே ஓவியமாக்கப்பட்டார்கள். அவர்களுடைய முகங்கள் ஒத்த தன்மையைக் கொண்டிருந்தன. அரசரின் நூலகத்தில் இருந்த மற்றவகை உருவப்படங்கள் பற்றியும் நன்கு தெரிந்தவர் அவர். நவநாகரிகத் தோற்றமும் வனப்பும் உடைய இளம்பெண்களின்

கற்பனையாய் வரையப்பட்ட ஓவியங்களுடன் அரசிகளின் உருவப் படங்களும் அங்கே இருந்தன. உதாரணமாக, அரசகுடும்பத்து முதிய பெண்மணி ஒருத்தி தன் மகனுக்கு அறிவுரை கூறுவது அல்லது பெண்கள் தங்கியிருக்கும் விடுதிக்கு ஒரு சகோதரனின் வருகை போன்றவை. அக்பர், ஜஹாங்கீர் இவர்களின் பிறப்பு பற்றிய விபர மான காட்சிகளும், குழந்தை பிறந்த பிறகான காலத்தில் இருந்து தாயும் சிசுவும் பராமரிக்கப்படுவது, குழந்தைக்குப் பாலூட்டும் தாதிப்பெண், அரசகுடும்பத்துக் குழந்தைகளின் பிறப்பையொட்டிய கொண்டாட்டம் போன்றவையும் ஓவியங்களாய் அங்கே இடம் பெற்றிருந்தன.

பெண்களைக் கவர்ச்சிப் பாவைகளாக்குவது, அல்லது ஆலோசனைகூறும் முதிய பெண்களின் தோற்றத்தை வரைவது போன்ற மரபொழுங்குகள் நூர்ஜஹானுக்குப் பொருந்தாது என்பதை ஹஸன் புரிந்துகொண்டான். நூரைப்போல் ஒரு அரசகுடும்பத்துப் பெண்ணை அதற்குமுன் ஒருபோதும் முகலாய உலகம் அறிந்திருக்க வில்லை. நூரின் அழகையும் வசீகரத்தையும் மட்டுமல்ல, அவருடைய துணிவுடன் கூடிய தலைமைப் பண்பையும் ஹஸன் எப்படி உருப் படுத்தக்கூடும்? அரசகுடும்பத்தினருக்கான பிரத்யேக அங்காடி வீதி யிலும், அதிகாரிகள் மத்தியிலும் அயல்நாட்டுத் தூதர்களை எதிர் கொள்வதிலும் எத்தனை சுறுசுறுப்பாக இயங்குகிறவர் அவர்! ஹஸன் தம்முடைய கடினமான புதிய முயற்சியில், வரலாற்றாளர்களின் கூற்றுப்படி 1612–1617 காலகட்டத்தில் இறங்கியிருக்க வேண்டும்.

ஹஸனைப் பொருத்தவரை இது சவாலான பணிதான். தம் முடைய முக்கியத்துவம், பண்புத்தரம் முதலியவற்றால் பாராட்டுணர் வையும் மதிப்புணர்ச்சியையும் தூண்டுகிற நூரின் சிறப்புகளில் எதை அவருடைய ஓவியத்தில் உருப்படுத்துவது? எது அவருடைய மென்ன யத்தையும், வலிமையையும் சிறந்த முறையில் ஒருங்கே வெளிப் படுத்தக் கூடியது?

அவர் மரபுவழியில் கவர்ச்சியாக வரைந்து அவருடைய (நூர்) செயலாற்றலை மங்கச்செய்து விடாமல், நேர்த்தியான முறையில் நூரைச் சித்தரிப்பது என்று தீர்மானித்தார். அவர் வண்ண நீர்க்கரை சலும், தைலங்களும் கொண்டு வரைந்த நூரின் ஓவியங்கள் பாணி யிலும், உள்ளீட்டிலும் முதன்மை வகிப்பதாய் இருந்தது.

பேரரசியார் நீண்ட துப்பாக்கியில் தோட்டாக்களை நிரப்பிய படி தன்னம்பிக்கையோடு நிற்கிறார். அவர் வேட்டைக்காரருக்குரிய உடைகளை – நீண்ட இறுக்கமற்ற தளராடை, அரைப்பட்டிகை (இடுப்பைச்சுற்றி அணிவது), இறுக்கமான காற்சட்டை அரசிக்குத் தகுதியான தலைப்பாகை அணிந்திருக்கிறார். தம்முடைய பிரசித்த மான மாணிக்கக் கல்லும் வைரமும் பதித்த காதணிகளை அணிந்

திருக்கிறார். அவருடைய முகவாய் மேல் நோக்கி நிமிர்ந்திருக்கிறது. மெல்லிய தோள்கள் பின்னாகச் சென்று, நெஞ்சுப்பகுதி சற்றே மேலெழும்பிக் காணப்படுகிறது. அரசிக்குரிய கம்பீரமும், அதிகாரத் தன்மையும் அவருடைய தோற்றத்தில் வெளிப்படுகிறது. ஆக அவரு டைய உருவப்படம் ஆற்றல் மிக்கதாய் களிப்பூட்டுவதாய் இருக்கிறது.

நூர் தம்முடைய ஓவியத்துக்காகக் குறிப்பிட்ட முறையில் காட்சியளித்தாரா அல்லது ஹஸன் அவ்வப்போது பேரரசியைப் பார்த்த நிகழ்வுகளைக் கொண்டு ஓவியத்தை வரைந்தாரா என்பது நமக்குத் தெரியாது. நமக்குத் தெரிந்ததெல்லாம் அது ஓர் ஒப்பற்ற கலைப்படைப்பு என்பதுதான்.

ஓவியர் பல்வேறு முகலாயக் கலைத்திறன்களையும் ஒருங்கி ணைத்துக் கொண்டு இயங்கியிருக்கிறார். ஒரு புதுமைப் பெண்ணுக்கு வேண்டியிருந்தது ஒரு புதுமையான ஓவியம்!

முகலாய ஓவியக்கலையின் சில மரபொழுங்குகளை ஹஸன் கவுரவித்திருக்கிறார் என்றே சொல்லவேண்டும். பேரரசியின் முழுஉருவத்தையும் 17x12 அங்குல அளவிலான, கெட்டியான காகிதத்தில் அவர் கொண்டு வந்திருக்கிறார். நூரைச் சுற்றி சிவப்பு, கறுப்பு, மஞ்சள், நீல வண்ணங்களில் பதினான்கு நறுமண மலர்கள்.

அரசகுடும்பத்துப் பெண் ஒருவரை வேட்டைத் துப்பாக்கியுடன் வரைந்திருப்பது அரிதான சித்தரிப்பு. நூரின் காலத்தில் இருந்த சஃபாவித் ஈரான், ஒட்டாமன் துருக்கி என்கிற இரண்டு இஸ்லாமியப் பேரரசுகளிலும் கூட அப்படியொரு துப்பாக்கி ஏந்திய துணிச்சலான பேரரசி இருந்ததாய்ச் சான்று எதுவும் இல்லை. ஹஸன் தேர்வு செய்திருந்த அந்தத் தோற்றநிலை பல பொருள் குறித்துப் பேசுவதாய் இருக்கிறது. நூர் துப்பாக்கியைக் கையாளும் திறமை பெற்றிருந் திருக்கிறார், அந்தத் துப்பாக்கி வேட்டையிலும், போரிலும் பயன் படுத்தப்படுவது. தன்னைவிட உயரமான துப்பாக்கியை வெகுலாவக மாய் ஏந்தியபடி, தன்னம்பிக்கை வெளிப்பட நிற்கிறார் அவர். 'அவருடைய தோற்றத்தில் பெருமிதமும், ஊக்கமும், துணிவும், சுயேச்சையாய் செயல்படும் திறனும் தெரிகிறது' என்று இந்திய ராம்பூர் ரஸா நூலகத்தைச் சேர்ந்த ஸனம் அலி குறிப்புரை எழுதி யிருக்கிறார். தன்னைச் சுற்றிக் குழுவாக எவரும் இல்லாமல் தனியே ஒரு பெண் நிற்பதாய் காட்டியிருப்பதன் மூலம் மரபு தகர்க்கப்பட்டி ருக்கிறது. அரசவாழ்க்கையில் ஆதிக்கம் செலுத்துவது போலவே, ஓவியச்சீலையையும் முழுமையாய் தம்முடைய ஆளுமைக்கு உட் படுத்தியிருந்தார் அவர்.

ஜஹாங்கீர் தம்முடைய சுயசரிதையில் இப்படிக் குறிப்பிட்டிருக் கிறார்: 'ஓவியங்கள் மீது எனக்கிருந்த விருப்பமும், அவற்றின் குணங் குறைகளை ஆராய்ந்து முடிவு செய்யும் செயல்முறையும் தீவிர

மடைந்திருந்தது. எனது பார்வைக்குக் கொண்டுவரப்படுகிற எந்த வொரு ஓவியத்தையும், அது இறந்துபோன ஒருவரால் வரையப் பட்டிருந்தாலும் அல்லது தற்போது இருப்பவரால் வரையப்பட்டி ருந்தாலும் பார்த்ததுமே அதை வரைந்தவர் யார் என்று குறிப்பிடு மளவிற்கு எனது அனுபவம் மேம்பட்டிருந்தது' என்று. மற்ற ஓவியங் களைப் போலவே நூர்ஜஹானின் ஓவியத்தையும் ஜஹாங்கீர் கூர்ந்து கவனித்து நுண்ணாய்வு செய்திருக்கக் கூடும். தாம் ஒப்படைத்த ஓவியப்பணிகளில் ஓவியரின் சரிநுட்பச் செயல்முறையை அவர் பெரிதும் எதிர்பார்த்தார். தம்முடைய அந்த விருப்பத்தை ஒன்றுக்கு மேற்பட்டச் சந்தர்ப்பங்களில் அவர் வெளிப்படுத்தியும் இருக்கிறார். ஹஸன் வரைந்த நூரின் உருவப் படங்களில் அவருக்குத் திருப்தி ஏற்பட்டிருக்காவிடில் அவருடைய குறுக்கீடு இருந்திருக்கும், ஓவியப் பணியைச் செய்துமுடிப்பதிலோ, அது உகந்த முறையில் இல்லா விடிலோ தம்முடைய ஐயப்பாட்டை, கவலையை அதற்கு முன் பலமுறை, பல ஓவியர்களிடம் அவர் தெரிவித்திருக்கிறார். 1618இல் ஹஸன் வரைந்த நூரின் துப்பாக்கி ஏந்திய ஓவியம் பற்றித் தெரிவிக்கையில், ஹஸன் இந்த யுகத்தின் அதிசயம் என்றும் ஓவியம் முழுநிறைவாக உள்ளது என்றும் அவர் குறிப்பிட்டது ஹஸனின் ஓவியத்துக்கு அவர் வழங்கிய அங்கீகாரம் எனலாம்.

ஹஸன், நூரின் அதிகாரம் பற்றிய அரியதோர் ஓவியத்தை வருங் காலச் சந்ததிகளுக்கென்றே வழங்கியிருந்தார். அதில் தம்முடைய பெயரையும் அவர் குறித்திருந்தார். முகலாய ஓவியர்களின் வழக்கத் துக்கு மாறான செயல் அது. அவர்கள், தங்கள் படைப்புகளில் தங்களுடைய பெயரைக் குறிப்பிடுவதில்லை.

1611இல் இருந்து பேரரசரின் மனைவியான நூர்ஜஹான், ஜஹாங்கீரின் அநேக மனைவியரில் ஒருவர் என்றாலும் முகலாய இந்தியாவின் பேரரசியாகத் திகழ்ந்திருக்கிறார். அவரே ஒரு யுகாந்திர அதிசயந்தான்.

1618இல் ஒரு பயணியர் விடுதியைக் கட்ட பணிப்பொறுப்பு ஆணை வழங்கி, தாமே அந்தக் கட்டிடத்துக்கு வடிவமைப்பும் செய் தார் அவர். ஆக்ராவிற்கும் லாகூருக்கும் இடையேயான முதன்மைச் சாலையில் அந்தக் கட்டிடம் அமைந்தது. அதுவே பொது முறையில் அவர் கட்டிய முதல் கட்டிடம் எனலாம். ஒரே சமயத்தில் இரண்டு லட்சம் பேர் தங்கள் ஒட்டகங்களுடனும், குதிரைகளுடனும் அங்கே தங்க முடியும் என்கிறது ஒரு கட்டிட மதிப்பீடு. அங்கே அரசரும் அரசியும் தங்குவதற்கு தனிப்பகுதியும் இருந்தது. அவர்கள் பலமுறை சென்று அங்கே தங்கியிருக்கிறார்கள். அது இஸ்லாமியர் ஒன்றுகூடி வழிபடும் மசூதி ஒன்றையும், தன்னகத்தே கொண்டிருந்தது. விடுதி யின் வாயிற்பக்கம் கற்களில் செதுக்கிய விலங்குகளின் உருவங்களும்,

சிறுகுன்றுகளில் தாமரைச் சிற்பங்களும் இடம்பெற்றிருந்தன. ஒலி இயைபுடைய நாலடிச் செய்யுள் ஒன்றையும் அங்கே பொறிக்குமாறு நூர் உத்தரவிட்டிருந்தார். அதன் கடைசி வரி, 'இந்த மசூதி நூர்ஜஹான் பேகத்தால் எழுப்பப்பட்டது:'

ஆண் பயணியருக்கான ஒரு விடுதியைக் கட்டி பன்னாட்டு வணிகர்களும் அங்கே தங்க வகை செய்ததோடு தன்னுடைய பெயரையும் வாயில் முகப்பில் செதுக்கி வைத்ததன் மூலம் நூர் கட்டிடக்கலையை ஆட்சிக்கலையாக மாற்றிவிட்டார். அந்தக் கட்டிடத்தின் புரவலர் ஒரு பேரரசி, படைப்பாளி, அரசகுடும்பத்தின் இன்னொரு அங்கமல்ல, என்பதை அங்கே வருகை புரிபவர்கள் அறிந்து கொள்ளவேண்டும் என்கிற செயல்நோக்கமும் அதில் இருந்தது. அதற்கு முன்பும் கட்டுமானப் பணிகளில் அரச குடும்பத்துப் பெண்கள் தங்கள் யோசனைகளைத் தெரிவித்திருக்கிறார்கள். ஆனால் அவை குறிப்பிட்ட பாணிகள், திட்டங்கள் என்கிற அளவிலேயே இருந்தன.

பொருட்படுத்தாமல் விடப்பட்ட முகலாயப் பெண்கள் பற்றி ஒரு வரலாறே இருந்ததை நூர் அறிந்துகொண்டார். அவருடைய மாமியார் முகலாயப் பேரரசுக்கு மதிப்பு மிக்க பரிசாய் ஒரு பேரரசரைத் தந்துவிட்டிருந்தும், அரசின் ஆவணத்தில் அவரைப் பற்றி விபரக் குறிப்பு எதுவும் இல்லை. ஜஹாங்கீர், இளவரசர் ஷாரியர் என்ற தன் மகனை ஈன்றளித்த தம் ஆசைநாயகியின் பெயரையோ, மனைவி ஜகத் கொஸெய்னின் பெயரையோ அதிகார பூர்வமாய் குறிப்பிட்டதில்லை. வாய் மூடிக்கிடக்கும் வழக்கத்தை நூர் புறக்கணித்தார். வேட்டையாடுதல், அறிவுரை கூறுதல், அரசாணை பிறப்பித்தல் என்றும், நாணயங்களில் பெயரை அச்சிடுதல், கட்டிடங்களை வடிவமைத்தல் என்று அடுத்தடுத்து ஒவ்வொன்றிலும் மக்கள் மனதில் தன்னுடைய பெயர் நிலைத்திருக்குமாறு செய்தார் அவர், இன்று வரலாற்றிலும் இடம்பெற்றிருக்கிறார்.

11

ஒளியை மறைக்கும் திரைகள்

அது 1618 இலையுதிர்காலம். ஆக்ராவுக்குத் திரும்பும் வழியில் கடலை முதல்முதலாயப் பார்க்கச் சென்றிருந்த பேரரசர், மால்வா பகுதியில் தன்னுடைய பண்ணையில் தங்கியிருந்த நூர்ஜஹானுடன் போய் இணைந்து கொண்டார். தம்முடைய நவம்பர் மாத நாட்குறிப்பேட்டில் பேரரசி பிணியில் மிகவும் அவதிப்பட்டதாய்ப் பதிவு செய்தாரேயன்றி நோய்க்காரணத்தையோ, நூரின் கவலை பற்றியோ எதுவும் விவரிக்கவில்லை. நூர்ஜஹான் கொஞ்ச நாள் நோயுற்றிருந்தாள், இஸ்லாமிய இந்து மருத்துவர்கள் தாங்கள் பேரரசிக்குக் கொடுத்த மருந்துகள் சிறிதும் பலனளிக்கவில்லை என்பதை உணர்ந்து, தங்களால் அவளைக் குணப்படுத்த இயலாது என்று ஒப்புக்கொண்டனர். ரஹீம் ரஹுல்லா மட்டுமே கண்ணுறங் காமல் அவளைக் கவனித்துக் கொண்டார். நோய் தீர்க்கும் மருந்தைக் கண்டுபிடிக்கும் பொறுப்பை அவரே ஏற்றுக் கொண்டார். கடவுளின் துணையால் வெகுசீக்கிரமே அவள் முற்றிலும் குணமடைந்தாள். அந்த ஹக்கீமின் அருமையான சேவையைக் கருத்தில் கொண்டு நான் மூன்று கிராமங்களை அவருக்கு வழங்கியதோடு, அவருடைய எடைக்கு எடை வெள்ளியும் வெகுமதியாய் கொடுத்தேன்' என்று எழுதியிருந்தார். ரஹீம் ரஹுல்லாவிடம் நன்றியுணர்வு கொண்டவ ராக இருந்தார் நூர்ஜஹான். தன்னுடைய உடல்நலத்தை மீட்டுக் கொடுத்த அந்த மருத்துவருக்குப் பேரரசர் அறிவித்த மூன்று கிராமங் களும் இன்னமும் வழங்கப்படவில்லை என்பதை அறிந்த நூர், உடனடியாக முகலாய விசுவாசி ஒருவருக்கு உத்தரவிட்டு ஆவன செய்யுமாறு பணித்தார்.

பேரரசர் தம்முடைய பரிவாரத்துடன் டிசம்பர் மாத இறுதியில் ஃபதேபூர்– சிக்ரியைச் சென்றடைந்தார். தொடர்ந்து மூன்று ஆண்டுகளாக அந்தப் பகுதியே பிளேக் நோயின் கோரப்பசிக்கு இரை யாகிக் கொண்டிருந்தது.

ஒவ்வொரு நாளும் நூறு பேருக்கு மேல் செத்துக் கொண்டிருந் தார்கள். ஆனால், அந்த அபாயம் தற்போது நீங்கிப் போய்விட்டது.

பேரரசரின் தாயார் ஹர்க்கா அவரை வரவேற்பதற்காக ஆக்ராவில் இருந்து வந்திருந்தார். முதுமைத் தளர்ச்சியுடன் நலம்குன்றி காணப் பட்ட தாயைக் கண்டு அதிர்ச்சிக்குள்ளானார் அவர்.

சோதிடர்கள், ஜஹாங்கீரும் நூர்ஜஹானும் ஆக்ரா நகரில் பிரவேசிக்க, 1619 ஜனவரியை உகந்த பொழுதாய் தெரிவித்திருந்தும், ஜஹாங்கீர் தம்முடைய பரிவாரத்துடன் ஃபதேபூர்-சிக்ரியிலேயே மூன்று மாதகாலம் தங்கிவிட்டார். ஏப்ரல் தொடக்கத்தில் தலை நகரத்தில் இருந்த ஜகத் கொஸெய்ன் (ஷாஜஹானின் தாய்) இறந்து விட்டதாய்ச் செய்தி வந்தது. ஜஹாங்கீர் தம்முடைய மூத்த மனைவி யின் இறப்பு தொடர்பாய் எதுவும் பதிவு செய்யவில்லை. தம் மகனுக்கு ஆறுதல் கூறுவதற்காக அவரது மனைத்தொகுதிக்குச் சென்றவர், மகனையும் அழைத்துக் கொண்டு அரண்மனைக்குத் திரும்பியதாக எழுதியிருக்கிறார். ஷாஜஹான் உள்ளிட்ட எல்லாருமே மறுநாள் ஆக்ராவுக்குத் திரும்பி விட்டனர்.

உடல்நலம் தேறியிருந்த நூர்ஜஹான் குடிமக்களுக்குக் காட்சி தருவதற்காக மாடி முகப்பில் சென்றமர்ந்தார். இந்துக்கள் தெய்வங் களையும், மகான்களையும் சென்று தரிசிப்பது வழக்கம். அந்த மரபார்ந்த நடைமுறையில் மக்களுக்கு அரசர் காட்சி கொடுப்பதை யும் அக்பர் சேர்த்துக் கொண்டுவிட்டார். 'தர்ஷன்' என்கிற காட்சித் தரும் அந்த நடைமுறையை நூரும் துணிவுடன் பின்பற்றலானார். அத்தகைய 'தர்ஷன்' ஒன்றும் ஓவியமாக்கப்பட்டிருந்தது. பதினேழாம் நூற்றாண்டைச் சேர்ந்த அந்த ஓவியத்தில் அவருடைய உடம்பின் மேற்பகுதி சன்னலில் பொருந்தியிருக்கிறது. ஒரு கை சன்னலின் அடிக்கட்டையில் படிந்திருக்க, முகம் பக்கவாட்டுத் தோற்றத்தில் காணப்படுகிறது. மிகவும் உயர்தரமான தோற்ற அமைவு!

மக்கள் கூட்டத்துக்குக் காட்சி கொடுப்பது அரசனாகிய ஆண்மகனுக்கு – ஆட்சி நடத்துகிறவருக்கு தனிச் சிறப்புரிமை என்று அக்பர் கருதினார். தம்முடைய வாரிசுகளாலும் அது தொடரப்படும் என்று அவர் நம்பினார். ஆனால் அரச நிலையில் ஒரு பெண் இருந்து அதைத் தொடர்வார் என்று அவர் ஒருபோதும் எதிர்பார்த்திருக்க மாட்டார்.

நூர்ஜஹான் தற்பொழுது முகலாய அரசின் முதுகெலும்பாக, சட்டப்படி இல்லாவிடினும் நடப்பில் உண்மையான கூட்டுத் தலைமை வகித்தார். ஜஹாங்கீர் நோய்வாய்ப்பட்டு, தம்மால் அரசு நிர்வாகத்தைக் கவனிக்க இயலாத நிலையில் அரசையும், ஆட்சி நடத்துவதற்கான அதிகாரத்தையும் நூர்ஜஹானுக்கு வழங்கியதாக, ஜஹாங்கீரின் ஆவணங்களைப் பராமரிக்கும் பொறுப்பில் இருந்த முத்ஆமத்கான் குறிப்பிட்டிருக்கிறார். 'நூர்ஜஹான் தர்ஷனுக்காக அமர்ந்திருக்க, பெருங்குடிமக்கள் அவ்விடத்தில் காணப்பட்டதோடு,

அவர் அதிகாரக் குரலில் கூறுவதைக் கவனமாய்க் கேட்டிருந்தனர்' என்று அவர் எழுதியிருக்கிறார். அரசர் பெயரளவில் இருந்தார் என் கிற நிலைவரை நூரின் அதிகாரம் உச்சத்தை அடைந்திருந்தது.

ஆணைகளைப் பிறப்பிப்பது, நாணயங்களின் பெயர் இடம் பெறுவது, மாடத்தில் அமர்ந்து காட்சிதருவது, இவற்றுடன் நூரின் கணவர் அரசு அதிகாரத்தை வெளிப்படையாக அவருக்கு வழங்கி யிருந்தாலும் ஒன்று மட்டும் நூரிடம் சிக்காமல் நழுவியிருந்தது. அது குத்பா. முகலாய அரசரின் சட்டப்படியான சிறப்புரிமை ('கதப' என்ற சொல்லில் இருந்து தோன்றிய இது பேருரை, சொற்பொழிவு என்று பொருள்படும். வெள்ளியன்று ஜும்ஆ தொழுகைக்கு முன்னும், மற்ற தொழுகைகளில் தொழுகைக்குப் பின்பும் இது நிகழ்த்தப்படுகிறது). வெள்ளிக்கிழமை தொழுகைகளில் குத்பாவின் போது அரசரின் பெயர் குறிப்பிடப்படும். 'குத்பாவில் நூரின் பெயர் இடம்பெறாவிட்டாலும், அரசு விவகாரங்களை அவரே நடத்தினார்' என்று அரசவை வரலாற்றாளர் பலரும் குறிப்பிட்டிருக்கின்றனர்.

'அறப்பேருரையின் போது அவருடைய பெயர் கூறப்படா விட்டாலும், அரசி என்கிற முறையில் தன் செல்வாக்கிற்கு தேவைப் படுகிற அனைத்தையும் அவரால் செய்துகொள்ள முடிந்தது' என்கி றார், நூரின் கூட்டுத்தலைமையை நேரில் பார்த்திருந்த வரலாற்றாள ரான பக்காரி. அறப்பேருரையில் சொல்லப்பட்ட விசயம் நேரிடை யானதாய் இருக்கவில்லை. இறையாண்மையை நிறுவுவதில் அதற் குள்ள முக்கியத்துவம் எப்போதுமே கொஞ்சம் ஒன்றுக்கு மேற்பட்ட பொருளுக்கு இடந்தருவதாய் இருந்தது. கலகக்கார இளவரசராக இருந்தபொழுது ஜஹாங்கீர் தம் தந்தைக்கு அறைகூவல் விடுப்பது போல் தம்முடைய பெயரை குத்பாவில் வாசிக்கச் செய்தார். அப்படி யொரு சந்தர்ப்பம் வாய்க்கும் போது அவருடைய மகன் ஷாஜ ஹானும் அதேபோல் வன்முறைக் கிளர்ச்சியில் ஈடுபடவே செய்வார். நூர்ஜஹான் கிளர்ச்சிக்காரரோ, கருத்து மாறுபாடு கொண்டவரோ அல்ல.

அந்நாளைய *'உலமா'க்களும் அவருடைய பெருகிவரும் செல்வாக்கிற்கு சற்றும் மறுப்புத் தெரிவிக்காமல் இருந்ததும் ஆச்சரி யந்தான். இவர்கள் அரசரின் சட்ட சம்பந்தமான பிரச்சனைகளை ஆராய்ந்து கட்டுப்படுத்துகிற தீர்மானிக்கிற ஆற்றல் உடையவர்கள், ஆனால், முழு அளவில் கட்டுப்படுத்தும் அதிகாரம் இவர்களுக் கில்லை. முகலாய இறையாண்மை ஆட்சியாளருக்கும் பெருங்குடி மக்களுக்கும் ஒரு மென்னயமான சீர்த் தன்மையைக் கையாண்டு

* உலமா : இதன் பொருள் அறிஞர்கள் என்பதாகும். இது 'இல்மு' என்ற சொல்லில் இருந்து பிறந்தது. இதன் ஒருமை 'ஆலிம்' என்பதாகும். இது இஸ்லாமிய மார்க்க சட்டதிட்டங்களை நன்கு அறிந்தவர்களுக்கே பொதுவாகப் பயன்படுத்தப்படுகிறது.

வந்தது. அதேபோலத்தான் சட்ட நிபுணர்கள் விசயத்திலும் அது நடந்துகொண்டது. முகலாய அரசாட்சி அதிகாரத்தைப் பெற போராடிக் கொண்டிருந்த இளவரசர் என்கிற முறையில் ஜஹாங்கீர் இறையியலாளர்களிடமும், சமுதாயத்தில் உயர்ந்தவர்களிடம் அன்பாதரவு காட்டி நடந்து கொண்டார்.

பேரரசர் என்கிற முறையில் உலமாக்களுக்கு அப்போது வழங்கப்பட்டு வந்த சமயம் சார்ந்த சலுகைகள், பணஉதவி இவற்றை உறுதிசெய்தார். சமயம் தொடர்பான விசயங்களில் தம்மை உயர் அதிகாரம் படைத்தவராக அக்பர் ஆணை பிறப்பித்தது போல் இவர் எதையும் செய்யவில்லை. ஆனால், மதவிசயங்களில் தலையிடும் படியோ, அரசியலில் அறிவுரை கூறும்படியோ இறையியலாளர்களை அவர் வேண்டிக் கொண்டதில்லை. நூரின் ஆட்சியதிகாரத்தை நடுவர்கள் ஏற்றுக்கொண்டதோடு, அதை நியாயப்படுத்தவும் செய்தனர். மரியாதைக்குரிய முஸ்லீம் இறையியலாளரான அல்கஸ்ஸாலி, ‘ஒரு அரசர் அல்லது அரசியின் சட்டத்தகுதியை விட நிலையுறுதி கொண்ட ஆட்சி முக்கியம்’ என்று தெளிவான முறையில் தெரிவித்திருக்கிறார். ‘குடிமக்களின் அறுபது நிமிடச் சச்சரவைக் காட்டிலும் அறுபது ஆண்டு கொடுங்கோன்மையே மேலானது’ என்கிற மூதுரையை தாங்கள் சொல்வதற்கு சான்றாக்கிக் கொண்டனர் நடுவர்கள். சமூக மோதல்களையும், ஒழுங்கின்மையையும் கண்டிக்கிற இஸ்லாம் அது காரணமாகவே நிபந்தனையற்ற முறையில் அரசருக்குக் கீழ்ப்படிந்து நடக்க வேண்டும் என்ற கருத்துக்கு ஆதரவளித்திருக்கக் கூடும்.

* * *

அரச தம்பதிகள் ஆக்ராவிற்குத் திரும்பியதுமே, ஒரு மகிழ்வுப் பயணமாக காஷ்மீர் செல்வது பற்றிச் சிந்திக்கத் தொடங்கினார்கள். தம்முடைய தாயார் ஹர்க்காவுக்கும், மனைவி நூருக்கும் முன்பிருந்த அவர்களுடைய உடல்நலத்தை மீட்டுப்பெற அது உதவும் என்று அவர் கருதியிருக்கலாம். ஜஹாங்கீர் தமது இளம்பருவத்தில் தம் தந்தையாருடன் அங்கே சென்றிருக்கிறார். காஷ்மீர் அவரை விரும்பத்தக்க விதத்தில் வெகுவாய்ப் பாதித்து விட்டது. ‘நிலை பேறுடைய வசந்தத்தின் பூங்காவனம்’ என்று பலமுறை அவர் காஷ்மீரை வர்ணித்ததுண்டு. ஜஹாங்கீர் நூரிடம் காஷ்மீரின் அழகை, கணக்கற்ற நீர்வீழ்ச்சிகளை, மணக்கும் ரோஜா மலர்களை, ஊதா மற்றும் மஞ்சள்நிறப் பூக்களை, கம்பீரமான மலை முகடுகளைப் பற்றிச் சொல்வதை நாம் கற்பனை செய்துகொள்ள முடியும்.

1619 அக்டோபரில் பேரரசர் தமது பரிவாரங்களுடன் காஷ்மீரத்துக்குப் புறப்பட்டுச் சென்றார். பேரரசி நூர்ஜஹான், இராஜமாதா ஹர்க்கா மற்றும் அரச குடும்பத்துப் பெண்கள் இவர்களுடன்

ஷாஜஹான், கியாஸ், ஆஸஃப் ஆகியோரும், குடும்பத்தினரும், பெருங்குடிமக்கள், அதிகாரிகள், பணியாளர்கள் படையாட்கள் என்று மிகப்பெரிய ஊர்வலமாய்ப் பயணக்குழு சென்றபோது ஒரு நகரமே இடம்பெயர்வது போல் இருந்தது. எல்லாரும் குதிரை களிலும், யானைகளிலும் சென்றனர். பிரதானக் கூட்டத்தினரின் பின்னே இளவரசர் குஸ்ராவும் சென்றார். நூர் மற்றும் ஹர்க்காவின் வற்புறுத்தலின் பேரில் ஜஹாங்கீர் மகனுடன் சமரசமாகி விட்டி ருந்தார். புனிதரான ஜத்ரூப் அவர்களும் இளவரசருக்காகப் பரிந்து பேசியிருக்கக் கூடும். தம்முடைய சகோதரன் எங்கே அரியணைக்குப் போட்டியாய் வந்துவிடுவானோ என்ற சந்தேகத்தில் ஷாஜஹான் அவனைத் தீவிரமாகக் கண்காணித்துக் கொண்டிருந்தார். காஷ் மீருக்குப் போகும் அரச பரிவாரத்துடன் ஜஹாங்கீரின் விசுவாசம் மிக்க படைத்தலைவரும், சமீபத்தில் காபூலின் ஆளுநராக நியமிக்கப் பட்டவருமான மகபத்கான் இடைவழியில் வந்து இணைந்து கொண்டார். குஸ்ராவைத் தலைநகரில் நம்பிக்கையான அரசவை உறுப்பினர் எவருடைய பொறுப்பிலேனும் விட்டு வந்திருப்பார்கள் என்று அவர் எண்ணியிருந்தார். மகபத்கான் அப்படி எண்ணமிடக் காரணம் ஜஹாங்கீரிடம் அவருக்கிருந்த அளவு கடந்த விசுவாசந் தான். குஸ்ராவின் ஆதரவாளர்கள் பத்து ஆண்டுகளுக்கு முன் ஜஹாங்கீரைப் படுகொலை செய்யத் திட்டமிட்டபோது, அந்தச் சதியில் பங்கேற்ற மகபத்கானின் சகோதரரும் கைதானார். தம்மு டைய சகோதரருக்கு தூக்குத் தண்டனை நிறைவேற்றப்படும் நிலையில் மகபத் அங்கே சென்றிருந்தார். அவருடைய சகோதரரின் உயிரைக் காப்பாற்றிக் கொள்ளும் சந்தர்ப்பத்தை ஜஹாங்கீர் அவருக்கு வழங்கினார். ஆனால், பேரரசரின் விசுவாசியான மகபத் கான் தம்முடைய வாளை உருவி, தாமே சகோதரனின் தலையைத் துண்டித்து விட்டார். அதன்பிறகு ஜஹாங்கீருக்கு மிகவும் நெருங்கிய விசுவாசியாகிவிட்டார் அவர். குஸ்ரா கொஞ்சகாலம் அவருடைய பாதுகாப்பில் இருந்ததும் உண்டு.

குட்டையான, வல்லுறுதி வாய்ந்த மகபத்கானின் முகம், அவர் எண்ணத்திலும் செயலிலும் கடுமையானவர் என்பதை வெளிக் காட்டாத அளவிற்கு மிகவும் மென்மையானது. பேரரசருடன் குஸ்ராவும் இருப்பது பற்றி மற்ற பெருங்குடி மக்களிடம் பேச தமக்கு வாய்ப்பான தருணம் அதுவென்று அவர் எண்ணினார். பேரரசி குறித்து சீற்ற மொழிகளை வாரியிறைக்கவும் செய்தார் அவர். அரசு விவகாரங்களில் நூர்அதிகாரம் செலுத்துவது உடன்பாடான காரியமல்ல என்றும் அவர் குறை கூறினார். அரசுப் பரிவாரத்தில் பெரும்பாலும் இடம்பெறுகிற கவிஞரும் எழுத்தாளருமான ஷேக் அப்துல்லா வஹாப் அவர்களின் கூற்றுக்கிணங்க – மகபத் பேரரசரி டம், 'மாண்புடையீர், தாங்கள் பழங்கால மன்னர்களின் வரலாறு

களைக் கட்டாயம் படித்திருக்க வேண்டும். எந்தவொரு அரசராவது தம் மனைவியின் கட்டுப்பாட்டுக்கு உட்பட்டு நடந்ததுண்டா? ஜஹாங்கீரைப் போன்ற விவேகமும், சரியாக மதிப்பீடு செய்யும் ஆற்றலும் உடைய ஒரு பேரரசர் தம்மீது, ஒரு பெண் செல்வாக்கு செலுத்த இடமளிப்பாரா?' என்று கூறியிருக்கிறார். மகபத் இப்படிப் பேசியதும், பேரரசர் சில நாட்கள் வரை நூரிடம் மனம் திறக்காமல் உணர்ச்சிகளை வெளிக்காட்டாமல் இருந்தார். ஆனால், மகபத் பயணக்குழுவை விட்டு நீங்கிச் சென்றபின், பேரரசர் கடுமை தணிந்து நூரிடம் இதமாக நடந்துகொண்டார். 'மகபத்கானைப் போல் இருநூறுபேர் அறிவுரை கூறியிருந்தாலும், அவருடைய மனதில் அவை நிரந்தரமான பதிவை ஏற்படுத்தாது. நூர்ஜஹான் அந்த அளவுக்கு அவருடைய அறிவைச் சிதறடித்துவிட்டார்' என்று வகாப் எழுதியிருக்கிறார்.

அரசகுடும்பத்தினர் முதலில் மதுரா நகரில் முகாமிட்டனர். துறவி ஜத்ரூப் வசித்த குகைக்கு அந்த இடம் அதிக தொலைவில் இல்லை. ஜஹாங்கீரும் அவரை மீண்டும் சந்திக்கிற முனைப்பில் இருந்தார். மக்களைத் தாக்கும் நோக்கத்துடன் சுற்றித் திரிந்த ஒரு புலியைக் கொல்லும்படி கிராமவாசிகள் பேரரசரிடம் மிகவும் வருந்திக் கேட்டுக் கொண்டனர். அந்நிலையில் பேரரசி நூர்ஜஹான் அந்தப்புலியைக் கொன்று தம் குடிமக்களின் நன்றியையும், தம் கணவரின் பாராட்டையும் பெற்றார். பிறகு, பயணநிறுத்தமாக டில்லிக்கு வடக்கே ஓரிடத்தில் இரண்டரை வார காலம் அவர்கள் தங்கியிருந்தனர். அரச தம்பதிகள் ஜஹாங்கீரின் பாட்டனாரான ஹுமாயூனின் கல்லறைக்குச் சென்று மரியாதை செலுத்தினர். அத்துடன் பதின்மூன்றாம் நூற்றாண்டைச் சேர்ந்த சூஃபி ஞானி ஒருவருக்கும் அஞ்சலி செலுத்தினர். முகலாய அந்தப்புரத்தின் முதன்மைக் கண்காணிப்பாளராக இருந்த அகா அகாயனையும் அவர்கள் பார்க்கச் சென்றனர். அந்தப் பெண்மணி பணிஓய்வு பெற்ற பின் டில்லியில் வசித்து வந்தார். அவருடைய உடல்நிலை நகரவும் திராணியில்லாத அளவிற்கு நலிவுற்றிருந்தது. அப்படி இருந்தும் தம் வீட்டருகே உருவாகிக் கொண்டிருந்த ஒரு தோட்டத்தையும், கல்லறை யையும் அவர் கவனித்துக் கொள்ளவே செய்தார். 'அந்தப் பெண் மணியின் ஆடையின் விளிம்பில்கூட சாலைப்புழுதி படிந்துவிடக் கூடாது, அவருடைய மனநிறைவுக்கு எவ்வித ஊறும் நேராதபடி பார்த்துக் கொள்ள வேண்டும்' என்று ஜஹாங்கீர் டில்லி ஆளு நருக்கு அறிவுறுத்தினார். தம்முடைய தந்தை இருந்திருந்தால் தற்போது அகாயனைப் போல் அவருக்கும் எழுபத்தியோரு வயது ஆகிவிட்டி ருக்கும் என்று தம்முடைய நாட்குறிப்பேட்டில் அவர் பதிவு செய் தார். காஷ்மீர் போகும் வழியில் முகலாயப் பயணக்குழு பல்வேறு

இடங்களில் தங்கிப் பல புனிதர்களின் கல்லறைகளைப் பார்வை யிட்டனர், சிறப்புமிக்க பெருங்குடி மக்கள் பலரின் வரவேற்பையும் ஏற்றுக் கொண்டனர். அர்ஜுமண்ட் தம்முடைய ஏழாவது குழந்தையைப் பெற்றெடுத்தார்.

அரசகுடும்பத்தினர் பயணிக்கும் பாதையில் எவ்வித இடர்ப் பாடும் இருந்துவிடக் கூடாது என்பதில் முகலாய அதிகாரிகள் பெரி தும் கவனமாயிருந்தனர்.

அதிகாரி ஒருவர் பாதையைச் செப்பனிடுவதற்காகத் தம்முடன் கல்வெட்டும் தொழிலாளிகள், தச்சர்கள், கரடுமுரடான நிலப்பரப்பைச் சரிசெய்து, செல்தடக்குழிகளைச் சீர்படுத்தி, பள்ளங்களை நிரப்பும் மண்வேலைக்காரர்கள் கொண்ட குழுவை அழைத்துக் கொண்டு முன்னே விரைந்து சென்றார். பாரம் சுமந்து செல்லும் விலங்கு களுக்கும், சரக்கு வண்டிகளுக்கும் பாதை இலகுவாய் இருக்க வேண்டுமல்லவா. அவர்கள் போகிற வழியில் அந்தந்தப் பகுதியில் இருக்கும் பெருங்குடி மக்களின் விருந்தோம்பலையும் ஏற்றுக் கொண் டனர். 1620 மார்ச் முதல் வாரத்தில் காஷ்மீர் எல்லை துவங்கும் பக்லி என்ற இடத்தைச் சென்றடைந்தது அரசுப் பயணக்குழு.

காஷ்மீரில் கோதுமை விளைச்சலும் மற்ற தானியங்களின் மகசூலும் மிகக் குறைவாக இருப்பதால், சாலையை ஒட்டிய கிராமங் களில் அரசுப் பயணக்குழுவினரின் யானைகளுக்கு போதிய தீனி கிடைக்காது என்பதை முன்னோடிகளாய்ச் சென்ற வீரர்கள் வந்து ஜஹாங்கீரிடம் தெரிவித்தனர். அதனால், எழுநூறு விலங்குகளை மட்டும் தங்களோடு வைத்துக்கொண்டு எஞ்சியவற்றை ஆக்ராவிற்கே திருப்பிவிடச் செய்தார் அவர்.

ஜஹாங்கீருக்கு அரசு மேலாண்மையிலும், எல்லைப்புற நிலப் பகுதிகளை ஒன்று சேர்ப்பதிலும் நிறையவே பிரச்சனைகள் இருந்தன. தக்காணத்தில் ஏற்பட்டிருந்த சிக்கல்களும் கவலையளிப்பதாக இருந்தது. மூன்று ஆண்டுகளுக்கு முன்பு தான் ஷாஜஹான் அங்கே போரிட்டுத் திரும்பியிருக்கிறார். மாலிக் அம்பர் இன்னமும் முகலாய ஆட்சியை எதிர்த்துக் கொண்டிருந்தான். தக்காணப் பிரச்சனை குறித்து ஜஹாங்கீர், நூர், ஷாஜஹான், கியாஸ், ஆஸஃப் ஆகியோர் விரிவாக விவாதித்து எடுக்க வேண்டிய நடவடிக்கைகள், மேற்கொள்ள வேண்டிய உத்திகள், போர்க்களச் செயல்முறையின் நுட்பவிபரங்கள் பற்றி ஆராய்ந்தனர். ஷாஜஹான் மீண்டும் தெற்கே படையெடுத்துச் செல்லவேண்டும் என்று முடிவு செய்தனர்.

ஆனால், தம்முடைய மூத்த சகோதரர் குஸ்ராவையும் தம்மோடு கொண்டு செல்ல முடியும் என்றால் மட்டுமே தாம் இராணுவ நடவடிக்கையை மேற்கொள்வதாக இளவரசர் ஒப்புக் கொண்டனர்.

தம் சகோதரரிடம் அவர் எச்சரிக்கையாக இருக்க வேண்டியிருந்தது. ஜஹாங்கீர் மறுப்பின்றி அதற்கு இணங்கினார். ஷாஜஹான் தமது நான்கு மகன்களுடன் புறப்பட்டுச் சென்றார். குஸ்ரா தக்காணப் போர் நடவடிக்கைக்காகப் படை திரட்டச் சென்றார். 1620 பிப்ரவரி 22ஆம் நாள், நான்கு மாதங்களைப் பயணத்தில் கழித்த அரசப்பரி வாரம் ஹஸன் அப்தலை வந்தடைந்தது. பயணத்தின் மிக நயவஞ்சக மான பகுதி அப்போது தொடங்கியது. பற்றாக்குறை, விலைவாசி உயர்வு காரணமாய் யானைகளுக்கு மட்டுமல்ல மனிதர்களுக்கு உணவளிப்பதும் கடினமான காரியமாகிவிட்டது. அரசவை உறுப்பி னர்கள், தொழிலாளிகள், பணியாளர்கள், படையாட்கள் என்று ஏராளமானவர்கள் அரசகுடும்பத்துடன் பயணத்தில் பங்கேற்றி ருந்தனர். தம்முடைய பரிவாரத்தில் நூற்றுக்கணக்கானவர்களைத் தலைநகரத்துக்கு திரும்பி செல்லும்படி ஜஹாங்கீர் உத்தரவிட்டார். பல பெருங்குடி மக்களும் பணியாளர்களும் அதனால் ஊர் திரும்ப நேரிட்டது. முற்றிலும் அவசியமானவர்கள் மட்டுமே அரசகுடும்பத் துடன் முன்நோக்கிச் சென்றனர்.

ஹஸன் அப்தலுக்குச் சமீபமாய் ஒரு நீரூற்றும், நீர்வீழ்ச்சியும் இருந்தது. அவர்கள் அங்கே இரண்டு நாட்கள் தங்கியிருந்தனர். ஹர்க்கா உள்ளிட்ட அந்தப்புரப் பெண்களில் சிலர் அங்கேயே மேலும் சில நாள் தங்கள் பணிப்பெண்களுடன் தங்குவதென்றும், மீதமுள்ள அரசக்குழுவினர் சிறு குழுக்களாய்ப் பிரிந்து பயணிப்ப தென்றும் ஏற்பாடாயிற்று. சில பெருங்குடி மக்களையும் தொழிலாளி களையும் கொண்ட ஒரு குழு முன்கூட்டியே மலைப்பாதையில் முதலில் சென்று வழியைத் தயார் செய்யத் தொடங்கியது. இரண் டாவது குழுவில் கியாஸ் மற்றும் பெருங்குடி மக்கள் சிலர் சென்றனர். அவர்களைத் தொடர்ந்து நூர், ஜஹாங்கீர், ஆஸஃப், முத்ஆமத்கான் மற்றும் சில பெருங்குடிமக்கள், மிக நெருக்கமான உறவுடைய அந்தப்புரப் பெண்கள் பணியாளர்கள் கொண்ட குழு சென்றது. கடைசியில் ஹர்க்காவும் அவருடைய பெண்கள் கூட்ட மும் மூன்றாவது குழுவுடன் வந்து சேர்ந்தாயிற்று. அவர்கள் ஆங்காங்கே உள்ள கிராமங்களில் இடைநிறுத்தமாய் தங்கிச் சென்றனர். குடிமக்கள் பேரரசருக்கு மரியாதை செலுத்தினர். பாதை நெடுகவும் பாறைப்பாங்காய் இருந்தது. அந்தப் பகுதிகளில் நிறைய *லாங்கர் குரங்குகளும், காட்டுக்கோழிகளும், கவுதாரிகளும் காணப் பட்டன.

ஜஹாங்கீர் தம்முடைய ஆட்களில் சிலர் உடன்வர 'பிம்ட்ராங்' என்னுமிடத்தில் பகத் ஆற்றின்மீது வந்து விழும் நீர்வீழ்ச்சி ஒன்றைக் கண்டடைந்தார். அவர்கள் மரங்களின் நிழல்களில் அமர்ந்து 'ஒயின்'

---

* லாங்கர் குரங்கு : நீண்டவால், சாம்பல்நிற உடல், கறுப்பு முகம் உடைய பெரிய குரங்கு.

பருகினர். பாறைகள் ஊடாக விழும் ஆற்றின் குறுக்கே தம்முடைய ஆட்சிக் காலத்தில் பாலம் ஒன்றையும், குன்றின் உச்சியில் ஒரு ஓய்வில்லத்தையும் கட்டியிருந்தார். அந்த ஓய்வில்லம் இன்னமும் சேதமடையாமல் இருந்தது. பயண நிர்வாகம் இங்கிருந்து முத்ஆமத் கானிடம் ஒப்படைக்கப்பட்டது. பிம்ட்ராங்கைச் சென்றடைவதற்கு முன் பயணக்குழுவுடன் இருந்த நூற்றுக்கணக்கான யானைகள் ஆக்ராவிற்குத் திருப்பி அனுப்பப்பட்டன. அவை இருந்திருந்தால் அந்த அபாயகரமான சாலையில் ஆபத்தான நிலைக்கு உட்படுத்தப் பட்டிருக்கும். பயணக்குழுவினர் குதிரைச் சவாரியாகச் சென்றனர். மகபத் அந்தக் குழுவை விட்டு மார்ச் 1 இல் விலகி, காபூலை நோக்கிச் சென்றார். இரண்டு வாரங்களுக்குப் பிறகு அரசகுடும்பத்தின் முக்கிய நபர்கள் கொண்ட குழு புலியாஸ் என்ற கிராமத்தில் தங்கியது. இங்கிருந்து, அவர்கள் போகும் வழிகள் இடர்ப்பாடு மிக்கதாய் இருந்தன. புலியாஸ் பாதை போகப் போக தெளிவற்று அச்சமூட்டுவ தாய் இருந்தது. அவர்களுடைய பயணத்திலேயே மிகக் கடினமான, குறுகிய பாதை அது. தங்களுடைய குழு மறுபடியும் சிறுசிறு குழுக்களாய்ப் பிரிக்கப்பட வேண்டும் என்று ஜஹாங்கீர் கட்டளை யிட்டார். நூர், ஜஹாங்கீர், ஆஸஃப், ஹர்க்கா மற்றும் அந்தப்புர பெண்கள் ஒரு குழுவாய்ச் சென்றனர். அவர்களுக்குத் தேவையான பணியாளர்களும் உடன் புறப்பட்டனர். கியாஸ், முத்ஆமத் உள்ளிட்ட மீதம் உள்ளவர்கள் அடுத்த நிலைக் குழுவாகச் சென்றனர். முத்ஆமத் சில ஆட்களை முந்திச் செல்ல விடுத்து, கூடாரங்களை அமைக்கும்படி நெறிப்படுத்தியிருந்தார். அவர்கள் முன்னேறிச் செல்லச் செல்ல ஆங்காங்கே ஆட்கள் முன்கூட்டியே கூடாரங்களை அதேபோன்று அமைக்கவேண்டும்.

அரசகுடும்பத்தைச் சேர்ந்தவர்கள் வெதுவெதுப்பான ஆட்டுத் தோல் மேற்சட்டைகளை அணிந்திருந்தனர். ஆண்கள் குதிரைகளின் முதுகின்மீதும் பெண்கள் பல்லக்கிலும் அமர்ந்து சென்றனர். கண வாய் அருகே பனிப்புயல் வீசத் தொடங்கியதும் அவர்கள் முன் கூட்டிச் சென்றவர்கள் அமைத்த கூடாரங்களில் தங்கிக் கொண்ட னர். முத்ஆமத் அடுத்த நிலைக் குழுவில் இருந்தவர், பேரரசருடன் இணைய விரைந்து சென்றார். அவர் அரசரின் கூடாரத்தை அடைந்து உடல் வளைந்து வணங்கி, தாம் போதிய வசதிகளுடன் தங்குமிடங்களை அமைக்க இயலவில்லை என்று வருத்தம் தெரி வித்துக் கொண்டார். தம்முடைய கவலையைக் குற்றஉணர்வுடன் கீழ்க்கண்ட மாதிரி அவர் வெளிப்படுத்தினார்:

‘எதிர்பாராத விருந்தாளி வந்ததும்
ஒரு ஏழை கூச்சமடைவது போல்,

நள்ளிரவில் தங்கள் நிழலுரு கண்டதும்
என் ஆன்மாவையே தந்தாலும்
நான் நாணமுறவே செய்கிறேன்?'

தம்முடைய கவலைகளைத் தணித்துக் கொண்டு ஜஹாங்கீர் மறுமொழி கூறினார்: 'நம் கண்ணெதிரே காணும் உலகப் பொருட்களுக்கெல்லாம் என்ன முக்கியத்துவம் இருக்கிறது. விசுவாசம் என்கிற வைரத்தைவிட எது மதிப்பு மிக்கது? அதற்கு என்ன விலை கொடுத்தாலும் தகும்?' என்று.

ஏற்பாடுகள் அருமையாக இருந்தன. கூடாரங்களும், வெது வெதுப்பான போர்வைகளும், சமையல் பாத்திரங்களும் போதிய அளவில் இருந்தன. அரசகுடும்பத்தார்க்கு என்னவெல்லாம் தேவைப் படுமோ அவையெல்லாம் அங்கே இருந்தன. நூரும், ஜஹாங்கீரும் அவர்களோடு உடன் சென்றிருந்தவர்களும் முத்ஆமத்தின் குடி யிருப்புப் பகுதிகளிலேயே தங்கிக்கொண்டனர். அன்றைய இரவுப் பொழுது அவர்களுக்கு சவுகர்யமாகக் கழிந்தது. மறுநாள் காலை தம்முடைய தளர்ச்சியான மேலங்கி ஒன்றை பேரரசர் முத்ஆமத்துக்கு அன்பளிப்பாக வழங்கியதோடு, படிநிலையிலும் ஒரு உயர்வை வழங்கினார்.

அரசுப் பரிவாரம் நான்கு நாட்கள் பல கணவாய்களைக் கடந்து, காஷ்மீர் பள்ளத்தாக்கிற்கு இட்டுச்செல்லும் அகன்ற சாலை களை அடைந்தது. பசும் புல் தரைகள், ரோஜாக்கள், சந்தன மலர்கள், செங்கருநீல மலர்ச் செடிகள், பல வண்ணமலர் கொண்ட தோட்டச் செடிகள், நறுமணம் உள்ள வெள்ளை அல்லது மஞ்சள் மலர்கள் கொண்ட செடிவகை, அரிதான 'புலானிக்' மலர்ச் செடிகள் என்று காணுமிடமெங்கும் மனதுக்கினிய வனப்பான காட்சிகள். ஜஹாங்கீர் பார்த்துப் பார்த்து பரவசம் அடைந்தார். 'காஷ்மீரத்துப் பூக்கள் நம்முடைய கருத்துக்கும், கணிப்பிற்கும் அப்பாற்பட்டவை. நான் எதைப் பற்றி எழுதுவேன், எவற்றையெல்லாம் வர்ணிப்பேன்? தனிச்சிறப்பிற்கு உரியவைகளை மட்டுமே நான் குறிப்பிடுகிறேன்?' என்று எழுதியிருந்தார்.

பஹத் ஆற்றின் பிரதானத் துறைமுகமான பாரமுல்லாவை அவர்கள் அடைந்தனர். அங்கிருந்து ஐம்பத்தியாறு கிலோமீட்டர் தொலைவில் இருந்தது காஷ்மீரின் முக்கிய நகரமான ஸ்ரீநகர். நூர்ஜஹான் மேற்கொண்டு பயணத்தைத் தொடருமுன் அங்கிருந்த அருவியொன்றில் நீராடியதாகச் சொல்லப்படுகிறது. அந்த அருவிக்கு 'நூரின் அருவி' என்று ஜஹாங்கீர் பெயரிட்டார்.

சீக்கிரமே அவர்கள் ஸ்ரீநகரைச் சென்றடைந்தனர். புத்துணர்வூட்டும் *'க்ளோவரின்' நறுமணம் எங்கும் பரவியிருந்தது. **பீச் கனிமரங்களும் வாதுமை, பேரி இனக்காய் தரும் மரங்களும் ஆப்பிள் மரங்களும் அப்போது பூக்கத் தொடங்கியிருந்தன. வாயில்களிலும், சுவர்களிலும், முற்றங்களிலும் தீச்சுடர் போன்ற ***'ட்யூலிப்' மற்றும் ஜாஸ்மின் பூக்கள் ஒளிவண்ணக் காட்சியமைத்தன. ஆக்ராவில் இருந்து அந்தப் பயணம் மேற்கொள்ள 168 நாட்கள் ஆயிற்று.

* * *

ஜஹாங்கீரின் தந்தை ஸ்ரீநகரில் ஹரிபர்பாத் என்னும் குன்றின் மீது வலிமையான கருங்கல் மாளிகையொன்றைக் கட்டியிருந்தார். அது ஒரு கோட்டையைப் போல் பலமும், பாதுகாப்பும் கொண்டது எனலாம். அது ரம்மியமான தால் ஏரியை நோக்கியவாறு அமைந்திருந்தது. அந்த ஏரி நான்கு மைல் நீளமும், மூன்று மைல் அகலமும் கொண்டது. மலைகளில் இருந்து ஓடிவரும் நீரை ஏரியில் கொண்டு சேர்க்கப் பெரிய கால்வாய் ஒன்றும் இருந்தது. அரசுப் பயணக்குழு ஹரிபர்பாத் மாளிகையில் தங்கிக் கொண்டது.

காஷ்மீரிகள் பாரம்பர்யமாகவே தங்கள் கட்டிடக் கூரைகளிலும், தோட்டத்தில் அமைக்கப்பட்ட ஓய்வுக் கூடங்களிலும் 'ட்யூலிப்'பின் அடிநிலத் தண்டுகளை நட்டுவைத்திருந்தனர். முகலாய மாளிகைத் தோட்டம் பாழ்பட்டு, சேதமடைந்து இருந்தது. ஆனால், கட்டிடங்களின் கூரைகளிலும் ட்யூலிப் மலர்கள் அழகாய் பூத்திருந்தன. முத்ஆமத் உடனடியாய்ச் செப்பனிடும் வேலைகளைத் தொடங்கி விட்டார்.

சிறுபொழுதுக்கெல்லாம் ஹரிபர்பாத் மாளிகை தன்பால் ஈர்க்கும் மயக்க ஆற்றலைக் கொண்டுவிட்டது. தோட்டத்தின் மையத்தில் உள்ள ஓங்கி உயர்ந்த மூன்றடுக்கு நடைமேடை மறு அலங்கரிப்பு செய்யப்பட்டது. தேர்ச்சிபெற்ற முகலாய ஓவியர்கள் அங்குள்ள கட்டிடங்களைத் தங்கள் கலைப்படைப்புகளால் அழகு படுத்தினர். சீனத்து ஓவியர்களும் கண்டு பொறாமைப்படும்படியாய் அவை காட்சியளித்தன. மீண்டும் பழைய நிலைக்குக் கொண்டுவரப் பட்ட அந்தக் கட்டிடங்களும், பெருமனைத் தோட்டமும் இனி உன்னதமாய் ஒளிரும் தோட்டம் என அழைக்கப்படும் என்று அறிவித்தார்.

---

* க்ளோவர் : இளஞ்சிவப்பு, வெண்மை நிறப்பூக்களையும், முப்பிரிவுகளாய் அமைந்த இலைகளையும் உடைய சிறிய தாவர வகை.
** பீச் : செம்மஞ்சள் நிறத் தோலுடைய, சாறு கொண்ட கனிகளைத் தரும் மரம்.
*** ட்யூலிப் : அல்லி வகை மலர்ச்செடி, இளவேனிற் பருவத்தில் வளரும் கோப்பை வடிவ ஒளிர் வண்ணப் பூ.

ஜஹாங்கீருக்கு ஒளி என்பது உருவகத்தை விடவும் மேலானது. ஒரு முகலாய அரசரின் பேரார்வம் தாம் இரண்டு உலகங்களுக்கும் – அரசு தொடர்பானது, சமயம் சார்ந்தது என்கிற இரண்டுக்கும் அரசராய் இருக்க வேண்டும் என்பதுதான். அமைதி நிலையும், நல்லிணக்கமும் தெய்வீகத்தைப் பிரதிபலிக்கும் சிந்தனை. ஒளியின் வல்லமை அதற்குண்டு. அரசருக்குள் அது தங்கியிருக்கும். தம் முடைய அரசுப்பட்டப் பெயராக 'நூர் அத்தீன்' (நம்பிக்கை ஒளி) என்றும், தம்முடைய புது மனைவிக்கு 'மெஹர்–உன்நிஸா' (அரண் மனையின் ஒளி) என்றும் பெயர் சூட்டியதன் மூலம் ஜஹாங்கீர் இந்த மரபொழுங்கில் பங்கேற்று விட்டார்.

முகலாயர்கள் சூரியனின் பேரொளியுடன் நீண்டகாலத் தொடர்பு கொண்டவர்கள். சூஃபிகள் பலராலும் எடுத்துக் கூறப் பட்ட, திருமறையில் இடம்பெற்றுள்ள ஒளி பற்றிய செய்யுள் ஜஹாங் கீரிடம் ஈடுபாட்டை ஏற்படுத்தி விட்டது. 'இறைவன் ஏழு மற்றும் எழுபது ஒளித்திரைகளைக் கொண்டிருக்கிறான். அவனுடைய முகத்தில் இருந்து அவை அகற்றப்படும் பொழுது அவனது முகத் தோற்றம் அவனால் பார்க்கப்படுகிற அனைத்தையும் பஸ்பமாக்கி விடும்' என்கிற பொருளில் அமைந்தது அது. அரசர்கள் உட்பட இறைவனால் தேர்ந்தெடுக்கப்பட்ட இடையீட்டாளர்களும் ஒளியின் செயற்பண்பைக் கொண்டிருக்கிறார்கள்.

மெய்ப்பொருளியல் தொடர்பான இந்த வெளியில் நூரும் ஜஹாங்கீரும் பிரவேசித்து ஒளியின் ஆட்சிக்குட்பட்ட நாட்டை உருவாக்கினர். தங்கம், வெள்ளி, செப்பு நாணயங்களுக்குப் பொறித்த பெயர்களில் கூட ஒளி இடம்பெற்றிருந்தது. இறையாண்மையின் ஒளி, அரசவையின் ஒளி, கதிரவனின் ஒளி, உலகின் ஒளி என்கிற மாதிரி. ஸ்ரீநகரின் 'உன்னத ஒளித்தோட்டம்' பேரரசருக்கு நூருடன் இருந்த உறவுக்கு இன்னொரு அடையாளக் குறி எனலாம். அவர்கள் இருவரின் பெயரிலும் ஒரு பொதுமை இருந்தது, இருவரும் கூட்டாட்சி நடத்தினர். இதனைக் கவுரவிக்கும் வழிமுறையாக ஜஹாங்கீர் அதைப் பயன்படுத்திக் கொண்டார். இந்தப் போக்கு தொடரக்கூடும். ஆக்ராவில் ஒரு தோட்டம் அமைப்பது பற்றி நூர் முன்பே சிந்தித்துக் கொண்டிருந்தார். அதற்கு, 'ஒளிதூவும் தோட்டம்' என்று பெயரிடுவதாகவும் இருந்தார்.

நூரின் கடந்தகாலத்துடன் தொடர்புடைய ஒருவரின் வருகை இந்த ஒளி இணைப்பைத் தொடரச் செய்துவிட்டது. ஹைதர்மாலிக் என்பவர், நூரின் கணவர் கொலையுண்ட அந்த விரும்பத்தகாத நிகழ்வுக்குப் பிறகு நூர்ஜஹானிடம் ஊழியம் செய்பவராக இருந்தார். நூர் ஆக்ரா புறப்படுவதற்கு முன் நாற்பது நாட்கள் அவருடைய வீட்டில் தங்கித்தான் துக்கம் கடைப்பிடித்தார். தற்போது, காஷ்மீரில்

வசித்துக் கொண்டிருந்த மாலிக் பேரரசரையும், பேரரசியையும் காண வந்து தம்முடைய விசுவாசத்தைப் புதுப்பித்துக் கொண்டார். அவர்கள் மூவரும் ஸ்ரீநகருக்கு பத்துமைல் தெற்காக இருந்த மாலிக்கின் ஊருக்குச் சென்று, ஓடும் சிற்றாறுகளிலும் ஓங்கி உயர்ந்த மரக் கூட்டங்களிலும் கவுதாரி வேட்டையாடினர். அரச தம்பதிகளுக்கு அந்த இடம் மகிழ்ச்சியளித்தது. தமது வீட்டுக்கு அவர்கள் வருகை புரிந்ததன் நினைவாக சஹார்தரா என்ற தங்கள் ஊரின் பெயரை மாற்றி புதுப்பெயர் சூட்டும்படி மாலிக் கேட்டுக் கொண்டார். ஜஹாங்கீர் அதற்கு 'நூர்பூர்' (ஒளிமயமான நகரம்) என்று மறுபெயர் சூட்டினார்.

தம்முடைய நேசத்திற்குரிய மனைவி நூருடன் காஷ்மீரில் பயணம் செய்த ஜஹாங்கீர், மிகுந்த ஈடுபாட்டுடனும் ஆர்வத்துடனும் அந்தப் பயணம் பற்றி எழுதியிருக்கிறார். அவர்கள் எங்கெல்லாம் தங்கியிருந்தார்கள், பயணத் தொலைவுகள், அங்கே வளரும் தாவரங்களின் தொகுதி, விலங்குகளின் தொகுதி யாரெல்லாம் தங்களுக்கு மரியாதை செலுத்தினர், அவர்கள் கொடுத்த காணிக்கைகள், பரிசுப் பொருட்கள், அவர்கள் மேற்கொண்ட மனமகிழ்வுச் சுற்றுலாக்கள், அவர்களுடைய தோட்டங்கள், நல்லமைதியுடன் இளைப்பாறிய தருணங்கள் என்று விரிவாகவே எழுதினார். தாம் தாலிப் அமுலி என்ற பாரசீகக் கவிஞரைக் கண்டு மரியாதை செய்ததையும் அவர் குறிப்பிடுகிறார். நூரின் குழந்தைப் பருவத்தில் இருந்தே கியாஸின் இல்லத்தில் நிகழும் இலக்கிய விவாதங்களில் தவறாமல் பங்கு பற்றிய அந்தக் கவிஞர் தற்போது நூறு வயதில் காஷ்மீரில் வாழ்ந்து கொண்டிருந்தார். ஜஹாங்கீர் அவருக்கு 'மாலிக் அஸ் – ஷுவாரா' என்று விருதுப்பெயர் (கவியரசர்) சூட்டி, அரசு அங்கி ஒன்றையும் வழங்கினார். அரச தம்பதிகளுக்கு, மேற்கிந்தியாவில் பல ஆண்டுகளைக் கழித்த நிலையில் இது உண்மையிலேயே மகிழ்ச்சி தரும் பயணமாக இருந்தது. நீண்ட நாள் தாமதித்து நிகழ்ந்த தேன்நிலவாக அது அமைந்தது. காஷ்மீரில் உள்ள இன்றைய 'டூரிஸ்டு கைடு'கள் நூரையும் ஜஹாங்கீரையும் கவுரவிக்கும் பொருட்டு நடந்த வாண வேடிக்கைகளை தால் ஏரி இன்றும் வர்ண ஜாலங்களுடன் பிரதி பலிப்பதாய்க் குறிப்பிடுகிறார்கள். நூர் மகிழ்ச்சியடைவார் என்பதற்காகவே ஜஹாங்கீர் ஈரானில் இருந்து மேப்பிள் போன்ற சினார் மரங்களைக் கொண்டு வந்து காஷ்மீரில் நட்டுவைத்ததாகவும் அவர்கள் கூறுகிறார்கள்.

செப்டம்பர் மாதத்தில் ஜஹாங்கீரும், நூரும் ஸ்ரீநகரின் தென் கிழக்காய் அமைந்த மலையடிவாரத்தில் உள்ள 'வெர்னாக்' நீரூற்றுகளைச் சென்று பார்வையிட்டனர். அந்த நீரூற்றுகள் பஹாத் ஆற்றின் மூலாதாரம் ஆகும். அதுவே பிற்பாடு அரச தம்பதிகளின்

எதிர்கால நிலையைத் தீர்மானிப்பதாயிற்று. ‘பைன்’ மரங்களும், சினார் மரங்களும், பேரளவிலான தாவரங்களும் ‘வெர்னாக்’ நீரில் பிரதிபலித்து, நீரைப் பசிய நிறமுடையதாக்கிவிட்டன.

தாம் ஒரு இளவரசராக இருந்தபொழுது, பலமுறை அங்கே வந்திருந்த ஜஹாங்கீர் ‘வெர்னாக்’கில் வில் வளைவு விதானங்கள் கொண்ட நுழைவாயில்கள் பலவற்றை அமைக்க உத்தரவிட்டார். அவை நீரூற்றையும், அருகில் இருந்த ஓய்வுக் கூடத்தையும் சுற்றி அமைக்கப்பட்டன. அந்த ஓய்வுக்கூடத்தின் முன்பாய் பெரிய தோட்டம் ஒன்று தற்போது நிறைவுறும் தறுவாயில் இருந்தது.

அவர்கள் அங்கே சென்றதுமே, ஜஹாங்கீர் தம்முடைய பணியாளர்களின் ஒயின் கோப்பைகளை நிரப்புமாறு, பான வகைகளைப் பரிமாறுகிறவர்களுக்கு அறிவுறுத்தினார். பயணக் குழுவினர் ஒயினைப் பருகி, காபூல் ‘பீச்’ பழங்களை உண்டனர். பிற்பாடு அவர்கள் மதுமயக்கத்துடன் தங்கள் கூடாரங்களுக்குத் திரும்பிச் சென்றனர். புலன்களின் வழியே மனதுக்கும் உடலுக்கும் இன்பம் தருகிற அந்த இனிய சூழலில் தமக்குக் கற்பித்துக் கூறப்பட்ட காதல் கவிதையொன்றின் வரிகளை நூர் ஜஹாங்கீருக்குக் கூறியிருக்கக் கூடும்:

“மென்மையும் வழுவழுப்பும் உடைய உன்
பட்டுமேலங்கியில் ஒரு மாணிக்கக் குமிழ்
ஏனோ என் இரத்தத்தின் துளியென்று
நீ உன்னை வருத்திக் கொள்கிறாய்!”

பிராங்காயிஸ் பெர்னியர் ஒரு மருத்துவர், இயற்கை சார்ந்த தத்துவமேதையும் ஆவார். அவர்தான் 1665இல் காஷ்மீருக்கு வருகை தந்த முதல் ஐரோப்பியர். தம்முடைய ‘ டிராவல்ஸ் இன் மொஹல் எம்பயர்’ என்ற நூலில் நூரும், ஜஹாங்கீரும் காஷ்மீருக்கு வந்து சென்ற நிகழ்ச்சியை ஒரு கதைபோல் விவரித்திருக்கிறார். பெர்னியர் சிறப்பாக வெர்னாக்கில் உள்ள நீர்நிலைகளில் ஒன்றால் பெரிதும் கவரப்பட்டிருந்தார். ‘அங்குள்ள மீன்கள் குரல் கொடுத்ததுமே நெருங்கி வரும்படி பழக்கப்படுத்தப்பட்டவை. நீரில் ரொட்டித் துண்டுகள் வீசப்படும் போதும் அவை வந்துவிடும். பெரிய மீன்களுக்கு *உயிர்ப்பு உறுப்பின் வழியே தங்க வளையங்கள் போடப்பட்டிருந்தன.’

அந்தத் தங்க வளையங்களில் ‘நூர்மெஹல் – ஜஹாங்கீரின் மனைவி’ என்று பொறிக்கப்பட்டிருந்தது...’ ஒருவேளை பெர்னியர் தங்க வளையங்களுடன் உள்ள மீனைப் பார்த்து, அந்தப் பழக்கப் படுத்தப்பட்ட மீனை இணக்கமுள்ள – விட்டுக் கொடுக்கிற பேரரசரின் உருவகமாக்கியிருக்கலாம்.

* * *

---

* உயிர்ப்பு உறுப்பு : மீனின் தலைப் பக்கவாட்டில் உள்ள உறுப்புகளில் ஒன்றானதும் மீன் மூச்சுவிடுவதற்குமான உறுப்பு.

ஷாஜஹான் அர்ஜுமண்ட் இவர்களின் நான்காவது மகனான குட்டி இளவரசன் ஷுஜாவிடம் கொள்ளைப்பிரியம் பேரரசருக்கு. ஒருநாள் ஸ்ரீநகர் மாளிகையில் அந்தப் பையன் விளையாடிக் கொண்டிருந்தபோது கதவு மூடியிராத ஓர் அறைக்குள் ஓடியிருக் கிறான். அந்த அறை தால் ஏரியை நோக்கி அமைந்திருந்தது. அங்கிருந்து வெளியே பார்ப்பதற்காகச் சென்ற ஷுஜா, ஓடிவந்த வேகத்தில் தடுக்கிவிழுந்தான். பதினைந்து அடி உயரத்தில் இருந்து விழுந்தவனின் உடம்பு பகுதியளவு கம்பளத்தைக் குனிந்து விரித்துக் கொண்டிருந்த பணியாளனின் தோள்மீதும் இறங்கியது. கம்பளத்தின் மீது ஷுஜாவின் தலைப்பகுதியும், பணியாளின் தோள்மீது அவனு டைய கால்பகுதியும் படிந்தது. 'சர்வ வல்லமை படைத்த, மகிமை பொருந்திய இறைவனன்றோ அவனைக் காப்பதற்கு இறங்கி வந்திருக் கிறான். கம்பளமும் அதை விரித்த பணியாளும் என் பேரனைக் காத்த சாதனங்கள். இளவரசனைத் தோளில் சுமந்து கொண்டு அந்தப் பணியாள் வேகமாய் உள்ளே வந்தபொழுது குழந்தை பேச முடியாத அளவிற்கு பலவீனப்பட்டிருந்தான். என்னுடைய புலன் கள் என்னைக் கைவிட்டன. நான் நெடுநேரம் அவனை அன்புடன் அரவணைத்தபடி இருந்தேன்' என்று ஜஹாங்கீர் எழுதியிருக்கிறார். ஷுஜா குணமடைந்தாலும், ஜோதிக்ராய் என்கிற அரசவை சோதிடர் சொன்னது உண்மையாகிவிட்டது. சில மாதங்களுக்கு முன்புதான், அவர், 'அந்தப்புரத்தில் குழந்தைகளைக் கவனித்துக் கொள்ளும் முக்கியச் செவிலியருள் ஒருத்தி அகால மரணமடைவாள்' என்று தெரிவித்திருந்தார்.

ஜஹாங்கீரின் மூத்த மனைவியருள் ஒருவரான சாலிஹபானு காலமாகிவிட்டார். காஷ்மீர் வந்த பயணக் குழுவில் அந்தப் பெண்மணியும் இருந்தாரா அல்லது ஆக்ராவுக்கு திருப்பியனுப்பப் பட்டிருந்தாரா என்பது பற்றி பேரரசர் தம்முடைய நாட் குறிப் பேட்டில் பதிவிடவில்லை. 'வேதனையளிக்கிற அந்த நிகழ்வு என் மனத்தில் ஒரு பாரமாய் இறங்கியிருந்தது' என்று மட்டும் அவர் குறிப்பிட்டிருந்தார். ஆனால், அது உள்ளார்ந்ததாய் இருந்தது. பல மனைவியரும் வசிக்கின்ற அந்தப்புரத்திற்கு அவர் பெயரளவில் வந்து போய்க் கொண்டிருந்தாரேயன்றி, அந்தக் காலகட்டத்தில் அவர் விலகியிருந்ததாகவே சொல்ல வேண்டும். நூர் எப்போதும் அவரோடு உடன் இருந்து கொண்டிருந்தார்.

காஷ்மீரில் தங்கியிருந்த சிறிது காலத்தில் நூர் மகிழ்ச்சியாகக் காணப்பட்டாலும், அவருடைய மனதை ஒரு விசயம் நீண்ட நாளாகவே அரித்துக் கொண்டிருந்தது. அதை எப்படிக் கையாள்வது என்கிற தீவிர சிந்தனையில் இருந்தார் அவர். முகலாய இளவரசர் களில் யாருக்குத் தன்னுடைய மகள் லாட்லியை மணம் செய்து

கொடுப்பது? ஷாஜஹான் ஜஹாங்கீரின் அன்புக்குரியவர், முகலாய அரியணையின் வாரிசாக (அறிவிக்கப்படாவிட்டாலும்) ஏற்றுக் கொள்ளப்பட்டிருப்பவர் அறிவுக்கூர்மையும், செயல்திறமையும் வாய்க்கப் பெற்றவர், பேரார்வம் உடையவர். ஆனால் அவருக்கு முன்பே திருமணமாகிவிட்டது. நூரின் மருமகள் (ஆஸஃபின் மகள்) அர்ஜுமண்ட் மற்றும் இருபெண்களை அவர் மணந்திருந்தார். அவர்கள் மூன்று பேருமே ஷாஜஹானின் குழந்தைகளை ஈன்றெடுத் திருக்கின்றனர். அர்ஜுமண்ட் மூலம் அவருக்கு ஒரேயொரு குழந்தைதான். ஆனாலும் அவளே அவருடைய தனி விருப்பத்திற் குரியவள். நூர் இதையெல்லாம் கவனிக்காமல் இல்லை. லாட்லி ஒரு முக்கியத்துவமற்ற மனைவியாகவே இருக்கமுடியும்.

பேராவல் மிக்க ஷாஜஹான் முன்பே தந்தையின் செல்வ வளங்களை எதிர்பார்த்திருப்பவர். அவர் பேரரசராகி விட்டால், நூர் தனக்கு எதிரான ஒரு சக்தியாக விளங்குவதை ஏற்றுக் கொள்ள மாட்டார். ஜஹாங்கீருக்குப் பிறகு, தனக்கு வழங்கப்பட்டிருந்த அதிகாரத்தை ஷாஜஹான் வலுவிழக்கச் செய்துவிடுவார் என்கிற முடிவுக்கு நூர் ஏற்கனவே வந்துவிட்டிருந்தார். அவர் தம்முடைய மகள் லாட்லிக்கு ஒரு அரசகுடும்பத்துக் கணவனைத் தேர்வு செய் வது குறித்து மிகவும் சிந்திக்க வேண்டியிருந்தது. அந்த மணமகன் ஷாஜஹானுக்குப் பதில் அடுத்த பேரரசராய் வரக்கூடியவனாக இருக்க வேண்டும், தன் மாமியாரின் அதிகாரம் அழியாதபடி அவன் பாதுகாப்புச் செய்பவனாய் இருக்கவேண்டும்.

1620 அக்டோபர் தொடக்கத்தில் அரசுக் கொடிகளும், சிறப்புச் சின்னங்களும் லாகூர் நோக்கித் திரும்பின. ஆக்ரா திரும்பும் வழியில் பயணக்குழு அங்கே தங்கிச் செல்வதாய்த் திட்டம். காஷ்மீர் நகர மான பேம்பூர் எல்லையில் இருந்து திரும்பிச் செல்லும் அணிவகுப்பு தொடங்கியது. அங்கே கண்ணுக்கெட்டிய தூரம் வரை இயற்கை செம்மஞ்சள் நிறத்தில் குங்குமப்பூக் கம்பளம் விரித்திருந்தது. லாகூர் போகும் வழியில் இடைநிறுத்தமாக சில ஊர்களில் அவர்கள் தங்கிச் சென்றனர். முன்போலவே இப்போதும் கடினமான வழிகளை அவர் கள் கடந்து செல்ல வேண்டியிருந்தது. ஜஹாங்கீருக்கு மூச்சு விடுவ தில் சிரமம் இருந்தது.

நவம்பர் தொடக்கத்தில் அரசப் பயணக்குழு லாகூரைச் சென்றடைந்தது. அங்கே அவர்களுக்கு நல்ல செய்தி கிடைத்தது. ஷாஜஹான் தக்காணப் போரை இடையில் நிறுத்திவிட்டு வடக்கு நோக்கி வந்ததாகவும், இமயமலை அடிவாரத்தில் காங்க்ரா என்ற பகுதியை வென்று கோட்டையைக் கைப்பற்றியதாகவும் செய்தி. அங்கே முகலாய ஆட்சிக்கு எதிராயிருந்த ஓர் அரசனை அவர் தோற்கடித்து விட்டு, தக்காணத்துக்குத் திரும்பிச் சென்றிருக்கிறார்.

டிசம்பர் தொடக்கத்தில் தூதுவர்கள் கொண்டுவந்த செய்தி மகிழ்ச்சியளிப்பதாக இல்லை. தக்காணத்தில் விளைநிலங்களும், மேய்ச்சல் நிலங்களும் பகைவர்களின் தாக்குதல்களில் பாழ்பட்டுக் கொண்டிருந்தன. முகலாயப் படைகள் தீரமுடன் போரிட்ட போதும் அவர்கள் மிகவும் களைத்துச் சோர்ந்து போனார்கள், அவர்களுடைய இருப்பு வளங்களும் தீர்ந்துவிட்டபடியால் அவர்கள் பின் வாங்க நேர்ந்தது. டிசம்பர் தொடக்கத்தில் ஷாஜஹான் தக்காணத்தில் இருந்து லாகூருக்கு குறைந்தகால அளவில் வந்திருந்தார். பெரும் பாலும் போர் நடவடிக்கைகள் குறித்து ஜஹாங்கீர், நூர் மற்றும் உள்வட்ட ஆலோசகர்களுடன் கலந்து ஆலோசிப்பதற்காக இருக்கும்.

ஜஹாங்கீரின் சுவாசக்கோளாறு தொடர்ந்து மோசமாகிக் கொண்டிருந்தது. முகலாய வாரிசை உடனடியாக முடிவு செய்தாக வேண்டிய அவசியம் இருப்பதாய்த் தோன்றியது. ஷாஜஹானுக்கோ, குடிகார மகனான பர்வேஸிற்கோ லாட்லியை மணம் செய்து கொடுப்பது பற்றி நூர் வெளிப்படையாகப் பேசியதாக எந்த ஆவணமும் தெரிவிக்கவில்லை. பார்வைக் குறைவுள்ள குஸ்ராவும் தகுந்த தேர்வாக இருப்பதற்கில்லை. ‘அவனுக்கு முன்பே மற்றொரு மனைவி இருந்தாள். அவள் மீது தீராத காதல் கொண்ட குஸ்ரா, நூர்மஹலின் மகளை இழுந்தொதுக்கியவன்’ என்று டெல்லா வல்லே என்கிற இத்தாலிய எழுத்தாளர் தம்முடைய நூலில் (‘The Travels of Pietro Della Valle in India’) குறிப்பிட்டிருக்கிறார். இவர் ஜஹாங்கீரின் மறைவுக்கு மூன்று வருடங்கள் முன்பாக இந்தியாவுக்கு வந்திருந்தவர். இவர் பேரரசரையோ நூரையோ சந்தித்திராத நிலையில் குஸ்ரா தன் தந்தையின் அரியணையில் வாரிசாக அமரக்கூடும் என்று எந்த ஆதாரமுமில்லாமல் கருத்து தெரிவித்திருந்தார். அந்தக் காலகட்டத் தில் குஸ்ரா தக்காணத்தில் இருந்தபடியால் டெல்லாவின் கூற்று ஆராய்ந்து பார்க்கப்படாத ஒரு செய்தியாகவே இருக்க வேண்டும்.

நிறைவாக, நூர் ஜஹாங்கீரின் இளையமகனான ஷாரியரைத் தன் மகளுக்குக் கணவனாக்க முடிவு செய்தார். அவன் தன்னுடைய அதிகாரத்தைப் பாதுகாக்கும் ஆற்றல் உடையவனாக இருப்பான் என்று அவர் நம்பினார். ஜஹாங்கீர் ஷாஜஹானைத் தம்முடைய வாரிசாக்கிவிடுவார் என்றே தோன்றியது. ஷாரியர் தோற்றப் பொலிவும் பொறுமையும், அமைதியான முறையில் நடந்து கொள்ளும் பண்பும் உடையவன். அவனைத் தனக்கு நலம்பயக்கும் முறையில் பயன்படுத்திக் கொள்ள முடியும் என்று நூர் நம்பினார்.

முகலாய இளவரசர்கள் எல்லாருமே வாரிசாகும் தகுதியும் உரிமையும் பெற்றவர்கள்தாம். சரியான முறையில் மேற்கொள்ளப் படும் நடவடிக்கைகளும், போதிய ஆதரவும் ஒரு இளவரசனை அரியணையில் அமர்த்திவிடக்கூடும். தன்னிடம் ஒப்படைக்கப்படும்

இராணுவ, அரசியல் சார்ந்த பணிகளைத் திறம்பட செய்து முடிக்கிற இளவரசன் அரியணைக்கான போட்டியில் வெற்றி வாய்ப்புள்ளவனாக இருப்பான். ஷாரியரை ஜஹாங்கீரின் வாரிசாக்கும் முயற்சியில் இறங்கினார் நூர். ஷாஜஹானை அரசாட்சி அதிகாரத்தை தடுத்து வைப்பது கடினம் என்பதை நன்றாக அறிந்திருந்தும், ஷாரியரை அரசனாக்கும் செயல்திட்டத்தை அவர் கையிலெடுத்தார்.

அரசகுடும்பம் லாகூரில் இருந்து ஆக்ராவிற்குப் பயணத்தைத் தொடங்குவதற்கு முன்பாக, முறை சார்ந்த விதத்தில் கியாஸ்ஸை அணுகினார். 'நான் இத்திமதுத் தவலாவின் பேரப் பெண்ணை என் மகன் ஷாரியருக்குத் திருமணம் செய்விக்க வேண்டினேன். ஒரு இலட்ச ரூபாய் ரொக்கமும், சீர்வரிசைகளும் மணமகனாக விருப்பவரின் வீட்டில் சஹீஹாக (ஆதாரம்) அனுப்பப்பட்டது. அரசவை முக்கியஸ்தர்களும், பெருமக்களும் அந்த நிகழ்ச்சியில் கலந்து கொண்டனர். பெரிய அளவிலான கொண்டாட்டமாக அது நடந்தது' என்று ஜஹாங்கீர் எழுதியிருக்கிறார்.

ஷாரியர், லாட்லி திருமண ஒப்பந்தம் நிறைவேறியதுமே, நூர் ஷாஜஹான் இடையே கடுமையான கருத்து வேறுபாடு ஏற்பட்டு விட்டது. லாட்லியின் திருமணத்தால் ஏற்படக் கூடிய விளைவை ஷாஜஹான் அறிந்தேயிருந்தார். அவர் தக்காணத்துக்குப் புறப்பட்டுச் சென்றிருந்தார், பேரரசர் மிகக் குறுகிய காலத்தில் வலுக்குறைவாகி யிருந்தார். பேரரசி நூர் கட்டற்ற வல்லாட்சியின் மையமாகக் காணப்பட்டார். அரசுரிமைக்குப் போட்டியிடக் கூடிய மற்றொரு இளவரசனுடன் பிணைப்பு இறுகியிருக்கிறது. ஷாஜஹான் தக்காணத்துக்கு முதல் முறையாய் படையெடுத்துச் செல்வதற்கு முன்பே, அவர் இல்லாத போதும் அவருடைய விருப்பங்கள் பாதுகாக்கப்படும் என்று தந்தையும், நூரும் அவருக்கு நம்பிக்கை ஊட்டியிருந்தனர். இம்முறை இளவரசர் மீண்டும் புறப்பட ஆயத்தமாகிக் கொண்டிருந்த போது, பிரச்சனை அவருடைய இளைய சகோதரன் ஷாரியர் வடிவில் வந்திருக்கிறது. நூரின் புதிய ஆதரவு அவருக்கு வருத்தத்தையும், எரிச்சலையும் ஏற்படுத்தியது. 1620 டிசம்பர் 16இல் ஷாஜஹான் தெற்கே நடந்த போரைத் தொடர்வதற்காகப் புறப்பட்டுச் சென்றார். கவுரவிப்பாக வழங்கப்பட்ட அங்கியை அணிந்து கொண்டு, மணிகள் பதித்த உடைவாளை இடையில் தரித்து, நூர் முன்பு தமக்களித்திருந்த யானை மீதேறிச் சென்றார். அவை பகிரங்க ஒப்புதலாக அவருக்கு வழங்கியவை. அரசப் பரிவாரம் அதே நாளில் ஆக்ரா நோக்கி நகரத் தொடங்கியிருந்தது.

12

ஒளிவீசும் தோட்டம்

1621 பிப்ரவரியில் காஷ்மீரில் இருந்து தலைநகருக்கு ஜஹாங்கீருடன் திரும்பிய நூர்ஜஹான், தாம் உருவாக்கிக் கொண்டிருந்த நாற்புறமும் ஒளியைச் சிதறவிடும் ‘பாக்நூர் அஃப்ஷான்’ என்கிற தோட்டச் செயல்முறையை மேற்பார்வை செய்யத் தொடங்கினார். யமுனை ஆற்றை நோக்கியிருக்கும் அதன் பாதுகாப்பு அரண்களில் இருந்து மிகப்பெரிய ஆக்ரா கோட்டையை ஒருவர் பார்க்க முடியும். ஒருநாள் தாஜ்மகால் சிறப்புற்று விளங்கப் போகும் அந்த இடத்தையுந்தான். மும்தாஜ் மஹல் என்று உலகம் நன்கறிந்த மேன்மையுள்ள பெயர் கொண்ட அர்ஜுமண்டிடம் தனக்கிருந்த மதிப்பை பாராட்டுணர்ச்சியுடன் ஷாஜஹான் வெளிப்படுத்திய அடையாளச் சின்னம் அது. பனி விழும் காலத்தில் இருந்து இளவேனிற் காலத்தின் பிற்பகுதி வரை அரசகுடும்பத்தினரும், அவர்களுடைய அரசவையைச் சேர்ந்தவர்களும் அந்த ஒளிவீசும் தோட்டத்தில் ஒன்று கூடி இருந்தார்கள். ஏப்ரலில் நிகழவிருந்த லாட்லி ஷாரியார் திருமணத்தை முன்னிட்டு நூர் பலமுறை நடத்திய விருந்துகளில் பங்கேற்று, அவர்கள் கொண்டாடி மகிழ்ந்தனர்.

ஜஹாங்கீர், நூர் ஆட்சிக்காலத்தில் அவர்களுடைய வழிகாட்டுதலின்படி அரண்மனைத் தோட்டங்கள் அழகுணர்ச்சியையும் அதிகாரத்தையும் வெளிப்படுத்தும் விதமாய் பூத்துக் குலுங்கின. ஒளிவீசும் தோட்டத்தில் கட்டிடக் கலையை ஆட்சிக் கலையின் குறியீடாய், வளர்ச்சியின் அடையாளமாக்கத் திட்டமிட்டார். நெடுஞ்சாலையில் அவர் நிறுவிய பயணியர் விடுதியை அதற்கு உதாரணமாய்க் கொள்ளலாம். தம்முடைய பெயரை பெரிய எழுத்தில் அவர் அங்கே பொறிக்கச் செய்தார்.

ஆக்ரா கோட்டையில் இருந்து நூரின் தோட்டத்துக்குக் குறுகிய தூரந்தான். மிகக் குறைந்த நேரத்திலேயே படகில் சென்றடையலாம். முதலாம் முகலாயச் சக்ரவர்த்தியான பாபர் முன்பு அமைத்திருந்த தோட்டத்துக்குப் பக்கத்திலேயே நூரின் தோட்டமும் உருவாக்கப்பட்டிருந்தது.

இந்திய நகரங்களில் நீரூற்றுகளும், சிற்றாறுகளும் இல்லாத காரணத்தால் அதிருப்தியுற்றிருந்த பாபர், கால்வாய்கள், நீர்வீழ்ச்சிகள்,

நடைபாதைகள் இவற்றைப் பெர்ஸிய தோட்டங்களில் கண்டிருந்தவர் இங்கேயும் மகிழ்ந்திருப்பதற்கான வழிமுறைகளைச் செய்திருந்தார். பெர்ஸியத் தோட்டங்கள் சதுரங்களாய், பல பகுதிகளைக் கொண்டிருப்பவை. சுவனத்தை உருப்படுத்தும் இஸ்லாமிய கருத்துப்படி நடைபாதைகள், நீர்வழிகள் இவற்றை அவர் வடிவமைத்தார். பாபர் தற்காலிகமாக அவருடைய தோட்டத்தின் மையத்தில் அடக்கம் செய்யப்பட்டார். (காபூலில் கல்லறையில் வைக்கப்படுவதற்கு முன்) நூர் கலை மற்றும் அழகியல் சார்ந்த ஒரு இணைப்பை ஜஹாங்கீரின் கொள்ளுப் பாட்டனாருடன் ஏற்படுத்திக் கொள்வதன் மூலம் தமக்கும் மற்ற பேரரசர்களுக்கும் இடையே ஒரு பிணைப்பை நிறுவிக் கொண்டார் எனலாம்.

இன்று 'ராம்பாக்' என்று அழைக்கப்படும் நூரின் ஒளிவீசும் தோட்டம் மரபார்ந்த பெர்ஸிய முறையைவிடவும் மிகவும் புதுமையானது எனலாம். ஆற்றங்கரை நெடுகவும் நடைபாதைகள், ஓய்விடங்கள், விசாலமான மேற்கவிகையுடைய இடப்பகுதிகள், தங்குவதற்கும், நிழலுக்குமாய் அறைகள் இவற்றையும் அங்கே நூர் அமைத்திருந்தார். அந்த அறைகள் அந்தப்புர குடியிருப்புப் பகுதிகளைப் பிரதிபலிப்பதாய் இருந்தன. மையத்தில் இருந்த திடலுக்குக் கீழே நிலவறைகள், குளியலறை, ஆடைமாற்றும் இடம், வெப்பமூட்டிய அறை, குளிரூட்டிய அறை, நீர்மத் தேக்கங்கள் நீர்வீழ்ச்சிகள் கொண்ட பெரிய கூடம் என்று பலதும் இடம்பெற்றிருந்தன. விளையாட்டு மைதானங்களில் காண்போர் அமர்வதற்கான மண்டபத்தின் உட்கூரைகள் காண்போர் மனதைக் கவரும்படியாய் நட்சத்திர வடிவிலும், வட்டங்களிலும் பறவைகள் தீட்டப்பட்டிருந்தன. மயில்கள், வாத்துகள், சதுப்புநிலங்களில் வாழும் கொக்குகள், மீன்கொத்திப் பறவைகள் பெர்ஸியப் புராணக் கதைகளில் வரும் பேரறிவு படைத்த பெரிய பறவை போன்றவைகள், சூஃபி கவிஞர் அத்தாரின் படைப்பில் உருப்படுத்தும் தெய்வம் சார்ந்தவைகள், திராட்சைக் கொடிகள், பூத்துக் குலுங்கும் மரங்கள் இவை மயில் நீலம், செம்மஞ்சள் நிறம், ஒயின் ரசச்சிவப்பு இவற்றில் தீட்டப்பட்டிருந்தன. கூரை ஓவியங்கள் இன்றும் புதிதாய் வனப்புடன் காணப்படுகின்றன. வட்ட வடிவிலான பலகணிகள் வழியே சுத்தமான காற்று தவழ்கிறது.

ஆற்றோர நடைபாதைகளை விடவும் தாழ்வாகத் தோட்டம் அமைந்திருக்கிறது. நூரின் காலத்தில் தோட்டத்தை அலங்கரித்த அதே வகை செடிகளையே இன்று 'ராம் பாக்'கைப் பராமரிக்கும் தோட்டக்காரர்கள் வளர்க்கிறார்கள். மல்லிகை, ராக்கி ராணி மோர் பங்கி, பீகாக் பிளவர் போன்றவை. எலுமிச்சை, அசோகு, புளி, கொய்யா, ஆரஞ்சு, வாதுமை, மாதுளை, பேரீச்சை போன்ற மரங்களும் உண்டு.

தம்முடைய தோட்டத்தில் இடம்பெறும் உருவப் படங்களைத் தேர்வு செய்வதிலும் நூர் தமது கூட்டுத்தலைமையை அழுத்தந் திருத்தமாகக் கூறியிருக்கிறார். இஸ்லாமிய அரசர்கள் தங்கள் காட்சிக் கினிய கலைத்தொகுப்புகளில் பெரிய சிறகுகளை உடைய பறவை களுக்கு முக்கிய இடமளித்திருந்தது குறிப்பிடத்தக்கது. திருமறையாம் குர்–ஆனில் எடுத்துரைக்கப்படுவது போல, பறவைகளும் தேவதை களும் அரசர் சாலமனின் குறியீடாகவே கருதப்படுகிறது. சமகாலத் திய எழுத்தாளர்கள் நூரை 'ஷிஃபா' என்று குறிப்பிடுகிறார்கள், 'மாமருந்து' என்று பொருள். (தேன் எல்லா நோய்களுக்கும் மருந்தாக இருப்பதுபோல் நூர் மக்களின் குறைகளுக்குப் பரிகாரம் செய்பவர்). நூரும் ஜஹாங்கீரும் திட்டமிட்டு தோட்டங்களை அமைத்து பராமரித்ததன் மூலம் முகலாயரின் கடந்த காலத்துக்கும், வம்சத்தின் எதிர்காலத்துக்கும் இடையே ஒரு இணைப்பை ஏற்படுத்தினர் எனலாம்.

* * *

1621 மார்ச் இறுதியில் நூரின் சகோதரன், ஆஸஃப் புதுமணத் தம்பதிகளையும், ஜஹாங்கீரையும் நூரையும், அரசகுடும்பத்தின் மற்ற உறுப்பினர்களையும் மனதைக் கவரும் கேளிக்கை விருந்துக்கு அழைத்திருந்தான். தன் மருமகளின் மணநிகழ்வைக் கொண்டாடும் விதமாக, அந்த நிகழ்வின் நினைவுப் பரிசாக அருமையான வைரங் களையும், சித்திரவேலைப்பாடுள்ள ஆடைகளையும், அரிய பல பொருட்களையும் வழங்கினான். ஜஹாங்கீர் 1,30,000 பெறுமானம் உள்ள வெகுமதிகளை மட்டும் எடுத்துக்கொண்டு, மிகைப்புத் தன் மைக்கு இடமளிக்காமல் மற்றவைகளை நடுநிலைப் பண்போடு திருப்பித் தந்துவிட்டார். அரசியல்ரீதியிலும், தனிப்பட்ட முறையிலும் முகலாய வம்சத்துக்கும் கியாஸ்பெக்கின் குலத்துக்கும் ஏற்பட்ட உறவின் அடையாளமாகவே, அந்த உறவின் வலிமையைப் பேசுவ தாகவே பரிசுகள் வழங்கப்பட்டிருக்கக் கூடும். கியாஸின் குடும்பத்தில் இருந்து ஒரு முகலாய இளவரசனை மணந்து கொள்கிற மூன்றாவது பெண் லாட்லி ஆவாள். பேரரசர் தம் மகனையும், பேரரசி தமது மகளையும் கொடுத்து ஒரு புதிய திருமண பந்தத்தை வெற்றிகரமான தாக்கி விட்டனர்.

1621 ஏப்ரல் 13ஆம் நாள் திருமணம் நடந்தேறியது. தம்முடைய தாயும், ஷாரியாரின் பாட்டியுமான ஹர்க்கா திருமணத்துக்கு முன் மருதாணியிடும் விருந்து நடத்தியதை ஜஹாங்கீர் தம்முடைய நாட்குறிப்பேட்டில் பதிவு செய்திருக்கிறார். தோழிகள் லாட்லியையும், நண்பர்கள் ஷாரியரையும் தனித்தனியே நீராடச் செய்தனர். ஆண் களின் இருப்பிடத்திலும், பெண்களின் இருப்பிடத்திலும் மருதாணி

கொண்டு அலங்கரிக்கும் சடங்கு நடந்தது. லாட்லியின் தோழிகள் அவளுடைய கைகளிலும் பாதங்களிலும் மருதாணி கொண்டு இனிய உருவரைகளை வரைந்தனர். அவளுடைய கண்களுக்கும் புருவங் களுக்கும் நேர்த்தியாக மையிட்டனர். ஆண்களின் பகுதியிலும் அலங்காரம் நடந்தது என்றாலும் பெண்களின் பகுதியில் தான் பெரிய அளவில் ஆட்டமும், பாட்டுமாய் அமர்க்களப்பட்டது.

வழக்க முறையாக ஒரு முகலாய மணமகனின் தாய் அரசவைப் பணியாளர்களுக்கும், இளவரசர்களுக்கும், அந்தப்புரப் பெண் களுக்கும், மதிக்கத்தக்க பெருங்குடி மக்களுக்கும், உறவினர்களுக்கும் இரத்தினங்கள், ஆபரணங்கள், தங்க வெள்ளிப் பாத்திரங்கள், சித்திரப் பூ வேலைப்பாடுள்ள துணிகள், விரிப்புகள், கம்பளங்கள், யானைகள், குதிரைகள், ரொக்கப்பணம் இவற்றை வாரி வழங்கத் தயாராகியிருப் பாள். ஷாரியரின் பெயரிடப்படாததாய் இருந்திருந்தாலும் அந்த மரபுச் சீர்முறையைப் பின்பற்றியிருப்பார் என்பதில் ஐயமில்லை. பாட்டி ஹர்க்காவும் அவரோடு இணைந்து பரிசுகளை வழங்கியிருக்கக் கூடும். ஷாரியருக்கு, அவனுடைய வசிப்பிடத்திலேயே பெரு விருந்து படைக்கப்பட்டது.

கியாஸ் – அஸ்மத் இவர்களின் மாளிகையிலேயே திருமண நிகழ்ச்சி நடைபெற்றது. முகலாய இளவரசர்களும், மூத்த பெருங்குடி மக்களும் ஷாரியருக்கு உடன் துணையாகச் சென்றனர். அவர்கள் அவனுடைய இருப்பிடத்தில் இருந்து அரச மாளிகைக்கு அழைத்துப் போனார்கள். ஜஹாங்கீர் அவனை வாழ்த்தி, கவுரவிப்புக்கான அங்கி, மணிகள் பதித்த குத்துவாள், உடைவாள், அரைப்பட்டிகை, அரசுக் கொட்டிலில் இருந்து குதிரைகள், வெள்ளி அடையாளச் சின்னங் களுடன் கூடிய யானைகள் இவற்றை அன்பளிப்பாக்கினார். அவர் மாணிக்கம், மரகதம், முத்துகள் கோர்த்த முகத்திரையை மண மகனுக்கும் அணிவித்தார். முக்கியஸ்தர்கள் பலரும் இளவரசனுக்குப் பரிசுகள் வழங்கி, அவன் கற்கள் பதித்த சேணம், கடிவாளத்தோடு கூடிய குதிரை மீது ஏற்றி அமரச் செய்தனர். மணமகள் தங்கியிருக் கும் கியாஸின் மாளிகை நோக்கி சிலர் குதிரைகளின் மீது அமர்ந்து, சிலர் கால்நடையாக நடந்தும் வர ஊர்வலம் நகர்ந்தது. மாளிகையின் தனிமுறைக் கூடத்திற்குக் கீழேயுள்ள தோட்டம் உட்பட எல்லா இடங்களிலும் பணியாளர்கள் தீபங்களை ஏற்றி ஒளிவீசச் செய்தனர். ஆற்றில் மெழுகு தீவட்டிகள், தீபங்களால் அலங்கரிக்கப்பட்ட படகுகள் வரிசை கட்டி நின்றிருந்தன. வான்வெளியில் நடத்தப்பட்ட வாணவேடிக்கைகள் கண்ணைப் பறித்தன.

லாட்லியின் உருவப்படங்கள் எதுவும் இருந்திருக்கவில்லை. அவள் தனது பெற்றோர்களின் இளமைக்கால வடிவத்தில் தாய் நூரின் மனஉறுதியையும், தந்தை குலியின் துணிவையும் கொண்டி ருந்தாள். அவளது பாட்டனார், பாட்டியின் கனிவும் அமைதியும்

அவளிடம் காணப்பட்டது. ஷாரியரைப் பொறுத்தவரை இன்னமும் வண்ணம் தீட்டப்படாத வரைபடம், அவன் மாடி முகப்பில், பலகணி அடிக்கட்டையை முன் கை பற்றியிருக்க, நிற்பது போல் வைக்கப்பட்டிருந்தது. இளவரசனின் சற்றே நீண்ட இனிமை நிரம்பிய முகம், சிறிய கண்கள், அன்பு ததும்பும் பார்வை என்று ஓவியம் நேர்த்தியாகக் காட்சியளித்தது.

சாதாரண நேர்வுகளில் மணமகளின் தாய் என்ற முறையில் நூர் திருமண நிகழ்வில் லாட்லியின் பக்கத்தில் இருந்திருக்கக்கூடும். ஆனால் அவர் முகலாயப் பேரரசியும் அல்லவா. எனவே நூரும், ஜஹாங்கீரும் பொன்னிழைகளில் பூவேலை செய்த நீண்ட இருக்கையில் அமர்ந்திருந்தனர். அந்த இருக்கையைச் சுற்றிலும் தங்கச் சரிகைகளும், முத்துத் தொங்கல்களும் பளபளத்தன. பெர்ஸிய விரிப்புகளால் தரைப்பகுதி அலங்கரிக்கப்பட்டிருந்தது. ஹர்க்காவும், அஸ்மத்தும் நூருக்குப் பக்கத்தில் அமர்ந்திருந்தனர். அவர்களுக்குச் சற்றே பின்புறமாய் நூரின் சகோதரிகளான கதிஜாவும், மனிஜாவும் அமர்ந்திருந்தனர். அவர்களுக்குப் பக்கமாய் நூரின் சகோதரர்களுடைய மனைவியரும், மருமகள் அர்ஜுமண்டும் கியாஸின் மற்ற உறவுக்காரப் பெண்களும் இடம்பெற்றிருந்தனர். ஒரு சிறிய பகுதியில் மணமகள் லாட்லியும் அவளுடைய தோழியரும், தை திலாராம் மற்றும் உறவுக்காரர்களும் இருந்தனர். ஜஹாங்கீரின் பக்கத்தில் மணமகன் ஷாரியர், கியாஸ், ஆஸஃப் மற்றும் இளவரசர்கள், வளர்ப்புச் சகோதரர்கள், முக்கியப் பிரமுகர்கள், அதிகாரிகள் அமர்ந்திருந்தனர். அவரவரர்களின் படிநிலையைக் கருத்தில் கொண்டு அவர்களுக்கு இடம் ஒதுக்கப்பட்டிருந்தது. இசைக் கலைஞர்கள் இனிய குரலில் மண வாழ்த்துப் பாடல்களைப் பாடினர்.

நிறைவாக மணவினைக்கானச் சொற்களை *காஜியார் உச்சரித்தார்.

திருமணம் நிறைவுற்றதும் அதைத் தொடர்ந்து பெரிய விருந்தும் நடைபெற்றது. மணவிழாவில் பங்கேற்றவர்களுக்கு பல்வேறு நாடுகளிலும் இருந்து தருவிக்கப்பட்டிருந்த அரிய பரிசுப் பொருட்களை கியாஸ்பெக் வழங்கினார். திருமணம் நடந்த சில நாட்களில் அந்த ஒன்றிணைவைக் கொண்டாடும் வகையில் நூர் மறுபடியும் ஒரு விருந்து நடத்தினார். ஆடல் பாடல் என்று அரசுக் கலைஞர்கள் கண்ணுக்கும் செவிக்கும் விருந்தளித்தனர். ஷாரியருக்கு மதிப்புமிக்க பரிசுகள் பலவற்றை நூர் அப்போது வழங்கினார். அரசியலில் தனக்குச் சாதகமாக இருக்கப் போகும் இளவரசருக்கான மதிப்புமிக்க செயற்குறிப்பு அது.

* * *

* காஜி : இவர் இஸ்லாமிய மார்க்க சட்டத் திட்டங்களை நன்கு அறிந்த, ஒழுக்கச் சீலராய் இருத்தல் வேண்டும். திருமணம் போன்ற சடங்குகளை இவர் நிறைவேற்றி வைப்பார்.

இரண்டு சம்பிரதாயச் சடங்குகள் மூலம் ஒரு முகலாய இளவர சன் வயது வந்த பருவத்தை அடைகிறான். முதலாவது, பேரரசர் ஒரு உகந்த படிநிலையை அவனுக்கு அளிக்கிறார். அத்துடன் தனிச் சிறப்பு வாய்ந்த நிர்வாகப் பணியோ, அல்லது இராணுவப் பணியோ அவனிடம் ஒப்படைக்கப்படும். இரண்டாவது, அந்த இளவரசனின் திருமணம். ஆனால், இந்தத் தெரிவிப்புக் குறிகள் மட்டுமே ஒரு இளவரசன் சுயேச்சையாய்ச் செயல்பட இடமளித்து விடாது. அரசின் பல அதிகாரப் பொறுப்புகளிலும் பணியாற்றி தன்னுடைய ஆற்றலையும், சிம்மாசனத்துக்குப் போட்டியிட தான் தகுதியானவன் என்பதையும் அவன் நிலையுறுதிப் படுத்திக்கொள்ள வேண்டும். எனவே தன் புது மருமகனின் வருங்கால வாய்ப்பில் துணைநிற்பதற் கான செயல்களை நூர் தொடங்கிவிட்டார். அவனுக்கென்று குடும்ப அமைப்பை உருவாக்கித் தந்ததோடு, அரசியலில் பிறரின் கவனத்தைக் கவரும்படியான நடத்தை முறையையும் சீரமைத்தார். தன்னுடைய குடும்ப நிர்வாகத்தை கவனிக்க 'ஷாரிஃப் அல்முல்க்' என்ற நூரின் விசுவாசியைத் தன்னிடம் அனுப்பி வைக்கும்படி ஷாரியர் அவரிடம் கேட்டுக் கொண்டான். ஷாரிஃப் ஆறு ஆண்டுகாலம் அரசு அதிகாரி பொறுப்போடு அந்தப் பணிப் பொறுப்பையும் ஏற்றுச் செயல் பட்டார்.

ஷாரியரின் பணியாளர் குழாமில் பேரரசரின் நன்மதிப்பைப் பெற்றிருந்த இருவர் சம்பளப் பட்டுவாடா செய்பவராகவும், நிதி விவகாரங்களுக்கான அதிகாரியாகவும் பொறுப்பேற்றனர். முக்கிய மான நபர்களைத் தன்னுடன் இணைத்துக் கொண்டு செயல்படு வதன் மூலம் ஷாரியர் தனக்கென்று சேம இருப்புகளையும், தன்னு டைய நற்பெயரையும் உருவாக்கிக் கொள்ள முடியும். நிறைவாக, முக்கியமான போர் நடவடிக்கை ஒன்றில் அவனைத் தலைமை யேற்கச் செய்வதென்று நூர் திட்டமிட்டார்.

தம்முடைய மாமனார் ஆஸஃபிடம் இருந்தும், தூதுவர்கள் மூலமாகவும் நூர் தன்னுடைய இளைய மருமகனுக்குச் சாதகமாக மேற்கொள்ளும் நடவடிக்கைகள் பற்றிய தகவல்கள் அனைத்தையும் ஷாஜஹான் அறிந்தேயிருந்தார். தம்முடைய பெருவிருப்பங்களுக்கு அச்சுறுத்தலாக இளைய சகோதரன் மேலெழக் கூடிய சாத்தியங் களை அவர் கவனமாக மதிப்பிடலானார். சமகாலத்திய அரசவை உறுப்பினரான பக்காரி 'லாட்லியின் திருமணம் நடந்த கொஞ்ச நாளிலேயே நூருக்கும் ஷாஜஹானுக்கும் இடையே அதுவரை நிலவிய உறவை முறிக்கும் வகையில் கடுமையான கருத்து வேறுபாடு தோன்றிவிட்டது' என்று சுற்றி வளைக்காமல் நேரடியாகவே குறிப் பிட்டிருக்கிறார். 'நூர்ஜஹான் அரியணையேறவிருந்த ஷாஜஹானுக்குச் சாதகமாகவே எப்போதும் செயல்பட்டு வந்தவர். ஆனால் தற்போது

அவர் மீதிருந்த அன்புணர்வை நூர் விட்டு விட்டார். அத்துடன் ஷாரியரை மேல்நிலைக்கு உயர்த்தும் பணியைத் தொடங்கிவிட்டிருந்தார்' என்றும் பக்காரி எழுதியிருக்கிறார்.

ஷாரியரை உருவாக்குவதில் நூர் முனைப்பாக இருக்கவும், அதே நேரத்தில் ஜஹாங்கீரின் உடல்நிலையும் தொடர்ந்து நலிவுற்றது. அந்நிலையில் உஸ்பெக் அரசரான இமாம் குலியின் தாயாரிடம் இருந்து ஒரு கடிதம் வந்தது. இமாம் குலி துரான் வம்ச அரசர். துரானிய அரசர் ஏதோ ஒரு சந்தர்ப்பத்தில் முகலாயர்களின் உறவை முறித்துக்கொண்டு விட்டவர்.

அந்த அரசரின் ஓரினச்சேர்க்கை மனச்சாய்வு பற்றி ஜஹாங்கீர் பேசிய வேடிக்கை பேச்சுகள்தாம் உறவு முறியக் காரணம். தற்போது அந்த நல்லெண்ணக் கடிதத்துடன், மத்திய ஆசியாவின் அரிய பொருட்கள் என்று ஜஹாங்கீர் குறிப்பிடும் பொருட்களும் (பச்சை மாணிக்கக் கல், குதிரைகள், பழங்கள்) வந்து சேர்ந்திருந்தன. அவை விசுவாசத்தையும், நட்புறவையும் வெளிப்படுத்திக் காட்டுவதாய் இருந்தன. உறவைப் புதுப்பித்துக் கொள்ளும் முயற்சியாய் நூர் உடனே பதிலளிக்கத் தீர்மானித்தார். துரானிய குலத்தலைவி சமாதானக்கரம் நீட்டியிருந்ததால், நூர்ஜஹான் ஊக்கமுடன் நட்புறவை மேம்படுத்தத் தயாரானார்.

இமாம் குலியின் தாய் நட்புறவு கொள்ள முன் வந்தது நூருக்கு நிம்மதியளித்தது. ஈரானைச் சேர்ந்த 'சஃபாவித்'கள் போருக்கு ஆயத்தமாக ஏற்பாடுகளைத் தொடங்கியிருந்தனர். காந்தஹாருக்கு அருகில் படையாட்களைத் திரட்டிக் கொண்டிருந்தார்கள். முகலாயர்களின் எதிர்வினை உடனடியாய்த் தேவைப்பட்டது. போர் மூளும் சந்தர்ப்பத்தில் அண்டைநாடுகளின் செயலுறவு உடன்பாடு முக்கியம். எனவே, நூர் உடனே ஒரு அரசுப்பிரதிநிதியை துரானுக்கு அனுப்ப உத்தரவிட்டார். அன்பாதரவைத் தெரியப்படுத்தும் கடிதத்துடன், தேர்ந்தெடுத்த பரிசுப்பொருட்களையும் எடுத்துக் கொண்டு, ஜஹாங்கீர் இளவரசராக இருந்த காலத்தில் இருந்தே பணியாற்றிக் கொண்டிருக்கும் அரசவை உறுப்பினர் ஒருவர் பேரரசியின் ஆணைப்படி புறப்பட்டார்.

தக்காணத்தில் நிலைமை நிச்சயமற்றதாகவே இருந்தது. உறுதியான வெற்றி குறித்து எந்தச் செய்தியும் இல்லை. மாலிக் அம்பர் ஜஹாங்கீரை மனக்கிளர்ச்சிக்கு உள்ளாக்கிவிட்டான். பேரரசரின் உடல்நிலை நாளுக்கு நாள் மிகவும் மோசமாகிக் கொண்டிருந்தது.

காஷ்மீரில் முன்பிருந்த சுவாசக்கோளாறு மறுபடியும் திரும்பியிருந்தது. ஹக்கீம் ருஹல்லா கொடுத்த இதமானதும், மென்மையானதுமான மருந்துகள் போதிய பலனளிக்கவில்லை. ஹக்கீம்

ருக்னா என்ற மற்றொரு மருத்துவர் அழைக்கப்பட்டார். இரண்டாம் நூற்றாண்டைச் சேர்ந்த கிரேக்க மருத்துவர் 'கிளாடியஸ்கேலன்' என்பாரின் கோட்பாட்டின்படி அவர் தயாரித்துத் தந்த மருந்துகள் மிகுந்த வீர்யம் உடையவை, நெருக்கடி கொடுப்பவை. ருக்னா சோதனை முயற்சியாக வெள்ளாட்டுப் பாலையும், ஒட்டகப் பாலையும் ஜஹாங்கீருக்குக் கொடுக்கச் செய்தார். ஆனால், எதுவுமே குணமளிப்பதாக இல்லை. மருந்துகள் பேரரசரின் உளப்பாங்கை பாதித்துவிட்டது என்றும் அவருடைய முதுகு பலவீனமடைந்து விட்டது என்றும் குறைப்பட்டார்.

பேரரசர் மூன்றாவதாக ஒரு மருத்துவரை அழைக்கச் செய்தார். ஹக்கீம் சத்ரா சஃபதாவித் பெர்ஸியாவில் முன்பு மருத்துவராக இருந்துவிட்டு, ஜஹாங்கீரின் தந்தையார் காலத்தில் இந்தியாவுக்குக் குடிபெயர்ந்தவர். அக்பர் அவருக்கு 'யுகத்தின் நம்பிக்கையூட்டும் மீட்பாளர்' என்று கவுரவப் பெயர் சூட்டியிருந்தார். அவருடைய சிகிச்சையும் பலனளிக்கவில்லை. நோயின் கடுமை குறையாத நிலையில் அவர் மருத்துவரிடம் வன்மம் கொண்டுவிட்டார். 'இந்த நன்றியற்ற மனிதர் நான் எத்தனையோ கூறியும், என்னுடைய இந்த மோசமான நிலையைக் கண்டும் எனக்குத் தகுந்த மருந்து கொடுத்து, முறையான சிகிச்சையளிக்கவில்லை' என்று கோபப்பட்டார். பேரரசர் உட்பட எல்லாருக்குமே தெரிந்திருந்தது பிரச்சனைக்கு மூல காரணம் ஜஹாங்கீரின் குடிப்பழக்கம் என்று.

நிறைவாக நூர் தாமே பொறுப்பேற்றுக் கொண்டார். அவர் மறுபடியும் ஜஹாங்கீர் உட்கொள்ளும் மதுவின் அளவை படிப் படியாகக் குறைத்ததுடன், உகந்ததல்லாத உணவு வகைகளையும் அவர் தீண்டாதபடி பார்த்துக் கொண்டார்.

ஜஹாங்கீர் குணமடைந்தார். 'நூரின் திறமைகளும், அனுபவங் களும் மருத்துவர்களுடையதைவிட மிகச் சிறந்ததாயிருந்தன. தம்முடைய அன்பாலும், பரிவாலும் விரும்பத்தக்க விளைவை அவர் ஏற்படுத்திவிட்டார். அவர் அரும்பாடுபட்டு என்னுடைய கோப்பை களின் எண்ணிக்கையைக் குறைத்தார். அந்தந்த நேரத்துக்கேற்ப, நோயின் தீவிரத்தைக் குறையச் செய்வதற்கான நிவாரணிகளை அவர் கைக்கொண்டார்' என்று ஜஹாங்கீர் எழுதியிருக்கிறார்.

பேரரசர் நோய்க்குப்பின் நன்னிலை அடைந்திருப்பதை நூர் மகிழ்ச்சியுடன் கொண்டாடத் தீர்மானித்தார். அவருடைய உடல் நிலையில் காணப்பட்ட முன்னேற்றம் தற்காலிகமானது, அவரது உடல்நிலை மீண்டும் சீர் செய்ய முடியாத அளவிற்குக் கேடுற்றி ருந்தது வெளிப்படை. 1621 செப்டம்பரில் வழக்கத்தைவிடவும் மிகச் சிறந்ததோர் விருந்துக்கு ஏற்பாடு செய்தார் பேரரசி. எல்லாமும்

நேர்த்தியாக அமைய வேண்டும் என்பதில் கூடுதல் கவனம் செலுத்தினார். பேரரசரைச் சுற்றிப் பணியாட்கள் அந்துப்பூச்சிகளைப் போல் வட்டமிட்டனர். விருந்தில் பங்கேற்றவர்களுக்கு நூர் ஆடைகளையும், அரைப்பட்டிகைகளையும், வாட்களையும், குதிரைகளையும், யானைகளையும், தட்டு நிறையப் பணத்தையும் வழங்கிக் கவுரவித்தார். வயது முதிர்ந்த சோதிடரான ஜோதிக் ராய் பேரரசர் நிச்சயம் குணமடைவார் என்று முன்பே கூறியிருந்தார். துலாபார நிகழ்ச்சியின் போது நூர்ஜஹான் தன்னுடைய வெகுமதிப்பொருட்களை ஜஹாங்கீர் பார்வையிடுமாறு செய்தார். முடிவில் சோதிடர் ராய் அவருடைய நம்பிக்கையூட்டும் தொலைநோக்கிற்காகக் கவுரவிக்கப்பட்டார். ஜஹாங்கீரின் எடைக்கு எடை நாணயங்கள் இட்டு துலாபாரம் நடந்தது. ஏழ்மை நிலையில் உள்ள பலருக்கும் அந்த நாணயங்கள் வழங்கப்பட்டன.

இரண்டு வாரங்கள் கழிந்த நிலையில் நூரின் தாய் அஸ்மத் பேகம் இறந்து போனார்.

அவருடைய இறப்பிற்கான காரணம் எதுவும் பதிவு செய்யப்படவில்லை. ஆனால், அவருடைய மறைவு எல்லாருக்குமே அதிர்ச்சி யளித்தது. ஜஹாங்கீர் தம்முடைய எண்ணங்களை இப்படி அசை போட்டார்: 'பெண்களின் அணிகலனான மாசற்ற தன்மை, விவேகம், சிறப்பான செயல்பாடுகள் இவற்றைப் பெரிதுபடுத்திப் பேசாமல் வேறு எந்த ஒன்றை ஒருவர் எழுதக் கூடும்? இந்த யுகத்தில் அவருக்கு இணையாக வேறொரு தாய் தோன்றியிருக்க முடியாது. என்னுடைய சொந்தத் தாயினும் குறைவாக அவரை நான் மதிப்பிட்டதில்லை! மனைவியிடம் பிரியம் காட்டுவதில் வேறெந்தக் கணவரும் கியாஸிற்கு சமமாக இருந்திருக்கமாட்டார்.'

கியாஸ் பொது நிகழ்ச்சிகளில் பங்கேற்கப் பல நாட்களாகி விட்டன. வெளிப்பார்வைக்குத் தான் அவர் கட்டுப்பாடாகவும், அமைதியாகவும் இருப்பதுபோல் தெரிந்தார். ஆயினும், அஸ்மத்திடம் அவருக்கிருந்த பிரியத்தைப் பொருத்தவரை, தவிர்க்க இயலாத ஒன்றை ஏற்று அமைவதைத் தவிர அவர் வேறு என்ன செய்ய முடியும்? கியாஸ் தம்மைப் பற்றிச் சிறிதும் அக்கறை கொள்ளாதவராக இருந்தார். பேரரசின் விவகாரங்களையும், மக்கள் தொடர்பான பிரச்சனைகளையும் அவர் கவனமுடன் பார்த்துக் கொண்டாலும் உள்ளுக்குள் அவர் ஆழ்ந்த துயரத்தில் இருந்தார்.

* * *

அக்டோபர் மாதக் கடைசியில், பருவகால நிலைக்குச் சற்றும் பொருந்தாத கடும் வெப்பம் நிலவியது. ஜஹாங்கீர் மிதமான தட்ப வெப்ப நிலையுள்ள இடத்துக்குச் செல்வதில் முனைப்பாக இருந்தார்.

எனவே, அரசு முகாம் இந்துக்களால் பெரிதும் போற்றப்படுகிற ஹரித்துவாருக்குப் பக்கமாய் வடக்கு நோக்கிச் சென்றது. அந்த இடம் கங்கைக் கரையில், இமயமலையின் அடிவாரத்தில் அமைந்திருந்தது. ஹரித்வார் அவருக்குப் பொருந்தாவிடில், மறுபடியும் காஷ்மீருக்கு இடம்பெயரவேண்டும் என்று அவர் தெரிவித்தார். இடையிடையே வேட்டையாடுவது, பார்வையிடுவது என்று பல இடங்களில் தங்கிச் சென்றதில் அரசுப் பரிவாரங்களும் வாகனங்களும் டிசம்பர் மத்தியில் தான் ஹரித்வாருக்குப் போய்ச் சேர முடிந்தது. ஹரித்வார் ஆக்ராவில் இருந்து சுமார் 250 மைல்களில் இருந்தது. இங்கே துறவிகளும், தங்களை இந்துமதப் பண்டிதர்கள் என்று அறிவித்துக் கொண்ட பிராமணர்களும் வெள்ளி, தங்க நாணயங்களைத் தானமாய்ப் பெறத் திரளாய்க் கூடியிருந்தனர். அரசு முகாமை அமைக்கத் தகுதியான இடத்தைக் கண்டுபிடிக்க முடியவில்லை. எனவே, முகலாயர்கள் இன்னும் சற்று வடக்காக 'காங்ரா'வை நோக்கிச் சென்றனர். சமீபத்தில் ஷாஜஹான் காங்ரா அரசரிடமிருந்து பெரிய கோட்டையொன்றைக் கைப்பற்றியிருந்ததை ஜஹாங்கீர் கொண்டாடக்கூடும். அந்தக் கோட்டையைக் கைப்பற்ற முன்பே ஜஹாங்கீரின் படை முயற்சித்து வெற்றி கிட்டாமல் போனது. எனவே, ஷாஜஹானின் இந்த வெற்றி கட்டாயம் அவருக்கு மகிழ்ச்சியளிக்கும்.

பிரதான முகாமில் ஜஹாங்கீர், நூர் மற்றும் உடல்நலிவுடன் வருத்தத்தில் இருந்த கியாஸ்பெக், அவர்களுடைய பணியாட்கள், பாரம் சுமப்பவர்கள் இடம்பெற்றிருந்தனர். வழக்கம் போலவே அந்தக் குழு வேட்டையாடுவது, அதிகாரிகளின் வரவேற்பை ஏற்றுக் கொள்வது, பரிசுகள் வழங்குவது என்ற ஒழுங்கில் பயணம் மேற் கொண்டது. பஹ்லான் என்ற கிராமத்தில் நூர் நாற்பத்தியைந்து அமீர்களுக்கும், நெருக்கமான பழக்கமுள்ள பணியாட்களுக்கும் கவுரவிப்பு அங்கியை வழங்கினார். தக்காணத்தில் இருந்து குஸ்ரா நோயுற்றது உட்பட சில தகவல் அறிக்கைகள் மெள்ள வந்து சேர்ந் தன. காங்ரா மலைப்பிரதேசத்தைச் சுற்றிப் பார்ப்பதில் மிகுந்த விருப் பம் கொண்ட ஜஹாங்கீர் நூருடன், தேர்ந்தெடுத்த சில அரசவை உறுப்பினர்கள் பணியாட்களை அழைத்துக் கொண்டு பயண மானார்.

கியாஸ்பெக்கை உயர் அதிகாரி ஒருவரின் கவனிப்பில் அவர்கள் விட்டுச் சென்றனர். அவர்கள் காங்ராவை அடைந்த மறுநாளே கியாஸின் உடல்நிலை மிகவும் மோசமாகிவிட்டதாகத் தகவல் வந்தது. அவர் உயிர் பிழைப்பார் என்ற நம்பிக்கையில்லை. நூர் பெரிய அளவில் வருத்தமும் மனக்கலக்கமும் கொண்டவராய் நிலை குலைந்து காணப்பட்டார். 'நூர்ஜஹான் பேகத்தின் கவலையை என்னால் தாங்கிக் கொள்ள முடியவில்லை. கியாஸிடம் எனக்கிருந்த

அன்பையும் கருத்தில் கொண்டு நான் முகாமிற்குத் திரும்பி விட்டேன்' என்று ஜஹாங்கீர் எழுத்தில் தெரிவித்திருக்கிறார்.

இறந்து கொண்டிருக்கும் கியாஸின் புலனுணர்வுத் திறன்கள் போவதும் வருவதுமாய் இருந்தது. ஒருமுறை, நூர் ஜஹாங்கீரைச் சுட்டிக்காட்டி 'இவரை உங்களுக்கு அடையாளம் தெரிகிறதா?' என்று தந்தையிடம் கேட்டார். வருத்தத்தில் இருந்த மகளிடம் கியாஸ் பேரரசரைப் பாராட்டி இப்படிச் சொன்னார்:

'பிறவிக்குருடரும் அவரது மேன்மையை
அறிவுக் கண்கொண்டு பார்க்கக்கூடும்
அவரின் தகுதி அத்தகையது' – என்று.

1622 ஜனவரி 27ஆம் நாள் சூரிய அஸ்தமன நேரத்தில், தமது மனைவி இறந்து மூன்று மாதம் பன்னிரண்டு நாள் கடந்த நிலையில், முகலாயப் பேரரசின் ஆற்றல்மிக்க பெருங்குடிமக்களில் ஒருவரும் ஜஹாங்கீர் சுமத்திய அரசு பாரத்தைத் தமது தோளில் தாங்கியிருந்த வருமான கியாஸ்பெக் மறைந்தார். ஜஹாங்கீர் தம்முடைய இரங்கலைத் தெரிவித்துக் கொண்டதோடு கியாஸின் மகன்களுக்கும், மருமகனுக்கும், அவருடைய குழந்தைகள், பேரன்கள், இனக் குழுவைச் சேர்ந்தவர், பணியாளர் என நாற்பத்தியைந்து பேர்களுக்கும் கவுரவிப்பு அங்கியையும், துக்கம் கடைப்பிடிப்பதற்கான ஆடையையும் வழங்கினார்.

இரண்டு வாரங்களுக்குப் பிறகு கியாஸ்பெக்கிற்கு சொந்தமான வீடு, பேரளவிலான பல்வகைப் பொருட்கள், யாவும், நூர்ஜஹான் பேகத்துக்கு, கியாஸின் மூத்தமகன் ஆஸஃப் உயிரோடு இருந்த போதும் வழங்கப்படுவதாக பேரரசர் அறிவித்தார். அத்துடன் நூர் அரசவைக்கு வரும்போதெல்லாம் முரசுகள் ஒலிக்க வேண்டும் என்றும் ஜஹாங்கீர் உத்தரவிட்டார். நூர் பேரரசியாக இருந்தபோதும் அவருடைய தந்தை வகித்த பிரதான அமைச்சர் பதவியும் அவருக்கு வழங்கப்பட்டது.

* * *

கியாஸ், அஸ்மத் இவர்களைக் கவுரவிக்கும் வகையில் பிரமிக்கத் தக்க தோட்டம் ஒன்றை அமைக்கும்படி நூர் உத்திரவு பிறப்பித்தார். அதைப் பூர்த்தி செய்வதற்கு ஆறு ஆண்டுகள் ஆயிற்று. கியாஸின் சிறப்புப் பெயரின் 'இதிமத் உத் தௌலா'வின் கல்லறை என்று நினைவு கொள்ளப்பட்டாலும், அவருடைய மற்றும் அஸ்மத்தினுடைய கல்லறைகளை அது கொண்டிருக்கிறது. ஆக்ராவில் உள்ள சுற்றுலா வழிகாட்டிகள் 'ஆபரணப் பெட்டி' என்றே அதை அழைக்கின்றனர். வெண்ணிறப் பளிங்குக் கற்கள், பகுதியளவு மதிப்புமிக்க மணிக்கற்கள் வண்ண வண்ண மொஸைய்க் சித்திர ஓடுகள் இவற்றைப் பதித்து உருவாக்கப்பட்ட செவ்வக வடிவிலான அந்தக் கட்டிடம்

யமுனை ஆற்றின் கரையில் அமைந்துள்ளது. ஆற்றின் மறுகரையில் கட்டிடக் கலையின் உன்னதமான 'தாஜ்மகால்' அமைதிப் பொலிவு டன் காணப்படுகிறது.

நூர், சுவற்றுக்கட்டுடன் அந்தத் தோட்டத்தைக் கட்டியிருக் கிறார். பல பகுதிகளாய் அது பிரிக்கப்பட்டுள்ளது. கம்பீரமான அந்தக் கல்லறை மாடம் தோட்டத்தின் மையப்பகுதியில் புதைப்ப தற்கான நிலவறைகளுடன் இடம்பெற்றிருக்கிறது. நடைவழிகள் அங்கே குறுக்காக வெட்டிச் செல்கின்றன. ஆற்றை நோக்கியவாறு ஒரு திறந்தவெளிக் காட்சி மாடத்தைப் பேரரசி இணைத்திருக்கிறார்.

அதுவே முன்வாயிற்பகுதியாகவும் செயல்படுகிறது. அழகுப் பொருளாய் உருவாக்கப்பட்ட மையக்கூடத்தின் நிலவறைகளில் மாட்சிமை பொருந்திய வஸீரும் (முதலமைச்சர்) அவருடைய உயர் குணமுடைய மனைவியும் மீளாத்துயில் கொண்டுள்ளனர். அந்தக் கூடத்தில் பன்னீர் நிரப்பிய பாத்திரங்கள், மதுக்கோப்பைகள், அல்லிப்பூக்கள், செந்நிறக் காட்டுப்பூக்கள் என பெர்ஸிய ஓவியங்கள் நிறைவாகக் காட்சியளிப்பதைக் காணலாம். கியாஸ், அஸ்மத் கல்ல றைகளின் புறச்சுவர்களில் திருமறை வாசகங்கள் பொறிக்கப் பட்டுள்ளன.

பாபர் தொடங்கிய உயர்தரமான வடிவமைப்பைக் கொண்ட தாய் இந்த நினைவுத்தோட்டத்தை நூர்ஜஹான் உருவாக்கியிருக்கிறார். கல்லறையை மையத்தில் வைத்து, நடைவழிகள் அதைக் கடந்து செல்வது பாபர் ஏற்படுத்திய வகை மாதிரி ஆகும். ஆனால் அத் துடன் நூர் கவனத்தை ஈர்க்கும் தன்னுடைய சொந்தக் கற்பனை களையும் சேர்த்துக் கொண்டிருக்கிறார், தளங்கள் நடைமேடைகள் என்று மையத்தில் ஊடச்சு போன்ற கட்டிடத்துக்கு அதிக முக்கியத் துவம் தருகிற மாதிரி அமைந்த வலைப்பின்னல் உருவிலான தோட் டம் ஒரு அறிவார்ந்த முறை என்கிறார் முகலாய கட்டிடக்கலை ஆய்வாளர் ஒருவர். இதே உத்தியைத் தாஜ்மகால் தோட்டத்தில் பெரிய அளவில் கையாண்டிருப்பதை உணர்ந்தறியலாம் என்றும் அவர் கூறுகிறார்.

1740களில் இந்தியாவுக்கு வந்த கிறித்துவ அமைப்பொன்றின் சமய போதகரும், புவியியல் வல்லுநருமான 'ஜோஸஃப் டெஃபந் தேலர்' ஆக்ராவில் உள்ள கியாஸ் அஸ்மத் கல்லறையைப் பார்வை யிட்ட பின், அது தாஜ்மகாலை விடவும் ஈர்ப்பானது என்று குறிப் பிட்டிருக்கிறார். 'அளவில் அல்ல, அழகிலும் கலைத்திறனிலும்' என்று அவர் எழுதியிருப்பது கவனத்தில் கொள்ளத்தக்கது. ஆக்ரா வின் சுற்றுலா வழிகாட்டிகள் அதைக் 'குட்டி தாஜ்மகால்' என்று குறிப்பிட்டாலும் உண்மையில் நூர் தன் பெற்றோருக்காக அமைத்த நினைவுச்சின்னத்தின் குழந்தைதான் தாஜ்மகால்.

13

சோதனை

*1622*ஆம் ஆண்டு மிக மோசமாகவே தொடங்கியிருந்தது, ஒன்றையடுத்து ஒன்றாக அதிர்ச்சியூட்டும் நிகழ்வுகளையே அது கொண்டு வந்தது. ஜனவரியில், கியாஸின் மரணத்தால் ஏற்பட்ட சோகம் கொஞ்சமும் நீங்கியிராத நிலையில் தக்காணத்தின் இளவரசன் குஸ்ரா இறந்துவிட்டதாய் தகவல் வந்தது. ஒரு சமயத்தில் அதிகம் விரும்பப்பட்டவனும், அரியணையில் ஆவல் கொண்டிருந்த வனும், முடிவில் மனமுடைந்து பார்வை குறைந்து, பதினைந்து வருடம் காவலில் வைக்கப்பட்டவனுமான முப்பத்தி நான்கு வய தான குஸ்ரா, ஜஹாங்கீரின் மூத்த மகன் மாண்டு போனான். அரசனாகிவிடுகிற ஆசையில் தொடர்ந்து பலரிடமும் ஆதரவு தேடிக்கொண்டிருப்பதாய் குஸ்ராவைச் சந்தேகித்ததன் காரண மாகவே ஷாஜஹான் அவனைத் தன்னுடன் தக்காணத்துக்கு அனுப்பி வைக்கவேண்டும் என்று வற்புறுத்தியிருந்தார். ஷாஜ ஹானின் உத்தரவின் பேரிலேயே குஸ்ரா கொலை செய்யப்பட்டிருக்க வேண்டும் என்று அரசவை உள்வட்டத்தில் இருப்பவர்கள் உறுதி யாக நம்பினர். குஸ்ரா குடல் அடைப்பால் ஏற்பட்ட வயிற்றுவலியில் இறந்ததாக ஷாஜஹான் தெரிவித்திருந்தார். ஆனால், வேதனைமிக்க ஒரு தீயநிகழ்வு மூடிமறைக்கப்பட்டதாக மற்ற ஆவணங்கள் தெரிவித்தன. குஸ்ராவின் உடல் ஆக்ராவுக்குக் கொண்டுவரப் பட்டபொழுது, அவனது உடலைக்காண பெருமளவில் மக்கள் கூட்டம் திரண்டது. இளவரசன் இறந்த முறை ஆராயப்பட்டு, சடலத்தை அலகாபாத்தில் அடக்கம் செய்வதற்காக எடுத்துச் சென்ற பொழுது மக்கள் சாலைகளின் இருபுறமும் வரிசையாய் நின்று இறுதி மரியாதை செலுத்தினர்.

நூர் படிப்படியாய் வெளிப்பட்டுக் கொண்டிருந்த இடர்ப்பாடு களில் சிக்கியிருந்தார். குளிர்கால இடைப்பகுதியில் ஷா அப்பாஸ் சம்பாவித் துருப்புகளைப் பெருமளவில் திரட்டி காந்தஹார் எல்லை யில் குவித்திருந்தான். அங்குள்ள கோட்டையைக் கைப்பற்றுவதே அவனுடைய நோக்கம். அந்த அச்சுறுத்தலை எதிர்கொள்ள அரச

தம்பதிகள் தங்கள் படைக்கு ஒரு தளபதியைத் தேர்ந்தெடுத்து அனுப்ப வேண்டியிருந்தது. தகுதியான நபரைத் தேர்வு செய்வது ஒன்றும் அத்தனை எளிதல்லவே. அதேசமயம் பேரரசியிடம் ஷாஜ ஹான் பகைமையும் எதிர்ப்புணர்ச்சியும் கொண்டு நடப்பதும் நூர் மற்றும் நோயுற்றிருந்த ஜஹாங்கீரைப் பெரும் சங்கடத்தில் ஆழ்த்தி யது.

ஷாரியர் – லாட்லி திருமணம் நடந்ததில் இருந்தே, அதிகாரம் செலுத்திக் கொண்டிருக்கும் தமது சிற்றன்னை தம் அரச பதவி ஆசைகள் நிறைவேறத் துணை நிற்க மாட்டார் என்பதை ஷாஜஹான் அறிந்திருந்தார். ஜஹாங்கீரின் மரணத்துக்குப் பிறகு தன் புதிய மருமகனை அரசபதவியில் அமர்த்துவதே நூரின் முக்கிய விருப்பமும் எதிர்பார்ப்புமாக இருக்கும் என்று தெளிவாகத் தெரிந்தது. பேரரசர் தம்முடைய நாட்குறிப்பேட்டில் இப்படி எழுதியிருந்தார்: ‘தன் இளைய சகோதரனின் உயர்வு ஷாஜஹானின் கவலைக்குக் காரணமாகி, இடையூறாய் இருந்தது. தனித்துச் செயல்பட முடியாத நிலையில் நூர்ஜஹானின் ஆதரவை அவன் நாடியிருந்தான்’ என்று. தன்னுடைய தவறுக்கு வருந்தி நூரின் மூலம் சமரசம் செய்து கொள்ள ஷாஜஹான் முயன்றதாகவும் அவர் குறிப்பிட்டிருக்கிறார்.

தம்முடைய ஒன்றுவிட்ட மூத்த சகோதரன் பர்வேஸை ஒரு ஆபத்தாக ஷாஜஹான் கருதவில்லை. ஷாஜஹானின் மரபுரிமை தொடர்பானத் திட்டங்களுக்கு நூரும் ஷாரியருமே பெரும் தடை யாகக் கருதி, அவர்களுடைய வீழ்ச்சிக்கு சதித்திட்டம் தீட்டலானார். தக்காணத்தில் இருந்த தமது படையின் ஒரு பிரிவை அனுப்பி நூர், ஷாரியர் ஆகியோரின் சொத்துக்களைப் பறிக்க அவர் உத்தர விட்டார்.

தோல்பூரில் இருந்த அவர்களுடைய சொத்துக்களை மட்டுமன்றி அங்கிருந்த துருப்புகளையும் தமது கட்டுப்பாட்டுக்குக் கொண்டு வந்தார். அவை முன்பு ஷாஜஹானிடம் இருந்தவைதாம், ஆனால், ஜஹாங்கீர் அவற்றை ஷாரியரிடம் மறுஒப்படைப்பு செய்திருந்தார். தோல்பூர் காவற்படைத் தலைவன் ஷாஜஹானால் கீழடக்கப்படுவ தற்கு முன் அவருடைய படையை எதிர்த்துத் தீரமாகப் போரிட் டான். இருதரப்பிலும் படையாட்கள் பலர் மாண்டனர்.

நூர் கடுஞ்சினமுற்றார். அதுவரை ஷாஜஹானுக்கும் அவருக் கும் இடையே இருந்த கருத்து வேற்றுமை இப்போது வெட்ட வெளிச்சமாகிவிட்டது. ஷாஜஹானின் தாக்குதலை ஆட்சிக்கு எதிரான வன்முறைக் கிளர்ச்சியாகவே ஜஹாங்கீர் அடையாளம் கண்டுகொண்டார். அந்த முதல் அறிகுறி அவருடைய இதயத்தைப் புண்படுத்திவிட்டது. அதுபோன்ற ஒரு கிளர்ச்சியைத் தம்முடைய தந்தைக்கு எதிராகத் தாம் நடத்தியதும் அவருடைய நினைவுக்கு

வந்தது. தக்காணத்தில் இன்னமும் சண்டையிட்டுக் கொண்டிருந்த ஷாஜஹான், அவருக்கு வழங்கப்பட்ட நிலப்பகுதிகளோடு தம்மைக் கட்டுப்படுத்திக்கொள்ள வேண்டும் என்றும், குழப்பநிலையில் இருக்கும் காந்தஹார் போர்க்களச் செயல்பாட்டுக்கு உடனே படைகளை அனுப்ப வேண்டும் என்றும் ஜஹாங்கீர் உத்தரவிட்டார். ஆனால் ஷாஜஹான் மறுத்துவிட்டார். காந்தஹாரில் உள்ள சஃபாவித்களுக்கு எதிராக முகலாயப் படைக்கு ஷாஜஹான் தலைமையேற்க வேண்டும் என்று ஜஹாங்கீர் திட்டமிட்டிருந்தார். ஆனால், தற்போது அது சாத்தியமற்றதாகிவிட்டது. ஜஹாங்கீருக்கு மீண்டும் மூச்சுவிடுவதில் சிரமம் ஏற்பட்டு வலிமை குன்றியதில் அவர் மிகவும் வருத்தத்திற்குள்ளானார். 'என்னுடைய வேதனைகளில் எதைப்பற்றி நான் எழுதுவேன்' என்று அவர் தம்மைத்தாமே நொந்து கொண்டார். 'கடும் வெப்பநிலையில் ஒரு குதிரை மீதேறி, அந்தக் குதிரையை கனவேகத்தில் விரட்டிக்கொண்டு, கடமையுணர்வில்லாத ஒரு மகனைத் தேடி அவரால் போக முடியுமா?' ஷாஜஹானை 'அவக் கேடானவன்', 'அதிர்ஷ்டமில்லாதவன்' என்று அழைக்கும்படி அவர் அறிவித்தார்.

ஷாஜஹான் பேரரசரின் ஆதரவை இழந்துவிட்ட நிலையில், நூர் ஷாரியரின் நற்பேறுகளை அதிகரிக்கும் நடவடிக்கைகளில் ஈடுபட்டார். காந்தஹாரில் உள்ள முகலாயப் படைகளுக்கு ஷாரியரைத் தலைவனாக்கும் திட்டத்தை அவர் முன் வைத்தார். ஜஹாங்கீரும் அதற்கிசைந்தார். தற்போது ஷாரியரை 'அதிர்ஷ்டக்கார மகன்' என்று அழைத்தார். அனுபவம்மிக்க பெருங்குடி மக்களும் படைத் தலைவர்களும் ஷாரியரின் படைப்பிரிவோடு இணைந்தனர். பேரரசர் ஷாரியரின் படிநிலையை உயர்த்தியதோடு, ஷாஜஹானுக்கு இருந்ததைவிட அதிக நிலப்பகுதிகளையும் அவனுக்கு வழங்கினார். நல்ல செய்திகள் மேலும் இருந்தன. லாட்லி கருவுற்றிருந்தாள். ஷாரியரின் அரசுரிமைக் கோரிக்கையை வலுப்படுத்த ஒரு வாரிசு. ஷாரியர் முக்கியத்துவம் பெற்றதைக் கொண்டாடும் முகமாய்ப் பேரரசருக்கு நூர் இரண்டு பெரிய அனடோலியன் முத்துக்களைத் தந்தார். வருங்காலத்தில் இளவரசன் எந்தவொரு அரசு அதிகாரத்தைக் கைக்கொண்டு பயன்படுத்தினாலும் அது தன்னுடைய பேரரசரின் மகன் என்பதற்காகவே இருக்கும் என்பதை நூர் நன்கறிவார்.

காந்தஹாரில் உடனடியாக நடக்கக்கூடிய போர், அரசுக்கெதிராக ஷாஜஹானின் கிளர்ச்சி, அடுத்து அண்டை நாடுகளுடனான செயலுறவு உடன்பாடு இவை எல்லாமே நூரின் தவறு என்று அரசவை உறுப்பினர்களில் சிலர் கருதினர். அவர் தொடர்ந்து பேரரசரின் ஆணைகளைப் புறக்கணித்துக் கொண்டிருக்கிறார் என்கிற கருத்தும் அவர்களிடையே நிலவியது. 'எவ்வகையிலும் பேரரசரின்

விருப்பப்படியோ அதிகாரத்தின்படியோ எதுவும் நிகழவில்லை. எல்லாமும் பேகத்தால் புனைந்து தோற்றுவிக்கப்பட்டு, நிறைவேற்றப் படுகின்றன. அவர் எல்லாவற்றையுமே மாற்றிவிட்டார்' என்று எழுதி யிருக்கிறார் பக்காரி.

'நூர்ஜஹான் செய்த விஷமத்தனமான செயல்களே நடப்பு மோதல்களுக்குக் காரணம்' என்றும் உறுதிபடத் தெளிவான முறை யில் அவர் தெரிவித்திருக்கிறார். நூரின் அரசியல் சார்ந்த திறன் களையும், கலைத் திறனையும், பெருந்தன்மையையும் பற்றிக் கருத்து கூற வேண்டியவர், அவர் (நூர்) ரொம்பவும் மேலெழுந்து விட்டதாய் நம்புகிறார்.

அரசவையில் மாறுபட்ட கொள்கைகளும் குறிக்கோள்களும் கொண்ட உட்குழுக்கள் இருப்பதை நூர் அறிவார். அவை அடிக்கடி திசைமாறும், எதிர்பாராத மாற்றங்களை ஏற்படுத்தும், பிறகு திடுதிப்பென்று சேர்ந்துகொண்டு விடும் என்பதும் அவர் அறிந்தது தான். அஸ்மத்தும் கியாஸும் இல்லாத நிலையில் சகோதரன் ஆஸஃபின் சார்பும் நிச்சயமற்றதாகிவிட்டது. நெருங்கிய ஆதர வாளர்களோ, ஆலோசகர்களோ தற்போது அவர் பக்கம் இருப்ப தாய்த் தெரியவில்லை. நூர் இத்தனை ஆண்டுகளில் கட்டியெழுப்பி யிருந்த அவருடைய அரசியல் அதிகாரம் சுக்கு நூறாய் உடைகிற ஆபத்தான நிலையில் இருந்தது.

* * *

நூரின் பிறப்பிடமான காந்தஹார் இந்துஸ்தானுக்கும் ஈரானுக் கும் இடையேயுள்ள செழிப்பான வணிக நகரம். அது எப்போதுமே முகலாயப் பேரரசர்களைக் கவர்ந்திழுத்துக் கொண்டுதான் இருந்தது. அவர்கள் ஒவ்வொருவருமே தங்கள் முன்னோர்களின் தேசம் என்ற மரபுரிமையோடு சண்டையிடுவதுண்டு. வர்த்தகப் போக்குவரத்துக் கான முக்கியப் பாதைகளை இணைக்கும் நகரம் என்பதால் வியா பாரிகளும், மெய்ஞ்ஞானிகளும், புகலிடம் நாடி இந்தியா செல் வோரும் அவ்வழியேதான் பயணிப்பார்கள். காந்தஹாருக்கு அப்பால் இருந்த மத்திய ஆசியாவின் வடமேற்கு பிராந்தியம் பெரிய அளவில் அபாயங்களைக் கொண்டிருந்தது. திடீர்த் தாக்குதல் நடத்தி சூறை யாடுகிறவர்களும், முகலாயர்களின் முன்னோர்களும் வடமேற்கில் இருந்துதான் இந்தியாவின் மீது படையெடுத்து வந்தனர்.

1600களில் இருந்து முகலாயர்களும் 'ஸஃபாவித்'களும் காந்த ஹாருக்காகத் திரும்பத்திரும்ப மோதிக்கொண்டனர். தற்சமயம் அது முகலாயர்களின் கையில் இருந்தது. 'சன்னி' பிரிவைச் சேர்ந்த அரசர்கள் ஒருபக்கத்தில் இருந்து மறுபக்கம் வரை சுற்றிச் சூழ்ந்திருக்க 'ஷியா' பிரிவைச் சேர்ந்த 'ஸஃபாவித்'கள் தங்களைப் பாதுகாப்பற்றவர்

களாய் உணர்ந்தனர். தென்னிந்தியாவில் இருந்த ஷியா ஆட்சியாளர்கள் குறித்து முகலாயர்கள் நம்பிக்கையற்றவர்களாகவே இருந்தனர். அவர்களிடையே நடக்கும் சில்லறைச் சண்டைகள் வெளிப்படையான போருக்கு அறிவிப்பு சமிக்ஞையாக இருந்ததில்லை. ஆனால் தற்போது நிலைமை உடனடியாகக் கவனிக்கப்பட வேண்டியதாயிருந்தது. சஃபாவித் பேரரசர் ஷாஅப்பாஸின் துருப்புகள் காந்தஹாரைத் தாக்க ஆயத்த நிலையில் இருப்பதாய்த் தெரிந்தது.

முகலாயப் படையை காந்தஹாருக்குக் கொண்டு செல்வது எளிதான காரியமல்ல. குளிர்காலத்தில் சுலைமான் மலைகளின் வழியாகச் செல்லும் கணவாய்கள் பனிப்பொழிவால் தடைப்பட்டு விடும். கோடையில் அளவுகடந்த வெப்பமும், நீர்ப்பற்றாக்குறையும் பயணிகளை அச்சுறுத்தும், இளவேனிற்காலம் நீரின் வலுமிக்க விரைவோட்டத்தில் மண்சரிவு ஏற்பட்டுவிடும். அப்போது குறுகலான வழிகள் அடைபட்டுப் போகும். இலையுதிர் காலத்தில் போர் வீரர்களை இடம் விட்டு இடம் கொண்டு செல்வதில் பிரச்சனை இருக்கும். அப்போது ஒட்டகங்களை வைத்திருப்போர் அவற்றை கிழக்கு நோக்கிக் கொண்டு சென்றுவிடுவதால், வாடகைக்கு ஒட்டகங்கள் கிடைக் காது.

தெற்கில் ஷாஜஹான் கிளர்ச்சி, வடமேற்கில் ஷாஅப்பாஸின் பேரவா இவற்றைப் பொருட்படுத்தாமல் அரசவையின் நடைமுறைச் செயல்பாடுகள் எப்போதும் போலவே இருந்தன. பேரரசரும், பேரரசியாரும் வழக்க முறையான பயணங்களிலும் சந்திப்புகளிலும் ஈடுபட்டிருந்தனர். ஜஹாங்கீர் பல்வேறு பதவி நியமனங்களைச் செய்தார். தமக்குச் சாதகமான பெருங்குடி மக்களுக்கு உயர் முக்கியத்துவம் உள்ள பணிகளை வழங்கினார்.

காலமாகிவிட்ட குஸ்ராவின் மகன் தவார் பக்ஷ் பேரரசரின் தன் வரலாற்றுக் குறிப்புப் பக்கங்களில் அதிகம் இடம்பெறத் தொடங்கினான். ஜஹாங்கீர் அவனை குஜராத்தின் ஆளுநராக்கினார்.

ஷாஜஹானின் வெளிப்படையான விரோதத்தால் நூரும் ஜஹாங்கீரும் கவலைக்கு உள்ளாகி இருந்தபோதும் ஆஸஃப்கான் அமைதியாக இருந்தான். தன் சகோதரன் கலகக்கார இளவரசருக்கு சாதகமாக நடந்துகொள்வதை உணர்ந்த நூர் எச்சரிக்கையானார். காபூலில் இருந்த மகபத்தை உடனே தலைநகருக்கு வருமாறு அழைப்பாணை விடுத்தார். அப்போது மகபத் காபூலில் ஆளுநர். அவர் நூரின் குடும்பத்திடம் எதிர்ப்புணர்ச்சிக் கொண்டிருந்த போதும், அரசகுடும்பம் காஷ்மீருக்குச் செல்லும் வழியில் நூருக்கு எதிராக ஜஹாங்கீரிடம் பேசியிருந்தார் என்றாலும், முகலாய அரசவையில் முக்கியத்துவம் பெற்றவர். துணிவும் உயர் ஒழுக்க நெறியும் உடை

யவர். ஜஹாங்கீரின் மிகவும் சோதித்தறியப்பட்ட நெடுங்கால ஆதர வாளர். தற்போது குஸ்ராவின் மரணத்தால் ஷாஜஹானுக்கு எதிராக மாறத் தொடங்கியிருந்தார். அதனால், மகபத்தைத் தனது மருமகன் ஷாரியரின் ஆதரவாளராக மாற்றிவிட முடியும் என்று நூர் நம்பி னார். ஆனால் மகபத்தோ, ஆஸஃப் ஆக்ராவில் இருந்தால் தாம் வருவதற்கில்லை என்று கடிதம் எழுதிவிட்டார். ஆஸஃப் இரகசிய மான முறையில் ஷாஜஹானை ஆதரித்து வருவதாக முன்பே மகபத் சந்தேகப்பட்டார். ஆனால் அதையெல்லாம் விட, அவர் நூர் குடும் பத்தின் அதிகாரம் பெருகி வருவதை வெளிப்படையாக எதிர்த்த காரணத்தால் ஆஸஃப் தம்முடைய உயிருக்கு உலை வைத்துவிடக் கூடும் என்று அவர் அஞ்சினார்.

அந்தச் சமயத்தில் ஜஹாங்கீருடனான மகபத்தின் தொடர்புகள் உள்ளன்பு உடையதாகவே இருந்தது. நூர் தனது சகோதரனை வங்காள மாகாணத்துக்கு அனுப்பிவிடுவதோடு, கலகக்கார இளவரச னோடு சதியில் பங்கேற்கிற முத்ஆமத்கானைத் தண்டிக்கவும் செய் தால் தாம் அரசவைக்கு வருவதாகத் தம்முடைய கடிதத்தில் மகபத் தெரிவித்திருந்தார்.

சதியாலோசனையில் ஈடுபட்ட பெருங்குடிமக்களில் முத்ஆமத் கான் முக்கியமானவன் என்பதை அவர் சுட்டிக்காட்டியிருந்தார். ஆஸஃபை வங்காளத்துக்கு அனுப்புவதற்குப் பதிலாக அரசு கருவூலத் தில் உள்ள தங்கம் ஆபரணங்கள் இவற்றில் ஒரு பகுதியை லாகூருக்குக் கொண்டு செல்லுமாறு நூர் ஆஸஃபிற்கு உத்தரவிட்டார். அவனு டைய புறப்பாடு மகபத்தின் வேண்டுகோளை நிறைவேற்றிய மாதிரி அமையும் என்று நூர் நம்பினார்.

முத்ஆமத் தண்டனையில் இருந்து தப்பிவிட்டான். ஜஹாங்கீர் தம்முடைய சம்பளப்பட்டுவாடா செய்யும் அதிகாரிக்கு வேறு வேலை கொடுத்துவிட்டிருந்தார். தம்முடைய 'ஜஹாங்கீர் நாமா' நூலுக்காக அரசு நிகழ்ச்சிகளைப் பதிவு செய்யும் பணி. முத்ஆமத் அரசரின் ஒப்புதலுக்கு விபரக் குறிப்புகளை அனுப்பி வைப்பதோடு, அவற்றை அவர் சரிபார்த்தபின், அந்தப் பதிவுகளை அவருடைய சுயசரிதையில் இடம்பெறச் செய்வதும் அவன்தான். ஆக அவனு டைய அரசவைப்பணி தொடர்ந்தது. எனினும், மகபத் அரசவைக்கு வரவே செய்தார். ஒருவேளை, முத்ஆமத்தின் புதியவேலை அவனை அரசியல் சதியின் மையத்தில் இருந்து அப்புறப்படுத்தியிருக்கும் என்று எண்ணி அவர் திருப்தியடைந்திருக்கலாம். ஜஹாங்கீர் ஆஸஃபிற்கு புதிய கவுரவிப்பின் மூலமோ, தம் ஆளுகைக்குட்பட்ட நிலப்பகுதியை வழங்கியோ அவனுக்கு நம்பிக்கையளித்திருக்கக் கூடும். மகபத்திற்கு தீங்குவிளைவிக்க வேண்டாம் என்று ஆஸஃபிற்கு பேரரசர் கட்டளையிட்டிருக்கலாம். இப்படி மகபத் உறுதிபடத்

தீர்மானித்துக் கொள்ளுமளவிற்கு அரச தம்பதிகளுக்கும் ஆஸஃபிற்கும் இடையேயான உறவு மனம் கொள்ளத்தக்கதாகவே இருந்தது.

கிளர்ச்சி செய்யும் இளவரசர்களுக்கு பெருங்குடி மக்கள் துணை நிற்பது வழக்கந்தான். தாங்கள் பாதிக்கப்படாத வகையில் அவர்கள் நடந்து கொண்டுவிடுவார்கள். பல்வேறு பின்னணிகளையும், விருப் பங்களையும் கொண்ட இவர்கள் திடீர் மாற்றங்களின் போது எப்படி இணைந்து கொள்கிறார்கள் என்பதை முன்கூட்டியே கணிப்பது சாத்தியமில்லை.

ஷாஜஹான் ஆதரவை வேண்டிப் பெற்றவர்களுள் அப்துல் ரஹீமும் ஒருவர். இவர் பலராலும் நன்கறியப்பட்ட முன்னாள் படைத்தளபதி, நூரின் முதல் கணவரின் வழிகாட்டியாய் இருந்தவர். தற்போது எழுபது வயதில் இருந்தார் அவர். ஷாஜஹான் பக்கம் சாய்ந்தவர்களில் பலர் முன்பே அரசவைக்குத் திரும்பிக் கொண்டி ருந்தார்கள். அவர்களில் மதச்சடங்குகளில் தேர்ந்தவரான ஃபிதய் கான் என்கிற அலியும் இருந்தார். ஃபிதய்யின் புதுப்பிக்கப்பட்ட விசுவாசத்தை ஜஹாங்கீர் அங்கீகரித்துக்கொண்டார்.

* * *

1622ஆம் ஆண்டின் பிற்பகுதியில் இருந்து 1623ஆம் ஆண்டு பிற்பகுதிவரை அரசுப்படையை எதிர்த்து ஷாஜஹானும் அவருடைய ஆட்களும் போரிட்டனர். தக்காணத்துக்கு வடக்கே 'கந்தேஷ்' என்ற இடத்தில் தம்முடைய தளத்தை நிலையுறுதிப்படுத்திக் கொண்டார் இளவரசர். அங்கே கோதுமை, சிறுதானியங்கள் பெருமளவில் கிடைத்தது. வளமான மேய்ச்சல் நிலங்களும் இருந்தன. அங்கே வியாபாரப் போக்குவரத்துக்கு மூன்றுபாதைகள் இருந்தபடியால் வணிகத்தொழில் முறையில் செல்வம் குவிந்தது. வடக்கு நோக்கிய பாதை ஆக்ராவையும், தெற்கே செல்லும் பாதை தக்காணப் பீட பூமியையும் மேற்கு நோக்கிச் செல்வது குஜராத்தையும் இணைத்தது. ஷாஜஹான் தம்முடைய படையாட்களில் சிலரை மட்டும் தளத்தில் விட்டு வைத்திருந்தார். மாலிக் அம்பருக்கு எதிரான போர் நடவடிக் கைகளை அவர் தற்காலிகமாக நிறுத்தியிருக்கிறார் என்பது தெளி வாகத் தெரிந்தது. சுயேச்சையாய் இயங்கிக் கொண்டிருந்த தெற்கத்திய மாகாணங்கள் முகலாயர் பிடியில் சிக்காமல் தொடர்ந்து நழுவியபடி இருந்தன.

ஷாஜஹானும் அவருடைய படையும் கந்தேஷில் இருந்து ஆக்ராவை நோக்கி அணிவகுத்துச் சென்றனர். அரசுக் கருவூலத்தைக் கைப்பற்றுவது அவருடைய நோக்கம். அரசுப்படைகள் காந்தஹாரில் கவனம் செலுத்தியிருந்த படியால், ஷாஜஹான் சரியான நேரத்தில் தாக்குதலை மேற்கொண்டார் என்றே சொல்லவேண்டும்.

ஆனால், இளவரசரை மனவேதனைக்குள்ளாக்கும் அளவிற்கு அரசின் எதிர்வினை வேகமாக இருந்தது, அவரும் அவருடைய படை யாட்களும் 'ஃபதேபூர்– சிக்ரி' நகர்வாயிலை அடைந்தபொழுது, கதவு கள் மூடப்பட்டதைக் கண்டனர். ஷாஜஹான் தம்முடைய நெருங்கிய துணைவனான சுந்தர்தாஸை உடனே ஒரு படைப்பிரிவுடன் ஆக்ரா விற்குப் புறப்பட்டு வருமாறு உத்தரவிட்டார். சுந்தர்தாஸ் நெடு நாளைய நண்பன் என்பதோடு, மேவார், காங்ரா போர் நடவடிக் கைகளில் தீரமுடன் செயல்பட்டவன். வரும் வழியில் பொன் வெள்ளி போன்று மதிப்புமிக்க பொருட்களைக் கருவூலத்தில் இருந்து கொள்ளையிட்டு வருமாறு தம்முடைய தகவலில் அவர் குறிப்பிட்டி ருந்தார். சுந்தர்தாஸ் தன்னுடைய ஆட்களுடன் பல வீடுகளில் புகுந்து பணம், நகைகளைக் கைப்பற்றினான். ஆனால், ஜஹாங்கீரின் வீரர்கள் அவர்களைத் துரத்திச் சென்றதால் கருவூலம் பாதுகாப்பாக இருந்தது.

தம்முடைய திட்டப்படி செயல்பட முடியாமல் தடையேற் பட்டதில், ஷாஜஹானும் அவருடைய படையினரும் ஃபதேபூர்– சிக்ரி நகர் வாயிலுக்கு வெளியே குழுக்களாய்ப் பிரிந்து நின்றனர். ஜஹாங்கீர் தம் மகனுக்கு ஒரு செய்தி அனுப்பியிருந்தார். ஆக்ரா விற்கு ஒரு தூதனை அனுப்பி வைக்குமாறு அதில் குறிப்பிட்டி ருந்தார். ஷாஜஹான் கிளர்ச்சியை நிறுத்த விதிக்கும் நிபந்தனை களையும் அந்தத் தூதுவன் மூலம் தெரிவிக்கும்படி பேரரசர் கேட்டிருந்தார். ஷாஜஹானின் தூதுவன் பல கோரிக்கைகள் அடங் கிய ஒரு பட்டியலை பேரரசரிடம் கொண்டு வந்து கொடுத்தான். ஜஹாங்கீர் ஷாஜஹானின் கோரிக்கைகளை மிகச் சரியாகக் கிரகித்துக் கொள்ளா விட்டாலும், அவை நியாயமற்றவை என்பதை உணர்ந்து கொண்டார். இளவரசர், தம்முடைய நிலப்பகுதிகளைத் தம்மிடம் ஒப்படைப்பதோடு, தமக்கிருந்த சிறப்புரிமைகளை வழங்கவேண்டும் என்று கேட்டிருந்தார். தம் தந்தையின் மரணத்துக்குப் பின் ஆட்சியதி காரத்தைத் தாமே அடைய வாக்குறுதியளிக்கும்படி வேண்டினார். ஷாஜஹானின் வேண்டுகோள்களால் – கடுங்கோபமுற்ற ஜஹாங்கீர், இளவரசரின் தூதுவனைச் சிறையிலடைத்துவிட்டார். ஷாஜஹான் தம்முடைய அடுத்த நடவடிக்கையைத் திட்டமிடுவதற்காக கண்டே ஷிற்குத் திரும்பிச் சென்றார்.

* * *

ஷாஜஹானின் கிளர்ச்சி ஜஹாங்கீரை மனவேதனை அடையச் செய்தாலும், அது இளவரசரை வாரிசாவதில் இருந்து தகுதியிழக்கச் செய்யும் அவசியத்தை ஏற்படுத்தி விடவில்லை. பல முகலாயப் பேரரசர் காலத்திலும் இளவரசர்களை தங்கள் பேரரசத் தந்தை

யருக்கு எதிராய் கிளர்ச்சி செய்திருக்கிறார்கள். அது கிட்டத்தட்ட எதிர் பார்க்கப்பட்ட ஒன்றுதான். ஆட்சிக்கு எதிரான கலகத்தைப் பொருத்த வரை நிகழவேண்டிய ஒன்றை நிகழாதபடி தடுத்து நிறுத்துவதாகவே அது பார்க்கப்பட்டது, முகலாய உலகின் ஒழுங்கமைவை மீறுகிற செயலாக அல்ல. வரலாற்று நிகழ்வுகளை அவை நடந்த கால வரிசைப்படி பதிவு செய்கிறவர்கள், கலகம் செய்யும் இளவரசர்கள் மற்றும் அவர்களுடைய உள்வட்டத்தைச் சேர்ந்தவர்களின் முக்கியத்துவத்தைக் குறைத்துக் காட்டி விடுகிறார்கள். அதற்குக் காரணம் அந்த இளவரசர்கள் வயதில் இளையவர்கள், குறுகிய நோக்குடையவர்கள், அனுபவமற்றவர்கள், கபடம் இல்லாதவர்கள், தவறாக வழிநடத்தப்படுகிறவர்கள் என்று அவர்கள் கருதிக் கொள்வதுதான். தம்முடைய மகனின் அடங்காமை ஒரு முகலாய இளவரசனின் அதிகாரம் பெறவேண்டும் என்கிற ஆழ்ந்த விருப்பத்தைக் கொண்டது, அதற்கான முட்டல் மோதல்களும் ஜஹாங்கீர் தம் கலகக்கார மகனை அதிர்ஷ்டமில்லாதவர், விளைவுகளைப்பற்றி எண்ணாமல் கண்மூடித்தனமாகச் செயல்படுகிறவர், வன்னெஞ்சம் உடையவர், திமிர் பிடித்தவர் என்றெல்லாம் கூறியிருக்கிறாரே தவிர ஆட்சி செய்யத் தகுதியற்றவர் என்று தெரிவித்து விடவில்லை.

ஒரு கிளர்ச்சிக்கார இளவரசன் மன்னிக்கப்படத் தக்கவர்தான். ஆனால், ஒரு பெருங்குடியைச் சேர்ந்த நபராயின் மன்னிப்பதற்கில்லை.

'இளவரசர் ஒருவரைக் கலகம் செய்யும் அளவிற்கு ஒரு பேரரசி தூண்டியிருப்பின், நிச்சயமாக அது, ஏற்கத்தக்கதல்ல' என்று சமகாலத்திய நிகழ்ச்சித் தொடர் பதிவாளர்கள் குற்றம் சாட்டுகிறார்கள். 'பேரரசி முகலாய உலகைப் பெருங்குழப்பத்தில் தள்ளி, அதன் செயலை முடக்கிவிட்டார். நேர்மையான ஷாஜஹான் தம் தந்தையை எதிர்க்கும் கட்டாயத்துக்குத் தள்ளப்பட்டதும் இவரால்தான். கலக நெருப்பு பற்றிக் கொள்ள நூர்ஜஹானும் அவருடைய பக்கத்தில் இருந்த கான்ஜஹான் லோடி, ஷரீஃப் அல்முல்க் (ஷாரியாரின் வீட்டுக் காரியங்களை மேற்பார்வையிடுபவர், பிற்பாடு சிந்து மாகாண நிர்வாகப் பொறுப்பாளர்) நூரின் முக்கிய அலிகள் ஜவாஹிர், நாதிம், நூரின் மகள் லாட்லி இவர்களுந்தான் காரணம். நூரின் அதிகார வேட்கையைப்பற்றி ஷாஜஹான் வெளிப்படையாகவே குற்றம் சாட்டியிருக்கிறார், ஒரு பெண்ணுக்கு மட்டுமீறிய அதிகாரம் கொடுத்துவிட்டதாக ஜஹாங்கீரைக் கண்டனம் செய்திருக்கிறார்' என்று பக்காரி தம்முடைய நூலில் தெரிவித்திருக்கிறார். ஷாஜஹான் ஆட்சிக் காலத்திய அதிகாரபூர்வ அரசவை வரலாற்றாளர்கள் 1620களில் நூர்ஜஹானின் நடவடிக்கைகள் பற்றி எழுதுகையில் 'ஃபித்னா' என்ற சொல்லைப் பலமுறைப் பயன்படுத்தியிருக்கிறார்கள்.

இஸ்லாமிய மரபில் ஃபித்னா என்ற சொல் சமுதாயத்தில் ஏற்படும் குழப்பம், சோதனையைக் குறிப்பது. அது பிரபஞ்ச அளவில் சீர்குலைவை – ஒழுங்கு கெடும் நிலையை ஏற்படுத்திவிடும் என்று கருதப்பட்டது. 'நூர் தந்தையையும் மகனையும் பிரித்துவிட்டார், இளவரசர் கலகம் செய்யும் கட்டாயம் ஏற்பட்டது' என்று அவர்கள் தெரிவித்திருக்கின்றனர்.

முன்பு, அண்ணல்நபி (ஸல்) அவர்கள் இவ்வுலகை நீத்தபிறகு அரேபிய முஸ்லீம்களுக்குள் சண்டை நடந்தது. 'ஃபித்னா' என்ற சொல், அண்ணலின் மனைவியான ஆயிஷா அவர்கள் மேற் கொண்ட நடவடிக்கைகளைப் பற்றி விவரிக்கும் போது முதல் முதலாய் பயன்படுத்தப்பட்டது. இவர் முதலாவது காலிஃபின் மகளா வார். அண்ணலின் மருமகனும் ஷியா பிரிவு முஸ்லீம்களின் முதல் தலைவருமான 'அலீ' அவர்களை எதிர்த்து இவர் போர்க்களம் சென்றார். போரின் போது இவர் ஏறிச்சென்ற ஒட்டகம் கொல்லப் பட்டது. (அலீ அவர்கள் அம்மையாரை போர்க்களத்தில் இருந்து மரியாதையுடன் மதீனாவுக்கு அனுப்பி வைத்தார்). ஏழாம் நூற்றாண் டில் நடந்த அந்தப் போர் 'ஒட்டகப்போர்' என்றே அழைக்கப்பட்டது. இஸ்லாமிய 'ஃபித்னா'விற்கு அந்தப் போர்க்களக் குழப்பம் அல்லது உள்நாட்டுக் கலகமே முதல் உதாரணமாய் கருதப்பட்டது.

ஒட்டகப்போர் நடந்து சில நூற்றாண்டுகளுக்குப் பிறகு, பெண் களிடம் இயற்கையிலேயே கேடு தரும் பண்புக் கூறுகள் காணப்படின் இஸ்லாமிய உலகம் அதை 'ஃபித்னா' என்ற சொல்லுடன் தொடர் புப்படுத்திப் பார்த்தது. அவர்களுடைய பேரவா பெருந்துன்பத்தை ஏற்படுத்திவிடும், பெண்களே இடர்ப்பாடுகளுக்கும், குழப்பங்களுக் கும், சபலத்துக்கும் மூலம் என்று கருதப்பட்டது. பெண்களின் செயற் களம் அவர்களுடைய வசிப்பிடத்தின் உட்பகுதி என்ற கருத்தும் இருந்து வந்தது. பதினாறாம் நூற்றாண்டில் ஆட்டோமன் துருக்கியில் சில பெண்கள் அரசியலில் குறிப்பிடத்தக்கவர்களாக இருந்த நிலையில், அங்குள்ள இஸ்லாமியச் சட்டத்தின் முக்கியப் பாதுகாவ லரும், பேரரசின் மிக உயர்ந்த மதத் தலைவருமான 'சனுல்லா எஃபந்தி' என்பவர், அரசு விவகாரத்திலோ, இறையாண்மையிலோ (ஆட்சி அதிகாரம்) பெண்கள் செய்வதற்கு ஏதுமில்லை' என்று அறிவிக்கும் கட்டாயத்திற்குள்ளானார். 'ஒருவர் பெண்ணிடம் தனது விவகாரங்களை ஒப்படைத்தால் வளமையாக இருக்க முடியாது' என்று வெகுகாலமாய் இருந்து வரும் நம்பிக்கையை அவர் நினைவு கூர்ந்தார்: 'பெண்களின் தலைமை தீய விளைவுகளை ஏற்படுத்தும்' என்பதையே அவர் உணர்த்த முற்பட்டிருக்க வேண்டும்.

ஷாஜஹான், மகபத் மற்றும் முகலாய அரசவை உறுப்பினர்கள் பலரும் அதே பார்வையைக் கொண்டிருந்திருப்பார்கள்.

ஜஹாங்கீரின் மதிப்பீடு சற்றே மாறுபட்டது எனலாம். ஏக காலத்தில் இருவேறு கோணத்தில் இருந்தது அவருடைய சிந்தனை. ஷாஜஹானைத் தம்முடைய வாரிசாக்குவதில் இணக்கம் காட்டிய அதேநேரத்தில் நூர்ஜஹானுடன் தாம் கூட்டுத்தலைமை வகிப்பதிலும் அவருக்குத் தயக்கம் இருந்திருக்கவில்லை. அந்த அளவிற்கு விசாலப்பார்வை கொண்டிருந்தார் அவர். ஒருவேளை இந்த ஏற்பாடு தம்முடைய இறப்புக்குப் பிறகும் தொடரவேண்டும் என்று அவர் எதிர்பார்த்திருப்பார். முகலாயப் பேரரசை ஷாஜஹான் ஆளும் போது, நூர் விவேகமுள்ள ஆலோசகராய், வழிகாட்டும் ஒளிவிளக்காய் இருந்து உதவுவார் என்கிற எதிர்பார்ப்பு. தம்முடைய மதிப்பு மிக்க மைந்தனின் கைகளிலும், தம் நேசத்துக்குரிய பேரரசியின் பாதுகாப்பிலும் இந்தப் பேரரசு பத்திரமாக இருந்தது. குர்ரம் என்கிற தம் மகனை தக்காணப் போருக்கு அனுப்பிய போது ஷாஜஹான் என்று பெயர் சூட்டினார் ஜஹாங்கீர். (ஷாஜஹான் என்பதற்கு உலகின் அரசன் என்று பொருள்.) அதே போன்று தம்மனைவியான மெஹ்ருன்னிஸாவிற்கு நூர்ஜஹான் என்று பெயர் சூட்டியிருந்தார். (நூர்ஜஹான் – உலகின் ஒளி). முகலாய வரலாறு நெடுகிலும் பெண்கள் ஆலோசகர்களாகவும், வழிகாட்டிகளாகவும் திகழ்ந்ததை ஜஹாங்கீர் அறிந்தேயிருந்தார். ஆனால் நூர்ஜஹான் அவருடைய காலத்துக்கு முன்போ சமகாலத்திலோ இருந்த வேறெந்தப் பெண்களையும் விட அரசியலில் அதிக அனுபவம் பெற்றவர். சமீபத்தில் பிளவு ஏற்படுவதற்கு முன் நூர், ஷாஜஹான் இடையே நிலவிய மெச்சத்தக்க, ஆதரவான உறவுமுறையை ஜஹாங்கீர் கருத்தூன்றிக் கவனித்திருக்கிறார். அந்த உறவு அரசுசார்ந்த பொறுப்பு அதிகாரம் இவற்றை அடிப்படையாய்க் கொண்டது என்பதும் அவருக்குப் புரிந்தேயிருந்தது. ஆனால் 1622 வாக்கில் அவருடைய கணிப்புகள் தவறிப்போயிற்று. தம்முடைய மனைவியும் மகனும் ஆட்சியதிகாரத்தை எவ்வகையிலும் பகிர்ந்து கொள்ளப் போவதில்லை என்பதை அவர் கண்டுகொண்டார்.

நூர், ஷாஜஹான் இடையே முறிவு ஏற்பட்டது வெளிப்படையாகும் வரை, பேரரசியின் அதிகார வளர்ச்சியை அரசவை உறுப்பினர்களும், அரசியல் மதிப்பீட்டாளர்களும் எப்படியோ சீரணித்துக் கொண்டனர். அவர் அரசாணைகள் பிறப்பிப்பதையும், நாணயங்களில் தனது பெயரைப் பொறிக்கச் செய்வதையும், மேல்தள முகப்பில் அமர்ந்து குடிமக்களுக்குக் காட்சி தருவதையும், சிலர் அவருடைய அதிகாரம் குறித்து மவுனமாய் வருந்தியபோதும் பொதுவாக ஏற்றுக்கொண்டிருந்தனர். ஆனால், நூரும் ஷாஜஹானும் பகிரங்கமாக ஒருவரையொருவர் எதிர்க்கத் தொடங்கியதும் அவருடைய பண்புக்கூறுகள் பற்றிக் கண்டன அறிவிப்புகளும், பெண்ணுக்கே உரிய அவரது சூழ்ச்சித் திறங்களால் உண்டாகும் ஆபத்துகள் குறித்த விவர உரைகளும் எழத் தொடங்கின. நூர் கருத்து

வேறுபாட்டுக்கான விதைகளைத் தூவி அரசகுடும்பத்தில் கடும் பிளவை ஏற்படுத்திவிட்டார். இது 'ஃபித்னா' தவிர்த்து வேறென்ன?

* * *

தங்கள் வசமிருந்த காந்தஹார் கோட்டையை முகலாயர்கள் இழந்துவிட்டனர். ஈரான் மன்னரான ஷாஅப்பாஸ் 'சஃபாவித்' படையைத் தாமே முன்னின்று வழிநடத்தியிருந்தார். ஆனால், ஜஹாங்கீரின் சுயசரிதையில் காந்தஹார் போர் நடவடிக்கையில் ஷாஅப்பாஸ் தலைமையேற்றிருந்த செய்தி இருட்டடிப்பு செய்யப் பட்டு விட்டது. முகலாயத் துருப்புகளுக்கு ஷாரியர் தலைமை வகித்தது ஒரு பதிவுக் குறிப்பின் மூலம் தெளிவாய்த் தெரிகிறது. மற்றொரு பதிவோ காந்தஹார் நோக்கிப் படைகள் அணிவகுத்துச் சென்றபோது பாதி தொலைவுவரை ஷாரியர் படை நடத்திய தாகவும், பிறகு மற்றொரு தளபதியான கானி அப்துல் ஜஹான் லோடி பொறுப்பேற்றதாகவும் தெரிவிக்கிறது. வெற்றியை உறுதி செய்யக்கூடிய கனரகத் துப்பாக்கிகளையும், பீரங்கிகளையும் வெளித்தோற்றத்தில் பாதுகாப்பானதாய்க் காணப்படினும் உண்மை யில் ஆபத்தான கணவாய்கள் வழியே கொண்டு செல்ல வேண்டி யிருந்தது.

அவற்றை இழுத்துச் செல்ல ஆயிரக்கணக்கான எருதுகளும், யானைகளும் தேவைப்பட்டன. ஆனால், பனிப்பொழிவுக் காலத்தில் அது சாத்தியமில்லை. முகலாயப்படை இலகு ரகத் துப்பாக்கி களையே கொண்டு சென்றிருக்க வேண்டும். அதுவே சஃபாவித் களுக்கு எதிரான போரில் முகலாயர்களுக்கு சாதகமற்ற நிலையைத் தோற்றுவித்திருக்கும். தகுந்த முன்னேற்பாடுகள் இல்லாத காரணத்தால் நகரத்தையும், கோட்டையையும் பாதுகாத்திருந்த முகலாயர் படை சரணடைய நேரிட்டது. கூடுதல் வலிமையூட்டும் படைகள் வந்து சேர்வதற்கு முன்பாகவே ஒருவேளை அப்படி நேர்ந் திருக்கும். காந்தஹார் இனி முகலாயரின் கட்டுப்பாட்டில் இல்லை என்றாகிவிட்டது, அது சஃபாவித் கைகளுக்குப் போய் விட்டது.

* * *

ஃபதேபூர் – சிக்ரி நகர்ப்புற வாயில்களுக்கு வெளியே நடந்த மோதலுக்குப் பிறகு, தன்னுடைய தூதன் கைது செய்யப்பட்ட நிலையில், ஷாஜஹான் தனது படையாட்களுடன் மேற்கு மற்றும் மத்திய இந்தியாவின் அநேக பகுதிகளுக்கு பின்வாங்கிச் சென்று விட்டார். அரசுப்படையைச் சேர்ந்த வீரர்களும், ஒற்றர்களும் அவரு டைய நடவடிக்கைகளைக் கண்காணிக்கப் பின் தொடர்ந்து சென்ற னர். ஆங்காங்கே இரு தரப்பினருக்கும் இடையே சிறிய அளவில்

சண்டைகள் நடந்தன. ஜஹாங்கீர் உடல்நலம் குன்றியிருந்த போதும் தம் மகனை எதிர்ப்பதற்காக 1623 பிப்ரவரி தொடக்கத்தில் தாமே புறப்பட்டுச் சென்றார். அரசுப்படைகள் பஞ்சாபில் பயண இடை நிறுத்தமாய் தங்கியிருந்தபோது, தக்காணப் போரின்போது ஷாஜஹானிடம் பணியாற்றிக் கொண்டிருந்த பல அதிகாரிகள் ஜஹாங்கீர் பக்கம் வந்து சேர்ந்தனர். ஜஹாங்கீர் அவர்களில் பலருக்கும் உயர் பதவிகளை வழங்கினார். தம்முடைய படை விரிவடைந்ததில் பேரரசர் மகிழ்ச்சி அடைந்தார். 1623 மார்ச் பிற்பகுதியில் 25,000 வீரர்கள் கொண்ட படை ஷாஜஹானை எதிர்த்துப் போரிட்டது.

ஜஹாங்கீர் முற்றாகச் சோர்வடையும் வரை தம்முடைய படையை நடத்திச் சென்றார். பிறகு மகபத்தை படைக்குத் தலைமை தாங்கச் செய்துவிட்டு ஆக்ராவிற்குத் திரும்பினார்.

டில்லி அருகே ஷாஜஹானின் படையும், அரசுப்படைகளும் நேருக்கு நேர் மோதிக் கொண்டன. மகபத் சாதுர்யமான செய்தியொன்றை ஷாஜஹானுக்கு அனுப்பி வைத்தார். ஷாஜஹான் தக்காணத்துக்குத் திரும்பிச் சென்றுவிடுவதாக இருந்தால் அவருடைய நிலஉரிமைகள், சிறப்புச் சலுகைகள் இவற்றை உறுதி செய்யும் நடவடிக்கைகள் மேற்கொள்ளப்படும் என்று மகபத் தெரிவித்திருந்தார். ஷாஜஹான் அதை ஏற்க மறுத்துப் போரிட்டார். ஷாஜஹானின் படைகளை மகபத் விரட்டியடித்தார். மேற்கிந்தியாவில் மாண்டு என்கிற இடத்தில் உள்ள கோட்டையில் ஷாஜஹான் தங்கிக் கொண்டு, தக்காணத்தில் தமது பணிகளை மேற்கொண்டதுடன், மகபத்துடன் மீண்டும் பேச்சுவார்த்தை நடத்த முயன்றார். ஆனால், அரசுப்படைகள் மாண்டு கோட்டைமீது தாக்குதல் நடத்தவும், ஷாஜஹான் அங்கிருந்து தப்பிச் சென்றார். சேமஇருப்புகள் குறைந்ததோடு, அப்துல் ரஹீம் போன்ற மூத்த படைத் தலைவர்கள் ஷாஜஹானைக் கைவிட்டு அரசுப் படையுடன் சேர்ந்து கொண்டதால், இளவரசர் அடுத்து கந்தேஷ் நகரத்துக்கு அருகில் உள்ள அஸீர் கோட்டைக்குச் சென்றார். அது இந்துஸ்தானத்துக்கும் தக்காணத்துக்கும் இடையில் உள்ள முக்கிய தடத்தில் இருந்தது. அங்கே நூரின் உறவுக்காரன் ஒருவன் பொறுப்பில் இருந்தான். ஷாஜஹான் கோட்டையினுள் புகுந்துவிடாதபடி கோட்டையின் முகப்புப்பகுதியைப் பலப்படுத்தும்படி நூர் அவனுக்கு உத்தரவிட்டிருந்தார். ஆனால், அவனோ எவ்வித எதிர்ப்பும் காட்டாமல் கோட்டையை ஷாஜஹானிடம் ஒப்படைத்து விட்டான். ஆயினும் மகபத்தும் வலிமைமிக்க அரசுப் படைகளும் அஸீரை அடையவும், ஷாஜஹான் மறுபடியும் பின்வாங்கிச் செல்லும்படி ஆயிற்று.

1623 ஏப்ரலில், தம் பரிவாரங்களுடன் ஜஹாங்கீர் அஜ்மீர் போகும் வழியில் பர்வேஸை வரவேற்றுக்கொண்டார். அங்கே

அவர்கள் ஐந்துமாத காலம் தங்கக்கூடும். 'என் பிரியத்துக்குகந்த மகனான பர்வேஸை அன்போடும், விருப்பத்தோடும் அரவணைத்துக் கொண்டேன்.' என்று தம் நூலில் குறிப்பிட்டிருக்கிறார் ஜஹாங்கீர். அந்தத் தருணத்தில் அவர் ஷாஜஹான் மீதும், ஷாரியர் மீதும் காட்டிய ஆதரவைவிட சிறிதும் பயனற்ற பர்வேஸ் மீது அதிக சார்புடன் நடந்துகொள்வதாகவே தெரிந்தது. அடுத்த மாதத்தில் மகபத்துடன் இணைந்து செயல்படும்படி ஜஹாங்கீர் பர்வேஸிற்கு உத்தரவிட்டார். ஷாஜஹானைப் பின்தொடர்ந்து செல்லும் முயற்சியில் அரசுத் துருப்புகளை வழிநடத்திய மகபத்திற்கு 'அரசின் நம்பிக்கைக்குரியவர்' என்ற விருது வழங்கிக் கவுரவித்தார். இரண்டு படைத்தலைவர்களோடும் இணைந்து செல்ல வேண்டிய பெருங்குடி மக்கள் யாவர் என்பதைப் பேரரசர் பட்டியலிட்டார், அவர்களுக்கெல்லாம் கவுரவ அங்கிகள், அரசக் கொட்டிலில் இருந்து யானைகள், குதிரைகள், மற்றும் பணமும் வழங்கினார்.

ஷாஜஹான் பல்வேறு இடங்களில் மகபத், பர்வேஸ் இவர்களோடு சின்னச் சின்ன சண்டைகள் போட்டார். அவர்கள் இருவரிடம் இருந்தும் அவர் தப்பியோட வேண்டியதாயிற்று. அரசுப் படைகள் அவரைப் பிடிப்பதற்காகப் பின்தொடர்ந்து சென்றன. 1623 நவம்பரில் கிளர்ச்சிக்கார இளவரசர் ஒரு சுற்றுப் பாதையில் சென்று ஒரிஸ்ஸா, வங்காளம், பீஹார் என மூன்று கிழக்கத்திய மாகாணங்களை வளைத்துக் கொண்டார். அவருக்கு ஆதரவளிக்கும் புதிய தளங்களாகிவிட்டன அந்த மூன்று மாகாணங்களும். புதிதாய்ப் பணம், ஆட்கள், குதிரைகள், கனரகத் துப்பாக்கிகள் இவை கிடைக்கப் பெற்றார். எண்ணற்ற ஆறுகளால் நீர்வளம் பெற்ற வங்காளம் அபரிமிதமான அளவில் அரிசி உற்பத்தி செய்கிற பிரதேசம். அங்கிருந்து ஏராளமான யானைகளும் அவருக்குக் கிடைத்தன.

கிழக்கத்திய மாகாணங்களில் மத்திய அரசிடம் இருந்து கருத்து நிலையில் விலகிப்போன பல குழுக்கள் இருந்தன. அவர்களுக்கெல்லாம் விருதுகள், நிலங்கள், நிர்வாகத் துறையில் பதவிகள் வழங்கி, அவர்களுடைய ஆதரவைப் பெற்றார் ஷாஜஹான். இஸ்லாமியத் திருவிடங்களின் காப்பாளர்களுக்குப் பல வெகுமதிகளை வழங்கியதோ, சூஃபி மார்க்கத்தைக் கடைப்பிடிப்பவர்களுக்கு பெரிய அளவில் அறக் கொடைகளை உரித்தாக்கினார். சூஃபி ஞானியான பஹ்ரம் சக்காவின் கல்லறைக்குச் சென்று வந்தார். நூர் இளம் பெண்ணாக இருந்தபோது அவரிடம் தாக்கத்தை ஏற்படுத்தியவர் சக்கா. பிற்பாடு நூர், ஜஹாங்கீர் இருவரிடமும் அவருக்குச் செல்வாக்கு இருந்தது. ஷாஜஹான் உள்ளூர் இஸ்லாமியத் தலைவர்களையும் சந்தித்தார். அண்ணல் முகம்மது அவர்களின் தடம் பதிந்ததாகச் சாட்டுரைக்கப்பட்ட இடத்தில் பிரார்த்தனை செய்தார்.

தம் கிழக்கத்திய ஆதரவாளர்களிடம் இருந்து குவிந்த பணத்தைக் கொண்டு வெடிமருந்து, ஈயம், இரும்பு, கோதுமை போன்ற தானியங்கள் இவற்றைச் சேம இருப்பாக்கிக் கொண்டார். நிலச் சுவான்தார்கள் படையாட்களைக் கொடுத்து உதவினர். நிலப் பிரபுக்கள் ஆற்றோர மாகாணங்களில் பயணம் செய்ய படகுகளை வழங்கினர். இளவரசரின் மண்டல அதிகாரம் இப்படி வளர்ந்து, வலுப்பெற்றது. போர்ச்சுகீசியர் ஆதரவையும் அவர் தேடிக் கொண்டார். இந்துஸ்தானத்து மேலைக் கடலோரத்தில் ஜஹாங்கீரின் நிலப் பரப்பில் கால் வைத்து அடிக்கடி சிக்கலில் அகப்பட்டுக் கொள்பவர்கள் அவர்கள். ஷாஜஹான் தனது ஆட்களுடன் பீகார், அலகாபாத் என்று முன்னேறிச் சென்றபோது ஆட்களை, சரக்குகளை ஏற்றிச் செல்லத் தங்கள் படகுகளை அவர்கள் கொடுத்து உதவினர்.

* * *

1624 தொடக்கத்தில், முன்பு ஷாஜஹான் பேரரசரின் சார்பாக யாரிடமெல்லாம் சண்டையிட்டாரோ, தக்காணத்தில் யாரெல்லாம் முகலாய ஆதிக்கத்தை எதிர்த்தார்களோ அந்த சுயேச்சை அரசுத் தலைவர்களின் ஆதரவை மகபத்கான் (ஷாஜஹானுக்கு எதிராக) பெற்றுவிட்டார். முகலாயர்களின் பகைவனான மாலிக் அம்பருடனுங்கூட அவர் பேச்சுவார்த்தை தொடங்கியிருந்தார். தன் வசமிருக்கும் நிலப்பகுதி விவகாரங்கள் எப்போதும் தன் பொறுப்பிலேயே விட்டுவைக்கப் பட்டால்தான் முகலாயர்களுக்கு ஒத்துழைப்பதாக அவன் நிபந்தனை விதித்திருந்தான். அம்பரின் பேராவல்களை உணர்ந்து கொண்ட மகபத், பீஜப்பூர் அரசின் ஷாவுடன் செயலுறவு உடன்பாடு கொள்வதென்று தீர்மானித்தார். அப்போது ஜஹாங்கீர் மகபத்தை உடனே அலகாபாத்திற்கு வடக்கே செல்லுமாறு செய்தியனுப்பியிருந்தார். ஷாஜஹான் கங்கையாற்றின் கரையில் இருந்த அலகாபாத் கோட்டையைத் தன் வசமாக்கிக் கொண்டதோடு, அருகில் இருந்த எல்லாப் படகுகளையும் கைப்பற்றிக் கொண்டுவிட்டார். தக்காணத்தில் தமக்கிருந்த பணிகளைச் சிறிது காலத்துக்கு நிறுத்திவைத்த மகபத், அங்கே நம்பகமான அதிகாரி ஒருவரை பொறுப்பேற்கச் செய்துவிட்டு, வடகிழக்கு பிராந்தியத்துக்கு உடனே புறப்பட்டுச் சென்றார். மகபத்தும், பர்வேஸும் தங்கள் படைகளுடன் ஷாஜஹானுக்கு எதிர்க்கரையில் முகாமிட்டனர். காஷ்மீருக்குப் பயணம் சென்ற நூரும் ஜஹாங்கீரும் அங்கிருந்தபடியே நிலவரங்களை அவ்வப்போது அறிந்துகொண்டனர்.

ஷாஜஹானின் ஆலோசகர்கள் பலரும் அரசுப் படைகளுக்கு எதிராகச் செயல்பட வேண்டாம் என்று அவரை எச்சரித்தனர். காரணம் அரசுப்படை அவருடையதைவிட கூடுதல் எண்ணிக்கையில் இருந்தது. தம்முடன் இருந்த தமது அந்தப்புரப் பெண்களை

– எப்போதும் போரிடும் இடத்துக்கு வெகுதொலைவிலேயே அவர்கள் தங்க வைக்கப்படுவர் – கூடுதல் பாதுகாப்புக் கருதி தற்போது ரோத்தாஸ் கோட்டைக்கு அனுப்பி வைத்தார் அவர். அதன்பிறகு தம்முடைய துருப்புகளை காசிக்குக் கிழக்காக எழுபத்தியைந்து மைல் தொலைவில் இடம்பெயரச் செய்தார். பர்வேஸும் மகபத்தும் அவரைப் பின்தொடர்ந்து டான்ஸ் ஆற்றின் கரைகளுக்குச் சென்றனர். அரசுப்படையுடன் போரிடுவது பற்றி இளவரசரின் படைத்தலைவர்களுக்குள் கருத்து வேறுபாடு ஏற்பட்டது. அரசுப் படையில் திறமைமிக்க குதிரை வீரர்களும், காலாட்படையினருமாக கிட்டத்தட்ட 40,000 பேர் இருந்தனர். இளவரசரின் படையில் இருந்ததோ வெறும் 7000 பேர்கள் மட்டுமே.

ஷாஜஹானுக்கு போரிடுவதைத் தவிர, தேர்வு செய்து கொள்ள வேறெதுவும் இருக்கவில்லை. பர்வேஸும், மகபத்தும் அவர்களுடைய படையை அணிவகுக்கச் செய்திருந்தது போலவே தமது படையையும் அணிவகுத்து, மையத்தில் தாம் இருந்துகொண்டார். ஊர்திகளில் பொருத்தப்பட்ட கனரகத்துப்பாக்கிகளுடன் கூடிய படைப்பிரிவின் தலைவன் அவற்றை முன்னோக்கி நகரச் செய்து, சுடும்படி உத்தர விட்டான். ஆயிரம் பீரங்கிக் குண்டுகள் வெடிப்பது போல் பேரொலி எழுந்தது. அரசுப் படைகள் ஷாஜஹானின் படையை நாற்புறமும் இருந்து தாக்கின. இளவரசரின் இடப்பக்கப் படைப்பிரிவு வியூகம் உடைந்து துண்டு துண்டானது. ஷாஜஹானும் அவரது வலப்பக்கப் படைப்பிரிவும் – ஐநூறு குதிரைகள் கொண்டது – அழுத்தத்திற் குள்ளாயினர். இரு தரப்பிலும் படையாட்கள் பலர் கொல்லப் பட்டனர். அரசுப்படையின் தலைவர்கள் ஷாஜஹானின் ஆதர வாளர்களான பெருங்குடி மக்களுடைய தலைகளை பர்வேஸின் முன்பாய் கொண்டு வைத்தனர்.

ஒரு துப்பாக்கிக் குண்டு ஷாஜஹானின் தலையில் தாக்கியது. ஆனாலும், அவர் உயிர்பிழைத்துக் கொண்டார். அவருடைய ஆட்கள் அவரை முகாமிற்குக் கொண்டு சென்றனர். தமது நம்பிக்கையான இடைநிலை அதிகாரி அப்துல்லா கானுக்கு இளவரசர் ஒரு செய்தி அனுப்பினார். இளவரசரின் வலதுபக்க படைப்பிரிவுக்குத் தலைமை தாங்கி அரசுப் படையுடன் போரிட்டுக் கொண்டிருந்தான் அப்துல்லா. எதிரிப்படை எண்ணிக்கையில் கூடுதலாக இருந்தாலும், நிலைமை மோசமடைந்தாலும், இறையருளில் நம்பிக்கை வைத்து அரசுப்படையின் மையத்தில் தாக்கும்படி கூறியது ஷாஜஹானின் செய்தி.

‘வலிந்து மேற்சென்று தாக்கவோ அல்லது தற்காப்பாகப் போரிடவோ இனி நேரமில்லை, இரண்டுமே பயன்படாது. அத்தகைய நடவடிக்கைகள் நேர்மாறான விளைவையே ஏற்படுத்தும்.

நிலைமையை மறுமதிப்பீடு செய்துகொண்டு களத்தில் இருந்து பின்வாங்கிச் செல்வதே விவேகம்' என்று அப்துல்லா பதில் அனுப்பி னான். ஷாஜஹான் அப்துல்லாவின் வேண்டுகோளை ஏற்றதாகவே தெரிகிறது. அரசுப்படையின் கை ஓங்கி, இளவரசரின் படை தோற்று கீழ்ப்படியும் நிலையடைந்தது. அரசுப்படை இளவரசரின் முகாமை நெருங்கியது. ஷாஜஹான் தனது குதிரையில் ஏறியமர்ந்திருக்க, அவரிடம் பற்றுறுதி கொண்ட பணியாள் ஒருவன் குதிரையின் கடிவாள வாரைப்பிடித்தபடி காயம் பட்ட இளவரசரை அங்கிருந்து அழைத்துச் சென்றான். மகபத்தும் பர்வேஸும் தோல்வியுற்ற இளவரசரைப் பின்தொடர முயற்சிக்கவில்லை. பேரரசர் அவ்வாறு அவர்களுக்கு உத்தரவிட்டிருக்கவேண்டும். ஜஹாங்கீருக்கு ஷாஜ ஹான் மீது கோபம் இருந்தாலும், தம்மகன் உயிரோடு இருக்க வேண்டும் என்றே அவர் விரும்பினார். இளவரசர் தம் தவறுகளை உணர்ந்து, வருந்தி, கடைசியில் ஆட்சியதிகாரத்துக்கு வரட்டும் என்பதே அவருடைய எண்ணம். தம்முடைய பிரியத்துக்கு உகந்த மனைவி அர்ஜுமண்டையும், சமீபத்தில் பிறந்த ஐந்தாவது மகனை யும் ரோத்தாஸில் உள்ள கோட்டையில் இருக்கச் செய்துவிட்டு, அரசின் கட்டுப்பாட்டில் இல்லாத தக்காணத்துக்குப் பின்வாங்கிச் சென்றார் ஷாஜஹான்.

1625 அக்டோபரில் அரச தம்பதிகள் காஷ்மீரில் இருந்த பொழுது, தக்காணத்தில் இருந்த ஷாஜஹான் ஜஹாங்கீருக்கு ஒரு கடிதம் எழுதியிருந்தார். தாம் நோயுற்றிருப்பதாகவும், தம்முடைய கடந்தகாலத் தவறுகளுக்கு தந்தையிடம் மன்னிப்புக் கேட்பதாகவும் தம் கடிதத்தில் அவர் குறிப்பிட்டிருந்தார். ஷாஜஹான் ரோத்தாஸ் கோட்டையை ஒப்படைத்துவிட்டு, தம்முடைய மகன்களான ஔரங்கசீப்பையும் தாராஷுகோவையும் ஜஹாங்கீருடன் இருந்து கொள்ள அனுப்பி வைத்தால் அவர் ஷாஜஹானை மன்னிப்பதாகப் பதிலளித்தார். ஷாஜஹானும் அதற்கு இணங்கினார்.

14

ஆபத்தில் இருந்து மீட்டல்

அது 1626ஆம் ஆண்டின் இளவேனிற்காலம். நூரும் அவரது அரசபரிவாரமும் லாகூரில் இருந்து காபூலுக்குப் பயணம் மேற் கொண்டிருந்தனர். பணியாட்கள் பஹத் ஆற்றின் (தற்போது ஜீலம் நதி) இருகரைகளிலும் அரசகுடும்பத்தின் மிகப்பெரிய முகாமிற்காக வண்ண வண்ணக் கூடாரங்களை அமைத்தனர். அந்த ஆறு பரந்து விரிந்தது, வேகம் மிக்கது, பல கிளையாறுகளின் வழங்கீட்டைப் பெற்றது.

மார்ச் 16ன் அமைதியான காலை நேரம். பேரரசரின் நீண்ட கால ஆதரவாளரான மகபத், அந்த நிமிடம் வரைக்கும் ராஜ விசு வாசத்தில் நிலையுறுதி கொண்டவர், அரச வளாகத்தினுள் பிரவேசித் தார். அந்த வளாகம் சொற்ப அளவில் பாதுகாவலைக் கொண்டி ருந்தாலும், இராஜபுத்ர வீரர்கள் கொண்ட படைப்பிரிவொன்று அத்தோடு இணைக்கப்பட்டிருந்தது. மகபத் கோபத்தில் எரிந்து கொண்டிருந்தார். ஜஹாங்கீர், அரசகுடும்ப கவுரவத்திற்கு அவக்கேடு நேரும் வகையில் நடந்துகொள்வதாக அவர் உணர்ந்தார். மகபத்தும் அவருடன் சென்றவர்களும் அந்தப்புரக் கூடாரங்களைக் கடந்து ஜஹாங்கீர் தங்கியிருக்கும் இடத்தை நெருங்கினர். மகபத் வாள் முனையில் ஜஹாங்கீரைக் கடத்தி, யானையில் அமர்த்தி, அரச முகாமில் இருந்து சில மைல் தூரத்தில் இருந்த ஒரு பாசறைக்குக் கொண்டு சென்றார். அதையடுத்து ஆற்றின் மறுகரையை இணைக் கும் பாலத்தைத் தீயிட்டு எரித்துவிடும்படி தம்முடைய படை யாட்களுக்கு உத்தரவிட்டார். மறுகரையில்தான் அரசகுடும்பத்துக் கூடாரங்கள் பலவும் அமைக்கப்பட்டிருந்தன. அரசரை மீட்கும் நட வடிக்கைகளைத் தடுக்கும் நோக்கிலேயே பாலத்தை மகபத் எரிக்கச் செய்தது. தற்காலிகப் பயன்பாட்டுக்கு ஒரு குறுகிய பாலத்தைக் கட்டி நிறுத்தி, அதை விழிப்புடன் கவனித்திருக்கவும் காவல் போடப் பட்டது.

அன்று பிற்பொழுதில் முகத்திரையிட்ட இரண்டு பெண்கள் அந்தப்புரத்தில் இருந்து வெளிப்பட்டு, அவசரமாகக் கட்டப்பட்டி ருந்த புதிய பாலத்தை நோக்கிச் சென்றனர். இராஜபுத்ரக் காவலர்கள் அவர்களை ஏறிட்டுப் பார்க்கவில்லை. அவர்கள் இருவரும் எளிதாக மறுபக்கத்திற்குச் சென்றுவிட்டனர்.

யாருமறியாதபடி பாலத்தைக் கடந்ததும் மாறுவேடத்தில் இருந்த நூரும் அவருடைய முதன்மை அலிஅடிமையான ஜவஹிர் கானும் ஆஸஃப்கானின் கூடாரவீட்டை நோக்கி விரைந்தனர். பேரரசி முக்கிய பெருங்குடி மக்களையும், அதிகாரிகளையும் உடனடி ஆலோசனைக்கு அழைத்துவரச் செய்தார்.

அதேவேளையில், பேரரசரைச் சிறைபிடித்து வைத்திருந்த மகபத், தம்முடைய பரபரப்புத் தணிந்ததும் தாம் பேரரசியைக் கைது செய் யாமல் கவனக்குறைவாக இருந்துவிட்டதை உணர்ந்தார். தம்முடைய மூடச் செயலை அவர் உணர்ந்தபோது, காலம் கடந்து விட்டிருந்தது. பேரரசி முன்பே ஆற்றின் மறுகரைக்குத் தப்பிச் சென்றிருந்தார்.

நூர், தம்முடைய சகோதரனின் கூடாரத்தில், பெருங்குடி மக்கள் குழுவை – அவர்களுடைய கவனக்குறைவால்தான் மகபத், பேரரச ரைக் கடத்திச் செல்ல முடிந்தது என்று கோபத்துடன் கண்டித்தார். 'நீங்கள் இறைவனின் முன்பாய் அவக்கேடான முறையில் நடந்து கொண்டிருக்கிறீர்கள். மக்கள் முன்னிலையிலும் நீங்கள் தலை குனிந்து நிற்கும்படியாகிவிட்டது. சிறந்த முறையில் சாதுரியமாகத் திட்டமிட்டு, நாளை நமது படைகளைத் திரட்டுங்கள். ஆற்றைக் கடந்து சென்று அந்த இழி பிறவிகளுக்கு முடிவு கட்டுங்கள். மாட்சிமை தங்கிய பேரரசரின் அடிமைகளாய் நிலத்தை முத்தமிடும் கவுரவத்தை நமக்கு நாம் வழங்கிக் கொள்வோமாக' என்று ஆவேச உரை நிகழ்த்தி னார். அங்கிருந்த அனைவரும் பேரரசியின் தீர்மானத்துக்கு உடன் பட்டனர்.

ஜஹாங்கீர் மகபத்தை வங்காள ஆளுநராக நியமித்த பின்பு, ஓராண்டுக்கு முன்பே மகபத்துக்கும் பேரரசருக்கும் இடையே பிரச்சனை ஆரம்பமாகிவிட்டது. வங்காளத்தில் பிடிபட்ட யானை களில் கணிசமானவற்றைப் பேரரசரிடம் அனுப்பி வைப்பதாக வாக்களித்திருந்த மகபத் அதைச் செய்யத் தவறிவிட்டார். அரசுக் கருவூலத்தில் செலுத்த வேண்டிய பெரிய தொகையொன்றை அவர் தம்மிடமே வைத்துக் கொண்டார். ஜாகிர்தார்களிடம் இருந்து அர சரின் சார்பில் அவர் வசூலித்த நிலவரி வருவாய் அது, அரசருக்குப் போய்ச் சேரவேண்டிய பங்குத்தொகை. ஆளுநர் என்ற முறையில் ஜாகிர்தார்களையும், நிலச்சுவான்தாரர்களையும் கண்காணிக்கும் பொறுப்பில் அவர் இருந்தார்.

மகபத் இப்படி முறைகேடாக நடந்து கொண்டிருந்தும், தக்காணத்தில் அரசியல் பெரிய அளவில் கலக்கத்தைத் தந்தபடியால், ஜஹாங்கீர் அவர் பக்கம் கவனத்தைத் திருப்ப வேண்டியதாயிற்று. முகலாயர் மற்றும் பீஜப்பூர் ஷாவின் ஒருங்கிணைந்த படைகளை மாலிக் அம்பர் தோற்கடித்ததோடு, பல பகுதிகளைக் கைப்பற்றிக் கொண்டான். அங்மத் நகரையும், பர்ஹன்பூரையும் முற்றுகையிட்டிருந்தான். 1625ன் பிற்பகுதியில் ஜஹாங்கீர் அபாய எச்சரிக்கையுற்றவராய், மகபத்தையும், பர்வேஸையும் ஒரு படையுடன் தெற்கு நோக்கிச் செல்லும்படியும் தக்காணத்தில் உள்ள முகலாயப் படையின் சுமையைத் தணித்து, அவர்களைச் சங்கட நிலையில் இருந்து விடுவிக்கும்படி உத்தரவிட்டார்.

மகபத் சென்றபின், முன்பே வரிவசூல் மற்றும் யானைகள் விவகாரத்தில் அவர்மீது ஜஹாங்கீருக்கு இருந்த கோபம், அவர் தம்மிடம் தெரிவிக்காமல் தம் மகளை ஒரு புகழ்பெற்ற சூஃபியின் வழித் தோன்றலுக்கு மணம்செய்து கொடுத்துவிட்டார் என்பதைக் கேள்விப்பட்டதும் பல மடங்காய் அதிகரித்தது. பேரரசரிடம் மணவினை குறித்துத் தெரிவித்து, அவருடைய ஆசியைப் பெறுவது வழக்கமுறையாக இருந்தது. பேரரசர் அந்த இளைஞனை அழைத்து வரச் செய்தார். அவருடைய உத்தரவுப்படி காவலர்கள் அவனுடைய கைகளைக் கழுத்தோடு பிணைத்து, தொப்பி அணியாத வெறுந் தலையனாக பலரும் அறியும்படி இழுத்து வந்தனர். அப்படி அவனை அவமானப்படுத்தி, லாகூர் சிறையில் அடைக்கும்படி உத்தரவிட்டார். சமயச் சடங்குகள் நடத்தும் குழுவை அழைத்து மகபத் தம்முடைய மருமகனுக்கு வழங்கிய பரிசுப் பொருட்கள், பணம் என்று எல்லாவற்றையும் பறிமுதல் செய்து, அரசுக் கருவூலத்தில் ஒப்படைக்கச் செய்தார். பிறகு, மகபத்தின் மகளையும் அரசவை விசாரணைக்கு வர உத்தரவிட்டார். தெற்கே சென்றிருந்த அவளுடைய தந்தைக்கு நடந்த எதுவும் தெரிந்திருக்கவில்லை.

1626 தொடக்கத்தில் தக்காணத்தில் இருந்து திரும்பிவருமாறு மகபத்துக்கு ஜஹாங்கீர் உத்தரவிட்டார். அவரிடம் நிலுவையில் இருந்த வரிவசூல் பணம், யானைகள் இவற்றோடு அவைக்கு வந்து சேரும்படி அவருக்குக் கட்டளை பிறப்பித்தார். தாம் முன்பே யானைகளை அனுப்பி வைத்துவிட்டதாகவும் ஒரு தூதன் வரிவசூல் தொகையைக் கொடாமைக்கும் பல சமாதானங்களைத் தெரிவித்திருந்தார். ஜஹாங்கீர் தமக்கு விசுவாசமுள்ள கானி ஜஹான் லோடி என்பவரை அனுப்பி, மகபத்திடம் உள்ள முகலாயப் படைக்குத் தலைமைப் பொறுப்பேற்கும்படி செய்தார். பேரரசர் செய்த மாற்றம் பர்வேஸிற்குப் பிடிக்கவில்லை. தக்காணச் சிற்றரசர்களுடனான பேச்சுவார்த்தையிலும் கானி ஜஹான் லோடியின் உதவியை பர்வேஸ்

ஏற்கவில்லை. வடக்கே புறப்பட்டுச் செல்வதற்கு முன் மகபத், பர்வேஸை பேரரசருக்கு எதிராகத் திருப்ப முயன்றார். அவர் மந்திர வேலை மூலம் பர்வேஸை வசியம் செய்து அரசருக்குரிய அதிகாரத் தோரணையே அவனிடம் இல்லாதபடி செய்துவிட்டார். அப்போதி ருந்து சிறப்பாகச் செயல்படும் திறனை இழந்த பர்வேஸ், மறு ஆண்டிலேயே இறந்து போனான்.

மகபத்திற்கு அழைப்பாணையிட்ட பிறகு ஜஹாங்கீர் காபூலுக்கு பயணம் சென்றார். அவருடன் நூர், ஆஸஃப், ஷாரியர், லாட்லி, உள்வட்டப் பெருங்குடிமக்கள், அரசகுடும்பத்துப் பெண்கள், பணி யாளர்கள், படைவீரர்களும் சென்றிருந்தனர். மகபத்தும் தக்காணத் தில் இருந்து புறப்பட்டு வடக்கே வந்திருந்தார். பேரரசரின் முகாமில் நடக்கும் அவையில் ஆஜராகிற திட்டம். பேரரசர் தம்முடைய மரு மகனைச் சிறையிலடைத்ததும், மகளை அவைக்கு அழைத்து விசாரணை செய்ய உத்தரவிட்டதும் அப்போதுதான் மகபத்திற்குத் தெரியவந்தது. தம்முடைய கவுரவம் பறிபோனதாகவும், தம்மகளின் நற்பெயருக்குக் களங்கம் ஏற்பட்டதாகவும் அவர் கருதினார். அவரு டைய கோபம் நூர்ஜஹான் குடும்பத்தினர் மீது முன்பே அவருக் கிருந்த வெறுப்பை அதிகரித்தது. ஆஸஃப்கான் உட்பட அதிகாரம் செலுத்திய அவர்கள்மீது அளவற்ற அருவருப்பு கொண்டார் அவர். இடைவழியில் தங்கி இராஜபுத்ர வீரர்களைத் தம்முடன் சேர்த்துக் கொண்டார். அந்த வீரபரம்பரையினருடன் அவருக்கு அரசியல் சார்ந்த உடன்பாடு இருந்தது. மேவாரைச் சேர்ந்த ஒரு இந்திய முஸ்லீம் பெண்ணைத்தான் அவர் மணந்திருந்தார். பெண்களைப் பெரிதும் மதிக்கிற இராஜபுத்ரர்கள் அவர்களுடைய கவுரவம் பங்கப் படுவதை ஒருபோதும் அனுமதிக்க மாட்டார்கள். மகபத்தின் மகளுக்கு நேர்ந்ததைக் கேள்விப்பட்டதும் ‘அவள் எங்களுடைய மகள். எங்கள் உயிர் உள்ளவரை அவளை நாங்கள் அரசவைக்கு அனுப்பமாட்டோம்’ என்று உறுதிபடக் கூறினர். இராஜபுத்ர வீரர் களின் படைப்பிரிவு ஒன்று மகபத்திற்கு விசுவாசமாய் இருப்பதாகச் சூளுரைத்தது. வடக்கே அரசவைக்கு சென்ற மகபத்துடன் ஆறாயிரம் வீரர்கள் சென்றிருந்தனர். அவர்களில் நாலாயிரம் பேர் இராஜபுத்ரர் கள். மீதமுள்ளவர்கள் இந்திய முஸ்லீம்கள், ஆப்கானியர்கள் மற்றும் முகலாயர்கள் ஆவர். அவர்களுடன் மகபத்தின் சகோதரனும், மகனும் இருந்தனர்.

கடுஞ்சினமுற்ற நிலையில் இப்படியொரு படையை அவர் திரட்டியிருந்தாலும் அந்தப் படையை வைத்துக் கொண்டு என்ன செய்யப் போகிறோம் என்று அவர் யோசித்திருக்கவில்லை, தெளி வான ஒரு செயல்திட்டமும் அவரிடம் இருந்திருக்கவில்லை.

1626, இளவேனிற்கால தொடக்கத்தில், அரசகுடும்பத்துப் பயணக்குழு புறப்பட்டுச் சென்ற சில நாளிலேயே, மகபத் லாகூரைச் சென்றடைந்தார். நூரின் சகோதரன் ஆஸஃப் அவரை அவமதிக்கும் விதமாய் ஒரு உத்தரவை அனுப்பி அவருடைய மனதை நோகடித்து விட்டான். அவர் கொடுக்க வேண்டிய பணத்தை உடனே செலுத்தி விட வேண்டும், அவர் முகாமில் நடக்கும் அவைக்கு வருவதற்கு முன்பாகவே காணாமல்போன யானைகளைக் கொண்டுவந்து முன்னிலைப் படுத்தவேண்டும் என்று அந்த உத்தரவில் கண்டி ருந்தது. படைத்தலைவரை அவமதிப்பது மட்டும் ஆஸஃபின் நோக்க மல்ல. லாகூரில் உள்ள தமது கூட்டாளிகள் மூலம், ஆஸஃப் தம்மைச் சிறைபிடிக்கத் திட்டமிட்டிருப்பதை அறிந்துகொண்டார்.

மகபத்தின் அச்சமும் கோபமும் சீறிப்பாயும் அலைகளாயிற்று. பேரரசரைக் கடத்துவதென்று அவர் இரகசியமாய்த் திட்டமிட்டு, உடனே அதைச் செயல்படுத்தவும் தொடங்கிவிட்டார். தமது நம்பிக் கைக்குரிய இராணுவ இடைநிலை அதிகாரிகளில் ஒருவரின் தலைமையில் ஆயிரம் குதிரை வீரர்கள் பஹத் ஆற்றுப்பாலத்தைப் பாதுகாக்க ஏற்பாடு செய்தார். அந்த இடைநிலை அதிகாரி தம் முடைய ஆட்களுடன் வந்து அரசுப்படையுடன் இணைந்து கொள் வார் என்று அரசவை உயர் அலுவலருக்குத் தகவல் அனுப்பினார்.

அரசு முகாமில் இருந்த ஆஸஃப் மகபத்தைப் பிடிப்பதற்காக ஒரு திட்டத்தை உருவாக்கி வைத்திருந்தான். படைத்தலைவர் வந்த தும், அவர் ஜஹாங்கீரைக் கண்டு மரியாதை செலுத்த அனுமதிப்பது, பேரரசர் அவரை அழைத்துக்கொண்டு அரசுப் படகிற்குச் செல்வார், அங்கே காவலர்கள் அவரைப் பிடித்துக் கொள்வார்கள். அதுதான் திட்டம். அரசுப்படையாட்கள் அதன்பிறகு பாலத்தைத் தகர்த்து விடுவார்கள், அதனால் மகபத்தின் ஆட்களால் அவரை விடுவிக்க முடியாமல் போகும். மகபத் ஒரு பெரிய படையுடன் வந்திருப்பார் என்று அவன் நிச்சயம் எதிர்பார்த்திருக்க முடியாது. ஆஸஃபின் முகாம், கருவூலம், படைவீடு எல்லாம் ஆற்றின் மறுகரையில் இருந்தன. ஜஹாங்கீரும், அவருக்கு நெருக்கமான ஒரு சிலரும், அலிகளும், பணி யாளர்களும் மட்டுமே இக்கரையில் இருந்தனர். நுழைவாயிலில் சில காவலர்கள் மட்டுமே நின்றிருந்தனர். நூரின் கூடாரம் உட்பட அந்தப்புரக் கூடாரங்களுக்கும் அவ்வாறே காவல் போடப்பட்டி ருந்தது.

அரசமுகாமை ஒற்றாய்ந்துவர சில ஒற்றர்களை அனுப்பி யிருந்தார் மகபத். ஆஸஃப், ஜஹாங்கீரைச் சொற்பப் பாதுகாவலில் விட்டுவிட்டு மறுகரைக்குச் சென்றுவிட்டதை அவர்கள் தெரிவிக்க வும், மகபத் செயலில் இறங்கத் தீர்மானித்தார். தம்முடைய படை வீரர்களுடன் அவர் குதிரைச் சவாரியாய் முகாமிற்குச் சென்றார்.

பாலத்தருகே பெரும் எண்ணிக்கையில் ஆட்களை நிறுத்தி வைத்திருந்தார். மற்றவர்களை யுத்தத்திற்கு ஆயத்த நிலையில் இருக்கச் செய்தார். காலாட்படை வீரர்களை அணிவகுத்து அரச முகாமிற்குள் அழைத்துச் சென்றார். ஈட்டியும், வாளும் தாங்கிய நூறு இராஜபுத்ர வீரர்களுடன் அவர் அந்தப்புரத்தைக் கடந்து ஜஹாங்கீரின் ஓய்வுக் கூடத்துக்குச் சென்றார், அங்கே குதிரையில் இருந்து இறங்கிக் கொண்டார்.

பேரரசருடன் இருந்த முக்கியஸ்தர்களில் ஒருவனான சம்பளப் பட்டுவாடா அதிகாரி முத்ஆமத் கையில் வாளேந்தி, கட்டிடத்தில் இருந்து வெளிப்பட்டான். பேரரசர் இருக்குமிடத்துக்கு அவர் சிப்பாய்களுடன் நெருங்கி வந்திருப்பது சற்றும் பொருத்தமில்லாத செயல் என்று அவன் எச்சரித்தான்.

தான் பேரரசரிடம் சென்று அவர் வந்திருப்பதைத் தெரிவிக்கும் வரை காத்திருக்கும்படி சொன்னான். மகபத் அவனை அலட்சியப் படுத்தியவராய், பேரரசர் வழக்கமாக முக்கிய நபர்களுடன் இரகசிய ஆலோசனை நடத்தும் இடத்துக்குச் சென்றார். அரசுக் காவலர்கள் பாதுகாப்புக்காக வைத்திருந்த பலகைகளை அவருடைய ஆட்கள் தகர்த்தெறிந்தனர்.

மகபத்தின் தகாத நடத்தையால் அதிர்ச்சியுற்ற பேரரசர் ஓய்வுக்கூடத்தில் இருந்து வெளிப்பட்டு உயரமான மேடையொன்றில் சென்று அமர்ந்துகொண்டார். அது திறந்தவெளியில் போடப்பட்ட சிம்மாசனம் போல் இருந்தது. மகபத் ஜஹாங்கீரை வணங்கி, கீழ்ப் படிவது போல் பாவனை செய்து, பணிவு காட்டிப் பேசினார். பேரரசரின் கருணைக்குத் தம்மை உட்படுத்திக்கொண்டதாய் மரியாதையுடன் தெரிவித்தார். மகபத் அப்படிப் பேசிக் கொண்டிருந்தாலும் அவருடைய ஆட்கள் ஆயுதபாணிகளாய் குதிரைகளில் அமர்ந்திருந்தனர்.

மகபத்தின் நயவஞ்சகத்தைப் புரிந்துகொண்ட ஜஹாங்கீர் தம் வாளை உருவுவதற்காக இருமுறை வாளின்மீது கை வைத்தார். 'இது சரியான நேரமல்ல' என்று அருகில் இருந்த பெருங்குடிமக்களில் ஒருவர் துருக்கி மொழியில் அறிவுறுத்தவும், தம்மை அவர் கட்டுப் படுத்திக் கொண்டார். பிறகு, தம்முடைய நோக்கத்தை மகபத் வெளிப் படையாகப் பேரரசரிடம் கூறினார். 'இது குதிரைச் சவாரிக்கான நேரம். தங்களுடைய விசுவாசியான இந்த அடிமை உடன்வர தாங்கள் வழக்கம்போல் குதிரையில் அமர்ந்து செல்லவேண்டும். என்னுடைய இந்தத் துணிச்சலான நடவடிக்கை, தங்கள் ஆணைப் படி நான் நடப்பது போல் இருக்கவேண்டும்' என்று. அவர் தம்முடைய குதிரையைப் பேரரசருக்குக் கொடுத்தார், ஆனால், பேரரசர்

அந்தக் குதிரையில் சவாரி செய்ய மறுத்துவிட்டார். பழிப்புக் கிடமான ஒரு மனிதனின் குதிரையில் அவர் எப்படி அமர்வார்? அரசுக் கொட்டிலில் இருந்து ஒரு குதிரையைத் தம்முன் கொண்டு வந்து நிறுத்துமாறு, தம்முடைய ஆட்களுக்கு உத்தரவிட்டார். இரண்டு அம்புகள் போய்விழும் தொலைவு வரை, தம் ஓய்வுக் கூடத்தில் இருந்து குதிரையில் சென்றவர் பிறகு யானை ஒன்றின்மீது ஏறியமர்ந்தார்.

ஒரு தருணத்தில், முத்ஆமத் அங்கிருந்து நழுவி, என்ன நடக்கிறது என்பதை நூரிடம் கூறி எச்சரிப்பதற்காகச் சென்றான். ஊழியக்காரர்கள் பலரும் தங்கள் அரசருக்கு நெருக்கமாய்ச் சூழ்ந்திருந்தனர். நம்பிக்கைக்குரிய மூன்று இராஜபுத்ரக் காவலர்கள் யானைமீதான அம்பாரியில் பேரரசருக்குப் பக்கத்தில் இருந்த இருக்கைகளில் அமர்ந்துகொண்டனர். புகழ்பெற்ற மருத்துவரான முகரப்கானும் அம்பாரியில் ஏறிக் கொண்டார். மகபத் ஒரு கம்பினால் தம் மண்டையில் தாக்கியதையும் அவர் பொருட்படுத்தவில்லை ஜஹாங்கீருக்கு மதுக்கோப்பை சுமக்கும் கித்மத் பர்ஸத்கான் என்கிற பெருங்குடி மகனும் யானை நின்றிருந்ததால் தானும் அம்பாரியில் ஏறமுயன்றான். மகபத்தின் வீரர்கள் அவனை வலிந்து வெடுக்கென்று இழுத்தனர். ஆனாலும், தொங்கிக் கொண்டேயிருந்து அம்பாரிக்குப் பின்புறத்தில் அவன் ஏறியமர்ந்துவிட்டான். அரசுக் குதிரைகளைக் கவனித்துக் கொள்கிறவன் மற்றொரு யானையில் பின்தொடர்ந்தான். அவனுடைய மகனும் உடன் அமர்ந்து கொண்டு அரசர் மீது ஒரு கண் வைத்திருந்தான். ஒழுங்கு திரண்ட படைவீரர்கள் மத்தியில் பேரரசர் செல்வதை யார் கண்டாலும், அவர் மகபத் மற்றும் மகபத்தின் ஆட்களோடு வேட்டைக்குப் புறப்பட்டுச் செல்வதாகவே எண்ணிக் கொள்வார்கள்.

நூர்ஜஹானைக் கட்டுப்பாடின்றி தன்னுரிமையுடன் விட்டு வைத்த தனது முட்டாள்தனத்தை உணர்ந்ததும் மகபத் உடனே ஜஹாங்கீரையும், அவரைப் பாதுகாப்பவர்களையும் திரும்பவும் அரசு முகாமிற்கே கொண்டு வந்தார்.

அவர்களைக் கவனமாகப் பார்த்துக் கொள்ளும்படி கூறிவிட்டு, பேரரசியைத் தேடிப் பிடிக்கச் சென்றார். ஆனால், நூர் முன்பே பத்திரமாக ஆற்றின் மறுகரைக்குச் சென்றுவிட்டிருந்தார். அங்கேயிருந்தபடி தம் கணவரை விடுவிக்கத் திட்டமிடலானார். மகபத்திற்கு அப்போது தான் ஷாரியரைப் பற்றிய நினைப்பு வந்தது. அவனைச் சுதந்திரமாக விட்டு வைத்தால் அது மிகப் பெரிய தவறாகிவிடும்.

ஒரு இளவரசனை அதுவும் நூர்ஜஹானின் மருமகனைக் கட்டுப்படுத்தாமல் விட்டு வைத்தால் அதுவே பெரிய ஆபத்துக்கு உட்படுத்திக் கொள்வதாகிவிடும். சங்கடத்தைத் தவிர்ப்பதற்காக

மகபத் ஜஹாங்கீரை ஷாரியரின் கூடாரத்தில் விட்டுவைத்தார். பேரரசர் அன்றிரவையும் மறுநாளையும், மகபத்தின் காவலுக்குட் பட்ட நிலையில் தம் மகனோடு கழித்தார்.

ஜஹாங்கீர் நூருக்கு இரண்டு தகவல்கள் அனுப்ப மகபத் அனுமதித்தார். கவிஞர் முல்லா கமிஷிராஸி குறிப்பிட்டவாறு, அங்கு நடந்த நிகழ்வுகளை நேரில் ஒரு சாட்சி போல் பார்த்திருந்து விவரித்ததாவது – முதல் தகவல் நூரைப் பிரிந்ததில் பேரரசருக்கு உண்டான துயரம், தம்மிடம் வரும்படி அவரை வேண்டுவது... "அவள் இல்லாமல் என்னுள் மலர்ந்திருந்த மகிழ்ச்சியும் இன்பஉணர் வும் சுக்குநூறாய் உடைந்து போயிற்று. பிரிவுத்துயரம் கூரியமுள்ளாய் என் ஆடையில் ஒட்டிக்கொண்டது. என்னுடைய பாதுகாப்பை அவள் விரும்பியிருந்தால் உடனே அவள் புறப்பட்டு வரவேண்டும், சூழ்நிலைகளுடன் முரண்பட வேண்டாம்."

நூர், செய்தி கொண்டு வந்த தூதுவனிடம் 'வஞ்சனையும் துரோகமும் வெற்றி பெற நான் வளைந்து கொடுக்கமாட்டேன்' என்று மகபத்தைக் கருத்தில் கொண்டு பதிலளித்தார். ஜஹாங்கீர் அந்தத் தகவலில் இருந்து நூரும் ஆஸஃபும் யுத்தத்திற்கு ஆயத்த மாவதைப் புரிந்துகொண்டார். பேரரசர் தாம் அனுப்பிய இரண் டாவது தகவலில் தம்முடைய மனைவியும், அவளது சகோதரனும் ஆற்றைக் கடந்து வந்தால் அது பயனற்ற ஒரு சண்டையைத் தொடங்கி வைத்ததாகிவிடும், அதனால் எல்லாருக்குமே ஆபத்து என்று வற்புறுத்தியிருந்தார்.

ஆனால் நூரும், ஆஸஃபும், பெருங்குடிமக்கள் குழுவும் தங்கள் திட்டப்படி செயலில் இறங்கினர். ஜஹாங்கீர் ஷாரியரின் கூடாரத்தில் வைக்கப்பட்டிருப்பதை, மகபத்தின் ஆட்கள் அங்கே காவல் இருப்பதை அவர்கள் தெரிந்துகொண்டனர். மகபத்தினுடைய படை வீரர்கள் பார்த்திருக்க ஆழமும், நீர்ப்பெருக்கும் உடைய ஆற்றைக் கடப்பதென்பது சவாலான விசயம். ஆனால் அரசுப் படகுகளின் கண்காணிப்பாளரும், கப்பல்களின் ஆய்வாளரும் அந்த ஆற்றில் நடந்து கடக்கக்கூடிய ஆழமற்றப்பகுதிகளும் இருப்பதாய்த் தெரிவித்த னர். நூரும் அவருடைய படைத்தலைவர்களும் தங்கள் படையின ரையும், குதிரைகளையும், யானைகளையும் துப்பாக்கிகளையும், கனரகத் துப்பாக்கிகளையும் கவனமாய் மறுகரைக்கு அனுப்பி வைக்க நுணுக்க விவரங்களுடன் திட்டமிட்டனர்.

மார்ச் 18ஆம் நாளில் ஒரு போர் யானைமீது துப்பாக்கி ஏந்தி அமர்ந்திருந்த நூர், பாய்ந்தோடும் ஆற்றின் குறுக்கே முகலாயப் படையை நடத்திச்சென்றார். வேகமாய்ச் சுழித்தோடும் ஆற்றுநீரில், யானைகளின் பிளிறலுடன், அரசுப்பணியாளர்கள் எக்காளம் ஊது கொம்பு முழக்கிட முகலாய வீரர்கள் துப்பாக்கியும், வாளும் ஏந்தி

குதிரைகளில் சென்றனர். மகபத்தின் துருப்புகள் இருந்த எதிர்க் கரையை அவர்கள் அடைந்தனர். அவர்கள் அகலக் குறைவான இடத்தில் ஆற்றைக் கடந்திருந்தனர். மகபத்தின் ஆட்கள் அகன்ற நீர்ப்பரப்பின் பக்கமாய் இருந்தனர். ஆஸஃபின் ஆட்களும், வாகனங் களும் அங்கே நெருங்கிச் சென்றனர். ஆஸஃபின் மகன் மகபத்தின் சகோதரனைக் கொன்றான். தன் தம்பி கொல்லப்பட்டது. மகபத் துக்குத் தெரியவந்தால், எங்கே ஜஹாங்கீரை அவர் கொன்று விடுவாரோ என்று ஆஸஃப் அஞ்சி நடுங்கினான். அவன் களத்தில் இருந்து பின்வாங்கி, பேரரசரை மீட்க வேறு திட்டம் தீட்டினான்.

தம்முடைய சகோதரன் இன்னமும் களத்தில் இருப்பதாய் எண்ணிக்கொண்டு, நூர் தமது யானையை முன்நோக்கிச் செலுத் தினார்.

மகபத்தின் படை வரிசையை அவர் நெருங்கிவிட்டார். பகைவர் கள் மத்தியில் ஆட்களின் மிகையுணர்ச்சிக் காரணமாக இரைச்சலும், பரபரப்பும் காணப்பட்டது. பதினெட்டாம் நூற்றாண்டு அரசவை உறுப்பினர் முகம்மது ஹாதி அளித்திருந்த விவரப்படி குதிரைப்படை, காலாட்படை, ஒட்டகங்கள் எல்லாம் கட்டுமீறிய விசையுடன் பாயும் ஆற்றைக் கடந்து செல்கையில், முத்ஆமத் ஆற்றுப்பக்கம் மற்றொரு முக்கியஸ்தரிடம் தத்துவார்த்தமாக உரையாடிக் கொண்டிருந்தார். அப்போது பேரரசரின் அலி அடிமையான நாதிம் அவனை நெருங்கி, 'நீங்கள் ஏன் யோசனையோடு நின்று கொண்டிருக்கிறீர்கள் என்பதைப் பேரரசி அறிய விரும்புகிறார். நீங்கள் துணிவோடு களத்தில் இறங்கியதுமே விரோதி தோற்றோடிப் போவான்' என்று பணிவார்ந்த குரலில் கண்டனம் தெரிவித்தான். முத்ஆமத்தும் அவரு டைய நண்பரும் உடனே களம்நோக்கி விரைவுப் பாய்ச்சலாய்ச் சென்றனர். ஆனால் பகைவனோ உறுதியாக நின்றிருந்தான். நூரின் படைகள் நீரில் மூழ்கிவிடாமல் போராடிக் கரையேறியிருந்தன. தண்ணிரீல் ஊறிப்போன சேணங்களும், விரிப்புகளும் குதிரைகளை கீழ்நோக்கி இழுத்து சிரமப்படுத்தின. ஆக, அரசுப்படை ஒழுங்கற்ற நிலையில் காணப்பட்டது. மகபத்தின் படையாட்களும், யானை களும் பேரரசர் இருக்குமிடத்துக்குச் செல்லும் வழிநெடுக மதில் சுவர்போல் தடுத்து நின்றது அச்சத்தை ஏற்படுத்தியது.

மகபத்தின் ஆட்களும், யானைகளும் நின்றிருந்த இடத்தை நோக்கி, தொடர்ந்து துப்பாக்கியால் சுட்டபடி நூர் முன்னேறினார். அவரது யானையின் துதிக்கையில் வாள் உரசிய இரண்டு காயங்கள். அதன் முதுகுப்பக்கம் ஈட்டிகள் செருகியதால் இரண்டு வெட்டுகள். நூரின் யானைப்பாகன் தொடர்ந்து அதை முன்நோக்கிச் செலுத்த முடியாமல் ஆற்றுப்பக்கம் திருப்பிவிட்டான். விசுவாச அடிமைகள் சிலர் மகபத்தின் ஆட்களுடன் போரிட்டு உயிரை விட்டனர்.

குருதி வழிந்தோடிய யானையில் இருந்து இறங்கிய நூர் தம் சகோதரனின் கூடாரமிட்ட வளாகத்தை நோக்கி நடந்தார்.

அவருடைய முதன்மை அலி அடிமைகளான நாதிரும், ஜவாஹிரும் கொல்லப்பட்டனர். ஜஹாங்கீரும் பொது நிகழ்ச்சிகளையும், சமயச்சடங்குகளையும் முன்னின்று நடத்திக் கொடுக்கும் குருவான ஃபிதாய்கான் ஒரு படைப்பிரிவை அழைத்துக் கொண்டு பேரரசர் இருக்கும் இடத்தை நோக்கிச் சென்றார். அவருடன் சென்றவர்களில் ஆறுபேர் நீரின் குளிர்ச்சி தாங்காமல் சில்லிட்டு இறந்து போயினர். மிகப்பலரும் கடும் காயங்களுடன் கரைக்குத் திரும்பினர். அந்த இக்கட்டான சூழ்நிலையில் துணிகர முயற்சியாய் ஃபிடாயும் மற்ற வீரர்களும் எதிர்க்கரையை அடைந்தனர். மகபத்தின் படையாட்களுடன் போரிட்டபடி ஷாரியர் தங்கியிருக்கும் இடத்தை நெருங்கினர். அப்போது மகபத்தின் ஆட்கள் அவர்களைச் சுற்றிவளைத்தனர். ஃபிடாயின் குதிரை காயம் பட்டது, அவருடைய வீரர்கள் சண்டையில் இறந்துவிட்டனர். ஜஹாங்கீர் இருக்கும் இடத்தை நெருங்கியும் அவரை மீட்க முடியவில்லை. ஃபிடாய் கனவேகத்தில் குதிரையை விரட்டியபடி மகபத்தின் ஆட்களை மீறி ஆற்றங்கரைக்கு வந்தார். விரைவாக நீந்தி ஆற்றின் மறுகரையை அடைந்தார்.

மகபத்தின் நிபந்தனைகளைத் தற்காலிகமாக வேணும் ஏற்றுக் கொண்டால்தான் எதிர்க்கரையில் காவலில் வைக்கப்பட்டிருக்கும் தம் கணவரைக் கண்டடைய முடியும் என்பதை நூர் தெளிவாகத் தெரிந்துகொண்டார். அவருக்குப் புதிதாய் ஒரு மீட்சித்திட்டம் தேவைப்பட்டது. அந்தத் திட்டத்தை உருவாக்கி, செயல்படுத்த கொஞ்சம் கால அவகாசம் வேண்டியிருக்கும் என்பதும் புரிந்தது. அவருடைய படைக்குப் பெரிய அளவில் இழப்பு ஏற்பட்டிருந்தது. பல அதிகாரிகள் கொல்லப்பட்டதோடு, உயர்நிலை வகிக்கும் பெருங்குடி மக்கள் பலரும் தப்பியோடி விட்டனர்.

ஆஸஃபும் அதே சமயத்தில் தன்னுடைய மகன், 200 குதிரை வீரர்கள், பணியாட்களோடு சமீபத்தில் இருந்த ஒரு கோட்டைக்குப் பின்வாங்கியிருந்தான். சிந்துநதிக்கும், பெஷாவர் போகிற சாலைக்கும் இடையில் இருந்தது அந்தக் கோட்டை. அங்கிருந்தபடி அவனும் ஒரு திட்டத்தை உருவாக்கி, மேலும் படையினர் எண்ணிக்கையை அதிகரித்துக் கொண்டு பேரரசரை விடுவிக்க எண்ணினான்.

நூர் சிறிதும் அச்சமின்றி, துணிவுடன் படை நடத்திச் சென்றதைக் கவனித்திருந்த அரசவைக் கவிஞர் ஷிராஸி 'நேர எல்லையில் நிகழ்ந்தவை' என்ற தலைப்பில், ஒன்பது அத்தியாயங்களால் வகைப்படுத்தப்பட்ட நீண்ட ஈரடிச் செய்யுள்களின் தொகுப்பு அது. அந்நூலைப் பேரரசிக்கு சமர்ப்பணம் செய்திருந்தார் அவர். அதில் ஒரு பகுதிக்கு 'நூர்ஜஹான் பேகத்தின் வெற்றி குறித்த நிகழ்ச்சித் தொடர்' என்று பெயரிடப்பட்டது.

நிகழ்ச்சியை நேரில் பார்த்து சாட்சியம் சொல்லத்தக்க மற்றொரு வர் சம்பளப் பட்டுவாடா அதிகாரியும், வரலாற்றாளருமான முத்ஆமத் ஆவார். இவர் நூரின் தரப்பில் இருந்து போரிட்டதோடு 1626இல் நடந்த அந்தச் சண்டை பற்றி எழுதியும் இருக்கிறார். கால வரிசைப்படி நிகழ்ச்சிகளைப் பதிவு செய்யும் பக்காரியும், பதினெட்டாம் நூற்றாண்டைச் சேர்ந்த அவை உறுப்பினர் முகம்மது ஹாதியும் அதே காரியத்தைச் செய்திருக்கின்றனர். சில தகவல்களில் அவர்கள் உடன்படாவிட்டாலும், நூர் துணிவோடும், திறமையோடும் படை நடத்திச் சென்றதை ஆய்ந்து முடிவு செய்வதில் ஒத்துப் போகிறார்கள். 'அவருடைய மேன்மையும், பொறுப்புணர்ச்சி வாய்ந்த நடத்தையும் உலகத்தை அவர்பால் ஈடுபாடு கொள்ளச் செய்துவிட்டது' என்கிறார் ஷிராஸி.

இவர்களில் எந்தத் தொடர் வரலாற்றாளரும் நூர் எப்பொழுது ஜஹாங்கீர் காவலில் வைக்கப்பட்டிருந்த இடத்துக்குச் சென்றார், தானே விரும்பிச் சென்றாரா என்பதை மிகச் சரியாக அவர்கள் தெரிவிக்கவில்லை. ஆற்றங்கரையில் நடந்த சண்டைக்குப் பிறகு, நூரும் ஜஹாங்கீரும் தங்களுடைய பாதுகாப்பு அளிக்கும் போர்ப் படையுடன் காபூல் சென்ற நிகழ்ச்சி அடுத்து பதிவு செய்யப்பட்டுள்ளது. அணிவகுப்பு, ஊர்வலம், இடைத்தங்கல்கள் என்று பணிகளில் பொறுப்பேற்கும் மகபத்தும் அவர்களோடு உடன் சென்றிருக்கிறார். அடுத்து என்ன நடக்கும் என்று தெரியாத, அச்சத்திற்கிடமான நிலைகளிலும் மகபத் எல்லாரும் பார்க்க தொடர்ந்து வந்து கொண்டிருக்கிறார்.

பேரரசரும் பேரரசியும் கைதிகள் போல் தம்மால் அடைத்து வைக்கப்பட்டிருந்தது பற்றி எந்தக் கருத்தும் எழாமல் தவிர்ப்பதில் கவனமாயிருந்தார் மகபத். ஜஹாங்கீரிடம் எப்போதும் போல் அவர் மரியாதை காட்டி, கண்ணியமாக நடந்து கொண்டார்.

காபூல் போகிற வழியில் 'அட்டோக்' என்ற இடத்தில் ஆஸஃப் தன்னுடைய படையாட்களைத் திரட்டி மறுஒழுங்கு செய்து கொண்டிருப்பதை அறிந்த மகபத் உள்ளூர் நிலப்பிரபுக்களின் உதவியோடு கோட்டையைத் தாக்கும்படி உத்தரவிட்டு, தமது ஆட்களை அனுப்பினார். அரசுப் பரிவாரம் 'அட்டோக்'கை அடைந்ததும் ஆஸஃபிடம் பேச்சுவார்த்தை நடத்தி அவனைச் சரணடையச் செய்வதற்கு அவர் பேரரசரிடமும், பேரரசியிடமும் அனுமதி வேண்டினார். அவனை உயிரோடு விட்டு வைக்கும் வாக்குறுதியுடன் காவலில் வைத்தார். ஆஸஃபும், அவனுடைய மகனும் காபூல் செல்லும் குழுவோடு கொண்டு செல்லப்பட்டனர். அதே சமயம், ஆஸஃபின் ஆட்களில் சிலரை அவர் கடுமையாகத் தண்டிக்கவும் செய்தார். ஒரு முல்லாவிற்கு விலங்கிட்ட பொழுது,

அது தளர்வாக இருந்ததால் கீழே விழுந்துவிட்டது. அந்த மனிதர் ஏதோ மாய மந்திரம் செய்ததாய் மகபத் சந்தேகப்பட்டார். முல்லா அப்போது ஒரு செய்யுளை உச்சரித்துக் கொண்டிருந்ததைப் பார்த்து அவர் சபிப்பதாய்க் கருதி அவரைத் துண்டுதுண்டாய் வெட்டிப் போட உத்தரவிட்டார் மகபத்.

மகபத் ஜஹாங்கீரைத் தடுப்புக் காவலில் வைத்திருந்தது தம்முடைய கவுரவம் பாதிக்கப்பட்டதற்கு பதிலடி கொடுக்கவா? அல்லது வேறு எதையும் பெறுகிற முனைப்பான விருப்பத்திலா? மகபத் முகலாய ஆட்சியில் மிக முக்கியமான இடத்துக்கு வர விரும் பியதாக சமகாலத்திய தொடர் நிகழ்ச்சிப் பதிவாளர்களும், பிற்காலப் பதிவாளர்களும் கருதினர். ஆனால், பேரரசைக் கட்டுப்படுத்துவது அவருடைய நோக்கமாய் இருந்திருப்பின், அதற்கான அடிப்படை வேலைகளை அவர் செய்திருக்க வேண்டுமே. முதலில் ஒரு முகலாய இளவரசரின் ஆதரவை அவர் பெற்றிருக்க வேண்டும். மகபத் பர்வேஸுடன் இணைந்து பணியாற்றியிருந்தாலும், அந்த இளவரசனு டன் அவர் உடன்பாடு கொள்வதற்கான வாய்ப்புகள் மிகக் குறைவு.

அந்தக் காலகட்டம் பற்றி பிற்பாடு எழுதப்பட்ட நூல்கள் தெரிவிப்பது – மகபத் தன்னுடைய தந்தைக்குச் செய்தது பற்றிக் கேள்விப்பட்ட ஷாஜஹான் கடுஞ்சினமுற்றார். தம்மிடம் இருந்த சிறுபடையுடன், குறைவான உணவுக் கையிருப்புடன் அவர் மகபத்தைப் பிடிப்பதற்குப் புறப்பட்டார். 1626 ஜூனில் ஷாஜஹான் தெற்கில் இருந்து ஆயிரம் படைவீரர்களுடன் புறப்பட்டுச் சென்றார். வழியில் மேலும் ஆதரவைத் தேடிக்கொள்ளலாம் என்ற அவருடைய நம்பிக்கை நொறுங்கிவிட்டது. அஜ்மீரில் இருந்த அவருடைய ஆதர வாளர் ஒருவர் அகாலமரணம் அடையவும், அந்த நபருடைய 500 படையாட்களும் கலைந்துவிட்டனர். மிச்சம் இருந்தது 500 பேர் மட்டுமே. ஷாஜஹான் தம்முடைய மீட்பு நடவடிக்கையைக் கைவிட்டுத் தெற்கு மாகாணங்களுக்குத் திரும்பிவிட்டார்.

* * *

முகலாய அரசு விவகாரங்களை மகபத் தம்முடைய பொறுப் பில் வைத்துக் கொண்டார். தற்போது பெயரளவில் பேரரசராக இருந்த ஜஹாங்கீரிடம் என்னென்ன செய்யப்பட வேண்டியது என்று அவர் சொல்லிவிடுவார். நூர் ஓரங்கட்டப்பட்டார். 1626 ஏப்ரலில் முகலாய அரச குடும்பம் காபூலை அடைந்தது, காபூல், அவர்கள் கடத்தப் பட்ட இடத்தில் இருந்து நானூறு மைல் தொலைவில் இருந்தது. அந்நகரத்து மக்கள் அரச தம்பதிகளை ஆர்வமுடன் வரவேற்றனர். தம்பதிகள் அங்காடி வீதி வழியே செல்லும் போது பொற்காசுகளை

வாரியிறைத்தனர். பெருந்திரளாய்க் கூடியிருந்த ஜஹாங்கீரின் குடி மக்கள், எதிர்கால வெற்றிகளின் நற்குறியாகவே அந்தத் தருணத்தைப் பார்த்தனர். பேரரசரும் பேரரசியும் காவலில் வைக்கப்பட்டிருப்பதை அவர்கள் அறிந்திருக்கவில்லை.

அது வழக்கம் மீறிய ஒரு சிறைவைப்பு நிலை, நூர்ஜஹானும் ஜஹாங்கீரும் கைதிகளாக்கப்பட்டிருந்தனர். ஆனால் அவை நடை யொழுங்கு நியதிகளும், செயல்முறைகளும் முழுமை கெடாமல் அப்படியே இருந்தபடி இருந்தன. அவர்கள் இருவரும் துப்பாக்கி முனையில் வைக்கப்பட்டிருக்கவில்லை. மகபத் அவர்கள் இருவரை யும் எச்சரிக்கையோடு கவனித்து வந்தார். ஆனால், தங்கள் அன் றாடச் செயல்களை அவர்கள் நடத்திக் கொள்ள எந்தத் தடையும் இல்லை. ஜஹாங்கீர் தம்முடைய கொள்ளுப்பாட்டனார் பாபரின் கல்லறைக்குச் சென்றுவருவது, பெரிய அத்தை குல்பதானின் நினைவிடத்துக்குச் செல்வது, காபூல் கோட்டைக்கு அருகில் உள்ள பூவனங்களுக்குச் சுற்றுலா போவது இவை வழக்கம்போலவே நடந்தன. நூரும், ஜஹாங்கீரும் உள்ளூர் இனமரபுத் தலைவரான ஹஸாராவைச் சந்தித்தனர். நூர் அந்தத் தலைவரின் மகனுக்கு இரத்தினங்களையும், தங்கமுலாம் பூசிய கலன்களையும் பரிசாகக் கொடுத்தார். பரிசுகள் பழைய உறவுகளை மேம்படுத்திக் கொள்வ தற்கும், புதிய உறவுகளை ஏற்படுத்திக் கொள்வதற்குந்தானே. தம்பதி கள் மலை ஆடுகளையும், செம்மறியாட்டுக் கடாக்களையும் கரடி களையும், கழுதைப் புலிகளையும் வேட்டையாடினர். நூர்ஜஹான் முக்கிய ஜாகிர்தார் என்ற முறையில் தம்முடைய சிறிய குதிரைப் படை அணிவகுப்பைப் பார்வையிட அனுமதிக்கப்பட்டார். ஒரு சடங்குமுறை என்பதால் மகபத் அதுபற்றி அலட்டிக் கொள்ள வில்லை.

மாலிக் அம்பர் இறந்துவிட்ட செய்தியை தூதுவன் ஒருவன் ஜஹாங்கீரிடம் வந்து தெரிவித்தான். தக்காணத்தில் உண்மையான முகலாயப்படை இல்லை என்பதால் கொண்டாடுவதற்குக் காரணம் இல்லாமல் போய்விட்டது. பர்வேஸ் அங்குள்ள சில படை வீரர்களைத் தன்னுடைய பொறுப்பில் வைத்துக் கொண்டிருந்தானே யன்றி, தக்காணத்தைக் கைப்பற்ற எந்த முயற்சியும் எடுக்கவில்லை. ஷாஜஹான் புதிய கூட்டுகளை உருவாக்கிக் கொள்வதற்குமுன் தெற்கே அடுத்து என்ன நடக்கப்போகிறது என்பதைக் கண்டுகொள்வ தற்காகக் காத்திருந்தார். தக்காணத்தில் உள்ள அரசுகள் எவ்வித சேதமும் இல்லாமல் இருந்தன. பேரரசர், அம்பரின் மரணச் செய்தி கேட்டு அதிக நாள் ஆகியிருக்காது, இளவரசன் பர்வேஸ் நோய் வாய்ப்பட்டு, தன்னுணர்வற்ற நிலையில் இருப்பதாய்த் தகவல்

வந்தது. அவன் குடல்அடைப்பு உபாதையில் துன்பப்படுவதை அறிந்து பேரரசர் கவலைப்பட்டார். முன்பு அதே நோய் பிரச்சனையில் தான் குஸ்ரா இறந்ததாக ஆணித்தரமாகப் பேசப்பட்டது. பர்வேஸின் நலிவுக்கு அவனது குடிப்பழக்கமே காரணம் என்றும் ஒரு பேச்சு இருந்தது. ஷாஜஹானின் குற்றங்களுக்குத் தண்டனையாக அவருடைய பிள்ளைகள் பேரரசரிடம் சேர்ப்பிக்கப்பட வேண்டும் என்ற ஏற்பாட்டின்படி, பிள்ளைகள் காபூலுக்கு வந்திருந்தனர்.

நூர் வெளிப்படையாய் எல்லோராலும் அறியப்பட்ட நடைமுறை காரியங்களன்றி, வேறு சிலவற்றையும் திரைமறைவில் செய்துகொண்டுதான் இருந்தார். தானும், ஜஹாங்கீரும் கவனமுடன் கட்டியமைத்த உலகை எப்படிச் சிறந்த முறையில் காப்பது, தங்கள் அதிகாரத்தை எப்படி மீண்டும் பெறுவது என்பது பற்றித் திட்டமிட்டுக் கொண்டிருந்தார். பல நெருக்கமானவர்களையும், விசுவாசிகளையும் அவர் சந்திப்பதற்கு அவருடைய அன்றாட செயல்திட்டத்தில் இடமிருந்தது. அவர்களுடன் சேர்ந்து தன்னுடைய திட்டங்களை அவர் உருவாக்கலானார். முன்பு நடந்த சண்டையில் வலிமை குன்றிய வீரர்கள் அவருடன்தான் இருந்தனர். தங்கள் வலிமையை அதிகரிக்கக் கூடுதலாக வருவார்கள் என்று எதிர்பார்த்தனர். அதிருப்தியும் கோபமும் கொண்டிருந்த பெருங்குடிமக்களை அரசு முகாமிற்குத் திரும்பும்படி அவர் அன்போடு வேண்டுகோள் விடுத்தார். அவர்களுக்கு உயர்ந்த பதவிகள் தரப்படும் என்று ஆசை காட்டினார். அவர்களுடைய அச்சத்தையும், தயக்கத்தையும் போக்க இப்படிப் பல வழிகளையும் அவர் கையாண்டார்.

ஒரு மதிப்பீட்டின்படி, தம் கையிருப்பில் இருந்து மூன்று லட்சம் பொற்காசுகளை அவர் செலவிட்டிருக்கிறார். எழுத்து வடிவிலான ஒரு ஆணை மூலம், ஹோஷியார் கான் என்கிற தம்முடைய புதிய அலி அடிமையிடம் லாகூரில் படைக்கு ஆள் திரட்டும்படி அறிவுறுத்தியிருந்தார். இந்தத் திட்டங்கள் எல்லாமே, மகபத்தின் கவனத்துக்கு எட்டாதபடி இரகசியமாகவே மேற்கொள்ளப்பட்டன. ஜஹாங்கீரும் நட்பார்ந்தவராய்த் தம்மைக் காட்டிக் கொண்டார். ஹோஷியார் கான் 2000 குதிரை வீரர்களையும், 5000 ஆயுதமேந்திய காலாட் படையினரையும் திரட்டினான்.

ஒருநாள் மகபத்தின் இராஜபுத்ர வீரர்களில் சிலர் காபூலின் பிரபலமான வேட்டைப் புலத்திற்கு தங்கள் குதிரைகளை மேய விடுவதற்காகச் சென்றிருந்தனர். அது அரசர் வேட்டையாடுவதற்காகப் பாதுகாக்கப்படும் பகுதி. அங்கே 'அஹாதி' எனப்படும் காவல் வீரர்களிடம் பாதுகாப்புப் பணி ஒப்படைக்கப்பட்டிருந்தது. அவர்கள் எந்தவொரு படைத்தலைவரின் கட்டுப்பாட்டிலோ, எந்தவொரு

நிலப்பிரபுவின் அதிகாரத்துக்கு பணிந்தோ இருப்பவர்களல்ல. அஹாதிகளின் ஒருவன் குதிரைகளை அங்கே மேய விடுவதற்கு மறுத்துவிட்டான். அவர்களுக்குள் வார்த்தை தடித்து, கைகலப்பாகி, இராஜபுத்ரர்கள் அவனைத் துண்டுதுண்டாக வெட்டிப் போட்டு விட்டனர். அவனுடைய உறவுக்காரர்கள் அரசவைக்குச் சென்று, நீதி கேட்டுப் புலம்பினர். அவர்களுடைய கோரிக்கை பேரரசருக்குத் தெரிவிக்கப்படும், விசாரணை மேற்கொள்ளப்படும் என்று ஒரு அதி காரி கூறினான். அஹாதிகள் திருப்தியற்றவர்களாய்த் தங்கள் பாது காப்புப் பகுதிக்குத் திரும்பிச் சென்றனர்.

நூர் அந்த வாய்ப்பைப் பற்றிக்கொண்டு, விற்போர் செய்வதில் வல்லவர்களான அஹாதிகளை மகபத்தின் ஆட்களுக்கு எதிராகச் செயல்படும்படி அறிவுறுத்தினார். மறுநாள் காலை அஹாதிகள் ஒரு குறுகலான பள்ளத்தாக்கில் இருந்த இராஜபுத்ர முகாமைத் தாக்கி 900 இராஜபுத்ரர்களைக் கொன்று குவித்தனர். அவர்களில் பலரும் மகபத்துக்கு நெருக்கமான நண்பர்கள், தம்முடைய சொந்தக் குழந்தைகளைவிடவும் அவர்களை அவர் வெகுவாய் நேசித்திருந்தார். மகபத் அந்தச் சண்டையில் தாமும் பங்கேற்கப் புறப்பட்டார், ஆனால் சிறிது நேரத்தில் தம் மனதை அவர் மாற்றிக்கொண்டு விட்டார். எங்கே சண்டையில் தன்னைக் கொன்றுவிடுவார்களோ என்று பயந்தார். தம்முடைய வளாகத்திலேயே பாதுகாப்பாக அவர் இருந்து கொண்டார். அந்தத் தாக்குதல் அவரை நிலைகுலையச் செய்துவிட்டது. தாமே எந்த உத்தரவும் பிறப்பிக்காமல் பேரரசரின் யோசனைப்படி நடப்பதென்று அவர் மனச்சாய்வு கொண்டு விட்டார்.

நூரின் அறிவுரையை ஏற்று, மகபத்தின் சந்தேகத்திற்கு ஆட் படாத வகையில் பேரரசர் நடந்து கொண்டார். அவர் அன்பாதர வுடன் மகபத்திற்குச் சாதகமாய் இருப்பதுபோல் காணப்பட்டார். நூர் அவரைத் தாக்கத் திட்டமிடுவதாகவும் ஆஸஃபின் மருமகளும், தளபதி ரஹீமின் பேத்தியுமான ஒரு பெண் மகபத்தை எப்போது வாய்ப்பு கிடைத்தாலும் துப்பாக்கியால் சுடவிரும்புவதாகவும் கூறி அவரை எச்சரித்தார். ஜஹாங்கீர் படிப்படியாக, தம்மைப் பிடித்து வைத்திருப்பவரின் நம்பிக்கையைப் பெற்றார். மகபத் அவரை முன்போல் அவ்வளவாகக் கண்காணிப்பதில்லை. மாளிகைக்குக் காவல் இருந்த ஆட்களின் எண்ணிக்கையையும் குறைத்துவிட்டார். அஹாதிகளுக்கும் இராஜபுத்ரர்களுக்கும் இடையே அந்தக் கோபத்தில் நடந்த சண்டைக்குப் பிறகு, வேறு மோதல் எதுவும் நடக்கவில்லை, கவலைப்படும்படியாய் வேறு எதுவும் நிகழவில்லை. ஆனால், பஹத் ஆற்றின் கரையில், நூருக்கு விசுவாசமான வீரர்கள் சண்டைக்குத் தயாராகிக் கொண்டிருந்தார்கள்.

1626 ஆகஸ்டு தொடக்கத்தில் அரசுப் பரிவாரம் இன்னமும் வெளிப்படையாய் உறுதிப்படாத மகபத்தின் கட்டளைப்படி காபூலை விட்டுத் திரும்பவும் லாகூருக்குப் பயணமானது. அது திரும்பிச் செல்கிற பயணம். செப்டம்பர் கடைசியில் கிட்டத்தட்ட நானூறு மைல்களைக் கடந்து, பஹத் ஆற்றங்கரைக்கே திரும்பி வந்துகொண்டு இருந்தது. இன்னும் இரண்டுநாள் பிரயாணம் செய்தால் அந்த இடத்தை அவர்கள் அடைந்துவிடலாம்.

தாம் நூரின் குதிரைப்படையை மறுசீராய்வு செய்யப் போவதால், அவர் வழக்கமுறையாகச் சிப்பாய்கள் அணிவகுப்பைப் பார்வையிடும் நிகழ்ச்சியை மகபத் ஒத்திப்போட்டால் நல்லது என்று மகபத்திற்கு ஒரு குறிப்புச் சீட்டு அனுப்பி வைத்தார் ஜஹாங்கீர். அந்தச் செய்தி பேரரசர் தம் மீது கொண்டுள்ள நம்பிக்கைக்கும், அவருடைய ஒத்துழைப்பிற்குமான அறிகுறி என்று எண்ணிக் கொண்டார். மகபத்திற்கு ஒன்று தெரியாது என்றால் அது, பேரரசி மேலும் இரண்டாயிரம் படையாட்களை அவருடைய குதிரைப் படையில் சேர்த்திருப்பது.

ஜஹாங்கீர், தாம் அனுப்பிய இரண்டாவது செய்தியில் மகபத்தும், அவருடைய ஆட்களும் அரசுப் பரிவாரத்தை விடவும் முன்னதாகப் பஹத் ஆற்றுக்குச் சென்றால் நல்லது என்று குறிப்பிட்டிருந்தார். லாகூருக்குப் பயணம் செய்கிறவர்களுக்கு அடுத்த பெரிய இடைநிறுத்தம் அதுதான். மகபத் அதற்கு ஒப்புக் கொண்டாலும், எந்தத் தீங்கும் நேர வாய்ப்பில்லாதபடிக்கு, காப்புறுதியாக ஆஸஃபும் தம்மோடு பயணித்தாக வேண்டும் என்று வலியுறுத்திவிட்டார்.

மகபத்தைத் தொடர்ந்து சாலையில் செல்வதற்குப் பதிலாக அரசுப்பரிவாரமும் நூரின் குதிரைப்படையும், பேரரசருக்கு விசுவாசமான பெருங்குடி மக்களும் விரைந்து செல்ல வேறொரு வழியைத் தேர்ந்து கொண்டனர். இரவில் கூட எங்கும் நிற்காமல், இரண்டு நாள் பயண தூரத்தை ஒரே நாளில் கடந்து சென்றனர். மகபத்திற்கு முன்பாகவே ஆற்றை அடைந்துவிட்டனர்.

நூர் ஜஹாங்கீர் உட்பட அவர்களுடைய குழுவினர் படகின் மூலம் ஆற்றைக் கடந்தனர். நூரின் குதிரைப் படையுடன், அரசவை உறுப்பினர்களும் நூர் இரகசியமாய்த் திரட்டியிருந்த படையாட்களும் வந்து இணைந்து கொண்டனர். மகபத் அங்கே வந்து சேர்ந்த போது, ஜஹாங்கீரும் நூரும் தங்கள் ஆணையை நிறைவேற்றும் பெரிய படையுடன் இருப்பதைக் கண்டார். அவனையும் அவருடைய ஆட்களையும் தங்களுக்குக் கீழ்ப்படுத்திக் கொள்ளக்கூடிய ஆற்றல்மிக்க படையாக அது இருந்தது. அரசு தொடர்பான தம் முடைய திட்டம் முடிவுக்கு வந்துவிட்டதை அவர் புரிந்துகொண் டார். நூர் கவனமுடன் இரகசியமாகத் திட்டமிட்டுப் பேரரசரையும்

சாம்ராஜ்யத்தையும் ஆபத்தில் இருந்து விடுவிக்கும் செயலை நிகழ்த்திவிட்டார்.

ஜஹாங்கீர் மகபத்திற்கு ஒரு உத்தரவு பிறப்பித்தார். அவர் ஆஸஃபையும், நூரின் இரண்டு மருமக்களையும் உடனே திருப்பி யனுப்ப வேண்டும் என்று. அத்துடன் அவரை அங்கிருந்து வெளி யேறி கிழக்கத்திய மாகாணங்களுக்குப் போய்விட வேண்டும் என்று கட்டளையிட்டார். ராஜதுரோகம் செய்த மகபத்துக்கு மரண தண்டனை விதிக்காமல் அவரை வலுக்கட்டாயமாக நாட்டைவிட்டு வெளியேற்றியதற்குக் காரணம், ஷாஜஹானின் நடந்துகொள்ளும் முறை இன்னமும் தகுந்ததாய் இருக்கவில்லை என்பதுதான். தம்முடைய தந்தையிடம் மன்றாடி மன்னிப்புக் கேட்பதை வெறுத்த ஷாஜஹான், தம் குழந்தைகளை ஜஹாங்கீரிடம் அனுப்பியிருந்தாலும், தமது கிளர்ச்சியைத் தொடரவே செய்தார். முகலாய மற்றும் சஃபாவித் சாம்ராஜ்யங்களுக்கு எல்லையாக இருந்த சிந்து மாகாணத்தை நோக்கி, தம்மிடம் இருந்த ஐநூறு வீரர்களுடன் சென்றார் அவர். சஃபாவித் ஷாவிடம் இருந்து உதவி பெறலாம் என்ற இறுதி நம்பிக்கை.

ஜஹாங்கீரின் உத்தரவிற்கு இணங்க, மகபத் அரசகுடும்பத்து மருமக்களில் ஒருவரைத் திருப்பியனுப்பி விட்டார். ஆஸஃபை பொருத்தவரை, ‘பேகத்திடம் (நூர்) இருந்து என்னுடைய பாது காப்புக்கு எந்த உத்தரவாதமும் கிடைக்கவில்லை. நான் ஆஸஃப் கானை விட்டுவிட்டால் அவர் என்மீது ஒரு பட்டாளத்தையே ஏவி விடுவார். நான் லாகூரைக் கடந்தவுடன் நான் மகிழ்ச்சியோடும், மனவிருப்பத்தோடும் ஆஸஃப்கானை அரசவைக்கு அனுப்பி விடுகிறேன்’ என்று வெளிப்படையாகவே தூதுவனிடம் அவர் தெரிவித்துவிட்டார்.

‘அந்த வார்த்தைகள் நூரரை கோபத்தின் உச்சத்துக்கே கொண்டு போய் விட்டது’ என்று ‘ஹாடி’ எழுதியிருக்கிறார். நூர், ஒரு இறுதி உத்தரவுடன் அந்தத் தூதுவனை மகபத்திடம் திரும்ப அனுப்பினார். ‘ஆஸஃப்கானை திருப்பியனுப்புவதில் தாமதம் செய்தால் அது உம் முடைய நலனுக்கு உகந்ததாய் இருக்காது. நீர் விபரீதச் சிந்தனைக்கு இடமளித்தால் அதன் விளைவு வருத்தப்படும் படியாகவே இருக்கும்’ என்று நூரின் சொற்களைப் புறந்தள்ளிவிட முடியாது, அவருடைய ஆற்றல் கணக்கில் கொள்ளப்பட வேண்டியது என்பதை மகபத் உணர்ந்து கொண்டார். அவர் ஆஸஃபை உடனே விடுவித்து விட்டு, தன்னைக் காத்துக் கொள்வதற்காக ஒரு மருமகனை மட்டும் தன்னு டைய பிடியில் வைத்துக் கொண்டார். தமது அதிகாரமும், பேரா வலும் முடிவுக்கு வந்துவிட்டதை அவர் புரிந்து கொண்டார். சில நாட்களுக்குப் பிறகு, இரண்டாவது மருமகனையும் நூரிடம் திருப்பி யனுப்பி விட்டார்.

பேரரசர் ஜஹாங்கீரும், வெற்றிவாகை சூடிய பேரரசி நூர்ஜஹானும் 1626 அக்டோபர், 18ஆம் நாள் லாகூருக்குத் திரும்பி வந்தனர். நகரத்து பெருமக்கள் அரண்மனைக்குச் செல்லும் சாலை நெடுகிலும் வரிசைகட்டி நின்று அவர்களை வரவேற்றனர். நூரும், ஜஹாங்கீரும் – நிர்வாக மாற்றங்கள், புதிய நியமனங்கள், மாகாண ஆளுநர்களை இடமாற்றம் செய்தல் என்று தொடங்கி, அரசவையின் வழக்கமுறையான பணிகளைத் தொடரச் செய்தனர். ஜஹாங்கீர் ஆஸஃபை அரசுப் பிரதிநிதியாகவும், பஞ்சாப் மாகாண ஆளுநராகவும் நியமித்தார்.

பேரரசி முகலாய அரசின் ஒழுங்கமைவை மீண்டும் ஏற்படுத்தியிருந்தாலும், அவரது முக்கியத்துவம் அரசியல் படைத்துறை சார்ந்த திட்டங்களில் அதிகரித்துக் கொண்டே போனது கவலையளிப்பதாக இருந்தது.

மகபத்தின் ஆட்களுடன் போரிடுவதற்கு நூர் தயாரித்த திட்டம் தோற்றது, அவர் மீண்டும் எழுச்சி பெற்று, வெற்றிகரமான வியூகங்களை வகுத்து, பேரரசரை விடுவித்தபோதும் அவர் முகலாயர்களை குழப்பத்தில் ஆழ்த்தி, சோதனைக்குள்ளாக்கி விட்டதாகவே அரசியல் நோக்கர்கள் கருதுகின்றனர்.

நூர் முகலாய வம்சத்தைப் பாதுகாத்தவர் என்று கவிஞர் ஷிராஸி போன்ற சிலர் மட்டும் ஒப்புக் கொள்கிறார்கள்.

‘மதியூக அரசியின் வழியில் நடந்ததாலன்றோ
வானளவு உயர்ந்தது ஜஹாங்கீரின் வாழிடம்
வலுமிக்க ஆட்சி அரசியால் அமைந்தது
அரசரின் நிர்வாகத்தில் அதுபோல் கண்டதில்லை.’

15

மரண தேவதை

1627–மார்ச்–*1* ஆம் நாளில் பிரயாணத்துக்கு நல்ல நேரம் பார்த்து, சோதிடர்கள் தெரிவித்தனர். அரசகுடும்பம் பரிவாரங்களுடன் லாகூரில் இருந்து உயர்த்திய கொடிகளுடன் காஷ்மீர் பள்ளத் தாக்கிற்குப் புறப்பட்டுச் சென்றது. வழக்கமாக ஒவ்வோர் ஆண்டும் வடக்கே உள்ள மலர் வனங்களைக் கண்டுமகிழ, நூர்ஜஹானும் ஜஹாங்கீரும், சாலை இடர்ப்பாடுகளைச் சகித்துக் கொண்டு போய் வருவார்கள். மூச்சுவிடுவதில் சிரமம் உள்ள பேரரசருக்கு அங்கே நோய்த்தொல்லை குறைகிறது, பேரரசிக்கு அதுவே இளைப்பாறும் தருணங்கள். அரசரின் பயணக் குழுவில் நூரின் சகோதரன் ஆஸஃப் கான், அவருடைய மருமகன் ஷாரியர், மகள் லாட்லி, காலமான இளவரசன் குஸ்ராவின் மகன் தவார் பக்ஸ் (நூரின் உத்தரவின்படி ஷாரியரின் மேற்பார்வையில் அவன் விடப்பட்டிருந்தான்). தவாரின் பொது மதிப்பு சில முகலாயர்களிடம் பரவினால், எங்கே அதுவே ஷாரியரின் வாரிசுரிமைக்குத் தடையாகிவிடுமோ என்ற சந்தேகத்தில் தான், தவாரை தங்கள் பார்வையிலேயே வைத்துக் கொள்ளவேண்டும் என்று நூர் விரும்பினார்.

அதே சமயத்தில் சிந்து மாகாணத்தில் அரசுத் துருப்புகளின் தலைவனான ஷரீஃப்–உல்–மாலிக் தட்டா என்னும் நகரத்தில் இருந்து கொண்டு ஷாஜஹானுடன் போரிடத் தயாராகிக் கொண்டிருந்தான். (இவன், ஷாரியர் லாட்லியை மணந்துகொண்டதும் ஷாரியரின் வீட்டுப் பராமரிப்புப் பணிக்கு நியமிக்கப்பட்டவன்) தற்போது இவன் *3,000* குதிரை வீரர்களையும், *12,000* காலாட் படையினரையும் திரட்டியிருந்தான். தட்டா கோட்டையில் கூடுதலாகக் கனரகத் துப்பாக்கிகள், பீரங்கிகளைச் சேர்த்திருந்தான். தன்னுடைய தீவிர ஆதரவாளர்களின் கருத்துக்கிணங்க ஷாஜஹான் கோட்டையை நேரடியாகத் தாக்க வேண்டாம் என்று தடுத்துவிட்டார். அவர்கள் பீரங்கிக் குண்டுகளுக்கு இரையாகி விட வேண்டாம் என்பதற்காக அவர் தடுத்து வைத்தார்.

துணைப் படைப்பிரிவொன்று, ஒரு தாக்குதலில் இறங்கியது. ஆனால், முன்னேறிச் செல்ல முடியவில்லை. தட்டா நகரத்துக்கு வெளியேயிருந்த ஷாஜஹானின் முகாம் மீது ஷரீஃப் பீரங்கித் தாக்குதலுக்கு உத்தரவிட்டிருந்தான். அந்தத் தாக்குதல் நடந்தது எப்போது என்று ஷாஜஹானின் காலவரிசை முறையில் விவரிக்கும் எழுத்துப் பதிவுகளில் தெளிவாக இடம்பெறவில்லை. அர்ஜுமண்ட் தங்கியிருந்த கூடாரத்துக்கு அருகே துப்பாக்கிச் சூடோ குண்டு வெடிப்போ நடந்திருக்கிறது. அப்போது அர்ஜுமண்ட் பதினோராவது குழந்தையைக் கருவில் தாங்கியிருந்தார். அரசகுடும்பத்து நபர் தங்கியிருந்த இடத்தருகே துப்பாக்கிச் சூடு நடத்திய குற்றத்துக் குள்ளானான் ஷரீஃப். அந்த விபரீத நிகழ்வை ஷாஜஹான் மறந்து விடமாட்டார். ஆனால், அதற்குப் பிறகு சீக்கிரமே அவர் நோய் வாய்ப்பட்டார்.

தம்முடைய முகாமில் அவர் குணமடைந்து கொண்டிருந்த போது, அரசு தொடர்பான ஆசைகள் எதையும் அவர் மனதில் இரகசியமாய் வளர்த்துக் கொண்டிருந்தால் அதனால் பயனிருக்காது என்று ஷாஜஹானுக்கு நூர்ஜஹான் செய்திக் குறிப்பு அனுப்பி வைத்திருந்தார். அவரிடம் அதிகாரம் இல்லை, ஆட்கள் இல்லை, ஆதரவளிக்க யாரும் இல்லை. ஆளுகைப் பொறுப்பு நூரிடம் இருக் கிறது. 'அவர் தக்காணத்துக்குத் திரும்பி, விதியின் கையில் தன்னை ஒப்படைத்துக் கொள்வதே புத்திசாலித்தனம்' என்று நூர் எழுதி யிருந்தார். ஷாஜஹானும் நூர் சொன்னவாறே செயல்பட்டார். மகபத் வந்து அவருடன் இணைந்து கொண்டார். கடத்தல் நிகழ்ச்சி அவரைச் சங்கடத்துக்கு உள்ளாக்கிய பிறகு, அவருடைய ஆட்சியதி கார ஆர்வம் அவரை ஷாஜஹான் பக்கம் தள்ளிவிட்டது. 'இந்தப் பாவம் செய்த அடிமையின் குற்றங்களைத் தாங்கள் மன்னித்தால் தங்கள் மாளிகையின் வாசலில் நான் வந்து நிற்பேன்' என்று ஷாஜஹானுக்கு அவர் செய்தி அனுப்பினார்.

* * *

காஷ்மீரத்துக் காற்று தன் மந்திரசக்தியை, வியப்பூட்டும் தனித்திறமையை இழந்துவிட்டதாகவே தோன்றியது. 'பூலோக சொர்க்கம்' ஜஹாங்கீரின் வலிமையை அவருக்கு மீட்டளிக்கத் தவறி விட்டது. பேரரசர் தம்முடைய இயல்பு நிலையில் இருக்கவில்லை. மூச்சுத்தொல்லை அவரை வெகுவாய்த் துன்புறுத்தியது, அவர் மிகவும் பலவீனமாய் உணர்ந்தார். அவரால் குதிரைமீது அமர்ந்து சவாரி செய்ய முடியவில்லை, அவரைப் பல்லக்கில் கொண்டு செல்ல வேண்டியிருந்தது. 1627 செப்டம்பரில் அவருடைய உடல்நிலை மிகவும் மோசமாகிவிட்டது. அரசு மருத்துவர்களால் அவர் குண மடைவார் என்ற நம்பிக்கையைத் தர முடியவில்லை.

மூச்சுத்திணறலாலும் கடும் நெஞ்சுவலியாலும் அவதிப்பட்ட ஜஹாங்கீர், நாற்பதாண்டுகாலமாய்த் தம்மை அடிமையாக்கியிருந்த அபின் மீது அருவருப்பு கொண்டுவிட்டார். தம்முடைய பசியார்வத்தை அவர் இழந்துவிட்டார். ஒவ்வொரு நாளும் சில கோப்பை திராட்சை ரசத்தை மட்டுமே பருகலானார். அவருடைய மனத்தெளிவு மேகத்துக்குப் பின்னே மறைந்த சூரியனைப்போல் மங்கிக் கொண்டிருப்பதைக் கண்டு நூர் எச்சரிக்கையுற்றார். பேரரசர் சில நேரங்களில் புரிந்துகொள்வதற்கு இயலாத சொற்களை உதிர்த்துக் கொண்டிருந்தார்.

பேரரசின் நலிவால் கவலைப்பட்டுக் கொண்டிருந்த நூருக்கு, அவருடைய மருமகன் ஷாரியர் வேறொரு கவலையைத் தந்து விட்டான். அவனுக்குத் தொழுநோய் போன்ற வியாதி ஏற்பட்டு, அவனுடைய புறத்தோற்றம் கெட்டு, அழகு போனது. தலைமுடி, தாடி, கண்புருவம், கண்இமைகள் எல்லாம் முடியில்லாமல் போய் விட்டது. அரசு மருத்துவர்களால் எந்த வகையிலும் உதவ முடிய வில்லை. குளிர்ப்பிரதேசமான காஷ்மீரில் இருந்து வெப்பம் மிக்க லாகூருக்கு அனுப்பி வைத்தால் இளவரசர் குணம்பெற முடியும் என்று யோசனை கூறினர். அக்டோபர் தொடக்கத்தில் தான் பயணம் மேற்கொள்வதற்கு பேரரசியிடம் அனுமதி வேண்டினான் அந்த இளவரசன்.

அவரும் உடனே இசைவளித்தார். லாகூருக்குத் தன் மனைவி யுடன் புறப்படுவதற்கு முன் குஸ்ராவின் மகன் தவார் பக்ஷைக் கவனித்துக் கொள்ளும் பொறுப்பை அரசு அதிகாரி ஒருவரிடம் ஒப்படைத்தான். நூரைப் பொருத்தவரை அவருடைய மனநிலைப் பாங்கே மாறிவிட்டது. அவர் சிரிப்பதே அரிதாகி, கடுகடுப்பாகி விட்டார். அவருடைய கணவர் செத்துக் கொண்டிருந்தார், தனக்குப் பின் அதிகாரத்துக்கு வருவான் என்று அவர் நம்பிய மருமகனோ நோயாளியாகி விட்டான்.

ஷாரியர் புறப்பட்டுச் சென்ற சில நாளிலேயே ஜஹாங்கீரும் லாகூருக்குத் திரும்பிவிடத் தீர்மானித்தார். ஒருவேளை அது நூரின் யோசனையாகவும் இருக்கலாம். நூர் வருத்தப்படத்தக்க காரணம் இல்லாமலில்லை. பர்வேஸ் இறந்து போனான், ஷாஜஹான் தக்காணத்தில் இருக்கிறார். அந்நிலையில், சுகவீனமுற்றப் பேரரசரின் பக்கத்தில் ஷாரியராவது இருந்தாக வேண்டும், அதைத் தவிர்க்க முடியாது. முகலாய அரசுப் பரிவாரம் தனது நீண்ட திரும்பிச் செல் லும் பயணத்தைத் தொடங்கியது.

போகும் வழியில் இடைநிறுத்தமாக பராம்கல்லா என்ற இடத்தில் அவர்கள் தங்கினர். ஒரு மலைக்குப் பக்கத்தில் இனிமை யும், பசுமையும் நிரம்பியதாய் அந்த இடம் இருந்தது. அங்கே உள்ள

'சிட்டாபானி' (வெண்ணிற நீர்) அருவி நுரைபொங்கக் கனவேகத்தில் வீழ்ந்துகொண்டிருந்தது. ஜஹாங்கீர் அந்தப் பகுதியில் எப்போதுமே விருப்பமுடன் வேட்டையாடியிருக்கிறார். கடந்த சில வாரங்களுக்குப் பிறகு, பேரரசரின் உடல்நிலை இப்போதுதான் முதல்முறையாகத் தேறியிருந்தது. தனக்கு வேட்டையாடத் தோன்றுகிறது என்றார் அவர். உடனே அதற்கான ஏற்பாடுகள் தொடங்கின. பணியாட்கள் மலையடிவாரத்தில் ஒரு மேடை அமைத்தனர். அங்கிருந்து கொண்டு ஜஹாங்கீர் வேட்டைத் துப்பாக்கியால் சுடமுடியும். உள்ளூர் நிலச் சுவான்தாரர்களும், சிப்பாய்களும் மலையுச்சிக்கு மறிமான்களை விரட்டிவிட வேண்டும். அவை கண்ணில் பட்டதும் பேரரசர் அவற்றைச் சுட்டுத் தள்ளுவதாகத் திட்டமிடப்பட்டது.

வேட்டை தொடங்கியது. சிப்பாய் ஒருவன் மறிமான் ஒன்றை மலையுச்சிக்கு விரட்டிச் சென்றான். ஆனால், அந்த விலங்கு, கீழேயிருந்த பேரரசர் சுடுவதற்கு வாகான இடத்தில் நின்றிருக்கவில்லை. அது தரைப்பரப்பிற்கு மேல் உயர்ந்து நிற்கும் பெரும் பாறையில் நின்றுவிட்டது. அதை அங்கிருந்து உசுப்பிவிடுவதற்காக அந்தச் சிப்பாய் பாறைப்பக்கப் படிவிளிம்பைப் பற்ற முயன்றான். ஆனால் கால் சறுக்கிவிட்டது. அவன் ஆதரவுக்காய்ப் பற்றிய குத்துச் செடியும்வேரோடு பரிந்துவிட, கீழ்நோக்கி உருண்டவன் உயிரை விட்டான். ஜஹாங்கீர் கடும் அதிர்ச்சிக்குள்ளானார். பிற்பாடு, அந்தச் சிப்பாயின் துயருற்ற தாய்க்கு இழப்பீடாக தாராளப் பொருளுதவி செய்தார். ஆனாலும் அவருடைய மனக்கவலை குறையவில்லை. 'மரணதேவதை தன் சுய உருவை மறைத்துக் கொண்டு அவர் முன் பாய் மாறுவேடத்தில் காட்சியளித்தது' என்று முத்ஆமத் அவருடைய 'இக்பால் நாமா'வில் குறிப்பிட்டிருக்கிறார்.

அரசுப் பரிவாரம் முன்னோக்கிச் சென்றதுபோலவே ஜஹாங்கீரும் வயதேறி, தற்போது அறுபதான நிலையில் படிப்படியாக சீர்கேடுற்றார். முந்தைய பயணங்களில் அவர் காஷ்மீரில் இருந்து தாழ்நிலைப் பகுதிகளுக்குச் செல்லும்போது அங்குள்ள மக்களின் பழக்க வழக்க மாறுபாடுகளை, நிலப்பகுதிகளின் தன்மைகளை கருத்தூன்றிக் கவனித்துக் குறிப்புகள் தயார் செய்வார். அவர் வழக்க முறையாக 'தாணா' கிராமத்தருகே இடைநிறுத்தமாகத் தங்கிவிடுவார். காஷ்மீரின் கலாச்சாரம் அந்த இடத்தோடு முடிந்து விடுவதாகத் தம்முடைய நாட்குறிப்பேட்டில் அவர் பதிவு செய்திருக்கிறார். 'வானிலையிலும், மொழிகளிலும், உடையணிவதிலும், விலங்குகளிலும் ஒரு பெரிய வேறுபாட்டை இங்கே காணமுடிகிறது.' என்றும் குறித்திருக்கிறார்.

அக்டோபர் 28ஆம் நாளின் பிற்பகுதியில் பயணக்குழு ரஜோர் (தற்போது ரஜோரி) நகரத்தில் இருந்து புறப்பட்டது. அப்போது

பேரரசர் 'ஒயின்' வேண்டும் என்று கேட்டார், ஆனால், பணியாள் கொண்டு வந்து கொடுத்த ஒரு கோப்பை ஒயினில் சிறிதளவையும் அவரால் உட்கொள்ள முடியவில்லை. பதினைந்து மைல் தெற்காக அவர்கள் 'சிங்கிஸ் ஹாட்லி' என்ற அரசுக்குச் சொந்தமான ஓய்வில்லத்தை அடைந்தபொழுது, பேரரசரின் சுவாசம் ஒழுங்கற்றுப் போனது. சிங்கிஸ் ஹாட்லியின் கற்சுவர்களில் செதுக்கப்பட்டிருந்த பூக்களின் அமைப்பையும், நேர்த்தியான தரைத்தளத்தையும் ஜஹாங்கீர் ஒருமுறை பாராட்டியதுண்டு. கட்டிட வல்லுநரான முராத் என்பவருக்கு அவருடைய வேலைத்திறனுக்காக அவர் வெகுமதியும் வழங்கியிருந்தார். தற்பொழுது செங்கற்களாலான வாயிற்பகுதி – கீழ்நோக்கித் தொங்கும் புல்வகையால் மறைக்கப்பட்டது – பலவீனமுற்ற பேரரசர் செல்வதற்கு வழிவிடுவதுபோல் காணப்பட்டது. பேரரசி, அவருடைய சகோதரர், பிரதான பெருங்குடிமக்கள், மருத்துவர்கள், பணியாளர்கள் என்று பலரும் இறந்து கொண்டிருக்கும் பேரரசரைச் சுற்றிச் சூழ்ந்திருந்தனர். 1627 அக்டோபர் 29 விடியற்காலையில் ஜஹாங்கீர் இறந்துவிட்டார்.

லாகூரில் இருந்து நூற்றுக்கும் அதிகமான மைல்தொலைவில், முகலாய முகாமில், பதவிக்கான வாரிசுப்போர் தொடங்கிவிட்டது. வரலாற்று நிகழ்வுகளைப் பதிவிடுகிறவர்கள், ஜஹாங்கீர் மரணமடைந்ததுமே என்ன நடந்தது என்பதில் வெவ்வேறு பார்வை கொண்டிருந்தனர். ஷாரியரை அரியணையில் அமர்த்தவும், தம் சகோதரன் ஆஸஃப் தன்னுடைய மருமகன் ஷாஜஹானுக்கு ஆதரவளிக்கக் கூடும் என்பதால் சகோதரரைக் கைது செய்யவும் நூர்ஜஹான் தீர்மானித்ததாக பக்காரி தெரிவிக்கிறார். இந்த நிகழ்வு பற்றி வேறெந்த வரலாற்றாளரும் எதுவும் குறிப்பிடவில்லை. ஜஹாங்கீர் இறந்து துக்ககரமான சூழ்நிலையில் தன் மருமகன் ஷாரியருக்கு மரபுரிமையைத் தந்துவிட நூர் திட்டமிட்டிருந்தார் என்பதைப் பல ஆண்டுகளுக்குப் பிறகு ஷாஜஹானால் உருவாக்கப்பட்ட அரச வரலாற்றில் அவர் விவரித்திருக்கிறார்.

நூர்ஜஹான், முக்கியப் பெருங்குடி மக்களை கலந்தாய்வுக் கூட்டத்துக்கு அழைத்திருந்தார். ஆனால், வழக்கமாக விவேகத்துடனும் ராஜதந்திரத்துடனும் செயல்படுகிற ஆஸஃப் உடனடியாக ஆளுகைப் பொறுப்பை எடுத்துக்கொண்டு, தன் சகோதரியை முந்திக் கொண்டுவிட்டான்.

தன் மருமகன் ஷாஜஹானுக்கு ஆதரவாக, மற்றவர்களை வழிக்குக் கொண்டுவரும் ஆளுமைத் திறத்துடன் வெளிப்பட்டான் அவன். ஆஸஃப்கான் பனாரஸி என்பவனை – விரைந்து தூது கொண்டு செல்வதில் பெயர் பெற்றவன் – ஜஹாங்கீரின் மரணச் செய்தியை ஷாஜஹானுக்குத் தெரிவிப்பதற்காக அனுப்பி வைத்தான்.

‘ஷாஜஹான் நாமா’ நூலில் கூறியுள்ளபடி (ஷாஜஹான் ஆட்சிக் காலத்திய அதிகாரபூர்வப் பதிவேடு), ஆஸஃப்கான் அந்தச் செய்தி யின் உண்மையை உறுதிப்படுத்தும் விதமாக, ஷாஜஹான் அதை நம்பவேண்டும் என்பதற்காகத் தன்னுடைய முத்திரை மோதிரத்தை யும், தனிமுறை அடையாளமொன்றையும் கொடுத்தனுப்பினார்.

ஷாஜஹான் வந்து சேரும்வரை முகலாய சிம்மாசனத்தை எப்படித் தன் பிடியில் வைத்திருப்பது என்பதுதான் ஆஸஃப்கானுக்கு அப்போதிருந்த பிரச்சனை. இன்னமும் முகலாய அதிகாரி ஒருவரின் கண்காணிப்பில் இருந்த தவார் பக்ஷை அழைத்து வந்து, அவனே அடுத்த அரசன் என்று அந்த இளைஞனுக்கு வாக்குறுதியளிப்பது என்று அவன் தீர்மானித்தான். ‘அரசாள்வதற்குத் தானே தகுதியான வன் என்று எண்ணிக் கொண்டிருக்கும் இளவரசன் ஷாரியாரின் பேரவாவைத் தடைப்படுத்தவும், அவனுடைய எழுச்சியைத் தடுக்க வும் மேற்கொள்ளப்பட்ட, நோக்கத்திற்கேற்றச் சூழ்ச்சிமுறை’ என்கிறது ‘ஷாஜஹான் நாமா.’

கணவன் இறந்ததால் துக்கம் கடைப்பிடித்துக் கொண்டிருந்த நூர்ஜஹான், தன்னுடைய நிலை என்னவாகுமோ என்ற அச்சத்தில் இருந்தார். தன்னை வந்து சந்திக்கும்படி தன் சகோதரனிடம் அடுத்தடுத்து தூது விட்டுக் கொண்டிருந்தார். ஆனால், ஆஸஃபோ சாக்குபோக்கு சொல்லி நழுவியபடி இருந்தான்.

நூர் தனிமைப்படுத்தப்பட்டார். அவருடைய அலி அடிமைக ளையும், அவருக்கு உறுதுணையாக இருந்தவர்களையும், பழைய ஆதரவாளர்களையும் வெளியேற்றியதோடு, தானும் தன் சகோதரி யைக் காணவருவதை நிறுத்திக் கொண்டுவிட்டான். ‘நீங்கள் எப்படி நடந்துகொண்டீர்களோ அப்படியே நீங்களும் நடத்தப்படுவீர்கள்’ என்று அரசவை வரலாற்றாளரான ஃபரீது பக்காரி நூரின் தலைவிதி பற்றி எழுதியிருந்தார்.

பேரரசர் இறந்த சில நாட்களிலேயே, நூரின் முன்பாய் தலை வணங்கி நின்றிருந்தவர்கள் எல்லாம் அவரை விட்டு நீங்கிச் சென்று விட்டனர். ஷாஜஹானுக்கு அரியணையைப் பெற்றுத்தரும் நோக்கத்துடன், தவாரைப் பயன்படுத்தும் ஆஸஃபின் செயல் திட்டத் துக்கு அரசு முகாமைச் சேர்ந்த பெரும்பாலான மேற்குடியினரும் ஏகமனதாய் வெளிப்படையாகவே ஆதரவு தெரிவித்தனர். கணவரும் இறந்து, சகோதரனும் எதிர்க்கத் தொடங்கிவிட்ட நிலையில் நூரின் நடவடிக்கை எதுவும் வெற்றி பெறும் வாய்ப்பிருப்பதாய்த் தெரிய வில்லை. உண்மையிலேயே வியக்கத்தக்க வேகத்தில் பழைய ஒழுங்கமைவு மீட்டெடுக்கப்பட்டது. பேரரசியைப் புறக்கணிக்கும் பொருட்டு இவர்கள் பேரரசரின் இறப்பு வரை காத்திருந்திருக் கிறார்கள்.

நூர், பேரரசரின் உடலை லாகூருக்கு அனுப்புவதற்கான ஏற்பாடுகளைச் செய்தார். அவரை முழு அரசு மரியாதையோடு அடக்கம் செய்வது அப்போது தானே சாத்தியம். அரசுப் பரிவாரம் மூன்று பிரிவுகளாகப் பிரிக்கப்பட்டது. முதல் பிரிவினர் ஜஹாங்கீரின் உடலைச் சுமந்து சென்றனர். வேலையாட்களும், ஊழியர்களும் மெய்க்காவலாக – மதிப்புச் சின்னமாக உடன் சென்றனர். இரண்டாவது பிரிவில் ஆஸஃப், தவார், முக்கியப் பெருங்குடிமக்கள் செல்வாக்குள்ள அதிகாரிகள் இருந்தனர். மூன்றாவதில் ஒருநாள் பயண இடைவெளித் தொலைவில் நூர் இருந்தார். அவர் ஆஸஃபின் கட்டுப்பாட்டில் இருந்தார். அவன் கவனமாய்த் தெரிவு செய்த பணியாளர்கள் தற்போது நூருக்கு ஊழியம் புரிந்தனர். தன் கணவரின் சடலத்துக்கு ரொம்பவும் பின்னால் ஒரு யானைமீது நூர் அமர்ந்து சென்றார்.

பேரரசருக்கு ஈமச் சடங்குகள் செய்யப்பட்டன. இயற்கையான வேதியல் மாற்றங்களில் உடல் சிதைந்துவிடக் கூடாது என்பதற்காகக் கடைசி முறையாக உடலைக் கழுவி, உள்ளுறுப்புகள் குறிப்பாக குடல்பகுதிகள் அகற்றப்பட்டன. வழக்கமாக மிக நெருங்கிய ஆண் உறவினர்கள் இந்தச் சடங்கைச் செய்வார்கள், எனவே ஆஸஃப் மற்றும் தவார் ஆகியோரின் மேற்பார்வையில் அது நடந்தது. இவ்விதமாய் அரசரின் உடல் புதைப்பதற்கு ஆயத்தம் செய்யப்பட்டது. லாகூருக்கு வெளியே சதாராவில் நூர் வடிவமைத்திருந்த 'மனதுக்கு மகிழ்வூட்டும் பூவனம்' என்ற தோட்டத்தில் பேரரசர் விரும்பியபடியே நல்லடக்கம் செய்யவிருந்தனர்.

அதேநேரத்தில், பஞ்சாபில் ஒரு முல்லா தவாரின் பெயரில், அவனை வெளிப்படையாக இல்லாவிட்டாலும் அதிகாரபூர்வமாக அரசர் என்று அறிவித்து *குத்பா உரை நிகழ்த்திக் கொண்டிருந்தார்.

முத்ஆமத்தும், பிற்பாடு பதினெட்டாம் நூற்றாண்டு வரலாற்றாளர் ஹாடியும் குறிப்பிட்டபடி, துக்கத்தில் இருந்த நூர் தன் சகோதரனின் திட்டங்களை அறிந்திருக்கவில்லை. ஷாரியரே அரசனாகப் போவதாக அவர் இன்னமும் நம்பிக் கொண்டிருந்தார். ஆனால், 'ஷாஜஹான் நாமா' வேறு மாதிரி கதை சொல்கிறது. தவாரின் பொருட்டு ஆஸஃப் தீட்டிய திட்டங்கள் பற்றி நூர்ஜஹானுக்குத் தெரியவந்ததும் அவர் பேச்சற்றவரானார், அடுத்து தம் சிந்தனை தடைப்படும் அளவிற்கு பெரும் அச்சத்திற்குள்ளானார் – என்று அந்த நிகழ்வு பற்றி அது விளக்கமளித்தது. குழப்ப மனநிலையில் இருந்த நூர், அர்ஜுமண்ட் ஷாஜஹான் பெற்ற மூன்று மகன்களை

* குத்பா : 'உரையாற்றினான்' என்று பொருள்படும் 'கதப' என்னும் சொல்லில் இருந்து தோன்றியது. இது பேருரை சொற்பொழிவு எனப் பொருள்படும். ஆண்கள் மேடைமீதிருந்து குத்பா ஓதவேண்டும்.

யும் தன்னுடன் யானையில் வருமாறு அழைத்தார், அவர்களைத் தன்னோடு அமர்த்திக் கொள்வதன் மூலம் அவர்களுடைய பாது காப்பை அவர் உறுதிப்படுத்திக் கொண்டிருக்கக் கூடும். ‘ஷாஜஹான் நாமா’வின் கருத்துப்படி, அவர் ஷாஜஹானின் மக்களைத் தொடர்ந்து தன்னோடு வைத்திருந்திருக்கிறார்.

அந்நிலையில் நூர்ஜஹான் பேகத்தின் அந்தப்புரக் கட்டுப்பாடு களில் இருந்து மதிக்கத்தக்க இளவரசர்களை அகற்றுவது நடைமுறைச் சாத்தியமற்றதாகும். அத்துடன் அவர் முன்பே தம்முடைய மருமகன் ஷாரியருக்குச் சிம்மாசனத்தை நிறுவும் திட்டத்தில் இருந்திருக்கிறார்.

தந்தை இறந்த செய்தி கேட்டதும் ஷாரியர் லாகூர் கருவூலத் தைச் சூறையிட்டும், அரசுப் பணிப்பட்டறைகளில் இருந்து பொருட் களை எடுத்தும் தனக்கு ஆதரவாளர்களைத் தேடிக் கொள்ளும் நோக்கில் அந்தப் பொருட்களை விநியோகம் செய்தான். அவன் படையாட்களைச் சேர்த்துக் கொண்டு, அரசுத்துறைகளை எளிதாகக் கைப்பற்றினான். அவை யானைகள், குதிரைகள், போர்க்கவசங்கள் இவற்றைக் கையாள்கிறவை. ‘லாட்லி தன் தாயின் பாதுகாப்பையும், கணவனின் செல்வங்களையும் கருத்தில் கொண்டு விரைந்து பேரரசின் பொறுப்பை ஏற்கும்படி அவனைத் தூண்டினாள்’ என்று முத்ஆமத் குறிப்பிடுகிறார். ஹாதியின் கருத்துக்கிணங்க, பேரரசர் இறந்த ஒரு வாரத்திற்குள்ளாகவே ஷாரியர் பெரிய அளவிலான பணத்தை எண்ணற்ற அதிகாரிகளுக்கும், பெருங்குடி மக்களுக்கும் வாரி வழங்கியிருந்தான். மற்றவர்களுக்குப் பணம் தருவதாகவும், பதவி நியமனம் செய்வதாகவும் வாக்குறுதி அளித்திருந்தான். ஜஹாங்கீரின் மருமகன் ஒருவன் ஷாரியரின் படைகளுக்குத் தலைமையேற்றுக் கொண்டான்.

பேரரசரின் உடல் நல்லடக்கம் செய்யப்பட்டப் பிறகு, ஆஸஃபும், பொம்மையரசனான தவாரும் லாகூர் நகரத்துக்கு வெளியே ஷாரிய ரின் படைகளோடு போரிட்டனர். அப்போது ஷாரியர் மட்டும் லாகூர் கோட்டைக்குள் இருந்து கொண்டான். ஆஸஃபும், தவாரும் யானைகளில் ஏறிக் கொண்டு, அனுபவம் மிக்க முத்ஆமத், ஜஹாங்கீரின் மற்ற மருமகன்கள் ஆகியோருடன் இணைந்து போரிட் டனர். எவ்விதக் கட்டுப்பாடும் இல்லாத ஷாரியரின் படைகள் நாற்புறமும் சிதறியோடின. களத்தில் இருந்து ஒரு தூதன் ஷாரியரிடம் வந்து கெட்ட செய்திகளைத் தெரிவித்தான். மறுநாள் ஆஸஃப், திவார், பெருங்குடிமக்கள் ஆகியோர் அரசுப்படையுடன் லாகூர் கோட்டை யில் நுழைந்தனர். ஷாரியரின் ஆட்களில் பலரும் அவனை விட்டு நீங்கி ஆஸஃபின் முகாமில் இணைந்து கொண்டனர். ஷாரியர் காலஞ்சென்ற தன் தந்தையின் அந்தப்புரத்தில் ஒரு மூலையில் ஒளிந்துகொண்டான்.

நம்பிக்கைக்கு உகந்த அலி ஒருவன் ஷாரியரை அந்தப்புரத்தில் இருந்து வெளியே கொண்டுவந்து, அவனுடைய கைகளைக்கட்டி இழுத்து வந்து லாகூர் சிம்மாசனத்தில் அமர்ந்திருந்த தவார் முன்னிலையில் நிறுத்தினான். அரசவை உறுப்பினர்களாய் அங்கிருந் தவர்கள் ஆஸஃபின் கட்டுப்பாட்டில் இருப்பவர்கள். ஷாரியரின் கைக்கட்டு அவிழ்க்கப்பட்டதும், அவன் பேரரசருக்கு ஸலாமிட் டான். ஆனால் தரைமீது தன் வலது கையை வைத்து, அவன் நிமிர்ந்து நிற்கையில் அதை மெதுவாக உயர்த்தி, உள்ளங்கையைத் தன் உச்சந்தலையில் வைத்து அவன் மரியாதையை வெளிப்படுத்தி னான். அப்படி உடல் வளைந்து பெருமதிப்பைத் தெரிவித்தும் அது அவனுக்கு நன்மை செய்யவில்லை. ஆஸஃபின் உத்தரவின் பேரில் அரசுக் காவலர்கள் அவனைக் கோட்டையின் தனிமைப்படுத்தப் பட்ட இடத்தில் சிறை வைத்தனர். இரண்டு நாட்களுக்குப் பிறகு அவனுடைய கண்கள் குருடாக்கப்பட்டன.

ஆஸஃப்கான் ஷாஜஹானுக்கு அனுப்பிய இரண்டாவது கடிதத்தில், 'உலகைக் குழப்பத்தில் இருந்தும், சோதனையில் இருந்தும் விடுவிப்பதற்காக, விரைவு என்னும் சிறகடித்து லாகூருக்கு உடனே வருமாறு' வேண்டிக் கொண்டிருந்தான். தவார் வெற்றிடத்தை இட்டு நிரப்பும் வேலையைச் செய்து வந்தான். ஷாஜஹான் இல்லாத நேரத்தில், நூர்ஜஹான் அருகில் இருக்கும் நிலையில் என்ன நேருமோ என்று ஆஸஃப் அஞ்சினான்.

முகலாய அரசுச் சிம்மாசனத்துக்கானப் போராட்டத்தை நூர் நீட்டித்திருக்கக்கூடும். ஆனால், பெருங்குடிமக்களும், படைத்தலைவர் களும் ஆஸஃப் தரப்பில் இணைந்து கொண்டுவிட்டதால் அவர் செய்யக்கூடியதாய் எதுவும் இல்லை.

ஷாரியரின் எழுச்சி, சிறைவாசம், கண்கள் குருடாக்கப்படுதல் என்று அடுத்தடுத்து நிகழ்ந்தபோது நூர் எங்கிருந்தார் என்பது பற்றிய பதிவுகள் எதுவும் இருக்கவில்லை. அவர் லாகூர் கோட்டையில் இருந்திருக்கவில்லை. மறைந்த அவருடைய கணவருக்குப் பிற்பாடு கல்லறை எழுப்பவிருந்த சதாராவில் ஒரு அரசியல் கைதியாக அவர் இருந்திருக்கக்கூடும்.

நவம்பர் மூன்றாவது வாரத்தில் ஷாஜஹானுக்கு அவருடைய தந்தை இறந்த செய்தி கிடைத்தது. நான்கு நாட்கள் துக்கம் கடைப் பிடித்தவர், சோதிடர்களிடம் ஆலோசித்துக் கொண்டு, ஆக்ராவிற்குப் புறப்பட்டார். போகிற வழியில்தான், ஷாரியர் தோற்றது பற்றியும் ஷாஜஹான் உடனே புறப்பட்டு வரவேண்டும் என்றும் ஆஸஃப் எழுதியிருந்த இரண்டாவது கடிதம் அவரது கைக்குக் கிடைத்தது. தன்னுடைய ஒன்றுவிட்ட சகோதரனான ஷாரியர், போலி அரச னாக இருந்த தவார், ஷாரியருக்கு ஆதரவாக இருந்த தாயாதி

ஒருவன் ஆகியோரைக் கொன்றுவிடும்படி ஷாஜஹான் தம்முடைய பதில்கடிதத்தில் உத்தரவிட்டிருந்தார். இப்படித் தாம் மகுடம் சூடுவதற்குத் தடையாக இருக்கக் கூடியவர்களை அகற்றிவிட்டு, ஷாஜஹான் வடக்கு நோக்கிச் செல்லும் தமது பயணத்தை வெற்றி ஊர்வலமாக்கிக் கொண்டுவிட்டார். வழிநெடுகிலும் நிலப்பிரபுக் களும், முக்கியஸ்தர்களும் கூடி வருங்காலப் பேரரசரிடம் தங்களு டைய விசுவாசத்தை வெளிப்படுத்திக் கொண்டனர். அவரும் அவர் களுக்குப் புதிய பதவிகளை, சிறப்புப் பட்டங்களை வழங்குவதாக வாக்குறுதியளித்தார்.

1628 ஜனவரி 19ஆம் நாள், ஷாஜஹான் இன்னமும் பயணப் பாதையில் இருந்த நிலையில், ஆஸஃப் பெருங்குடி மக்களைக் கலந்துகொண்டு, லாகூர் மக்கள் மன்றத்தில் ஷாஜஹான் பெயரில் 'குத்பா' ஓதும்படி செய்தான். ஒரு மாதத்துக்கும் குறைவாகவே அரச ராக இருந்த தவார் கைது செய்யப்பட்டான். தவார், ஷாரியர், தாயாதியர் இருவர் ஆகியோரின் மரண தண்டனை நிறைவேற்றப் பட்டது.

ஒரு மாதத்துக்கும் குறைவான அவகாசத்தில் 1628 பிப்ரவரி 3ஆம் நாள் ஆட்சிப்பொறுப்பேற்க இருந்த ஷாஜஹான், யானைமீது பவனி வந்தார். வழியெங்கும் வலமும் இடமும் பொற்காசுகளை வாரியிறைத்துக் கொண்டு கோட்டைக்குள் பிரவேசித்தார். மக்கள் மன்றத்தில் சிம்மாசனத்தில் அமர்ந்தார். அப்போதே முகலாய இந்தியாவின் புதிய பேரரசரின் பெயர் பொறித்த நாணயங்களை வெளியிடுமாறு கருவூலத்திற்கு உத்தரவிட்டார்.

ஷாஜஹான் ஏராளமான பணத்தையும், சலுகைகளையும் தமது ஆதரவாளர்களுக்கு வழங்கினார். அதுவரை எந்தப் பெருங்குடி மகனுக்கும் வழங்கப்படாத பல உயர்ந்த பதவிகளை ஆஸஃப் கானுக்கு வழங்கினார். அவருடைய ஆட்சியதிகாரத்தை அரசியல் அரங்கில் உறுதிப்படுத்திய சூத்ரதாரியாயிற்றே அவர்! எந்தத் துறையும் குறிப்பிடப்படாத உயரிய அமைச்சர் பதவியில் நியமிக்கப்பட்ட ஆஸஃபிற்கு லாகூரின் ஆளுநர் பதவியும் அளிக்கப்பட்டது. ஷாஜ ஹான், 'யாமின் உத்–தௌலா' என்ற விருதையும் அவருக்கு வழங்கி னார். அரசின் சிறப்பு முத்திரை அதிகாரமும் அவருக்கு வழங்கப் பட்டது. மகபத்கான் படைத் தலைவராக நியமனம் பெற்றார். புதிய பேரரசர், பல மாகாண ஆளுநர் பதவிகளில் தமது ஆதரவாளர் களையே நியமித்தார்.

தம் ஒன்றுவிட்ட சகோதரனையும், மற்ற இளவரசர்களையும் கொல்லச் செய்த ஷாஜஹான், நூரின் விசுவாசியான ஷாரிஃப் உல் முல்க்கிற்கும் (தட்டா கோட்டை பாதுகாப்பாளர்) மரணதண்டனை விதித்தார். முன்பு அர்ஜுமண்ட் கர்ப்பிணியாக இருந்தபோது,

அவருடைய கூடாரத்தின் அருகே குண்டுவெடிக்கச் செய்த ஒருவன் மீது தனக்கிருந்த வன்மத்தையும் தற்போது அவர் தீர்த்துக் கொண்டார். வருங்காலத்தில் கேடு செய்யும் எண்ணமோ, ஊழல் செய்யும் துணிவோ எவருக்கும் வந்துவிடக்கூடாது என்பதற்காகவே ஒரு எச்சரிக்கைபோல் அந்த மரணதண்டனைகள் நிறைவேற்றப்பட்டன என்று ஷாஜஹானின் வரலாற்றுப் பதிவாளர்கள் விவரிக்கின்றனர்.

ஷாஜஹான் அதிகாரத்துக்கு வந்தபோது தம் எதிரிகளிடம் தமக்கிருந்த பகையுணர்ச்சியால் அத்தனை கடுமையாக நடந்து கொண்டாலும், அதன்பிறகு பெரிய அளவில் மரணதண்டனைகளை அவர் விதித்ததாய்த் தெரியவில்லை. தமக்குமுன் அரியணையில் அமர்ந்த பேரரசர்கள் போலவே ஷாஜஹானும் பழைய புதிய பெருங் குடிமக்களிடமும் அதிகாரிகளிடமும் நேசம் பாராட்டி முக்கியத் துவம் அளித்தார். 'பழைய உலகம் புத்திளமைப் பெற்று விட்டது' என்ற வரலாற்றாளர் ஹாடி ஆட்சிமாற்றம் பற்றிக் குறிப்பிடுகையில் 'எங்கும் அமைதியும், பாதுகாப்பு உணர்வும் மேலோங்கியது' என்று எழுதுகிறார்.

* * *

முன்பு ஆட்சியதிகாரத்தில் கூட்டுத் தலைமை வகித்த நூர்ஜ ஹான், யாருடைய பெயரில் தம்முடைய அதிகாரத்தைத் தக்க வைத்திருந்தாரோ அவர் இல்லாத நிலையில், ஆதரவளிக்கப் பெருங் குடி மக்களோ அல்லது குடும்ப உறவினர்களோ தம்முடன் இல்லாத காரணத்தால் நூர் தம்முடைய தகுதிநிலையைத் தொடர முடியாமல் போய்விட்டது. அவர் எத்தனை வேகமாக அதிகாரத்துக்கு வந்தாரோ அதைவிட வேகமாக வீழ்ச்சியடைந்து விட்டார்.

ஷாஜஹானின் ஆட்சிக்கால வரலாற்றாளர்கள் வேண்டும் என்றே நூர்ஜஹானின் நற்பண்புகளையும், சாதனைகளையும் பதிவேற்றாமல் தவிர்த்துவிட்டனர். இருபதாவது மனைவியாக வந்து, கூட்டாக இறையாண்மை செலுத்தி, மேல்தள முகப்பில் அமர்ந்தபடி குடிமக்களுக்குக் காட்சி தந்து, அரசியலில் ஆலோசனை வழங்கி, சட்டங்களை உருவாக்கி, தன் குடிமக்களைப் பாதுகாக்கப் புலியைச் சுட்டுக்கொன்று, கடத்தப்பட்டப் பேரரசரை ஆறு கடந்து போரிட்டு விடுவித்த ஆளுமைமிக்கப் பெண்மணியின் அருஞ்சாதனைகளைப் பிந்தைய ஆவணங்களும் பதிவு செய்யாமல் விட்டுவிட்டன. அரசவை உறுப்பினர்களிடம் அவர் காட்டிய பரிவு, அந்தப்புரத்துப் பெண்களிடம் அவருக்கிருந்த கருணை, திக்கற்ற பெண்களுக்குத் திருமணம் செய்து வைத்து அவர்களுடைய வாழ்க்கையை மலரச் செய்தது போன்றவற்றை ஆவணப்படுத்தாமலே மறையச் செய்து விட்டனர்.

ஷாஜஹான் ஆட்சிக்காலத்திய வரலாறுகளில் நூரின் பெயர் இடம்பெற்றிருந்தாலும் கூட, ஜஹாங்கீரின் இறுதிக்காலத்தில் அவரை நோய்ப்படுக்கையில் தள்ளிய குழப்பநிலைக்கான குற்றப் பொறுப்பு நூர் மீது சுமத்தப்பட்டிருக்கும். முத்ஆமத் கானின் 'இக்பால் நாமா', காம்கர் ஹுஸேனின் 'மாதிர்–இ ஜஹாங்கீரி' என்கிற இரண்டு நூல்களையும் ஒப்பாய்வு செய்த நவீன காலத்திய அறிஞர் ஒருவர் 'மகபத் முற்றுகை, ஷாஜஹான் கிளர்ச்சி' தொடர்பான விவரணைகள் இரண்டிலும் ஒன்றுபோல் இருப்பதாகத் தெரிவித்துள்ளார். 1620–களில் நேர்ந்த சீர்குலைவுக்கு நூர்தான் பொறுப்பாளி என்று அந்தப் பதிவாளர்கள் குறிக்கின்றனர் என்றும் அவர் கோடிட்டுக் காட்டுகிறார். ஷாஜஹானின் ஆட்சி நடந்தபோதுதான் இந்த நிகழ்ச்சிகளின் விளக்கம் இடைச் செருகலாய்ச் சேர்க்கப்பட்டிருக்கும் என்கிறார் அவர்.

தாம் பேரரசராவதற்கு வெகுநாள் முன்பிருந்தே வரலாற்றில் தனித்தன்மை வாய்ந்த இடத்தைப் பெறுவதில் ஷாஜஹான் முனைப்பாக இருந்திருக்கிறார். ஜஹாங்கீர் தாமே தம்முடைய சுயவரலாற்றை ஒளிவு மறைவின்றி எழுத விரும்பினார். ஷாஜஹானோ, அபுல்ஃபஸலின் புகழ்ச்சி நடையில் அமைந்த 'அக்பர் நாமா'வைப் போல், தொடர் வரலாற்றுப் பதிவாளர்கள் தம்முடைய அரசு நடவடிக்கைகளை 'ஷாஜஹான் நாமா' என்ற பெயரில் பல தொகுதிகளாகப் பதிவு செய்யவேண்டும் என்று தீர்மானித்தார். 'ஷாஜஹானுடைய சிறப்புத் தன்மையைப் பேசுவதோடு, நூரின் ஆட்சிக்காலத்துக்குப் பிறகான உலகில் ஆண் மரபுவழி முக்கியத்துவம் மீண்டும் உறுதி செய்யப் பட்டிருப்பதையும் குறித்துக் காட்டுகிறது. அக்பர் நாமாவில் போலவே ஷாஜஹான் நாமாவிலும் இனமரபுக் கிளைவழி விளக்கப் படம் மத்திய ஆசிய மூதாதையான தைமூர் என்பவரில் இருந்து தொடங்குகிறது. அதில் ஷாஜஹானை 'இரண்டாவது தைமூர்' என்று பெருமைப்படுத்தியிருக்கிறது. இரண்டாவது தைமூருடன் எந்தப் பெண்ணும் அதிகாரப் பகிர்வு செய்துகொள்ளவில்லை என்பது நிச்சயம். அவருக்கு முன்பிருந்த பெண்மணியைப் பற்றி புகழ்ந்து பேசுகிற மாதிரி எந்த ஆவணமும் இருக்கவில்லை.

ஷாஜஹான் பேராவல் கொண்டு நூரின் பெயரை வரலாற்றில் இருந்து அழிக்க முயன்றிருக்கலாம், ஆனால் அது பயனற்றது. நூர்ஜஹான் இடம்பெற்றிருந்த நாணயங்களைத் திரும்பப் பெறுவதன் மூலம் நூரை நினைவுபடுத்தக்கூடிய எல்லாவற்றையும் அழித்துவிட அவர் எண்ணியிருக்கலாம் என்று சில அறிஞர்கள் கருத்து தெரிவிக்கின்றனர். ஆனால், அதற்கென்று ஆணை எதுவும் பிறப்பிக்கப் பட்டதாய் ஷாஜஹானைப் பற்றிய ஆவணங்களில் குறிப்பிடப்பட

வில்லை. நூரின் பெயர் பொறித்த நாணயங்களைத் திரும்பப் பெற முயற்சி நடந்திருந்தாலுங்கூட, இன்றும் அருங்காட்சியகங்களில் சில நாணயங்கள் இடம்பெற்றிருக்கின்றனவே.

நூர்ஜஹானின் பங்களிப்புகளையும், சாதனைகளையும் துடைத் தழிக்கும் முயற்சி ஜஹாங்கீரின் கல்லறை வரையும் நீட்சியுற்றிருக் கிறது. 1660இல் முஹம்மது சாலிஹ் கான்போ என்கிற எழுத்தாளர் ஜஹாங்கீரின் கல்லறை ஷாஜஹானின் செயல்திட்டம் என்று விவரிக் கிறார். நூர்ஜஹானுக்கு அவர் காட்டியிருக்கும் சலுகை, அந்தக் கல்லறை அமைக்கப்பட்டிருக்கும் தோட்டம் நூர்ஜஹானுடையது என்று குறிப்பிட்டிருப்பது மட்டுமே. நூர் வடிவமைத்து, உருவாக்கிய அந்தத் தோட்டத்துக்கு தம்பதிகள் இருவரும் அடிக்கடி போய் வந்தி ருப்பது குறிப்பிடத்தக்கது.

கட்டிடக்கலை வல்லுநர்களும் வரலாற்றாளர்களும் வேறு பார்வையுடன் அதைக் காண்கிறார்கள். ‘ஜஹாங்கீரின் கல்லறை நூரின் கற்பனையில் உருவானது, அதன் கட்டுமானத்துக்கான உத்த ரவை ஷாஜஹான் பிறப்பித்தார். ஆனால், அது நூர்ஜஹான் வடி வமைத்து, அவருடைய மேற்பார்வையிலேயே கட்டப்பட்டது’ என்று அவர்கள் தெரிவிக்கிறார்கள். 1628இல் தொடங்கி 1638இல் நூர்ஜஹானின் மேற்பார்வையில் அந்தக் கட்டிடம் கட்டி முடிக்கப் பட்டது. தம் கணவரின் நினைவாக அந்த நினைவுச் சின்னத்தை உருவாக்கப் பத்தாண்டு காலத்தை அவர் அர்ப்பணித்திருக்கிறார்.

ஜஹாங்கீர் மிகுந்த சமயப் பற்றுடையவரல்ல என்றபோதும், இறைத்தன்மையின் இணைவு வேண்டி நினைவுச் சின்னத்துடன் கூடிய கல்லறையை விரும்பினார். நூர் அவருடைய விருப்பத்தை நிறைவேற்ற நடைமேடையுடன் கூடிய கல்லறை அமைத்து, நான்கு மலைகளிலும் உயரமான ஒடுங்கிய தூபிகளையும் இடம்பெறச் செய்தார். கல்லறைக்கு மேல் இறையருளின் குறியீடாய், இறைவனின் கருணையைப் போற்றும் விதமாய் ஆகாயமும், மழையும், மேகமும் பார்வையிடும்படி மறைப்பற்றதாய் விட்டு வைத்தார். ஜஹாங்கீரின் கல்லறை தனித்துவம் பெற்றது என்று முகலாய கட்டிடக்கலை வல்லுநர் ஒருவர் விளக்கமளித்திருக்கிறார். ஜஹாங்கீரின் கல்லறை வடிவமைப்பில் பாதியளவைக் கொண்டிருக்கிறது மற்றொன்று. அது நூர்ஜஹானின் கல்லறை, தனக்காக அவரே கட்டிக்கொண்ட அந்தக் கல்லறையில் தூபிகள் கிடையாது அவ்வளவுதான்.

ஷாஜஹான் தலைமைப் பொறுப்பேற்ற பிறகு நூர், மற்ற முதிய பெண்மணிகளைப் போல் அந்தப்புரத்திலேயே தங்கிக் கொள்வதை விரும்பவில்லை. வழக்கமுறையாக அரசர்களும் பெருங்குடி மக்களும் தங்கள் குலத் தலைவியரிடம் ஆலோசனை கேட்பது உண்டுதான். தலைமுறைகளாய் இருந்துவரும் அந்த வழக்கப்படி ஷாஜஹானும்

ஆஸஃபும் தம்மிடம் ஆலோசனைக்கு வருவதைத் தவிர்க்கவே அவர் அந்தப்புரத்தில் இருப்பதைத் தெரிவு செய்யவில்லை. அவர் அந்தப் புரத்தில் இல்லாவிட்டாலும், ஓர் இட வரம்புக்குள்ளாகவே அவருடைய இயக்கம் கட்டுப்படுத்தப்பட்டிருந்தது.

"தன்னுடைய மிச்சமுள்ள வாழ்க்கையை அவர் ஓய்வுநிலையிலும், தனி ஒதுக்கத்திலுமே கழித்தாக வேண்டும். அவருடைய செலவுகளுக்காக ஆண்டுக்கு இரண்டுலட்சம் ரூபாய்களை ஓய்வூதியமாக ஷாஜஹான் அளித்து வந்தார். லாகூர் நகருக்கு அருகாமையில் இருந்த தன்னுடைய சொந்த வீட்டில்தான் தன்னுடைய எஞ்சிய நாட்களை அவர் கழிக்க வேண்டியிருக்கும். தேவை உள்ளவர்களுக்கும் ஏழைகளுக்கும் தனது பணத்தைப் பெருமளவு அவர் செலவிட்டார். கருப்பு உடை மட்டுமே அணிந்து, மிக எளிய வாழ்க்கையை அவர் வாழ்ந்து வந்தார். தனது பணியாட்கள் உடன்வர தன் அன்புக் கணவரின் கல்லறைக்கு அவர் அடிக்கடி வந்து போவதைப் பார்க்க முடிந்தது..." ஷுஜாவுத்தீன் என்கிற நூலாசிரியர் தம்முடைய 'தி லைஃப் அன்டு டைம்ஸ் ஆஃப் நூர்ஜஹான்' என்ற நூலில் குறிப்பிட்டுள்ளார்.

ஜஹாங்கீர் இறந்தபின் பதினெட்டு ஆண்டுகள் வாழ்ந்திருந்த நூர்ஜஹானின் வாழ்க்கை செயலற்றதாய், வெறுமையுற்றதாய் இருந்திருக்கிறது. அது குறித்த மிகச் சரியான சான்று எதுவும் இல்லை. நூரின் சேம இருப்புகள் ஒரு அரசனின் மனைவிக்கோ, ஒரு நவாபிற்கோ, நிலப்பிரபுவிற்கோ இருப்பதைப்போல் கணிசமாக இருந்தது. பதினெட்டாம் நூற்றாண்டின் பெருங்குடிமக்கள் வாழ்க்கை வரலாற்றாளர் ஒருவர் மான்சப்தார் என்கிற முறையில் அவருடைய வருவாய் அவருடைய தந்தையின் வருவாயைவிட அதிகமானதாகவே இருந்தது என்கிறார். சட்டப்படி, தம் சொத்துரிமைகளைத் தமது இறுதிக் காலம் வரை அவர் தக்கவைத்துக் கொள்ள முடியும். அதன்பிறகு அது அரசின் நிதித்துறையில் சேர்க்கப்பட்டுவிடும். பிரிட்டிஷ் கிழக்கிந்தியக் கம்பெனி, மற்ற ஐரோப்பிய வியாபாரிகள் (இந்தியாவில் இருந்தவர்கள்) பராமரித்த ஆவணங்கள் நம்பத்தக்கதாய் இருப்பின், 1627 வாக்கில் வணிகத்தில் ஒரு பெருந்தொகை நூர்ஜஹானுக்கு இலாபமாய் கிடைத்தது எனலாம். வயது முதிர்ந்த நிலையிலும் நூர் வர்த்தகத்திலும், அருளிரக்கச் செயல்களிலும் ஆழ்ந்த கவனத்துடன் சுறுசுறுப்பாய் ஈடுபட்டிருந்தார்.

1645 நவம்பர் 18ஆம் நாள் நூர் மறைந்தபின், ஷாஜஹான் நாமாவும் அவருடைய சிறப்புத் தன்மையை ஒப்புக்கொண்டது.

'அரசியார் நூர்ஜஹான் பேகத்தைப் புதிதாய்ப் புகழத் தேவையில்லை, அவர் முன்பே புகழின் உச்சியை அடைந்தவர். தம்முடைய

எழுபத்தியிரண்டாம் வயதில் லாகூர் நகரத்தில் வாழ்ந்திருந்தவர் சுவனபதிக்குப் புறப்பட்டுச் சென்றார். கீர்த்திவாய்ந்த பேகம் அவர்கள் கியாஸ்பெக்கின் தூய மகளாவார்.

காலஞ்சென்ற ஆஸஃப்கான் சகோதரியும் ஆவார். மறைந்த பேரரசரின் ஆறாம் ஆட்சியாண்டில் திருமணப் பந்தத்தின் மூலம் அவருடன் இணைந்தார். அவர் படிப்படியாக மாட்சிமை தங்கிய பேரரசரின் மனதில் எல்லையற்ற தாக்கத்தை ஏற்படுத்தினார். அரசு நிர்வாகத்திலும் அவருடைய செல்வாக்குப் பெருகியது. குடிமுறை மற்றும் நிதித்துறைகளில் சட்டங்கள் பலவற்றை அவர் ரத்து செய்தார். அரசர் ஆண்ட காலத்தின் இறுதிவரை முழு அதிகாரத்துடன் ஆட்சி செய்து வந்தார்' என்கிறது 'ஷாஜஹான் நாமா.'

ஷாஜஹானது தொடர் வரலாறு நூர்ஜஹானைக் கண்டனக் குரலில் விமர்சித்திருந்தாலும் நூரின் உயர்நிலை கடைசி வரை நீர்த்துப் போகாமல் நிலைத்திருந்தது குறிப்பிடத்தக்க உண்மையாகும். பின்தொடர்ந்த நூற்றாண்டுகளில் இயல்பாகச் சிந்திக்கவோ நடக்கவோ முடியாத அளவுக்கு மதுபான வெறியராயிருந்த ஜஹாங்கீரின் சித்திரமோ அவரைப்பற்றிய வர்ணனையோ நூரின் அதிகாரத்துக்கு ஒருவிளக்கமாகவே, மக்கள் மனதில் மேலோங்கி நிற்கும். தன்னுடைய அறிவு வளர்ச்சியுற்ற வயதில் ஜஹாங்கீரை மணந்துகொண்ட அந்தப் பெண்மணி, அவருடன் இணைந்து ஆட்சி நடத்தியவர். அவரை பொறுப்புணர்வு இல்லாத – கனவுலகில் திரியும் காதலுக்கு ஒரு எடுத்துக்காட்டாகத் தாழ்த்தியுரைக்கும் நிலைக்கு அவர் தள்ளப்பட்டார். ஆயினும், ஷாஜஹானைப் பற்றிய வரலாறுகளிலும், அவருடைய நாணயங்களிலும், நினைவுச் சின்னங்களிலும் பெண்ணியக்கவாதிகளின் படைப்புகளிலும் நூர்ஜஹானின் சாதனைகள் பற்றிய முழுமையான, செறிவுடைய கதை வாழ்ந்து கொண்டிருக்கிறது.

○

16

1627–ற்குப் பிறகான ஒரு பின்னுரை

அண்ணல் நபி(ஸல்) அவர்களின் மனைவி ஆயிஷா (ரலி) ஜமல் போரின்போது அலீ(ரலி) அவர்களை எதிர்த்து போர்க்களம் சென்றவர், மங்கோலிய அரசன் செங்கிஸ்கானின் மூத்த மனைவி பார்டே, தன் சகோதரன் இரண்டாவது இஸ்மாயிலுக்காக சிம்மா சனத்தைப் பெற்றுத்தந்த சஃபாவித் இளவரசி பரிகனும், முகலாய இந்தியாவிலும் ஆட்டோமன் துருக்கியிலும் திரைக்குப் பின்னிருந்துச் செயல்பட்ட குலத் தலைவிகள், வடஆப்ரிக்காவிலும் மத்தியக் கிழக்கி லும் அறிவுபூர்வமாய் சிந்தித்துச் செயல்பட்ட பெண் ஆலோசகர்கள் என்று இஸ்லாமிய வரலாறு ஆற்றல்மிக்க பெண்மணிகளால் நிரம்பி யிருக்கிறது. நூர்ஜஹான் தனது செயல்திறன்களின் வலிமையால் உயர்நிலை பெற்றார் என்பதை ஒப்புக்கொள்ளாமல், பெரும்பாலான அரசியல் நோக்கர்கள் தங்கள் சுவைக்கினியவாறும், கருத்துக்கிசைந்த வாறும் விளக்கியிருக்கின்றனர்.

சமகாலத்திய ஐரோப்பிய நோக்கர்களும் 'பெண்களின் கையில் அதிகாரம் இருப்பது அவ்வளவு நல்லதல்ல' என்கிற தங்கள் சொந்தக் கருத்துகளிலும், மதிப்பீடுகளிலுமே சிக்கிக்கிடக்கிறார்கள். ஐரோப்பிய அரசவைகளில் தனிமதிப்பு பெற்ற வல்லமை மிக்க ஒரு ஆணையே நூர்ஜஹான் அவர்களுக்கு நினைவூட்டியிருக்க வேண்டும். அத்தகைய வர்கள் மற்றொருவரையும் விட அதிகம் விரும்பப்படுகிறவராகவும், தனிச்சலுகைக்கு உரியவராகவும் இருந்திருப்பார்கள். அரசரையே தங்கள் பிடியில் வைத்துக்கொள்ள அவர்களால் எப்படி முடிந்தது? அவர்களுடைய விரும்பத்தக்க தோற்றமும், நடத்தை முறையும் அதற்குக் காரணமல்ல. அவர்கள் ஆற்றல்மிக்க செயல்வீரர்களாய், சிறந்த நிர்வாகத்திறமை உடையவர்களாய், இக்கட்டு நிலைகளைச் சமாளிக்கக் கூடியவராய் இருந்திருப்பார்கள். ஒரு அரசரின் விசித்திர மான சோம்பேறித்தனந்தான் அவருடைய விருப்பத்துக்குரியவர் மேலெழக் காரணமாகிவிடுகிறது. சமீபகாலம் வரை வரலாற்றாளர் கள் ஜஹாங்கீரை ஒரு குறிப்பிட்ட வகையிலேயே வர்ணித்து வந்திருக் கிறார்கள். அவரை ஒரு குடிகாரராக, போதைக்கு அடிமையாகி இயல்பாகச் சிந்திக்க முடியாதவராக, அதீத பாலுறவு நாட்டம் கொண்டவராக மட்டுமே அவர்கள் சித்தரித்திருக்கிறார்கள். அவர்

எவ்விதத்திலும் தம் தந்தை அக்பருடன் ஒப்பிட்டுரைக்க முடியாத ஒரு சாதாரண அரசர் என்பதே அவர்கள் கருத்து. ஆனால் சமீப காலத்திய அறிஞர்கள் பலரும் ஜஹாங்கீர் பற்றிய பழைய வரலாறு களைப் புறந்தள்ளி விட்டு, 'அவர் பன்முகத்திறன்கள் கொண்டவர், அழகுணர்ச்சி கொண்டவர், இயற்கையின் நேசர், பல கோட்பாடு களையும் வரவேற்றுக் கொண்ட தத்துவமேதை, அறிவார்வத்துடன் பயணங்கள் மேற்கொள்பவர்' என்று அவரை மறுமதிப்பீடு செய்கி றார்கள்.

தம்முடைய ஆட்சியதிகாரத்தை இன்னொருவருடன் பகிர்ந்து கொள்வதில் ஜஹாங்கீருக்கு எந்தப் பிரச்சனையும் இல்லை. தாம் பேரரசரான கணத்தில் இருந்தே எதையும் வரையறை செய்வதை எதிர்த்தவர் அவர். ஒரு முகலாய அரசர் எப்படி இருக்கவேண்டும் என்று அவருடைய தந்தை அக்பர் செய்த வரையறைகள் அவருக்குக் கொஞ்சமும் ஏற்புடையதல்ல. தொடக்க காலத்தில் தம்முடைய மெய்யறிவைக் கொண்டு இளந்துறவி சித்தி சந்திராவுடன் தத்து வார்த்த உரையாடல்களை நிகழ்த்தியவர் அவர். தாம் நூர்ஜ ஹானுடன் அதிகாரப் பகிர்வு செய்துகொண்டது பற்றி எழுந்த விமர் சனங்களை அவர் பொருட்படுத்தவில்லை. 'கடவுளுக்கு அனைத்தின் மீதும் முழு ஆதிக்கம் உள்ளது' என்கிற கோட்பாட்டை ஆதரிப்பவர் களின் சிந்தனையும் முரண்பாடு கொண்டதுதான் என்பதை அந்த விமர்சகர்களுக்கு அவர் நினைவூட்டியிருப்பார் என்று நம்பலாம்.

* * *

சிறப்புமிக்க ஓவியர் பிஷன்தாஸ் 1627 ஆண்டு தேதியிட்ட அந்த ஓவியத்தை வரைந்திருக்க அதிக வாய்ப்பு உள்ளது. அந்த ஓவியத்தில் கையில் ஜஹாங்கீரின் உருவப் படமொன்றை வைத்துக்கொண்டு நூர்ஜஹான் நின்றிருக்கிறார். வனாந்திரப் பச்சை வண்ணப் பின்னணியில் முழு உயரத்தில் நிற்கும் அவர் மதிப்பு வாய்ந்த, ஒளி எளிதில் ஊடுருவக்கூடிய 'மஸ்லின்' தளராடை உடுத்தி, கோடு போட்ட நீளக் காற்சட்டை அணிந்திருக்கிறார். தோள்களின் உட் புறம் வாசம்மிக்க சந்தனக் கலவை பூசியிருக்க, அலைபாயும் நீண்ட கூந்தல் முதுகுப்பக்கம் கீழிறங்கி இருக்கிறது.

ஆண்களும் பெண்களும் உருவப்படங்களைக் கையில் வைத்தி ருப்பது போல் வரையும் இந்திய, பெர்ஸிய இலக்கிய மரபை, ஓவியப் பாணியை அந்த ஓவியர் அறிந்து வைத்திருக்கிறார். ஒரு மனைவி தன் கணவனின் உருவப்படத்தைக் கூர்ந்து நோக்குகிறாள், ஒரு இள வரசி தன்னுடைய ஓவியத்தைத் தானே இரசிக்கிறாள், கணவன் அல் லது காதலனைப் பிரிந்திருக்கும் தலைவி அவனுடைய உருவத்தை ஓவியமாய் வரைகிறாள். இதுபோல் ஓவிய மரபாய்ச் சொல்ல அநேகம் உண்டு. பாரீஸில் (பிரான்சு) உள்ள 'மியூஸே கமே' அருங் காட்சியகத்தில் ஜஹாங்கீரின் ஓவியம் ஒன்று உள்ளது. இளம் வயது

ஜஹாங்கீர் தம் தந்தை மகா அக்பரின் உருவப் படமொன்றைத் தமது கையில் வைத்துக் கனிவுடன் பார்த்திருப்பதாக வரையப்பட்ட ஓவியம் அது.

ஜஹாங்கீர் – மகனுக்குத் தந்தையாய், அரசருக்கு அரசராய் காட்சியளிக்கும் தம் தந்தையின் படத்தைக் கையில் வைத்திருக்கிறார். நூர் தம் கணவரின் உருவப்படத்தைத் தமது கையில் பற்றியிருக்கிறார். அரச தம்பதிகள் ஒருவரோடு ஒருவர் உரையாடுவதன் குறியீடு அது.

* * *

நூரின் மரபுவழி எச்சமாய், அர்ஜுமண்ட் ஷாஜஹானின் மகளான ஜஹானாரா இன்னும் ஒருபடி மேலே செல்கிறார்.

1615இல் பிறந்த ஜஹானாரா, அவருடைய தந்தை மேவாருட னான போர்த் தாக்குதலில் ஈடுபட்டிருந்த பொழுது, சிறுவயதுப் பெண்ணான ஜஹானாரா அரசுப் பரிவாரங்களுடன் பலமுறை உடன் சென்றிருக்கிறார். பயணங்களிலும் சரி, அரசவையிலும் சரி பேரரசி நூரின் செயல்களைக் கூர்ந்து கவனித்து, அவற்றின் முக்கியத் துவத்தை முழுமையாகப் புரிந்து கொள்ளாவிடினும், அவற்றை உள்வாங்கிக் கொண்டிருக்கிறார். பெரிய அத்தை நூர் தனது அரசி யல் அதிகாரங்களின் உச்சத்தில் இருந்த பொழுது, மனப்பக்குவத்தை அடைந்த ஜஹானாரா, பேரரசி தாமே இளவரசன் ஷுஜாவைப் பராமரிப்பதைக் கண்டிருக்கிறார். அர்ஜுமண்டுடன் குடும்ப விவ காரங்கள் பேசுவதையும், கட்டிட வடிவமைப்புச் செய்வதையும், தம் தந்தை கியாஸுடனும், கணவரான பேரரசருடனும் கலந்து பேசி அரசியல் சார்ந்த முடிவுகள் எடுப்பதையும் அவர் நேர்படக் கவனித் திருக்கிறார்.

சூஃபி சமயப் பணியில் ஈடுபட்டிருந்தவர், தன் தாய் அர்ஜு மண்ட் (அப்போது மும்தாஜ் மஹல்) பதினான்காவது குழந்தையை ஈன்றெடுத்த நிலையில் 1636இல் இறந்துவிட ஜஹானாரா ஆட்சிப் பரப்பெல்லையில் பெருமாட்டியாக உருவெடுக்கிறார். அந்தச் சூழ் நிலையில் அரசு தொடர்பான பணிகளைத் தன் தாயின் இடத்தில் இருந்துகொண்டு தானே கையாள்கிறார், தன் தந்தையின் ஆளுமைப் பண்பு மேம்படப் பேருதவியாய் இருந்திருக்கிறார். அத்துடன் புனித காரியங்கள், தொழுகை, திருத்தல யாத்திரை என்று தம்முடைய துணையாதரவின் மூலம் தந்தையின் இஸ்லாமிய தனித் தன்மை யையும் சிறக்கச் செய்திருக்கிறார். சூஃபி ஆன்மீக குருவான முல்லா ஷாவுடன் காஷ்மீரில் இருந்து பல தொண்டுகளைப் புரிந்திருக்கிறார். ஆக்ரா மசூதி, ஸ்ரீநகர் முல்லாஷா மசூதி போன்ற கட்டிட வடி வமைப்புச் சார்ந்த பணிகளில் அவருடைய இறையுணர்வு தெளிவாக வெளிப்படுகிறது. 'நூரின் கட்டிட அமைப்புகள் மிகச்சிறந்த நினைவுச் சின்னங்களாய், உணர்ச்சியூக்கம் பொங்குவதாய், அவருடைய அதி காரத்தின் வெளிப்பாடுகளாய் இருக்க, ஜஹானாராவின் பணிகளோ

அதற்கு நேர்மாறாகப் புனிதப்படைப்புகளாய், இளவரசியின் ஆன்மீக அடையாளமாய்த் திகழ்கின்றன' என்கிறார் கலை வரலாற்றாளர் ஒருவர்.

நூரின் கட்டிடங்கள் சூஃபி இளவரசியின் கட்டிடப் பணி களுக்கு உந்து சக்தியாக இருந்தது என்று அந்த அறிஞர் கருதிக் கொள்ளவில்லை. ஆனால், ஜஹானாரா நூரை முக்கியமான வழியில் பின்பற்றி, அவரை விடவும் மேம்பட்டு நிற்க முயன்றிருக் கிறார். 1637இல் ஜஹாங்கீர் இறந்து பத்து ஆண்டுகளும், அர்ஜு மண்ட் மறைந்து ஓராண்டும் ஆகியிருந்த நிலையில், ஆக்ராவின் யமுனை ஆற்றங்கரையில் ஒரு புதிய மசூதியை தன்னுடைய மேற்பார்வையில் தானே செலவிட்டு கட்ட விரும்புவதாகத் தன் தந்தையிடம் வேண்டுகோள் வைக்கிறார். தம்முடைய காலஞ்சென்ற மனைவியின் ஞாபகர்த்தமாய் அவருடைய தந்தை கட்டிக் கொண்டி ருந்த தாஜ்மகால் பணியும் அப்போது இணையாக நடந்திருக்கிறது. நூர் தனது பெற்றோர்களுக்காகக் கட்டிய கல்லறையை அது முன் மாதிரியாகக் கொண்டிருந்தது.

ஜஹானாராவின் ஆக்ரா மசூதி ஒரு தனித்தன்மை கொண்டது. பிரதான நுழைவாயிலில் சொற்கள் செதுக்கப்பட்டிருக்கின்றன – பெர்ஸிய எழுத்துகளில் மசூதி பற்றிய விபரங்களும், அதன் புரவலர் பற்றியதும் இடம்பெற்றுள்ளன. 'முறைசார்ந்த தூயவரும், தன் பாலினம் (பெண்ணாக இருக்கும் மெய்ம்மை நிலை) குறித்துப் பெரு மைப்படுபவரும், ஷாஜஹானின் வழித்தோன்றல் என்ற மதிப்புடை யவருமான ஜஹானாரா பேகத்தால் இந்தப் பள்ளிவாசல் கட்டப் பட்டது...'

ஜஹானாராவிற்கு முன் இரண்டு அரசப் பெண்மணிகள் மட்டுமே மசூதிகள் கட்டியிருந்தனர். ஒருவர் ஜஹாங்கீரின் தாயான ஹர்க்கா 1611இல் லாகூரில் பேகம் ஷாஹி மசூதி இவரால் கட்டப் பட்டது. அடுத்தவர் நூர் – ஸ்ரீநகரில் உள்ள பத்ர் மசூதியை 1620இல் இவர் கட்டியிருக்கிறார். வழக்கமாக திருக்குர் –ஆன் வாசகங்கள் அல்லது ஒரு அரசரின் கொள்கைகளையும் மனப்பாங்குகளையும் தெரிவிக்கிற வாக்குமூலங்களே மசூதிகளில் பொறிக்கப்படும். ஜஹானாராவின் பெர்ஸிய வாசகங்கள் (புகழுரை) எந்த முன்மாதிரி யையும் கொண்டிருக்கவில்லை.

தனிச்சிறப்பு வாய்ந்த ஒரு கட்டிடத்தில் அரசகுடும்பத்துப் பெண்மணி தன் பெயரை பொறிக்கச் செய்து, மிகச் சரியான முன்மாதிரியாகத் தன்னை வெற்றிகரமாய் நிறுவிக் கொண்டவர் நூர்ஜஹான். தன்னுடைய சூஃபி ஆய்வுக் கட்டுரைகளில் தன்னைப் பெண் துறவி என்று குறிப்பிட்டுக் கொண்டவரும், தான் தேடிப் பெற முயன்ற தெய்வத் தன்மைக்காக தன்னையே கரைத்துக் கொள்ளத் தயங்காதவருமான ஜஹானாரா பெயருக்குள்ள சக்தியால் கவரப்பட்டார். அதுதான் தன் பெரிய அத்தை புரிந்த ஒவ்வொரு செயலையும் அவர் கவனிக்கத் தூண்டியது. ○

நன்றியுரை

'பேரரசி' நூல் பணி ஒரு பெரும் அனுபவமாக இருந்தது. நூர்ஜஹானுடைய இறையாண்மையின் விளைவுகளையும், அவரைப் பற்றிய பொதுப் பொருளையும் நான் பல ஆண்டுகள் முயன்று கிரகித்துக் கொண்டேன். அவர் ஆற்றல் மிக்கவர் என்பது நமக்கெல்லாம் தெரிந்தது தான்; ஆயினும் எந்த வகையில் என்பது தெரிந்திருக்காது. ஒரு வரலாற்றாளர் என்ற முறையில் நூர்ஜஹானின் ஆட்சி நிர்வாகம் பற்றி நிறைய ஆதாரங்கள் இருந்தாலும், அவற்றில் எதுவும் அவர் சிறந்த முகலாயப் பேரரசி என்கிற கருத்தை நிறுவப் போதுமானதாக இல்லை என்பதுதான் விசித்திரம். தம் கணவருடன் அவர் ஏற்றிருந்த கூட்டுத்தலைமை பற்றிய விபரங்கள் வரலாற்றிலும், மக்கள் மனதிலும் இடம்பெறாமல் இருந்தது எனக்குப் பெரிய சவால். அரசியல் தொடர்பான விசயங்களை நான் துருவி ஆராயவேண்டியிருந்தது. உலக வரலாற்றின் மைய அரங்கில் நூர்ஜஹானை இடம் பெறச் செய்வதற்கு ஏற்றவாறு ஒரு எழுத்து நடையை உருவாக்கிக் கொள்கிற கடமைப் பொறுப்பும் எனக்கிருந்தது.

பல தனிநபர்கள் மற்றும் அமைப்புகளின் பெருந்தன்மையே இந்நூல் உருவாகக் காரணமாக இருந்ததும் குறிப்பிடத்தக்கது. லின்னி ஹூம்ஃபர், லெஸ்லி ஹாரிஸ், கியான் பாண்டே, மைக்கேல் ஃபிஷர், ஃபிரான்சிஸ்ராபின்சன், காலின் ஜான்சன், நாராயாணா ஆகியோர் இந்நூலின் முன்வரைவுகளைப் படித்துப் பார்த்து, பயனுள்ள கருத்துகளை வழங்கியிருந்தனர். செப்பமிடப்படாத தொடக்கப் பிரதிகளுக்குத் தங்கள் யோசனைகளைத் தெரிவித்த மேரி ஓடம், ரோஸ்மேரி, மேகி, லாரிபேட்டன், வெண்டி டோனிகர், ரீட்டா கோமஸ், ஷாலோம் கோல்டுமன், ஸ்டீபன்டேல் ஆகியோருக்கு நன்றிகளை நான் தெரிவித்துக் கொள்கிறேன்.

இந்தியாவின் வரலாற்றுகால நிலப்பரப்பு, வரலாற்றுடன் அது எப்படிப் பின்னிக்கிடந்தது என்பதைக் கண்டறிய ஆலன் சீலி, லூயி ரெட்ஸஸ், ரால்ப் கில்பர்ட் மற்றும் லெஸ்லிபால் இவர்களின்

வாசிப்பும் தேவைப்பட்டது. ஜஹாங்கீர் பற்றிப் போதிய அளவு குறிப்பிட்டிருக்கவில்லை என்று ஆலன் கருத்து தெரிவித்திருந்தார். வரலாற்றுச் சான்றுகளில் நான் மிகுந்த கவனம் செலுத்த வேண்டும் என்று அக்கறை காட்டிய நடாஷா ட்ரெத்வேக்கு எனது நன்றிகள். அஸ்ராகித்வாய், ரொமிலா தாப்பர், தீபா மேத்தா, சல்மான் ருஷ்டி, ஏலாபட், முபாரக் அலி ருத்ரங்ஷு முகர்ஜி, வில்லியம் டால்ரிம்பிள், டேரன்வாங், நமிதா கோகல், மேரு கோகல், ஷதாப் பானு, நாதியா மரியா எல் செய்க், டேவிட் பேஜ், சூஸன், அனிஷ்மத்தாய், மிமி சவுத்ரி, ஸ்மிதா மூர்த்தி, ஸ்டீவன்ஹாச்மன் டேமல் வெய்ஸ் மற்றும் எலிசபெத் ஹார்னர் இவர்களின் ஆதரவுக்கும் அளவேயில்லை. 'நூர்ஜஹான் பற்றித் திறனாய்வுடன் கூடிய வரலாற்றை நீங்கள் எழுது வீர்களா?' என்று என்னை முதலில் அணுகிக் கேட்டவர் சிக்கி சர்கார். இந்நூல் அவருடைய மனதைக் கவரக் கூடியதாய் இருக்கும் என்று நம்புகிறேன். அலிஸன் புஷ், ஷெல்டன் போலக் இவர்கள் அறிவார்ந்த ஆதாரங்களை வழங்கியதோடு, இரண்டு சந்தர்ப்பங் களில் தங்கள் நியூயார்க் இல்லத்தைப் பயன்படுத்திக் கொள்ளவும் இசைவளித்திருந்தார்கள். வடமொழி ஆதாரங்களைத் திரட்டுவதில் உதவியாக இருந்த ஆட்ரி ட்ரூஷ்கி மற்றும் அஞ்சலி அரோந்திகர், பார்பரா முஸாக், மிருணாளினி சின்ஹா இவர்களுக்கும் எனது நன்றிகள்.

கிளீவ்லாண்ட் அருங்காட்சியகத்தில் உள்ள ஆவணங்களை ஆராய்வதற்கு ஓவியக்கலைஞர் குழுவொன்றில் இணைந்துகொள்ள சோனியா ரியாமேஸ் எனக்கு அழைப்புவிடுத்தது என் பணிக்கு அனுகூலமாக இருந்தது.

அந்த அருங்காட்சியகத்தில் உள்ள செறிவான முகலாயத் தொகுப்பைப் பயன்படுத்திக் கொள்வதற்காக இரண்டாண்டு காலத் தில் நாங்கள் பலமுறை சந்தித்துக் கொண்டோம்.

கலை வல்லுநர்கள், வரலாற்றாளர்கள் ஓவியங்களை எப்படித் தொடுகிறார்கள், ஒவ்வொரு இலையையும், ஒவ்வொரு விளிம்பை யும், குறிப்பிடத்தக்க ஒவ்வொரு பகுதியையும் எப்படி நுண்ணோக் குடன் கூர்ந்து ஆராய்கிறார்கள் என்பதை நான் உன்னிப்பாகக் கவனித்திருந்தேன். சோனியா, மார்கஸ்ஃப்ரேஸர், கேத்தி பான் கெய்ம், பெட்ரோ கார்வலோ, மாஸென் அஸ்தியானி ஆகியோருக்கு தனிப்பட்ட முறையில் நன்றி சொல்லவேண்டும். நவினா ஹைதர், சூஸன் ஸ்ட்ராங், கேத்தரின் ஆஷர், ராபர்ட் ஸ்கெல்டன் இவர்கள் அவ்வளவு காலமும் வரலாற்று ஓவியம் தொடர்பாய் தங்கள் மதிப்பு மிக்க திறன்களை வழங்கியிருக்கிறார்கள். 2012ல் இமோரி பல்கலைக் கழக ஆசிரியர் குழு சீனாவுக்கு பயணம் மேற்கொண்ட போது, வால்டர் மெலியான், 'நூர்ஜஹான் லோடிங் தி மஸ்கட்' நூலைக்

கையில் கொண்டுவந்ததோடு, பலமுறை அதுபற்றிப் பேசவும் செய்தார். அந்த உரையாடலை நான் அசைபோடாதிருந்திருந்தால் அதனை ஒரு முழு அத்தியாயமாக வார்த்தெடுத்திருக்கவே முடியாது.

எளிதில் புரிந்துகொள்ள முடியாத பாரசீக மொழி உரைநடை மற்றும் கவிதைகளை மொழிபெயர்த்து உதவியமைக்காக ஹொஸெய்ன் ஸமெய்க்கும், இஸ்லாமிய இறையாண்மை பற்றிய உரையாடல் களுக்காக வின்செண்ட் கார்னெல்லுக்கும் தனிமுறையிலான நன்றிகள். இஸ்லாமிய உலகின் பகுதிகளான வெள்ளிக்கிழமை அற விளக்கப் பேருரை பற்றி விவாதிக்க மணிக்கணக்கில் தமது நேரத்தைச் செல விட்டவர் இமோரி சட்டக்கல்வி நிலையத்தைச் சேர்ந்த அப்துல்லா –அன்–நெய்ம் அவர்கள். இமோரி நிர்வாகத்துக்கு, குறிப்பாக மைக்கேல் எலியட், கார்ஸா ஃப்ரீமன் ஆகியோரின் ஆதரவுக்கு நன்றி. கலைகள் மற்றும் அறிவியலுக்கான இமோரி ஆராய்ச்சிக் குழுவின் ஒருங்கிணைந்த ஆர்வ ஈடுபாடு இந்நூல் உருவாக்கத்தைச் சாத்தியப்படுத்தியது.

2016 ஆகஸ்டில் ரிங்லேக் பண்ணை – வயோமிங் இந்நூல் உருவாக்கத்தில் ஒரு திருப்புமுனையாக இருந்தது. நான் காஷ்மீருக்கு போக முடியாத நிலையில், உயர்ந்தோங்கிய ஆல்பைன் மலைப் பகுதியில் முகலாயர்கள் அடைந்த ஈர்ப்பினை நானும் கண்டுணர்ந் தேன்.

ஆண்டி ப்ளாக் மற்றும் அமந்தா வெர்ஹுவல் இவர்களின் விருந்தோம்பலையும், அமெரிக்க பூர்வகுடியினர் பாறைகள் மீது செதுக்கிய அல்லது வரைந்த ஓவியங்களின் வரலாற்றை இவர்கள் பகிர்ந்து கொண்டதையும் நன்றியோடு குறிப்பிட வேண்டும். தலை சுற்ற வைக்கும் மலைப்பகுதியில் மேற்கொண்ட நடைப்பயணங்களில் எங்களை வழிநடத்திய லீ அவர்களுக்கும் நன்றிகள். 2017இல் டூல் ட்ராப்ஃபோர்ஜ் ரெஸிடென்ஸியில் (ஹட்ஸன்–நியூயார்க்) இலையுதிர் கால நாட்களை மகிழ்ச்சியுடன் நான் செலவிட்டேன். நூர்ஜஹானின் வியப்பூட்டும் வரலாற்றை செம்மைப்படுத்துவதற்கான மன எழுச் சியை அங்கே பெறமுடிந்தது. காத்தரீன் டாகெர்ட்டி இந்நூலில் கொண்டிருந்த அக்கறைக்காக எனது பிரத்யேக நன்றிகள்.

இந்நூலின் பகுதிகள் பல்வேறு இடங்களில் முறைசார் நிகழ்ச்சிகளில் வாசிக்கப்பட்டன. நிகழ்ச்சிகளுக்கு ஏற்பாடு செய்தவர் களும், பங்கேற்றவர்களுமான சேகர் பந்தோபாத்யாய, மைக்கேல் ஜிலன், தென்கிழக்காசிய ஆராய்ச்சிக்கான ஆஸ்திரேலிய அமைப்பு, விக்டோரியா பல்கலை டுனெடின் மற்றும் கான்டர் பரி (நியூசி லாந்து), அல்மத் ஹோபார்ட், மாத்யூ மெஸ்லே–ஸுரிச் பல்கலை, டான் ரெய்ட்ஸஸ் – ஜார்ஜியா பல்கலை, அட்ரியன் பெய்லி, கிளாரா விங்–சங்–ஹோ, ஹாங்காங் பாப்டிஸ்ட் பல்கலை, ரான்ஸிலா –

இந்தியானா பல்கலை, லாரி பேட்டன் – மிடில் பர்ரி கல்லூரி, ருத்ரங் ஷு முகர்ஜி – அஷோகா பல்கலை, குஸ்ரு இரானி, லாஃப்ட் புனே, ஆன்மர்பி – பிரிட்டிஷ் கொலம்பிய பல்கலை, மைக்கேல் கலோப்ரியா – செயின்ட் போன் அவெஞ்சர் பல்கலை இவர்களுக்கு நன்றி. இமோரி தெற்காசிய நூலகர் எலன் அம்ப்ரஸோன் பலராலும் அறியப்பட்டிராத குறிப்புரைகள் பலவற்றைத் தேடிப்பிடித்துத் தந்ததோடு, படவிளக்கங்களைப் பெறுவதிலும், அதிகாரப் பொறுப் பில் உள்ளவர்களைத் தொடர்பு கொள்வதிலும் பெரிதும் உதவியிருக் கிறார். அவருக்கு எனது தனிச்சிறப்பு நன்றிகள். கையெழுத்துப் பிரதி களையோ, நூல்களையோ என்னால் கண்டுபிடிக்க இயலாத நிலை யில் இமோரி நூலகச் சேவைப்பிரிவில் உள்ள மேரிஹான்ஸன் அவற்றை எனக்குக் கிடைக்கச் செய்திருக்கிறார்.

பின்வரும் நூலகங்களும், ஆவணக் காப்பகங்களும் வழங்கிய சேவைகள் குறிப்பிடத்தக்கவை. தி அமெரிக்கன் இன்ஸ்டிட்யூட் ஆப் இண்டியன் ஸ்டடீஸ் (டில்லி), தி ஆர்க்கியலாஜிக்கல் சர்வே ஆப் இந்தியா (ஆக்ரா), தி ஆகா கான் பவுண்டேசன் (பாஸ்டன் மற்றும் ஜெனிவா), கிளீவ்லாண்ட் மியூஸியம் (கிளீவ்லாண்ட்), ஹார்வர்டு ஆர்ட் மியூசியம் (லண்டன்), தி பிரிட்டிஷ் லைப்ரரி, தி லைப்ரரி ஆப் த ஸ்கூல் ஆப் ஓரியண்டல் அண்ட் ஆப்ரிக்கன் ஸ்டடீஸ் (லண் டன்), ராம்பூர் ராஸா லைப்ரரி (ராம்பூர்), எவிடாஸ் கிரியேட்டிவ் – மேனேஜ்மெண்ட் என்னுடைய படைப்பை உருப்படுத்திய இலக் கிய முகமைக்கும் நன்றிகள்.

வரலாற்று தகவல்களைக் கண்டறிவதிலும் நூலகம், அருங் காட்சியகம், முகலாய நிகழிடங்களுக்குச் சென்று வருவதிலும் வழக்க மீறிய முனைப்புடன் துணைபுரிந்த சகாக்கள் பலருக்கும் பேரளவி லான நன்றிகள். புகழ்பெற்ற ஓவியக்கலைஞரான ஷாஜி முகம்மது ஷெரீஃப், உயரதிகாரப் பெருமையுடன் இருந்த பேரரசியை 1960களில் ஓவியமாக்கியவர். இவருடைய பேரன் ஷேக் மன்சூருடன் தொடர்பு ஏற்படுத்திக் கொடுத்தவர் ரக்ஷுணா டேவிட். இரண்டு ஓவியங்களை மறுபிரதி செய்துகொள்ள பெருந்தன்மையுடன் அனுமதி வழங்கிய மன்சூருக்கும், ரக்ஷுணாவிற்கும் எனது நன்றியுணர்வைத் தெரிவித்துக் கொள்கிறேன்.

நான் ராம்பூர் நூலகம் சென்றுவர அனுமதி வழங்கி, உதவிகள் புரிந்தவர் பூர்ணிமா மேத்தா ஏ.ஐ.ஐ.எஸ். (டில்லி) இயக்குநர் அவர்கள். ஆக்ரா கோட்டை, நூரின் ராம்பாக், பேபி தாஜ் முதலிய இடங்களைச் சென்று பார்த்து வர தனிப்பட்ட முறையில் பயண ஏற்பாடுகளைச் செய்து தந்தவர் தொல்பொருள் துறை ஆய்வுப் பிரிவைச் (ஆக்ரா) சேர்ந்த திரு. ஆர்.கே.சிங் அவர்கள். ஆக்ராவில்

உள்ள பயணவழி காட்டிகள் நூர்ஜஹானைப் பற்றிய இதயம் கவரும் இனிய கதைகளைச் சொல்லியிருக்கிறார்கள்.

ஆனந்தி சாலினாஸ், ஜுவானா மெக்கீ, தொழில்நுட்பம் சார்ந்த வகையில் துணைபுரிந்த டார்ஜி லேஸி, நூலாசிரியர் புகைப்படத்துக் காக மைரோன் மெக்கீ, தங்களுடைய மட்டுமீறிய அறிவாற்றலைக் கொண்டு என்னை வியப்பிலாழ்த்திய இளநிலைப் பட்டம் பயிலும் மாணவர்கள் மற்றும் பட்டதாரிகள் ஆய்வில் உதவிய மலேக்கா, சித்தார்த் மேடக்கர், சயாலி பப்பாத், ஃபைஸா ரஹ்மான் இவர் களுக்கும் நான் நன்றி தெரிவிக்கக் கடமைப்பட்டுள்ளேன்.

பிரிட்ஜட் வாக்னர் மேட்ஸி கற்பனை வசீகரமுள்ள ஒரு சேவை யாளர். ஒரு கட்டத்தில் என்னுடைய எழுத்துப் பணியை நான் உதறி விட நினைத்தபோது, அவர் என்னை விடவில்லை. என்னுடைய அறிவார்ந்த முயற்சிகளில் மிகுந்த அக்கறையோடு துணைநின்ற பிரிட்ஜட்டிற்கு நன்றி சொல்லித் தீராது.

ஜுடிஸ்டோன் – இந்நூலின் ஒவ்வொரு வரியையும் கவனமாய் பார்த்ததோடு, நான் கவனிக்காமல் தவறவிட்டவை பற்றியும் விவாதித்து என்னைச் சிந்திக்க வைத்தார். மிக விழிப்போடும், நுண் ணிய மாற்றங்களை அளவிடக் கூடிய விதத்திலும் அவர் விவாதங் களை உன்னிப்பாகக் கேட்டிருந்தார். வரலாற்றை எழுதுதற்கான அடிப்படைகளை எது உருவாக்குகிறது என்பதையும் கருத்தில் கொண்டார். இந்தச் செயல்திட்டத்துக்காக நீங்கள் கொடுத்த நேரத்துக்கும், கவனம் செலுத்தியமைக்கும், உங்களுடைய இணக்கத் தன்மைக்கும் பேரளவிலான நன்றிகள். நார்ட்டன் நிறுவன பதிப்பாசிரியர் அலேன் மேசனின் நடைமுறைக்கேற்ப முடிவெடுக்கும் ஆற்றலுக்கும், அவர் என்மீது வைத்திருந்த நம்பிக்கைக்கும், நூலில் தேவையான மாற்றங்களைச் செய்து நேர்த்தியான வடிவம் தந்தமைக் கும் நான் நன்றியுணர்வோடு, பெரிதும் கடமைப்பட்டிருக்கிறேன்.

படைப்புச் செயல்முறைக்கட்டத்தில் தேவையான வலுவாதா ரத்தை வழங்கிய ஆஷ்லே பாட்ரிக்கிற்கு அநேக நன்றிகள். அவர் அதிகாரப் பொறுப்பில் உள்ளவர்களின் இசைவுகளைப் பெற்று உதவியதோடு அல்லாமல், சட்டமுறைமைகளால் நான் சோர்வுற்றி ருந்த நிலையில் எண்ணற்ற மின்னஞ்சல்கள் மூலம் என்னை ஊக்கப் படுத்தியிருக்கிறார்.

இறுதி செய்யப்பட்ட கையெழுத்துப் பிரதியை அவர் வாசித்து சரிபார்த்ததும் நினைவில் கொள்ளப்பட வேண்டிய ஒன்று.

நார்ட்டனின் தயாரிப்பு, சந்தைப்படுத்தல், விளம்பரம் இவற்றுக் கான பணிக்குழுக்களுக்கும், சிறப்பாக எனது விளம்பரச் செய்திகளை எழுதும் எரின்சினெஸ்கி அவர்களுக்கும் நான் நன்றி தெரிவித்துக்

கொள்கிறேன். இந்நூலில் அவருடைய இடையறாத பணியும், ஆர்வப் பொறுப்பும் குறிப்பிடத்தக்கவை. பெங்குவின் இந்தியா பதிப்பாசிரியர் மெருகோகல் அவர்களுக்கும், அவருடைய தயாரிப்பு மற்றும் விளம்பர பணிக் குழுவிற்கும் சிறப்பு நன்றிகள்.

என் பிரியத்திற்குகந்த சிநேகிதிகளான லின்னி ஹூப்பர், லெஸ்லி ஹாரிஸ், மேரி ஓடம், ரோஸ்மேரிமேகி, மேகி குலிக் ஆகியோருக்கு நன்றி. எனது யோகா நண்பர்களான எஃப்ரோஸினி (மேக்ஸ்) மாண்டலிஸ், சூ ஹண்டர், லிண்டாஹில், அட்லாண்டாவைச் சேர்ந்த பற்றாளர்கள் இவர்களோடு, 'எம்ப்ரஸ் கிளப்'பின் உணவுப் புரட்சியாளர்களுக்கும் எனது நன்றிகள். இந்நூலின் அத்தியாயங்களைத் தொடக்க நிலையிலேயே என்னைப் படித்துக் காட்டும்படி கேட்டுக் கொண்டவர்கள் அவர்கள்.

என்னுடைய உடன்பிறந்தவர்கள், பெற்றோர்கள், வாழ்க்கைத் துணைவர், என் உடன்பிறந்தாரின் மக்கள் இவர்களெல்லாம் எனது பணியில் நான் கருத்தூன்றிச் செயல்பட ஊக்கமளித்தவர்கள். குட்டன், ரீனா, பிரபாகர் – குறிப்பாக கியான் இவர்கள் நூரின் தனிச்சிறப்பு வாய்ந்த தருணங்களை என்னோடு பகிர்ந்து கொண்டவர்கள். பெரிதும் விரும்பப்படுகிற ஆஷ்னா, அனன்யா ஆகியோர் நூர்ஜஹானை ஆர்வத்தோடு ஏற்றுக் கொண்டவர்கள்.

சுவையாகக் கதைகள் சொன்ன நேரம், கடலின் மறுபக்கத்தில் இருந்து நிகழ்த்திய நீண்ட இன்னுரையாடல்கள் இவற்றுக்காக என் அம்மாவுக்கு தனிப்பட்ட முறையில் நன்றி சொல்ல வேண்டும். அவரும், என் தந்தையும் இந்த 'பேரரசி'யைக் கண்டு மிகுந்த மகிழ்ச்சியடைவார்கள் என்று நம்புகிறேன்.

ரூபிலால்

அட்லாண்டா, மார்ச், 2018

மொழிமாற்றம், தனிவகைச் சொற்கள் மீதான குறிப்புரை

பாரசீக மொழியில் இருந்து எழுத்துக்கு எழுத்து அப்படியே ஆங்கிலத்தில் மொழி மாற்று செய்வதற்கு பொதுவான வகைமுறை எதுவும் இருந்திருக்கவில்லை. நான் 'இண்டர்நேஷனல் ஜர்னல் ஆஃப் மிடில் ஈஸ்ட் ஸ்டடிஸ்' இன் திருத்தியமைக்கப்பட்ட மொழிபெயர்ப்பு முறையைப் பயன்படுத்தியிருக்கிறேன். லேய்லா எஸ்.தீபா மற்றும் மரியம் எக்தியார் இருவரும் தங்கள் – 'ராயல் பெர்ஸியன் பெயிண்டிங்ஸ்' 'தி குஜார் எபோக் (1785–1925)' நூற்பதிப்பில் அதே முறையைப் பயன்படுத்தியிருக்கிறார்கள். என்னுடைய கதையில் நன்கறியப்பட்ட நபர்களின் பெயர்கள் இடங்கள் இவற்றை வழக்கமான ஆங்கிலத்திலேயே வைத்திருக்கிறேன். பாபர் நமே, அக்பர் நமே என்பதற்கு பதிலாக பாபர் நாமா, அக்பர் நாமா அக்ரே என்பதற்கு பதிலாக ஆக்ரா, பைகம் என்பதற்கு பேகம் என்கிற மாதிரி. பாரசீகக் கையெழுத்துப் பிரதிகள் மற்றும் நூல்களில் இருந்து நானே மொழிபெயர்ப்பு செய்திருக்கிறேன்.

மூலப்படிவத்தில் உள்ள சொல்லின் எழுத்துகள் மேற்கோள் குறிகளுடன் இடம்பெற்றுள்ளன. அதனை ஒட்டியே என்னுடைய நூலில் சில பெயர்களின் எழுத்துக்கூட்டுருகள் மாறுபட்டிருக்கும். நூல் நெடுகிலும் அடைப்புக்குறிகளுடன் தரப்பட்டிருக்கும் தகவல்கள் என்னுடையவை.

தனிவகைச் சொற்கள் பற்றிய குறிப்பு : முகலாய அரசவையின் பிரதான மொழியான பாரசீக மொழியில் பேரரசர், பேரரசி என்பதற்கோ, அரசன் அரசி என்பதற்கோ சரிநுட்பமான சொற்கள் இல்லை. முகலாய அரசன் அல்லது அரசியைக் குறிக்க நூர்காலத்தில் 'எம்பரர், எம்பரஸ்', 'கிங், குயின்' என்கிற சிறப்புப் பெயர்களே பயன்படுத்தப்பட்டது. முகலாய அரசவை ஆவணங்கள் மற்றும் வரலாற்று நடப்புகளை மொழிபெயர்த்த ஐரோப்பியர்கள் அவ்வாறு பயன்படுத்தினர்.

முகலாய ஆட்சியாளர்களின் அதிகாரபூர்வமான பட்டப்பெயர்களை பேரரசர், அரசர் என்றே நாம் அழைக்கிறோம். பல்வேறு மொழிகளிலும் இதுபோன்று பல்வேறு சொற்கள் உள்ளன. பாரசீக மொழியில் ஜஹாங்கீர் என்ற பெயர் 'பாத்ஷா' என்றே அழைக்கப்படுகிறது. 'பேரரசர்' என்பதைக் குறிக்க 'ஷாஇன்ஷா' என்கிற சொல் பயன்படுத்தப்படுகிறது. அரபு மொழியில் பேரதிகாரம் உள்ளவரைக் குறிக்க 'அல்சுல்தான் அல் அஸான்' என்ற சொல் இருக்கிறது. 1616இல் ஜஹாங்கீர் தம்முடைய மனைவிக்கு 'நூர்ஜஹான் பேகம்' என்ற பாரசீகப் பெயரையே சூட்டினார். 'பேகம்' என்ற சொல் புகழ் மற்றும் முக்கியத்துவம் வாய்ந்த மனைவியரைக் குறிப்பிடும் கவுரவம் அளிக்கிற சொல். பிற்பாடு நூர் பிறப்பித்த அரசாணைகளில் தான் கூட்டுத் தலைமை வகிப்பதை உறுதிசெய்யும் முகமாய், 'நூர்ஜஹான் பாத்ஷா பேகம்' என்றே கையொப்பமிட்டிருக்கிறார். இது முன் எப்போதும் வழக்கத்தில் இருந்திராத ஒரு பெண்ணின் செயல்தான். பாரசீக – அரபுமொழிச் சொல்லான 'மாலிகா' (அரசி) என்கிற பெயரிலும் அவர் குறிப்பிடப்பட்டிருக்கிறார். இந்நூலில் 'பேரரசி' என்ற சொல்லால் நான் குறிப்பிடுவது நூர்ஜஹானையே.

◯

முக்கிய நபர்கள் பற்றிய தகவல்கூறுகள்

அபுல் ஹஸன் (ஓவியர்)

பெர்ஸிய ஓவியர் அகா-ரிஸாவின் மகனான அபுல் ஹஸன் தன் தந்தையின் படைப்புகளைக் கூர்ந்து கவனித்தே, கலைத்திறனை வளர்த்துக் கொண்டவர். நான்காவது முகலாயப் பேரரசரான ஜஹாங்கீரின் அரசவையில் ஓவியராக முனைப்புடன் செயல்பட்டு வந்தவர். பல ஓவியக் கலைஞர்களுடனும் அவருக்கு நெருங்கிய தொடர்பு இருந்தது. குறிப்பிடத்தக்க சில ஓவியங்களை அவர் வரைந்திருக்கிறார். முகலாயப் பேரரசி நூர்ஜஹான் ஜஹாங்கீர் ஓவியங்கள் தனிச் சிறப்புடையவை. ஒளி மற்றும் ஆக்கக்கூறுகளை ஒருங்கிணைத்துப் படைப்புகளை உருவாக்குவதில் அவர் தேர்ச்சி பெற்றிருந்தார். 1618இல் பேரரசர் 'யுகாந்திர அற்புதம்' என்ற விருதினை வழங்கிக் கவுரவித்தார்.

அக்பர் (1542-1605)

ஜலாலுத்தீன் முகம்மது அக்பர் 1542 அக்டோபரில் பிறந்தார். தற்போது பாகிஸ்தானில் உள்ள சிந்து மாகாணத்து அமர்கோட் அவரது பிறப்பிடம். இந்தியாவின் மிகச் சிறந்த பேரரசர்களில் ஒருவர். தந்தை இரண்டாவது முகலாயப் பேரரசரான ஹுமாயூன், தாய் ஹமீதா பானு பேகம். அக்பர் தம்முடைய பதின்மூன்று வயதிலேயே ஆட்சியதிகாரம் பெற்றார். இங்கிலாந்து அரசியான முதலாம் எலிஸபெத்தின் சமகாலத்தவர் இவர். நாற்பதாண்டுகள் ஆட்சி புரிந்திருக்கிறார். இந்தியாவின் பெரும்பகுதியை முகலாய ஆட்சியின் கீழ் கொண்டுவந்தார். அத்துடன் வடமேற்கு எல்லைப் பகுதிகளான காபூலையும் காந்தஹாரையும் மீண்டும் கைப்பற்றினார். ஹுமாயூன் காலத்தில் கைவிட்டுப் போனவை அவை. மனித நலக் கோட்பாட்டாளர். தம்முடைய ஆற்றல், காலம், முயற்சி இவற்றை இஸ்லாமிற்காகவே அர்ப்பணித்துக் கொண்டவர். மற்ற மதங்களிலும் அவற்றின் உட்பிரிவுகளிலும் இவர் அக்கறை காட்டினார். இவருடைய அரசவை உலகளவில் கவனம் பெற்றது. பெர்ஸியா, ஆப்

காளிஸ்தான், மத்திய ஆசியா இவற்றில் இருந்து மேற்குடி மக்களும் படைப்பாளிகளும் இந்தியாவின்பால் ஈர்க்கப்பட அது காரண மாயிற்று. அவருடைய பரந்த மனப்பான்மையே அவரது வெற்றியின் இரகசியம்.

அர்ஜுமண்ட் பானு (1593–1631)

நூர்ஜஹானின் மருமகளும், நூரின் சகோதரன் ஆஸஃப்கானின் மகளும் ஆவார். பேரரசர் ஜஹாங்கீரின் மூன்றாவது மகன் ஷாஜஹானை மணந்தவர். (அவர்களுடைய திருமணத்தின்போது இளவரசரின் பெயர் குர்ரம். மன்னருக்குரிய பெயர் ஷாஜஹான்). பேரரசர் ஷாஜஹான் அர்ஜுமண்டுக்கு 'மும்தாஜ் மஹல்' என்ற சிறப்புப் பெயரை வழங்கினார். மும்தாஜ் ஷாஜஹானின் பிரியத்திற்கு உகந்த மகளான ஜஹானாரா உட்பட பதினான்கு குழந்தைகளைப் பெற்றெடுத்தார். தம்முடைய பதினான்காவது குழந்தையை ஈன்ற பொழுது தக்காணத்தில் பர்ஹான்பூர் என்ற இடத்தில் இறந்து போனார். தம் மனைவியின் நினைவாக ஷாஜஹான் கட்டியதுதான் 'தாஜ் மகால்'.

ஆஸஃப்கான் (1569–1641)

முகலாய அரசவையில் முதன்மைப் பெற்றவரான பெர்ஸியர் கியாஸ்பெக்கின் மகன். அவர் பிறந்ததும் வைக்கப்பட்ட பெயர் அபுல் ஹஸன். பேரரசர் ஜஹாங்கீர் அவருக்கு உயர்வளித்து வழங் கிய சிறப்புப் பெயர்தான் ஆஸஃப் கான். இவருடைய இளைய சகோதரி பேரரசியான நூர்ஜஹான். இவரது மகளான அர்ஜு மண்ட்பானு ஷாஜஹானுக்கு மணம் செய்து கொடுக்கப்பட்டாள். ஆஸஃப்கான் ஜஹாங்கீரின் அரசவையில் நட்சத்திர அந்தஸ்துள்ள பல பதவிகளை வகித்திருக்கிறான். 1627இல் பேரரசரின் மரணத் துக்குப் பிறகு தன் மருமகன் ஷாஜஹான் அரியணையேறத் துணை புரிந்தார்.

அஸ்மத் பேகம் (இறப்பு 1621)

அகா முல்லா தவாத்தர் என்பாரின் பேத்தி இவர். பாட்டனார், பெர்ஸிய அரசர் ஷா தஹ்மஸ்ப் அவர்களின் அரசவையின் முக்கிய உறுப்பினர்களுள் ஒருவர். 1570ன் பிற்பகுதியில் அஸ்மத்தும் கணவர் கியாஸ்பெக்கும் தங்களுடைய இரண்டு ஆண்குழந்தைகள், ஒரு மகள் இவர்களோடு ஈரானில் இருந்து இந்தியாவுக்குச் சென்றனர். அப்போது கர்ப்பிணியாக இருந்த அஸ்மத் நான்காவதாக ஈன்ற குழந்தை மெஹர்–உன்–நிஸா. பிரசவம் காந்தஹாருக்கு அருகில் நடந்தது. பிற்பாடு முகலாயப் பேரரசி நூர்ஜஹானானார்.

பாபர் (1483 – 1556)

முதல் முகலாயப் பேரரசர் பாபர் – ஒரு கவிஞர், எங்கும் நிலைத்திராதவர், 'பாபர் நாமா' என்கிற நூலை எழுதியவர். மத்திய ஆசிய வீரப் பெருந்தகைகளின் மரபில் வந்தவர். தாய்வழியில் முன்னோர் செங்கிஸ்கான் (1167–1227), தந்தை வழியில் தைமூர் (1336–1405). பாபரின் தந்தைவழிப் பாட்டனார் தம்முடைய பேரரசை தம் மகன்களுக்குக் கூறுபோட்டுக் கொடுத்தார். தம்முடைய பங்கு சொத்துக்களைப் பெறுவதற்காகப் பாபர் தம் மாமன்களிடமும், சித்தப்பா மக்களிடமும் நெருங்கிய மற்றும் தூரத்து உறவினர்களிடமும் சண்டைபோடும்படி இருந்தது. அவருடைய வாழ்க்கையின் பெரும்பகுதி சண்டையிட்டே கழிந்தது. சாமர்கண்ட் நகரத்தை அடையும் பேராசையில் நீண்டகாலம் போரிட்டு தந்தை தமக்களித்திருந்த நிலப்பரப்பை இழந்தார். 1504இல் காபூலுக்கு விரட்டியடிக்கப்பட்டவர், 1526இல் டில்லியை ஆண்ட இப்ராஹீம் லோடியைத் தோற்கடித்து, முகலாய ஆட்சியைத் தொடங்கி வைத்தார்.

தை திலாராம்

நூர்ஜஹான் குழந்தையாக இருந்தபோது பாலூட்டி வளர்த்தவர், தொடர்ந்து பராமரித்தவர். பேரரசியுடன் தம் வாழ்நாள் முடிய உடனிருந்தவர். அந்தப்புர அதிகாரியாகப் பொறுப்பேற்றவர். அவருடைய வாழ்க்கை பற்றி குறிப்பாக எந்தப்பதிவும் இல்லை. திலாராம் என்ற பெயர் ஆவணங்களில் தை திலாராம் என்றும் திலாராணி என்றும் குறிக்கப்பட்டிருந்தது. அஸ்மத்தும் கியாஸும் ஈரானில் இருந்து புறப்பட்ட சமயத்திலேயே இவரும் புறப்பட்டு வந்தவரா என்பதை உறுதி செய்வதற்கில்லை. நூர் பிறந்தபோது உடனிருந்து உதவியது நிச்சயம். அரண்மனை பணிப்பெண்களின் கண்காணிப்பாளராகவும் இருந்திருக்கிறார் (நூரும் ஜஹாங்கீரும் கூட்டுத்தலைமையேற்றிருந்த காலத்தில்). ஆனால், ஆவணங்களில் அவருடைய நியமனக் காலம் குறிப்பிடப்படவில்லை.

ஃபரீது பக்காரி

முகலாயப் பேரரசின் பல்வேறு மாகாணங்களில் நிதி மற்றும் வருவாய்த்துறைப் பதவிகளை வகித்தவர். அத்துடன் செய்தியாளரும் கூட. முகலாய அதிகாரிகள் குழுவிலும், ஜஹாங்கீரின் காஷ்மீர் முகாமிலும் (1619) உடனிருந்து நிகழ்வுகளைக் கவனித்து, மனதில் பதிய வைத்துக் கொண்டார். 1631இல் மகபத்கானுடன் இருந்திருக்கிறார். 1642இல் பஞ்சாப் குன்றுகளின் தலைவனுக்கெதிரானப் படையெடுப்பிலும் பங்கேற்றார். பெருங்குடிமக்கள், அறிஞர்கள் மற்றும் செல்வாக்குள்ள முகலாயர்களின் வாழ்க்கைக் குறிப்புகளைத்

தொகுத்திருக்கிறார். அதிகார வரம்பிற்கு அப்பாற்பட்ட உண்மைகளை, நடப்புகளை 'தகிராத்துல் கவானின்' என்ற நூலாகத் தொகுத்தளித்திருக்கிறார். பதினெட்டாம் நூற்றாண்டின் முகலாய பிரபலங்கள் பற்றிய அகராதிக்கு அது மூலாதாரமாய் உதவியிருக்கிறது.

கியாஸ்பெக் (இறப்பு 1622)

இவருடைய மருமகன் ஜஹாங்கீர் இவருக்கு 'அரசின் தூண்' என்ற சிறப்புப் பெயர் வழங்கிக் கவுரவித்தார். முகலாயப் பேரரசில் இடம்பெற்ற பெர்ஸியப் பெருங்குடி மக்களில் கியாஸ்பெக் முதன்மை பெற்றிருந்தார். ஈரானில் பிறந்தவர். இவருடைய குடும்பம் கவிஞர்கள், உயரதிகாரிகளைக் கொண்டிருந்த படியால் மதிப்புமிக்கது. 1576இல் தம்முடைய தந்தை இறந்ததும் இவர் இந்தியாவுக்குக் குடிபெயர்ந்தார். இவருடைய வாழ்க்கையின் பணிக்காலம், பேரரசர் அக்பர் இவருக்கு அரசுப்பணி அளித்ததில் இருந்து தொடங்கியது.

அக்பரின் மகன் ஜஹாங்கீருடைய ஆட்சிக்காலத்தில் இவரது செல்வவளம் பெருகியது. 1611இல் ஜஹாங்கீர் இவருடைய மகள் நூர்ஜஹானை மணந்துகொண்டார். அத்துடன் கியாஸைத் தமது முதலமைச்சராக நியமித்தார். 1622இல் காங்ரா என்ற இடத்தில் கியாஸ்பெக் மரணம் அடைந்தார். நூர்ஜஹான் தமது பெற்றோர்களான கியாஸ்பெக், அஸ்மத் இவர்களுக்கு யமுனை ஆற்றங்கரையில் முன்பு எப்போதும் இருந்திராத கட்டிடப்பாணியில் கல்லறை ஒன்றை உருவாக்கினார்.

குல்பதான் பேகம் (1523 – 1603)

பாபரின் மகளான இவர், தம்முடைய தந்தை பெற்ற கணிசமான வெற்றிகளைத் தொடர்ந்து, தம் ஆறரை வயதிலேயே ஆப்கானிஸ்தானத்தில் இருந்து ஆக்ராவுக்குப் பயணம் செய்தவர். பாபரின் ஆரம்பகால வெற்றிகளில் இருந்து முகலாயப் பேரரசுத் தோற்றுவிக்கப்பட்டதையும், அக்பர் காலத்தில் அது மேன்மையுற்றதையும் இவர் சாட்சிபாவத்தில் இருந்து கவனித்திருக்கிறார். தாம் கண்டவற்றை 'ஹுமாயூன் காலத்திய நிலைமைகள்' என்ற நூலில் இவர் பதிவு செய்திருக்கிறார். முகலாய குடும்ப வாழ்க்கை பற்றிய சிறந்த ஆவணம் என்பதோடு, ஒரு முகலாயப் பெண்மணியின் எழுத்துக்கு இது ஒன்றே உதாரணம் என்பதாலும் எழுத்து வகையில் இது தனித்தன்மை வாய்ந்தது. முகலாயக் குடும்பத்தின் மூத்த பெண்மணியான இவர் கடற்பயண அபாயங்களையும், முன்பின் அறிந்திராத நிலப்பகுதிகளையும் கடந்து பயணம் சென்றார். இவர் சென்ற கப்பல் செங்கடலில் விபத்துக்குள்ளாகி சேதம் அடையவும், ஏடனில் ஓராண்டு போல் இருந்து, வந்திருக்கிறார்.

ஹமீதாபானு பேகம் (1527 – 1604)

ஹமீதா புகழும் மதிப்பும் பெற்ற ஒரு புனிதரின் மரபில் உதித்தவர். அக்பரின் தாய். 1541இல் இவர் ஹுமாயூனை மணந்தார். 1542இல் அக்பரை ஈன்றெடுத்தார். அப்போது அரசகுடும்பம் அரசியல் காரணங்களுக்காகத் தங்கள் நாட்டைவிட்டு வெளியேறி அந்நிய மண்ணில் தங்கியிருக்க நேர்ந்தது.

'அக்பர் நாமா' நூலிலும் மற்ற முகலாய நூல்கள் சிலவற்றிலும் ஆங்காங்கே இவரைப்பற்றிய குறிப்புகள் இடம்பெற்றுள்ளன. குல்பதான் பேகம் மெக்கா சென்றபோது, அந்தப் பெண்கள் குழுவில் இவர் இணைந்து கொள்ளவில்லை. அக்பரைப் பராமரிப்பதற்காக இங்கேயே தங்கிவிட்டார்.

ஜகத் கொஸெய்ன் (இறப்பு 1619)

முகலாயப் பேரரசர் ஜஹாங்கீரின் மனைவியும், ஷாஜஹானின் தாயும் ஆவார். மார்வார் தேசத்து இராஜபுத்ர இளவரசி இவர். முகலாயர்களிடம் பணிந்ததும், இவருடைய தந்தை இவரை இளவரசர் சலீமுக்கு (ஜஹாங்கீர்) மணம் செய்து கொடுத்தார். அவர்களுடைய மகனுக்கு அக்பர், குர்ரம் (மகிழ்ச்சி நிரம்பிய) என்று பெயர் சூட்டினார். அக்பரின் குழந்தையில்லாத மனைவி ருகையா பேகம் குர்ரத்தை வளர்த்து ஆளாக்கும் பொறுப்பேற்றார். தமக்கு முக்கியப் போட்டியாக வந்த நூர்ஜஹானால் இவர் கடும் மன உளைச்சலுக்கு உள்ளானதாகப் பழங்கதைகளில் கூறப்பட்டிருக்கிறது. ஜஹாங்கீர் ஜகத்தின் மரணம் பற்றித் தம்முடைய சுயசரிதையில் சுருக்கமாகவே குறிப்பிட்டிருக்கிறார்.

ஜஹாங்கீர் (1569 – 1627)

இளவரசர் சலீம் இவருடைய இயற்பெயர். பேரரசர் அக்பருக்கு மிகவும் பிரியமான மகன். சலீம் அரியணை ஏறியதும் ஜஹாங்கீர் (உலகை வென்றவர்) ஆனார். தம் தந்தை ஏற்படுத்திக் கொடுத்திருந்த வலுவான அடிப்படையில் தம்முடைய ஆட்சியை இவர் தொடர்ந்தார். இவர் அக்பரை விடவும் தமது கொள்ளுப் பாட்டனாரான பாபரையே தமக்கு முன்மாதிரியாகக் கொண்டார். இவருடைய சுயசரிதை 'ஜஹாங்கீர் நாமா' பாபரின் எழுத்து முறையிலேயே அமைந்தது. தம்முடைய கடைசி மனைவியும், தம்முடன் கூட்டுத் தலைமை வகித்தவருமான நூர்ஜஹானைப் பற்றி, வேறெந்த நூல்களிலும் காணப்படுவதைவிட விரிவாகவே அந்நூலில் எழுதியிருக்கிறார் அவர். இளவரசர் ஷாஜஹான் வெளிப்படையாய் மேற்கொண்ட ஆட்சி எதிர்ப்பால், ஜஹாங்கீர் – நூர்ஜஹான் ஆட்சியின் கடைசி வருடங்கள் அவர்களுக்குக் கலக்கத்தைக் கொடுப்பதாகவே இருந்தது.

மகனின் கிளர்ச்சி, அரசவையில் உள்ள சிலரின் சூழ்ச்சி இவற்றால் மனவேதனை உடல் நலிவுக்குள்ளான ஜஹாங்கீர் 1627இல் மரணமடைந்தார்.

கஃபிகான் (1732 – 33இல் இறப்பு)

முகம்மது ஹஷீம் என்றும் ஹஷீம் அலிகான் என்றும் அழைக்கப்பட்ட இவர் கஃபிகான் என்றும் அறியப்பட்டார். கஃபி என்றால், 'காணாதவாறு மறைத்து வைக்கப்பட்டது' என்று பொருள். இவர் முகலாயப் பேரரசு நிகழ்ச்சிகளைப் பதிவு செய்யும் பணியில் இருந்தவர். சூரத்தில் வியாபார முகவராகவும் இருந்திருக்கிறார். ஔரங்கசீப் ஆட்சியின் இறுதியாண்டுகளிலும் (1658–1689), முகம்மது ஷாவின் காலத்திலும் (1719–1748) இராணுவப் பதவிகளிலும் இவர் இருந்திருக்கிறார். ஹைதராபாத்தின் முதலாவது நிஜாம் இவரை வருவாய்த்துறை அதிகாரியாக நியமித்திருந்தார். நூர்ஜஹானின் பிறப்பு, வாழ்க்கை, நூர் எழுதிய கவிதைகள் இவற்றை உள்ளடக்கிய 'முந்தாகப்–அல்–லுபாப்' என்ற பயன்மிக்க நூலை இவர் படைத்திருக்கிறார்.

குஸ்ரா (1587 – 1622)

ஜஹாங்கீரின் மூத்த மகன், முதல் மனைவி மனுபாய்க்குப் பிறந்தவர். அக்பரால் பெரிதும் நேசிக்கப்பட்ட பேரன் இவர். அரச குடும்பத்துப் பெண்கள் பலருக்கும் இவர்மீது அன்பும் அக்கறையும் இருந்தது. குஸ்ரா அரியணையில் அமரவேண்டும் என்று அக்பர் விரும்பினார். ஜஹாங்கீர் அரசரானதும் குஸ்ரா அவருடைய ஆட்சிக்கு எதிராகக் கலகம் செய்தார். ஆக்ரா சிறையில் இருந்த போது இவருடைய கண்பார்வை பாதிப்பிற்குள்ளானது. ஆஸஃப் கானின் கண்காணிப்பிலும் இவர் வைக்கப்பட்டிருந்தார். பிற்பாடு தம் இளைய சகோதரன் ஷாஜஹானின் கண்காணிப்பிலும் இவர் இருக்க நேர்ந்தது. 1622இல் தக்காணத்தில் இருந்தபோது இவர் இறந்து போனார்.

லாட்லி பேகம்

நூர்ஜஹானின் ஒரே மகள். அவருடைய முதல் கணவரான 'குலி'க்குப் பிறந்தவர். வங்காளத்தில் பர்த்வான் என்ற இடத்தில் பிறந்த லாட்லியின் பிறப்பு, இறப்பு தேதிகள் ஆவணப்படுத்தப்பட வில்லை. தம் இளையமகன் ஷாரியருக்கு லாட்லியை நிச்சயம் செய்தது, திருமணம் செய்வித்தது ஆகிய இரு நிகழ்ச்சிகளையும் ஜஹாங்கீர் தம்முடைய சுயசரிதையில் விரிவாகக் குறிப்பிட்டிருக் கிறார்.

மகபத்கான் (இறப்பு 1634)

ஷிராஸில் இருந்த குடும்பம் ஒன்றைச் சேர்ந்த ஸமானா பெக் (மகபத் கான் என்பது ஜஹாங்கீர் சூட்டிய பட்டப் பெயர்) இளவரசர் சலீமின் தரைப்படை வீரர்களில் ஒருவராகப் பணியில் சேர்ந்தவர். மகபத்தின் விசுவாசம், சேவை இவற்றைக் கருத்தில் கொண்டு பேரரசர் திரும்பத்திரும்ப அவருடைய படிநிலைத் தகுதிகளைத் தொடர்ந்து உயர்த்திக் கொண்டேயிருந்தார். கிளர்ச்சி செய்த இளவரசர் குஸ்ராவிடம் தம்முடைய பிரதிநிதியாகச் சென்று பேச, ஜஹாங்கீர் இவருக்கு அதிகாரமளித்தார். மேவாருக்கு எதிரான போர் நடவடிக்கையில் இவர் குர்ரத்துடன் இணைந்து செயல்பட்டிருக் கிறார். மற்ற அதிகாரிகளுடன் இவரும் தக்காணத்தில் பணிநியமனம் செய்யப்பட்டிருந்தார். நூர்ஜஹானின் குடும்பத்துடனான இவரு டைய தொடர்புகள் நட்பிணக்கத்துடன் இருக்கவில்லை. 1626இல் ஜஹாங்கீரைத் தம்முடைய பாதுகாவலில் இவர் வைத்திருந்தார். நூர்ஜஹான் ஜஹாங்கீரை யுத்தம் செய்து மீட்டுச் செல்ல வேண்டியி ருந்தது. மகபத் சிந்து மாகாணத்துக்கு அனுப்பப்பட்டார், ஆனால் அவர் ஷாஜஹானுடன் இணைந்து கொண்டார்.

நிக்காலோ மனுரக்கி (1638 – 1720)

வெனிஸ் நகரத்தில் பிறந்தவர். ஆங்கிலேயர் ஒருவரின் உதவியுடன் பெர்ஸியா சென்றவர் அங்கிருந்து டில்லிக்கு வந்து சேர்ந் தார். கிறித்துவ சங்கப் பாதிரியார்களின் பாதுகாப்புப் பொறுப்பில் இருந்து பெர்ஸிய மொழியைக் கற்றார். மருத்துவ ஆராய்ச்சியில் தன்னை ஈடுபடுத்திக் கொண்டார். அர்ஜுமண்ட் – ஷாஜஹான் இவர்களின் மகனான தாரா ஷிகோ இளவரசரிடம் பீரங்கிப்படை வீரராய்ப் பணிபுரிந்தார். பல்வேறு தருணங்களில் போர்ச்சுகீசியர் களுக்கும் முகலாயர்களுக்கும் இடையே தொடர்பாளராக இவர் இருந்திருக்கிறார். 1707இல் இருந்து தம்முடைய இறுதிக்காலம் வரை சென்னையிலும் புதுச்சேரியிலுமாக இவர் காலம் கழித்திருக்கிறார். ‘Storio Do Mogor’ என்கிற ஐந்து பாகங்கள் கொண்ட நூலை இவர் எழுதியது குறிப்பிடத்தக்கது. அதை இந்தியக் குடிமைப்பணியில் இருந்த வில்லியம் இர்வின் என்பவர் மூன்று தொகுதிகளாக மொழி பெயர்த்திருக்கிறார்.

முத்ஆமத் கான்

ஜஹாங்கீரிடம் சம்பளப்பட்டுவாடா அதிகாரியாக இருந்து பிற்பாடு உயர்பதவிகளையும் வகித்திருக்கிறார். ஜஹாங்கீரும் நூர்ஜ ஹானும் காஷ்மீருக்குப் பயணம் செய்தபொழுது இவர் அரசுத் தம்பதிகளுக்கு கடும் பனிப்பொழிவின் இடையிலும் தேவையான ஏற்பாடுகளை சரிவரச் செய்திருந்தார். அப்போதிருந்து அவருடைய

சமுதாய மதிப்பு உயர்ந்தது. 1622இல் இருந்து தம்முடைய சுயசரிதையை எழுதும் பணியைத் தொடருமாறு இவருக்குக் கட்டளையிட்டார். அப்போது ஜஹாங்கீர் நோய்வாய்ப்பட்டிருந்ததே அதற்குக் காரணம். முத்ஆமத்கான் 'இக்பால் நாமா, மாதிர்–இ–ஜஹாங்கிரி' என்கிற மற்றொரு தகவல் தொகுப்பையும் எழுதியிருக்கிறார். இவர் ஷாஜஹான் ஆட்சிக்காலத்தில் இறந்ததாகப் ஃபரீது பக்காரி குறிப்பிட்டிருக்கிறார். ஆனால் அந்தக் காலப்பகுதி நமக்கு கிடைக்க வில்லை.

நூர்ஜஹான் (1577 – 1645)

கியாஸ்பெக், அஸ்மத்பேகம் இவர்களின் மகள். காந்தஹார் அருகே புறநகர்ச் சாலையில் இவர் பிறந்தார். பெற்றோர் வைத்த பெயர் 'மெஹர்–உன்னிஸா' ('பெண்களின் சூரியன்' என்று பொருள்). 1594இல் இவர் குலி என்பவரை மணந்து, 1608 வரை, வங்காளத்தில் உள்ள பர்த்வான் பகுதியில் வாழ்ந்தார். அங்கேதான் இவருடைய ஒரே மகள் லாட்லி பிறந்தாள். 1611இல் நூர் ஜஹாங்கீரை மணந்து, அறிவு நுட்பமுள்ள அரசியல்வாதியானார். தம் கணவருடன் ஆட்சியில் கூட்டுத்தலைமை வகித்தார். திருமணத்துக்குப் பிறகு நூர்மஹல் என்றும் (அரண்மனை ஒளி), நூர்ஜஹான் (உலகின் ஒளி) என்றும் ஜஹாங்கீரால் பெயரிடப்பட்டார். தம்முடைய கையொப்பத்தில் இவர் அரசாணைகள் பிறப்பித்ததும், தம்முடைய பெயர் பொறித்த நாணயங்களை வெளியிட்டதும் மாடிமுற்றத்தில் நின்று குடிமக்களுக்குக் காட்சியளித்ததும் குறிப்பிடத்தக்கவை.

ஸர். தாமஸ் ரோ (1580 – 1644)

லெய்டனில் பிறந்த தாமஸ் ரோ ஆக்ஸ்ஃபோர்டில் உள்ள மக்தேலன் கல்லூரியில் பயின்றார் (1590களின் தொடக்கத்தில்). நிறைவாக எலிசபெத் அரசியாரின் மதிப்புமிக்க குழுவில் ஒருவராக இருந்தார். முதலாம் ஜேம்ஸ் அரசர் இவரை ராணுவத்தில் உயர்பதவியில் அமர்த்தி 'வீரத்திருத்தகை' என்ற விருதும் அளித்தார். 1615 பிப்ரவரியில் இந்தியா சென்றவர் 1615 டிசம்பரில் அஜ்மீரை அடைந்தார். பர்ஹான்பூரில் இருந்தபொழுது இளவரசர் பர்வேஸின் பழக்கம் கிடைத்தது. 1619 பிப்ரவரியில் இவர் இங்கிலாந்துக்குத் திரும்பினார். முகலாய இந்தியாவுக்கு தூதர் பணியாக வந்தவர் தம்முடைய கடமைகள் பற்றி விளக்கமாக எழுதியிருக்கிறார்.

ருகையா பேகம் (இறப்பு 1626)

பேரரசர் அக்பரின் முதல் மனைவி. முகலாயப் பேரரசின் குலத் தலைவியரில் நீண்டகாலம் வாழ்ந்தவர். இவருக்குக் குழந்தைகள் இல்லை என்பதால், அக்பரின் பேரனான குர்ரமை வளர்த்தார்.

அக்பருக்கும், தம் மாற்றாள் மகனான ஜஹாங்கீருக்கும் இடையே சமரசம் செய்து, ஜஹாங்கீர் அரியணையேற வழி வகுத்தவர். ருகையா நூர்ஜஹானுக்கு முக்கிய வழிகாட்டியாகவும் இருந்தார். ஜஹாங்கீர் ருகையா பற்றித் தம்முடைய சுயசரிதையில் மட்டுமீறிய அன்புடன் பதிவு செய்திருக்கிறார். காபூலில் (ஆப்கானிஸ்தான்) பாபரின் தோட்டத்தில் அவருடைய கல்லறை உள்ளது.

சலீமா சுல்தான் பேகம் (இறப்பு 1613)

இவர் பாபரின் பேரப் பெண் ஆவார். 1557இல் இவர் குல்பதான், ஹமீதாபானு இவர்களுடன் தாமும் ஆக்ரா சென்றிருந்தார். கொஞ்ச நாளைக்கெல்லாம் பைராம் கானுடன் இவருக்குத் திருமணம் நடந்தது. பைராம் கானின் இறப்புக்குப் பின், சலீமா அக்பரை மணந்துகொண்டார். அக்பரின் மூத்த மனைவி என்பதால் இளவரசர் சலீமை மன்னிக்கும்படி அக்பரிடம் வேண்டிக் கொண்டார். தம்முடைய செல்வாக்கைப் பயன்படுத்தி ஜஹாங்கீர் ஆட்சியதிகாரம் பெற உதவியிருக்கிறார். குல்பதானுடன் ஹஜ்ஜு செய்ய குல்பதானுடன் மெக்கா சென்ற மூத்த பெண்மணிகளுள் இவரும் ஒருவர். ருகையாவுடன் இவரும் மெஹருன்னிஸா (நூர்ஜஹான்) ஆக்ரா வந்ததும் உறுதுணையாக இருந்திருக்கிறார். சலீமாவின் பிறப்பு, மூதாதை வழி, அவருடைய திருமணங்கள், அவருடைய மரணம் பற்றிய விபரங்களை ஜஹாங்கீர் தமது சுயசரிதையில் பதிவு செய்திருக்கிறார்.

ஷாஜஹான் (1592 – 1666)

ஜஹாங்கீர் – ஜகத் கொஸெய்ன் இவர்களின் மகன். இவருடைய பாட்டனாரான அக்பர் இவருக்கு வைத்த பெயர் குர்ரம் (மகிழ்ச்சி நிரம்பியவர்). குர்ரம் வெற்றி பொருந்திய இளவரசராக மேலெழுந்தார். மேவார், தக்காணப் போர்களைத் தாமே முன்னின்று நடத்தினார். தம் சகோதரர்களான குஸ்ராவையும், பர்வேஸையும் விஞ்சி ஒளிவிட்டார். ஜஹாங்கீர் நூர்ஜஹானை மணந்தபின் நிகழ்வுகள் மாறலாயின. அனைவரது கூற்றின்படி நூர், குர்ரம் இவர்களிடையே நல்லுறவு இருந்திருக்கிறது. குர்ரம் நூரின் மருமகளான அர்ஜுமண்டை மணந்தார். ஆனால் லாட்லியை தனது இளைய சகோதரனுக்கு நூர் மணம் செய்து கொடுத்தபின் தம் வருங்காலம் குறித்து குர்ரத்திற்கு அச்சம் ஏற்பட்டது. அவர் ஆட்சிக்கெதிராகக் கலகம் செய்யத் தொடங்கினார். குர்ரம் அரசுரிமை பெற்றதில் ஆஸஃப்கானின் முக்கியப் பங்களிப்பு இருந்தது. உலகின் ஏழு அதிசயங்களுள் ஒன்றான தாஜ்மகாலை ஷாஜஹான் கட்டினார்.

ஷாரியர் (1605 – 1628)

ஜஹாங்கீரின் இளைய மகன். அவருடைய சட்டப்பூர்வமில்லாத துணைவிக்குப் பிறந்தவன். அந்தப் பெண்மணி பற்றிப் பேரரசர் தம்முடைய சுயசரிதையில் குறிப்பிடவில்லை, வேறெந்த ஆவணத்திலும் அப்பெண்மணியின் பெயர்கூட இல்லை. நூர்ஜஹான் தன் மகள் லாட்லியை ஷாரியருக்குத் திருமணம் செய்து கொடுத்தார். ஜஹாங்கீர் இறந்த பிறகு, வாரிசுப் போட்டியில் நடந்த சண்டையில் ஷாஜஹானிடம் அவன் தோற்றான். ஷாஜஹானின் உத்தரவுப்படி மற்ற இளவரசர்களைப் போலவே இவனும் மரண தண்டனைக்குள்ளானான்.

குலி (ஷேர் ஆஃப்கன் – இறப்பு 1608)

அலிகுலி இஸ்தாஜ்லு இவனது இயற்பெயர். ஜஹாங்கீர் இவனுக்கு 'ஷேர் ஆஃப்கன்' என்கிற விருதுப்பெயரை வழங்கினார். ஈரான் மன்னரான இரண்டாம் ஷா இஸ்மாயிலிடம் ஊழியம் பார்த்தவன். ஷா கொலையுண்டதும் ஈரானில் இருந்து தப்பியோடினான். சிந்து மாகாணத்தில் இருந்த முகலாயப் படைத் தலைவரான அப்துர் ரஹீம் குலியைப் பணியில் அமர்த்திக் கொண்டார். பிற்பாடு முகலாய அரசவையில் ஒரு பதவிக்கு இவனைப் பரிந்துரைத்தார். இவன் மெஹருன்னிஸாவை (நூர்ஜஹான்) மணந்து கொண்டு, 1608 வரை பர்த்வானில் வாழ்ந்து வந்தான். அவர்களுக்கு லாட்லி என்ற பெண் குழந்தை பிறந்தது. ஜஹாங்கீருக்கு எதிராக சதி செய்த குற்றத்தின் பேரில் 1608இல் முகலாய ஆளுநரால் இவன் கொல்லப்பட்டான். பர்த்வானில் இவனுடைய கல்லறை உள்ளது.

○

ஆதாரங்கள் பற்றிய குறிப்புகள்

ஒரு பெண்ணிய வரலாற்றாளர் என்கிற முறையில் ஒன்றோ டொன்று தொடர்புடைய இரண்டு கேள்விகளில் நான் கவனத்தை ஒரு முகப்படுத்த வேண்டியிருந்தது. முதலாவது, தெற்காசியாவின் காலனியாதிக்க மற்றும் காலனியாதிக்கத்துக்கு முற்பட்ட வரலாற்றில் பெருமளவில் சொல்லாமல் விடப்பட்ட இளம்பெண்கள் மற்றும் பெண்மணிகளின் கதைகளைச் சிறந்த முறையில் எப்படிச் சொல்வது என்பதுதான்.

மற்ற வரலாற்றாளர்கள் பொருட்படுத்தாது விட்டிருந்த ஆதாரங் களைப் பயன்படுத்துவதன் மூலம் இரண்டு கேள்விகளுக்குமான ஒரே பதிலை உள்ளடக்க முடிந்தது. என்னுடைய முதல் நூலில் 'Domesticity and Power in the - Early Mughal World' பதினாறாம் நூற்றாண் டின் மூத்த முகலாய இளவரசியான குல்பதான் பானுபேகம் – முதல் முகலாயப் பேரரசரான பாபரின் மகள் – எழுதிய தன் வரலாற்று குறிப்புகளை நான் ஆழ்ந்து ஆராய்ந்திருந்தேன். எழுபது வயதான குல்பதான் தம்முடைய மருமகனான அக்பரின் கட்டளைப்படி எழுதிய சுயசரிதை ஆய்வாளர்களுக்கு வெகுகாலமாகவே தெரிந்தது தான். (1902இல் ஆங்கிலத்தில் மொழிபெயர்க்கப்பட்டது). ஆனால் அதை முதன்மைப்படுத்தாமல் துணைக்கூறாகவே அவர்கள் பயன் படுத்தினர். நான் பெர்ஸிய மொழியில் உள்ளதையே வரிக்கு வரி படித்தறிவது என்று தீர்மானித்தேன். முகலாய அரசவையில் பெண் களின் அன்றாட வாழ்க்கை எப்படியிருந்தது என்பதை விரிவாகவே கண்டறிய முடிந்தது. மனிதர்களையும் சூழல்களையும் மதிநுட்பத் துடன் கூர்ந்து அறிந்த அந்தத் தகவல் தொகுப்பை ஒரு பொக்கிஷம் என்றே சொல்ல வேண்டும். காரணம், அதிகாரபூர்வ ஆவணத்தில் மறைக்கப்பட்டிருந்தத் தகவல்களை அது பலனளிக்கும் விதத்தில் வழங்கியிருந்தது.

என்னுடைய இரண்டாவது நூலில் 'Coming of Age - in Ninteenth Century India : The Girl Child and the Art of Playfulness' ஆவணத்தில் காணப்

படாத பெண்ணுலகை விளக்குவதே மீண்டும் என்னுடைய குறிக்கோளாய் இருந்தது. முந்தைய வரலாற்றாளர்கள் முக்கியமற்றதாய்க் கருதியிருந்த அல்லது அவர்கள் அறிந்திராத, சில மொழிபெயர்ப்பில் இல்லாத ஆதாரங்களை மறுபடியும் நான் பயன்படுத்தினேன். அந்த ஆதாரங்கள் வாய்மொழியாய்ச் சொல்லப்பட்ட வரலாறுகளிலும், நன்னெறி சார்ந்த ஆய்வுக்கட்டுரைகளிலும், பாடநூல்களிலும், வீடுகளில் தீட்டப்பட்ட சொல்லோவியங்களிலும் இருந்து கிடைத்தவை.

இந்தப் புத்தகத்தை எழுதும்போது நான் நூர்ஜஹான் மற்றும் ஜஹாங்கீர் வாழ்ந்ததும், அடையப் பெற்றதுமான உலகத்தைப் பற்றி அறிந்துகொள்வதற்காகத் திரும்பவும் குல்பதானின் வாழ்க்கைக் குறிப்புகளைப் பார்வையிட வேண்டியிருந்தது.

முகலாய அந்தப்புரத்துப் பெண்களையும், அரசியலில் அவர்கள் பங்கேற்றதையும், பேரரசை உருவாக்குவதில் அவர்களுடைய பங்களிப்பையும் நாம் அதிகம் அறிந்துகொள்ள முயன்றபோது, சகாவான ஒரு ஆண் கூறிய பொதுப்படையான கருத்தொன்றையும் நான் எதிர்கொள்ள வேண்டியிருந்தது. 'முகலாயப் பெண்கள் பற்றி எழுதப் போறீங்களாமே, அரசவையுடனும், பேரரசுடனும் அவர்களுக்கிருந்த தொடர்பை எப்படி எழுதுவீர்கள், அதற்கு ஆதாரங்கள் இல்லையே' என்று கேட்டார். அந்தக் கருத்தை ஒரு சவாலாக ஏற்றுக் கொண்டு நான் குல்பதானின் நூலை ஆலோசனைக்கு எடுத்துக் கொண்டேன். அவர் எழுதியிருந்தது ஏற்புடைய மாதிரியான உரையாய் இல்லை, அது அவருடைய காலத்தில் அங்கீகரிக்கப்பட்ட எந்தவொரு இலக்கியப் பண்பு வகைக்கும் பொருந்துவதாகவும் இல்லை. அவரால் எழுதப்பட்ட விவரத் தொகுப்பு பெண்களின் பல்வேறு அக்கறைக்குரிய விசயங்களை, கலந்துரையாடல்களை உள்ளடக்கியிருந்தது. அவை மகப்பேற்றில் உள்ள சிரமங்கள், நிறைவேறாத ஆசைகள், எதிர்பார்ப்புகள், திருமணங்கள், காதல், மரணம், போர், சமாதானம், சடங்குகள், கொண்டாட்டம் போன்றவைதாம். தன்வழிப்படுத்தும் ஆற்றலுடைய இந்த நூல் பல வண்ணப் பெண்கள் உலகை நமக்குக் காட்சிப்படுத்தி உதவியது எனலாம். அதிகாரபூர்வ (ஆண்) ஆவணங்களில் ஒற்றைவரியில் கடந்து செல்லப்பட்ட அதே நிகழ்வுகள் – குல்பதானின் தொகுப்பில் விரிவான உரையாடல்களில் சொல்லப்பட்டிருப்பது தனிச்சிறப்பாகும். குல்பதானுக்கு நன்றிகள்.

நான் பெர்ஸிய மொழியில் உள்ள மற்ற ஆதாரங்களிலும் கவனம் செலுத்தினேன். அவற்றுள் அதிக முக்கியத்துவம் உடையது ஜஹாங்கீரின் சுயசரிதையான 'ஜஹாங்கீர் நாமா' ஆகும். அதனை 1605-1622 இடைப்பட்ட காலப்பகுதியில் எழுதினார் அவர். பிறகு, தாம் நோயுற்றிருந்த நிலையில் தமது நம்பிக்கைக்குரிய பெருங்குடி

மகனார் ஒருவரிடம் அந்தப் பணியை அவர் மாற்றிவிட்டார். நூர்ஜஹான் ஒரு நுட்பஉணர்வுடைய வாழ்க்கைத் துணையாகவும், தேர்ந்த அரசியல்வாதியாகவும், திறமைமிக்க பெண்மணியாகவும் உருவெடுத்தார். பேரரசர் நூர்ஜஹான் பற்றிய தம்முடைய முதல் பதிவை 1614இல் தம்முடைய நூலில் இடம்பெறச் செய்தார். பல ஆண்டுகளில் நிகழ்த்திய முப்பதுக்கும் மேற்பட்ட கலந்துரையாடல்களையும் அவர் பதிவிட்டிருக்கிறார். பேரரசியின் பன்முகத் திறமையை வியந்து பாராட்டியதும், இருவரும் ஒன்றாக இருந்த தருணங்கள் பற்றிய விவரணைகளும் அதில் அடங்கும். மிகச் சிறந்த அரசகுடும்பத்துப் பெண்மணியையும், அவரது செயல்களையும் பற்றிய அந்தச் சொல்லோவியம் உயிரோட்டமுள்ள மனப்பதிவாக – தெளிவான ஆவணமாக விளங்குகிறது.

பேரரசர் நோயுற்றிருந்த பொழுது ஜஹாங்கீர் சுயசரிதையைத் தொடர்ந்து எழுதியவர் முத்ஆமத் கான். 1624ஆம் ஆண்டு வரை அந்தப் பணியை அவர் செய்து வந்திருக்கிறார். அத்துடன் ஜஹாங்கீரின் ஆட்சி பற்றிய வரலாறாக, 'இக்பால் நாமா' 'மாதிர்–இ–ஜஹாங்கிரி'யையும் அவர் தொகுத்திருக்கிறார்.

பதினெட்டாம் நூற்றாண்டில் ஒரு அரசவை வரலாற்றாளரான முகம்மது ஹாதி 1624இல் இருந்து 1627இல் ஜஹாங்கீரின் இறப்பு வரை ஜஹாங்கீர் நாமாவின் தொடர்ச்சியைத் தந்திருக்கிறார். ஜஹாங்கீரின், 'ஜஹாங்கீர் நாமா'வும், முத்ஆமத் கானின் 'இக்பால் நாமா'வும் ஒருவிதத்தில் ஜஹாங்கீரின் ஆட்சி பற்றிய அதிகாரபூர்வ வரலாறு எனலாம். தம்முடைய ஆட்சியின் நிகழ்வுகளைப் பதிவு செய்யும் பொறுப்பை தொழில்முறை வரலாற்றுப் பதிவாளர்களிடம் ஜஹாங்கீர் ஒப்படைக்கவில்லை. தம்முடைய பேரரசு பற்றியும் பேரரசு காலத்திய வாழ்க்கை முறை பற்றியும் பதிவு செய்யும் நடைமுறையை பேரரசர் அக்பர் தான் தொடங்கி வைத்திருந்தார். அதிகாரபூர்வமான வரலாறுகள், விவரத் தொகுப்பு அகராதிகள், எண்ணற்ற இதர அறிக்கைகள், பேரரசின் கணக்கு விபரங்கள், முதல் முகலாய ஓவியரின் பணிமனை உள்ளிட்டவை அதில் இடம்பெற்றிருந்தன.

நூர்ஜஹான் சுயசரிதை அல்லது நாட்குறிப்பேடு என்று எதையும் விட்டுச் செல்லவில்லை. ஆனால், அவர் பிறப்பித்த பத்துக்கும் மேற்பட்ட ஆணைகளும், அவருடைய பல கவிதை வரிகளும் எஞ்சியிருக்கின்றன. ஓவியக்கலைஞர்கள் அவருடைய எழிலுருவை ஓவியமாய் வரைந்திருக்கின்றனர். பல ராஜதந்திரிகளும், அரசவை வருகையாளர்களும் வணிகர்களும், நிகழ்வுகளைப் பதிவு செய்பவர்களும், பேரரசின் திறனாய்வாளர்களும் அவரைப் பற்றித் தங்களுடைய

கலாச்சாரக் கண்ணாடியின் வழியே தாங்கள் கருத்தூன்றிக் கவனித்த வைகளையும், மதிப்பீடுகளையும் வெளியிட்டிருக்கிறார்கள். அவை பொறாமைப் பாதிப்பில் வெளிப்பட்ட அவர்களுடைய மனஉணர்வு களே எனலாம்.

முல்லா கமி ஷிராஸி – முகலாயப் பேரரசில் பல்வேறு பணிப் பொறுப்புகளில் இருந்ததோடு, 1620இல் ஜஹாங்கீர் தம்முடைய விசுவாசியான பெருங்குடியில் பிறந்த ஒருவரால் கடத்தப்பட்டபோது அந்தப் பயணத்திலும் உடன் இருந்திருக்கிறார். இவர் கடத்தப்பட்ட தமது கணவரை மீட்டுவந்த நூர்ஜஹானின் வீரசாகசத்தைப் புகழ்ந்து 'ஃபத்நாமா' (வெற்றி குறித்த அதிகாரபூர்வ அறிக்கை) ஒன்றையும் எழுதியிருந்தார். பெர்ஸிய எழுத்தாளர்கள் நூர்ஜஹானின் சாதனை களை வாழ்க்கை வரலாற்றுப் பதிவுகளின் வடிவிலும், கலைக் களஞ் சியம் போன்றவற்றிலும் இடம்பெறச் செய்திருக்கிறார்கள். இவற்றுள் குறிப்பிடத்தக்க ஒன்று 1650இல் மூலத்தில் இருந்து நகலெடுக்கப் பட்டது. அதில் நூலாசிரியர் 368 முகலாய உயர் குடும்பத்து ஆடவர்கள் பற்றி எழுதியிருக்கிறார். அந்நூலில் இடம்பெற்றிருக்கும் ஒரேயொரு பெண்மணி தனிச்சிறப்பு வாய்ந்த நூர்ஜஹான் மட்டுமே. ஒரு பெண்ணியவாதியின் நோக்குடன் கவனமாக வாசித்து, புரிந்து கொண்டு, ஏராள ஆவணங்களில் இருந்து சிற்றளவிலான எடுத்துக் காட்டுகளையே இந்நூலில் நான் பயன்படுத்தியிருக்கிறேன். நூரை உருவாக்கி, அவருடைய வளர்ச்சிக்குக் காரணமாயிருந்த சக்திகள் பற்றிய விரிவான சான்றுகள், நூரின் தனிப்பட்ட மற்றும் பொது வாழ்க்கை விவரங்களை இட்டு நிரப்புவதில் உதவின.

பெர்ஸிய அரசுப்பதிவுகளில் நான் முக்குளித்ததில் அங்கே நூர் இருக்கக் கண்டேன். நூரின் பெற்றோர்கள் ஈரானில் இருந்து இந்தியா விற்கு மகா அக்பரின் காலத்தில் குடிபெயர்ந்தது, அரசவையில் அவருடைய தந்தைக்கு அளிக்கப்பட்ட பதவி, நூர் வளர்க்கப்பட்டது போன்ற விவரணைகளுக்கு அக்பரின் அரசவைகால வரிசைத் தொடர் பதிவுகளைப் பயன்படுத்திக் கொண்டேன். அந்த வகையில் அக்பரின் கொள்கைகளைக் கடுமையாய் விமர்சித்த திறனாய்வாளர் ஒருவரின் வரலாற்று நூலும் (மூன்று தொகுதிகள்) எனக்கு உதவி யது. நூரின் சிறுமிப்பருவத்தை மறுஉருவாக்கம் செய்வதில் குழந்தை களை நெறிப்படுத்தும் நூல்களை ஆராய்ந்தேன்.

1645இல் நூரின் இறப்பிற்குப் பின் எழுதப்பட்ட பிந்தைய அரசவை வரலாறுகளையும் நான் பார்வையிட்டேன். அது வரலாறு சார்ந்த மற்றும் மரபு வழிக் கதைகளில் இருந்து பெருமளவு மாறு பட்டிருந்தது. எடுத்துக்காட்டாக, பதினெட்டாம் நூற்றாண்டில் முக லாயக் கடைசிப் பேரரசரான ஔரங்கசீப்பிடம் பணியாற்றிய

கஃபிகான் (விரைவுத்திறன் கொண்ட எழுத்தாளர்) தமக்கான அகத் தூண்டலை ஜஹாங்கீர் மற்றும் அவருடைய வாரிசான ஷாஜஹான் ஆட்சிக்காலத்திய படைப்புகளில் இருந்து பெற்றார். நூரின் வாழ்க்கை வரலாற்றை அவருடைய பிறப்பு, வளர்ப்பு தொடர்பாய் பல வசீகரமான கதைகளுடன் அழகுபடுத்தியிருக்கிறார். குழந்தை நூர்ஜஹானை அவருடைய பெற்றோர்கள் கைவிட்டுச் சென்ற கதையை முதலில் வெளியிட்டவர் அவர்தான். நூருக்கும் ஜஹாங் கீரின் மற்ற மனைவியரில் ஒருவருக்கும் இடையே கடும் போட்டி இருந்ததாகவும் அவர் விரிவான காட்சிகளைப் புனைந்திருக்கிறார்.

உண்மையிலேயே இத்தகைய நிகழ்வுகள் நடந்திருக்குமா? என் னால் நிச்சயமாகச் சொல்ல முடியாது. ஒரு பெண்ணின் வரலாற் றாளருக்கு இந்தப் பழங்கதைகளில் மிகவும் பயன்தரக் கூடியதாய் இருப்பது அவை வெளிப்படுத்தும் பண்பாடு, அரசியல் சார்ந்த சமாச்சாரங்கள் தாம். அவை முழுக்கவும் உண்மையானவையல்ல என்றாலும் உண்மைக்குச் சமீபமானவை. பெண்களின் பங்களிப்பு, சிறப்பியல்பு பற்றியெல்லாம் மக்கள் என்ன நினைக்கிறார்கள், எது வெல்லாம் தொடர்கிறது என்பதை அவை தெரிவிக்கின்றன. குறைந்த பட்சம் பதினேழாம் நூற்றாண்டின் குறிப்பிடத்தக்க பெண்மணி பற்றி, பதினெட்டாம் நூற்றாண்டில் ஒருவர் என்ன எழுதியிருக்கிறார் என் பதைத் தெரிவிக்கிறது.

நூர்ஜஹானின் வரலாற்றை எழுதுவதில் நான் இன்னொரு சவாலையும் ஏற்கும்படியானது. என்னுடைய சட்டைக்கைகளைச் சுருட்டி விட்டுக்கொண்டு பல சிக்கல்களை நான் விடுவிக்க வேண்டி யிருந்தது. எடுத்துக்காட்டாக, நூர் தன்னுடைய முதல் திருமணத் துக்குப் பிறகு வாழ்ந்த கிழக்கத்திய மாகாணங்களில் அப்போதைய அரசியல், பொருளாதார நிகழ்வுகளின் சரிநுட்பமான இயற்பண்பு என்ன? என்பது போன்றவை. நூரின் தனிப்பட்ட வாழ்க்கை விபரம் எதுவும் ஆவணத்தில் இல்லை. ஆனால் தலைநகரம் மற்றும் மாகாணங்களில் காணப்பட்ட இறுக்க நிலையைச் சுட்டிக்காட்டப் போதிய தகவல்கள் நமக்குக் கிடைத்தன. சில வெற்றிடங்களை நிரப்ப வங்காள வாழ்க்கை முறை பற்றிய தகவல்களும் கிடைத்தன. உதார ணத்துக்கு இன்னொன்று – தற்காலத்திய வரைபடங்களில் பதினே ழாம் நூற்றாண்டு நகரங்கள், ஆறுகள், மலைகள் பலவற்றின் பெயர் கள் காணப்படவில்லை. குறிப்பிட்ட கிராமங்கள், நகரங்கள் இருக்கு மிடத்தை உறுதிப்படுத்த புவியியல் மற்றும் நிலப்பரப்பின் தோற்றம் இவற்றைக் கூர்ந்து ஆராய வேண்டியிருந்தது.

முகலாயர்களின் தொலைதூரப் பயணங்கள் பற்றி – மத்திய கால ஐரோப்பிய அரசர்கள் விட்டுச் சென்ற முறையானப் பயண

முன் வரைவுகள் ஆய்வாளர்களுக்குக் கிடைக்கின்றன. ஆனால், முகலாயர்கள் அப்படிச் செய்யவில்லை. எனினும் முகலாயர்கள் எங்கே எந்த இடத்தில் பயணித்தார்கள், இருந்தார்கள் என்பதைப் பதிவு செய்வது சாத்தியமே. குறிப்பாகப் பேரரசர் ஜஹாங்கீர் 1624ஆம் ஆண்டு வரை ஒவ்வொரு நகர்வு பற்றியும் நிறைய விபரங் களை எழுதி வைத்திருக்கிறார். முகலாயரின் வாழ்க்கையின் மற்ற கூறுகளில் போலவே, பயணம் தொடர்பானவற்றிலும் ஆய்வாளர் களுக்குத் தேவையான தகவல் கூறுகளைப் பதிவேடு வழங்குகிறது. முழுநிறைவானவற்றில் கடவுள் இருக்கிறார் என்றால் உலகியல் சார்ந்த விசயங்களைப் பயின்று இந்நூலை எழுதியதும் இறை சட்டத் திட்டங்களின்படியே எனலாம்.

●